AF764930

ഗ്രീൻ ബുക്സ്

നൈലിന്റെ കന്യാമാതാ

സ്കോളോസ്റ്റീക് മ്യുക്കസോംഗ

ഫ്രഞ്ച് എഴുത്തുകാരി, സാമൂഹ്യപ്രവർത്തക. 1956ൽ റുവാണ്ടയിലെ മുൻ പ്രവിശ്യയായ ജിക്കോംഗോറോയിൽ ജനനം. 1959ൽ ടുട്സികൾക്കെതിരായ ആദ്യ വംശഹത്യ രാജ്യത്തെ തകർത്തു. 1960ൽ, അവരുടെ കുടുംബത്തെ മറ്റനേകം ടുട്സികൾക്കൊപ്പം വാസയോഗ്യമല്ലാത്ത, സ്ക്രബ്ലാൻഡ് പ്രവിശ്യയായ ബുഗെസെരയിലെ ന്യാമാറ്റയിലേക്ക് നാടുകടത്തി. പീഡനങ്ങൾക്കും കൂട്ടക്കൊലകൾക്കും ഇടയിൽ അതിജീവിച്ചു. സ്വന്തം ഗ്രാമത്തിൽ നിന്ന് പുറത്താക്കപ്പെട്ടതിനു ശേഷം കുടുംബം ഒരു അഭയാർത്ഥി ക്യാമ്പിലാണ് താമസിച്ചിരുന്നത്. അവർ ആദ്യം കിഗാലിയിലെ ലൈസി നോട്ട്ഡേം ഡിസിറ്റോക്സിലും പിന്നീട് ബ്യൂട്ടാരെയിലെ ഒരു സാമൂഹിക പ്രവർത്തകസ്കൂളിലും ചേർന്നു. 'ഗ്രാമങ്ങളിലേക്ക് മടങ്ങാനും ഒരു സ്കൂളിൽ പ്രവേശിക്കാൻ അവസരമില്ലാത്ത മറ്റുള്ളവരെ സഹായിക്കാൻ തന്റെ തൊഴിൽ ഉപയോഗിക്കാനും അനുവദിച്ച ഒരേയൊരു പെൺകുട്ടികളുടെ സ്കൂളാണിത് എന്ന് അവർ പറയുന്നുണ്ട്. 1973ൽ, ടുട്സി കുട്ടികളെ സ്കൂളുകളിൽ നിന്നും ടുട്സി സിവിൽ സർവീസുകാരെ അവരുടെ സ്ഥാനങ്ങളിൽ നിന്നും പുറത്താക്കി. തൽഫലമായി, മരണ ഭീഷണിയിൽ നിന്ന് രക്ഷപ്പെടാൻ മ്യുക്കസോംഗയ്ക്ക് ബുറുണ്ടിയിലേക്ക് നാടുവിടേണ്ടിവന്നു. ബുറുണ്ടിയിൽ സാമൂഹിക പ്രവർത്തകയായി പഠനം പൂർത്തിയാക്കിയ അവർ യുണിസെഫിൽ ജോലി ചെയ്യാൻ തുടങ്ങി. 1992ൽ ഫ്രാൻസിലെത്തിയ അവർക്ക് ബുറുണ്ടിയിൽ ലഭിച്ച ഡിപ്ലോമ ഫ്രഞ്ച് ഭരണകൂടം അംഗീകരിക്കാത്തതിനാൽ സാമൂഹിക പ്രവർത്തകർക്കായുള്ള പരീക്ഷ വീണ്ടും എഴുതേണ്ടി വന്നു. 1996-97 കാലഘട്ടത്തിൽ അവർ കെയ്ൻ സർവകലാശാലയിൽ സാമൂഹിക പ്രവർത്തകയായിരുന്നു. 1998 മുതൽ യൂണിയൻ ഡിപ്പാർട്ട്മെന്റൽ ഡെസ് അസോസിയേഷൻസ് ഫാമിലിയൽസ് ഡി കാൽവാഡോസിന്റെ

(കാൽവാഡോസിലെ ഫാമിലി അസോസിയേഷനുകളുടെ ഡിപ്പാർട്ട്മെന്റൽ യൂണിയൻ) ജുഡീഷ്യൽ (നിയമപരമായ) പ്രതിനിധിയുടെ പ്രവർത്തനത്തിലാണ്.
ഇപ്പോൾ ലോവർ നോർമാണ്ടിയിലാണ് താമസിക്കുന്നത്

കൃതികൾ: ആത്മകഥയായ Cockroaches, ദി ബെയർഫൂട്ട് വുമൺ, Mukasonga Ce que murmurent les collines (ചെറുകഥാ സമാഹാരം), What the Hills Whisper (ചെറുകഥാ സമാഹാരം) 2017ൽ എഴുതിയതും The connection with the Other എന്ന ശേഖരത്തിൽ ഉൾപ്പെടുത്തിയിട്ടുണ്ട്.

പുരസ്കാരങ്ങൾ: 2012ൽ, ഔവർ ലേഡി ഓഫ് ദ നൈൽ എന്ന പുസ്തകത്തിന് റൊദോദോ പ്രൈസും അഹമദൂകൂറൂമ പ്രൈസും നേടി.
ഇന്റർനാഷണൽ ഡബ്ലിൻ ലിറ്ററി അവാർഡ്, ലോസ് ഏഞ്ചൽസ് ടൈംസ് ബുക്ക് പ്രൈസ് എന്നിവയ്ക്കുള്ള ഫൈനലിസ്റ്റിനു പുറമേ, 2014ൽ വംശീയതയ്ക്കും അസഹിഷ്ണുതയ്ക്കുമെതിരായ സെലിഗ്മാൻ സമ്മാനവും 2015ൽ സോസൈ്യത്തെദെ ഷോദ് ലെത്ര് സമ്മാനവും അവർക്ക് ലഭിച്ചു.
സാഹിത്യത്തിനും സംഗീതത്തിനുമുള്ള ഡ്യൂവിൽ അവാർഡ് കമ്മിറ്റിയിലെ ജൂറി അംഗമാണ്. രണ്ട് മേഖലകളിലും കാര്യമായ സാംസ്കാരിക സംഭാവനകൾ നൽകിയവരെ അംഗീകരിക്കുന്ന ഷെവാലിയെ ദേസാ ഏ ദെലത്ര എന്ന പദവി നൽകി ആദരിക്കുകയുണ്ടായി.

വിവർത്തനം: കെ. സതീഷ്

നോവൽ

നൈലിന്റെ കന്യാമാതാ

സ്കോളോസ്റ്റീക് മ്യുക്കസോംഗ

വിവർത്തനം

കെ. സതീഷ്

ഗ്രീൻബുക്സ്

green books private limited
gb building, civil lane road, ayyanthole,
thrissur- 680 003, kerala, ph: +91 487-2381066, 2381039
website: www.greenbooksindia.com
e-mail: info@greenbooksindia.com

original french title
Notre-Dame du Nil
by
scholastique mukasonga

malayalam
nilente kanyamatha

translated by
k. satheesh

first published may 2022

PAP
TAGORE

the work is published with the support of
publication assistance programme of the institut français

cover image : k. satheesh
cover design : aswathy hariharan

printed in india
manipal technologies ltd.

branches:
thrissur 0487-2422515
thiruvananthapuram 0471-2335301
calicut 0495 4854662

isbn : 978-93-93596-78-9

GBPL/1220/2022

മുഖക്കുറി

എഴുപതുകളിൽ റുവാണ്ടയിൽ നിലനിന്നിരിന്ന സാമൂഹികവും വംശീയവുമായ സ്പർദ്ധകളും വിദ്വേഷങ്ങളും കൃത്യമായി മനസ്സിലേക്കെത്തിക്കുന്ന ഈ നോവൽ പെൺകുട്ടികൾക്കു മാത്രമായുള്ള ഒരു കാത്തലിക് ബോർഡിങ് സ്കൂളിന്റെ പശ്ചാത്തലത്തിലാണ് എഴുതിയിട്ടുള്ളത്. ഒരു രാഷ്ട്രത്തിന്റെതന്നെ വംശീയമായ കാഴ്ചപ്പാടുകൾ സ്കൂളിൽ പ്രതിഫലിക്കുന്നു. അതിനെ തുടർന്ന് ഗ്ലോറിയ എന്ന ഹ്യുറ്റു വംശജയായ പെൺകുട്ടി സ്കൂളിലെ കന്യാമാതയുടെ പ്രതിമയും നശിപ്പിക്കുന്നു. പ്രതിമയുടെ മൂക്ക് ടുട്സി വംശക്കാരുടേതിന് സാമ്യമുണ്ട് എന്നതാണ് അതിനു കാരണം. ന്യൂനപക്ഷവർഗ്ഗക്കാരായ, ടുട്സി വംശജരായ പെൺകുട്ടികളുടെ നേരെ നടക്കുന്ന അതിക്രമങ്ങളുടെയും റുവാണ്ടയിൽ നിലനിന്നിരുന്ന ആചാരങ്ങളുടെയും ചടുലമായ ഒരു വായനാനുഭവം നൽകുന്ന കൃതിയാണിത്. അന്തസ്സത്ത ഒട്ടും ചോർന്നുപോകാതെ, രസാത്മകമായി വായിച്ചുപോകാവുന്ന നോവൽ.

എഡിറ്റർ

വിവർത്തകന്റെ കുറിപ്പ്

റുവാണ്ടയിലെ ടുറ്റ്സി, ഹ്യുറ്റു എന്നീ ഗോത്രങ്ങൾ തമ്മിൽ ഉടലെടുത്ത വംശീയവിദ്വേഷത്തിന്റെയും തുടർന്നുണ്ടായ ഘോരമായ കലാപങ്ങളുടെയും കഥയാണ് നൈലിന്റെ കന്യാമാതാ വിദ്യാലയം എന്ന കാത്തലിക് ബോർഡിംഗ് സ്കൂളിന്റെ പശ്ചാത്തലത്തിൽ സ്കോളോസ്റ്റീക് മ്യുക്കസോംഗ ആഖ്യാനം ചെയ്യുന്നത്.

സംവരണാർഹരായി സ്കൂളിൽ പ്രവേശനം നേടിയ രണ്ട് ടുറ്റ്സി വിദ്യാർത്ഥികളായ വെറോണിക്കയും വിർജീനിയയും (മുത്താമുറിസാ എന്നൊരു ഓമനപ്പേരുമുണ്ടവൾക്ക്) നോവലിലെ പ്രധാന കഥാപാത്രങ്ങൾ. ടുറ്റ്സികളോട് ഹ്യുറ്റുകൾ വെച്ചുപുലർത്തുന്ന വംശവെറി ഗ്ലോറിയോസ എന്ന ദയയും കൂസലുമില്ലാത്ത ഹ്യുറ്റു വിദ്യാർത്ഥിനിയുടെ നീചമായ ചെയ്തികളിലൂടെ ആവിഷ്കൃതമാകുന്നു. സ്കൂൾ സ്ഥിതി ചെയ്യുന്ന കുന്നിന്റെ താഴ്വരയിൽ നൈലിന്റെ ഉത്ഭവസ്ഥാനമെന്ന് കരുതപ്പെടുന്ന ജലാശയത്തിനരികെ സ്ഥാപിക്കപ്പെട്ട കറുത്ത കന്യാമറിയത്തിന്റെ പ്രതിമയുടെ ടുറ്റ്സിച്ഛായപോലും അവളെ വിറളിപിടിപ്പിക്കുന്നു. അവളുടെ ഉറ്റതോഴിയായ മോഡെസ്റ്റ, അമ്മവഴി ഹ്യുറ്റുവും അച്ഛൻ വഴി ടുറ്റ്സിയുമാണ്. തന്റെ സ്വത്വം നിർണയിക്കാനാവാതെ കുഴങ്ങുന്നുണ്ടെങ്കിലും തികഞ്ഞ ദാസ്യമനോഭാവത്തോടെയാണ് ഗ്ലോറിയോസയെ അവൾ അകമ്പടി സേവിക്കുന്നത്. ഗോറ്റി, ഫ്രിദാ, ഇമ്മാക്കുലേ എന്നിവരാണ് വിദ്യാർത്ഥിനികളെ പ്രതിനിധാനം ചെയ്യുന്ന മറ്റു കഥാപാത്രങ്ങൾ. ക്രിസ്തീയമായ സദാചാരബോധവും യൂറോപ്യൻ രീതികളും ജീവിതത്തിൽ പകർത്താൻ റുവാണ്ടയിലെ ഉന്നതവ്യക്തികളുടെ മക്കളെ പ്രാപ്തരാക്കുക

എന്നതാണ് നൈലിന്റെ കന്യാമാതാ വിദ്യാലയത്തിന്റെ പ്രാഥമികോദ്ദേശ്യം.

പലപ്പോഴും സ്കൂളിൽ അരങ്ങേറുന്ന അനഭിലഷണീയ സംഭവങ്ങൾക്കുനേരെ നിസ്സഹായതയോടെ കണ്ണടയ്ക്കേണ്ടി വരുന്ന ഒരു കഥാപാത്രമാണ് മദർ സുപ്പീരിയർ. ഭീരുവും ആഭാസനുമായ ഫാദർ ഏർമെനെഷീൽഡ്, ഗ്ലോറിയോസയുടെ വിദ്വേഷം നിറഞ്ഞ കുത്സിതവൃത്തികളെ പരോക്ഷമായി മാത്രമല്ല പ്രത്യക്ഷമായിത്തന്നെ പിന്തുണയ്ക്കുന്നു.

മറ്റൊരു പ്രമുഖ കഥാപാത്രമാണ് മുസ്യേദ് ഫോൻതെനെയ്. അദ്ദേഹം ഒരു കോഫി പ്ലാന്ററും ചിത്രകാരനും സർവ്വോപരി ഒരു സ്വപ്നജീവിയുമാണ്. വെറോണിക്കയിൽ അദ്ദേഹം ഐസിസ് ദേവതയെ ദർശിക്കുകയും ടുറ്റ്സികളെക്കുറിച്ചുള്ള തന്റെ സഹതാപാർദ്രവും ഭാവനാനിർഭരവുമായ സങ്കല്പങ്ങൾ വെറോണിക്കയിലൂടെ സാക്ഷാൽക്കരിക്കാൻ വെമ്പുകയും ചെയ്യുന്നു. ഹ്യുറ്റു ആക്രമണത്തിൽനിന്ന് രക്ഷപ്പെടാൻ അവൾ തിരഞ്ഞെടുത്ത അഭയസ്ഥാനം ഫോൻതനെയിന്റെ വസതിയായിരുന്നു. പക്ഷേ, അനിവാര്യമായ ദുരന്തം അവളെ തേടിയെത്തുകതന്നെ ചെയ്തു എന്നതാണ് കഥാന്ത്യം. ഒപ്പംതന്നെ റുവാണ്ടയെ ആകെ ചോരക്കളമാക്കിയ വംശീയകലാപത്തിന്റെ മുന്നോടിയും.

ഭൂരിപക്ഷശക്തിയായ ഹ്യുറ്റുക്കൾ ടുറ്റ്സികളെ അങ്ങേയറ്റം അസഹിഷ്ണുതയോടെയും നിന്ദയോടെയുമാണ് വീക്ഷിച്ചിരുന്നത്. ഇൻയെൻസി അഥവാ കൂറകൾ എന്നാണവർ വിളിക്കപ്പെട്ടിരുന്നത്. വിദ്വേഷത്തിന്റെ മൂശയിൽ വാർത്തെടുത്ത ഉന്മൂലനപദ്ധതിപ്രകാരം എൺപതുലക്ഷത്തിലധികം വരുന്ന ടുറ്റ്സികൾ നിർദ്ദയം വേട്ടയാടപ്പെടുകയും വധിക്കപ്പെടുകയും ചെയ്തു. 'ചുടലകളിൽ ഇനിയും സ്ഥലമുണ്ട്' എന്ന പോർവിളി ദിഗന്തങ്ങളിൽ മുഴങ്ങി.

നോവലിലെ ടുറ്റ്സി വിദ്യാർത്ഥിനികളായ വെറോണിക്കയും വിർജീനിയയും നേരിടുന്ന പീഡാനുഭവങ്ങൾ അതിശയോക്തിയെന്ന് വായനക്കാർ സന്ദേഹിച്ചേക്കും. സ്വന്തം അമ്മയടക്കം മിക്ക ബന്ധുജനങ്ങളേയും നഷ്ടപ്പെട്ട് അഭയാർത്ഥിയായി ബുറുണ്ടിയിലേക്ക് ചേക്കേറേണ്ടി വന്ന ഗ്രന്ഥകർത്രിയുടെ സ്വാനുഭവങ്ങളും ആത്മാംശവും നോവലിലുടനീളം നേരിന്റെ വെളിച്ചം പരത്തുന്നു.

ഒട്ടു ശാന്തതയോടെ ഒഴുകിത്തുടങ്ങുന്ന നൈൽനദി ക്രമേണ പ്രവാഹവേഗം കൈവരിക്കുകയും പൊടുന്നനെ പ്രചണ്ഡയാവുകയും ചെയ്യുന്നതുപോലെയാണ് നോവലിന്റെ ആഖ്യാനം. നർമ്മവും ഭ്രമകൽപനകളും അതിലവർ വിദഗ്ദ്ധമായി ഇഴചേർത്തിരിക്കുന്നു. ഋതുഭേദങ്ങളിലൂടെ കടന്നുപോകുന്ന റുവാണ്ടയുടെ ത്രിമാനമായൊരു ഭൂപടം സംഭവങ്ങളുടെ പശ്ചാത്തലമായി വായനക്കാരനു മുമ്പിൽ ചുരുൾ നിവരുന്നു. വർഷമേഘങ്ങളെ വിളിച്ചു വരുത്തി മഴ പെയ്യിക്കുന്ന മഴമന്ത്രവാദിനിയായ നിയോമിറോംഗി, റുബാൻഗ എന്ന ഉംവിറു അഥവാ സിദ്ധൻ എന്നീ കഥാപാത്രങ്ങളെയും അസാധാരണ മിഴിവോടെയാണ് നോവലിസ്റ്റ് അവതരിപ്പിച്ചിരിക്കുന്നത്.

നൈലിന്റെ കന്യാമാതാ (Notre dame du Nil) സ്കോളോസ്റ്റീക് മ്യുക്കസോംഗയുടെ നാലാമത്തെ പുസ്തകമാണ്. വംശവെറിയും അപരദ്വേഷവും താണ്ഡവമാടുന്ന വർത്തമാനലോകത്തിൽ 'അരുതേ, ഇതാ ചുട്ട പാഠങ്ങളെ'ന്ന് ചരിത്രത്തോടൊപ്പം നിന്ന് വിലാപത്തോടെ അവർ ലോകത്തോട് അഭ്യർത്ഥിക്കുന്നു.

കെ. സതീഷ്

നൈലിന്റെ നോത്രദാം

നൈലിന്റെ നോത്രദാം ഹൈസ്കൂളിനേക്കാൾ നല്ല സ്കൂൾ ആഫ്രിക്കയിലില്ല. വെള്ളക്കാരായ അധ്യാപകർ അഭിമാനപൂർവം '2500 മീറ്റർ', പറയുമ്പോൾ ഭൂമിശാസ്ത്ര അധ്യാപികയായ ലിഡ്വിൻ സിസ്റ്റർ 2493 എന്ന് തിരുത്തും.

മദർ സുപ്പീരിയർ കൈകൾ കൂപ്പിക്കൊണ്ട് മന്ത്രിക്കും.

''നാം സ്വർഗ്ഗത്തിന് വളരെ അടുത്താണ്.''

അധ്യയനവർഷത്തോടൊപ്പമാണ് കാലവർഷവും ആരംഭിക്കുന്നത്. മേഘങ്ങളാൽ ആവരണം ചെയ്യപ്പെട്ടിട്ടുണ്ടാകും സ്കൂൾ. അപൂർവ്വമായി മാത്രം വെയിലുണ്ടാകും. അപ്പോൾ അങ്ങ് താഴെയുള്ള വിസ്തൃതമായ തടാകം നീലിമയോലുന്നൊരു വൃത്തമായി മാറും.

അത് പെൺകുട്ടികൾക്കുള്ള സ്കൂളാണ്. ആൺകുട്ടികളുടേത് ദൂരെയുള്ള തലസ്ഥാന നഗരത്തിലാണ്. മഹാനഗരത്തിന്റെ പ്രലോഭനങ്ങളിൽ നിന്ന് പെൺകുട്ടികളെ സംരക്ഷിക്കാനാണ് അത്രയും ഉയരത്തിൽ അത്ര അകലെയായി ആ സ്കൂൾ പണികഴിപ്പിച്ചത്. സ്കൂളിലെ യുവതരുണികളായ വിദ്യാർത്ഥിനികൾക്കു മാത്രമാണ് സുന്ദര പരിണയങ്ങൾക്ക് അനുവാദമുള്ളത്. അതിനുമുമ്പ് അവർ ഗർഭിണികളാകാതിരിക്കുകയെങ്കിലും വേണം. വിവാഹം ഗൗരവമേറിയ ഒരു കാര്യമാണ് ഇവിടെ.

മന്ത്രിമാരുടെയും ഉന്നത സൈനികോദ്യോഗസ്ഥന്മാരുടെയും വലിയ വ്യവസായികളുടെയും ധനികരായ വ്യാപാരികളുടെയും മക്കളാണ് സ്കൂളിലെ വിദ്യാർത്ഥിനികൾ. അവരുടെ മക്കളുടെ വിവാഹം, അതൊരു രാഷ്ട്രീയ കാര്യമാണ്. ആ യുവതികൾക്ക് അക്കാര്യത്തിൽ അഭിമാനമുണ്ട്. അവരുടെ വില എന്താണെന്ന് അവർക്കുതന്നെ അറിയാം.

സൗന്ദര്യത്തിനു മാത്രം പ്രാധാന്യം നല്കിയിരുന്ന കാലം കഴിഞ്ഞു. അവരുടെ കുടുംബങ്ങൾക്ക് വിവാഹസമ്മാനമായി പശുക്കളും

പരമ്പരാഗത ബിയർ ചഷകങ്ങളും മാത്രമല്ല ലഭിക്കുക. പെട്ടി നിറയെ പണവും ബേൽഗോലെയ്സ്, നെയ്റോബി, ബ്രസ്സൽസ് എന്നിവിടങ്ങളിലെല്ലാം ബാങ്ക് അക്കൗണ്ടുകളും ഉറപ്പുവരുത്തിയിരിക്കും. അവർ മുഖാന്തരം കുടുംബം കൂടുതൽ ധനികരാവും. ഗോത്രം ശക്തി പ്രാപിക്കും. വംശപരമ്പരയുടെ സ്വാധീനം കൂടും. അതെ, നൈലിന്റെ നോത്രദാം സ്കൂളിലെ യുവതരുണികൾക്ക് അവരുടെ വിലയെന്തെന്ന് നന്നായറിയാം.

നൈൽ നദിയുടെ ഉത്ഭവസ്ഥാനത്തിന്റെ തൊട്ടടുത്താണ് സ്കൂൾ. അങ്ങോട്ട് പോകാൻ, പാറകൾ നിറഞ്ഞ ഒരു പാതയുണ്ട്. പിന്നെ കൂർമ്പൻ കല്ലുകളുടെ ഒരു നിരയുമുണ്ട്. ആ വഴി ഒരു നിരപ്പിൽ ചെന്ന് അവസാനിക്കുന്നു. ടൂറിസ്റ്റുകൾ അവരുടെ അപൂർവമായ ലാൻഡ് റോവെറുകൾ അവിടംവരെ കൊണ്ട് വന്ന് നിർത്തിയിടും. അവിടെ ഒരു സൂചനാഫലകം ഉണ്ടായിരുന്നു 'നൈലിന്റെ ഉത്ഭവം -> 200 മീറ്റർ.'

നീണ്ട ഒരു പാത നേരെ ചെന്ന് ചേരുന്നത് പാറക്കല്ലുകൾ നിറഞ്ഞ ഒരു ചെരിവിലേക്കാണ്. അവിടെ രണ്ടു പാറകൾക്കിടയിൽ നിന്ന് ഒരു നേർത്ത അരുവി ഉറവയെടുത്തു പ്രവഹിക്കുന്നു. ഒരു ചെറു പ്രവാഹമായി പുല്ലുകൾക്കിടയിലൂടെ, കാറ്റാടികൾ നിറഞ്ഞ ചരിവുകളിലൂടെ ഒഴുകിപ്പരക്കും മുമ്പ് ആ ഉറവുജലം ഒരു കോൺക്രീറ്റ് പാത്രത്തിലേക്കു ശേഖരിക്കപ്പെടുന്നു. ഉറവിനു നേരെ മുമ്പിലായി ഒരു പിരമിഡ് മാതൃക നിർമ്മിച്ചിരുന്നു. അതിൽ ഒരു ലിഖിതം എഴുതിയിരുന്നു : 'നൈലിന്റെ ഉത്ഭവം. കോക്കിന്റെ ദൗത്യം 1924.' അതിന് അത്ര ഉയരമില്ല.

സ്കൂളിലെ പെൺകുട്ടികൾക്ക് ആ ലിഖിതത്തിന്റെ കൂർപ്പിച്ച അഗ്രം ആയാസം കൂടാതെ തൊടാം. അങ്ങനെ ചെയ്യുന്നവർക്ക് സൗഭാഗ്യം വരുമെന്നാണ് വിശ്വാസം. പക്ഷേ അവർ ഉറവയിലേക്കു വരുന്നത് പഠനയാത്രയ്ക്കല്ല, തീർത്ഥാടനമെന്ന നിലയ്ക്കാണ്. നൈലിന്റെ മേരി മാതാവിന്റെ ഒരു പ്രതിമാശിൽപം വലിയ പാറകൾക്കിടയിൽ സ്ഥാപിച്ചിട്ടുണ്ട്. അതൊരു ഗുഹയെന്നു പറയാനാവില്ല. അതിന് ലോഹപ്പാളികളുടെ ഒരു മേൽക്കൂരയുണ്ട്. അതിന്റെ തൂണിൽ 'നൈലിന്റെ മാതാമേരി 1953' എന്ന് കൊത്തിവെച്ചിട്ടുണ്ട്. അത് പണികഴിപ്പിച്ചത് അന്നത്തെ ബിഷപ്പ് വികാരിയച്ചനാണ്. ക്രിസ്തുരാജാവിന് രാജ്യത്തെ സമർപ്പിക്കാനുള്ള സർവ്വ അധികാരവും പോപ്പിൽ നിന്ന് അന്നത്തെ രാജാവിന് ലഭിച്ചിരുന്നു. നൈൽ നദിയെ കന്യാമറിയത്തിന് സമർപ്പിക്കുവാൻ പോലും ബിഷപ്പ് ആഗ്രഹിച്ചിരുന്നു.

ആ ചടങ്ങുകളുടെ ഉദ്ഘാടനം ഇന്നും എല്ലാവരും ഓർക്കുന്നു. അവിടത്തെ പാചകക്കാരിയായിരുന്ന സിസ്റ്റർ കാസീത്തോ വാർദ്ധക്യത്തെ അവഗണിച്ച് അവിടെ എത്തിയിരുന്നു. വർഷാവർഷം ആ

കഥകൾ കുട്ടികളോടവർ വർണിച്ചിരുന്നു. ക്രിസ്മസിന് പള്ളികളിൽ അരങ്ങേറാറുള്ളതുപോലെയോ സ്റ്റേഡിയങ്ങളിലും തലസ്ഥാനനഗരിയിലും ആഘോഷിക്കപ്പെടുന്ന ദേശീയോത്സവങ്ങൾ പോലെയോ മനോഹരമായ ചടങ്ങായിരുന്നു അതെന്ന് അവർ ഓർക്കുന്നു.

പത്തു പട്ടാളക്കാരാൽ വലയം ചെയ്യപ്പെട്ടുകൊണ്ട് അഡ്മിനിസ്ട്രേറ്റർ അവിടെ എത്തിയിരുന്നു. ഒരാളുടെ കൈയിൽ ബ്യുഗിൾ ഉണ്ടായിരുന്നു. മറ്റൊരാൾ ബെൽജിയൻ പതാകയും. തൊട്ടടുത്ത് നാട്ടുരാജ്യങ്ങളുടെ തലവന്മാരും ഉപതലവന്മാരും അവരുടെ ഭാര്യമാരും പെൺമക്കളും മുത്തുകൾ കൊണ്ടലങ്കരിച്ച ഉന്നത കേശഭാരങ്ങളുമായി അവരെ അനുഗമിച്ചിരുന്നു. അവരുടെ നർത്തകർ സിംഹങ്ങളെപോലെ അവരുടെ സടകളിളക്കി നടന്നിരുന്നു. മറ്റൊരു പ്രത്യേകത വമ്പൻ കൊമ്പുകളുള്ള, പുഷ്പഹാരങ്ങളണിഞ്ഞ 'ഇനിയാമ്പോ' പശുക്കളുടെ ഒരു കൂട്ടമായിരുന്നു.

കൃഷീവലർ താഴ്‌വരയുടെ ചെരിവിൽ നിറഞ്ഞിരുന്നു. ഉറവയിലേക്കുള്ള പാത തെറ്റാതിരിക്കാൻ ഏവരും കരുതലെടുത്തു. അഡ്മിനിസ്ട്രേറ്ററുടെ അടുത്ത് ഇരുന്നിരുന്നത് കോഫി പ്ലാന്റർ മിസ്റ്റർ ഫോൻതെനെയ് ആയിരുന്നുവെന്നത് ആരും അത്ര ശ്രദ്ധിച്ചില്ല. അന്ന് വരണ്ട കാലാവസ്ഥയായിരുന്നു. ആകാശം സ്വച്ഛമായിരുന്നു. മലയുടെ ശൃംഗങ്ങൾക്കു മുകളിൽ പൊടിപടലങ്ങൾ ഉണ്ടായിരുന്നില്ല.

ഏല്ലാവരും വളരെ നേരം കാത്തിരുന്നിരുന്നു. ചരൽപ്പാതയിൽ ഒരു കറുത്ത വര കാണപ്പെട്ടു. അവിടെനിന്നും പ്രാർത്ഥന ഉയർന്നു കേട്ടുതുടങ്ങി. പതുക്കെ പതുക്കെ ദൃശ്യം വ്യക്തമായി. കൂർമ്പൻ പാപ്പക്കിരീടം ധരിച്ച, കയ്യിൽ കുരിശുരൂപമേന്തിയ വികാരിയച്ചനെ പെട്ടെന്ന് തിരിച്ചറിയാമായിരുന്നു. ക്രിസ്തീയ പാഠങ്ങളിലെ മൂന്ന് രാജാക്കന്മാരിലൊരാളെപോലെയാണ് അദ്ദേഹം കാണപ്പെട്ടിരുന്നത്. മിഷനറിമാർ അദ്ദേഹത്തെ അകമ്പടി സേവിച്ചിരുന്നു. വെള്ളക്കാരുടെ അന്നത്തെ കൊളോണിയൽ സമ്പ്രദായമനുസരിച്ച് അവരെല്ലാം വട്ടത്തൊപ്പി ധരിച്ചിരുന്നു. പക്ഷേ അവർക്ക് താടിയുണ്ടായിരുന്നു. ചരടിട്ടു മുറുക്കിയ നീളൻ വസ്ത്രങ്ങളായിരുന്നു അവരുടെ വേഷം. 'മറിയത്തിന്റെ സന്നദ്ധസേന'യിലെ കുട്ടികളുടെ സംഘം മഞ്ഞപ്പൂക്കളേന്തി വഴിയിൽ നിരന്നിരുന്നു. പിന്നെയുണ്ടായിരുന്നത് കന്യാമറിയം. വധുവിനെ പുതുവീട്ടിലേക്കോ അല്ലെങ്കിൽ മരിച്ചവരെ അന്ത്യവിശ്രമസ്ഥലത്തേക്കോ കൊണ്ടുപോകാനുപയോഗിക്കുന്ന, മുള മെടഞ്ഞുണ്ടാക്കിയ മഞ്ചത്തിൽ കാലുറയും വെള്ളക്കുപ്പായവും ധരിച്ച നാല് വൈദിക വിദ്യാർത്ഥികൾ കന്യാമറിയത്തിന്റെ പ്രതിമയെ വഹിച്ചിരുന്നു.

നമ്മുടെ ആ വിശിഷ്ട യുവതിയെ പൂർണ്ണമായി കാണാമായിരുന്നില്ല. നീലയും വെള്ളയും കലർന്ന മുഖപടംകൊണ്ട് അവൾ മറയ്ക്കപ്പെട്ടിരുന്നു. അവിടത്തെ പുരോഹിതർ തൊട്ടുപിന്നാലെ തിങ്ങിയുരുമ്മി നടന്ന് നീങ്ങിയിരുന്നു. മഞ്ഞയും വെള്ളം നിറമുള്ള പോപ്പിന്റെ കൊടിക്കൂറയേന്തിയ വൈദിക വിദ്യാർത്ഥികൾ അവരുടെ നിരീക്ഷകരെ കൂസാതെ പാതയ്ക്ക് വെളിയിലെ ചെരിഞ്ഞ നിലത്ത് നിന്ന് ആർപ്പുവിളികൂട്ടിയിരുന്നു.

ആ ഘോഷയാത്ര, ഉറവ കുതിച്ചുവരുന്ന താഴ്വരയിലെത്തി, മഡോണയുടെ മഞ്ചം അരുവിയുടെ നിലത്ത് അരുവിയുടെ അടുത്ത് വെയ്ക്കപ്പെട്ടു. അത് അപ്പോഴും മുഖപടം കൊണ്ട് മറയ്ക്കപ്പെട്ടിരുന്നു. വികാരിയുടെ മുമ്പിലേക്ക് അഡ്മിനിസ്ട്രേറ്റർ വന്ന് പട്ടാളച്ചിട്ടയിൽ അഭിവാദനം ചെയ്തു. അവർ പരസ്പരം എന്തോ സംസാരിച്ചു. അകമ്പടി സംഘം ഉറവയ്ക്കും പ്രതിമയ്ക്കും ചുറ്റുമായി ചേർന്നു നിന്നു. പ്രതിമ ഒരു ചെറിയ പ്ലാറ്റ്ഫോമിലേക്ക് ഉയർത്തിവെച്ചു. ബിഷപ്പ് വികാരിയച്ചനും രണ്ട് പുരോഹിതന്മാരും അതിന്റെ അഞ്ചു പടവുകൾ കയറി.

ബിഷപ്പ് ആൾക്കൂട്ടത്തെ അനുഗ്രഹിച്ചു. പ്രതിമയ്ക്കു നേരെ തിരിഞ്ഞ് ലാറ്റിൻ ഭാഷയിൽ ഒരു പ്രാർത്ഥനാമന്ത്രം ഉരുവിട്ടു. രണ്ടു പുരോഹിതർ അതേറ്റുരുവിട്ടു. ബിഷപ്പിന്റെ ഒരാംഗ്യനിർദ്ദേശം പാലിച്ച് അനുചരരിൽ ഒരാൾ പെട്ടെന്നുതന്നെ പ്രതിമയെ അനാച്ഛാദനം ചെയ്തു. ബ്യൂഗിൾ മുഴങ്ങി. കൊടിക്കൂറ താഴ്ന്നു. ആൾക്കൂട്ടത്തിനിടയിൽ ഒരു ചെറിയ മർമരം പടർന്നു. സ്ത്രീകളുടെ കഠോരമായ ആരവങ്ങൾ താഴ്വരയിൽ നിറഞ്ഞു. നർത്തകർ കുടമണികൾ കിലുക്കി സുന്ദരമായി ചുവടുവെച്ചു. മൂടുപടം നീങ്ങി പുറത്തു വന്ന മാതാപ്രതിമ മിഷൻ പള്ളികളിൽ കാണാറുള്ള ലൂർദ്മറിയത്തെ പോലെതന്നെയുണ്ടായിരുന്നു. അതേ നീല മൂടുപടം, ആകാശനീലിമയോലുന്ന അരപ്പട്ട, അതേ മഞ്ഞ ഉടുപ്പ്. പക്ഷേ നൈലിന്റെ കന്യാമറിയത്തിന്റെ നിറം കറുപ്പായിരുന്നു, മുഖം കറുപ്പായിരുന്നു, കൈകൾ കറുപ്പായിരുന്നു, പാദങ്ങൾ കറുപ്പായിരുന്നു. നൈലിന്റെ നോത്രദാം ഒരു കറുത്ത സ്ത്രീയായിരുന്നു, ഒരാഫ്രിക്കൻ അഥവാ ഒരു റുവാണ്ടക്കാരി. ''എന്തുകൊണ്ടായിക്കൂടാ?'' മി. ഫോൻതെനെയ് ഉറക്കെ ആർത്തു.

''അത് ഈസിസ് ദേവിയാണ്, അവൾ മടങ്ങിവന്നിരിക്കുന്നു.'' ഊർജസ്വലമായ ചടുലതയോടെ വികാരിയച്ചൻ പ്രതിമയെ വണങ്ങി. ഉറവയെ വണങ്ങി. ആൾക്കൂട്ടത്തെ ആശിർവ്വദിച്ചു. പിന്നെ അദ്ദേഹം അനുഗ്രഹപ്രഭാഷണം നടത്തി. പക്ഷേ ആർക്കും അത് മുഴുവനായും മനസ്സിലായില്ല.

അദ്ദേഹം സാധ്വിയായ കന്യാമാതാവിനെക്കുറിച്ച് സംസാരിച്ചു. ഇവിടെ അവൾ 'നൈലിന്റെ നോത്രദാം' ആണ്. അദ്ദേഹം പറഞ്ഞു.

''ഈ അനുഗൃഹീത ജലത്തിന്റെ തുള്ളികൾ നൈലിൽ ജന്മം കൊള്ളുന്ന വെള്ളവുമായിച്ചേർന്ന് മറ്റ് അരുവികളോടൊപ്പം കലർന്ന് വൻനദിയായി തടാകങ്ങൾക്കു കുറുകെ സഞ്ചരിച്ച്, ചതുപ്പുകൾക്കു കുറുകെ സഞ്ചരിച്ച് വെള്ളച്ചാട്ടങ്ങളായി തിമർത്ത് മണലാരണ്യങ്ങളുടെ വെല്ലുവിളികളെ പ്രതിരോധിച്ച്, പ്രാക്തന സന്ന്യാസിമാരുടെ കോശങ്ങളെ സ്വാംശീകരിച്ച് അതിശക്തകാരിയായ സ്ഥിങ്സ് പാതങ്ങളിലെത്തുന്നു. അങ്ങനെ ഈ അനുഗൃഹീത ജലമാത്രകൾ നൈലിന്റെ കന്യാമറിയം അനുഗ്രഹിച്ച് ആഫ്രിക്കയാകെ ജ്ഞാനസ്നാനം ചെയ്യപ്പെട്ട് ഈ ലോകത്തെ നാശത്തിൽനിന്ന് രക്ഷിക്കുന്നു. ഞാൻ കാണുന്നു, അതേ ഞാൻ കാണുന്നു, തീർത്ഥാടനത്തിനെത്തുന്ന സർവ്വരാജ്യങ്ങളിലെയും ആളുകൾ നൈലിന്റെ കന്യാമാതാവിനെ കണ്ടനുഗ്രഹിക്കപ്പെടുവാൻ നമ്മുടെ മലനിരകളിലെത്തും.''

തന്റെ ഊഴം വന്നപ്പോൾ കയിത്താറേയിലെ നാട്ടുമുഖ്യൻ പ്രസംഗപീഠത്തിനടുത്തേക്കു നീങ്ങി. തന്റെ പശുവായ റാത്തുമുവിനെ പേരു ചൊല്ലി വിളിച്ചതിനു ശേഷം റുവാണ്ടയിലെ പുതിയ രാജ്ഞിക്കു സമർപ്പിക്കുന്നതായി പ്രഖ്യാപിച്ചു. മാതാവിനെ പ്രകീർത്തിക്കവെ അവരുടെ അനുഗ്രഹത്താൽ പാലും തേനും ഒഴുകട്ടെ എന്നദ്ദേഹം ആശംസിച്ചു. സ്ത്രീകളുടെ ആഹ്ലാദാരവവും മണിമുഴക്കങ്ങളും ഐശ്വര്യാഘോഷത്തിന് അകമ്പടിയായി.

കുറച്ചു നാളുകൾക്കുശേഷം, ദൗത്യ സംഘത്തിലെ തൊഴിലാളികൾ രണ്ടു വലിയ പാറകൾക്കിടയിൽ ഉറവയ്ക്ക് ഉപരിയായി ഒരു പ്ലാറ്റ്ഫോം നിർമ്മിക്കാനെത്തി. പ്രതിമയെ അവിടേക്കു പുനഃസ്ഥാപിച്ചു. മുകളിൽ ഷീറ്റുകൊണ്ടൊരു മേൽക്കൂരയായി പണിതു. അതിന് ശേഷമാണ്, രണ്ടു കിലോമീറ്റർ അപ്പുറത്തായി ഒരു ഹൈസ്കൂൾ പണിതത്. തികച്ചും വേറിട്ടൊരു സ്ഥാപനം. ഉറവയിൽ നിന്നുള്ള പുണ്യജലം ലൂർദിലെന്ന പോലെ അത്ഭുതങ്ങൾക്ക് കാരണമാകുമെന്ന് ഒരുപക്ഷേ വികാരിയച്ചൻ ആശിച്ചിരിക്കാം. പക്ഷേ അങ്ങനെയൊന്നും ഉണ്ടായില്ല.

ചുരയ്ക്കയുടെ ആകൃതിയുള്ള കറുത്ത ചഷകങ്ങളിൽ പുണ്യജലം നിറച്ചത് കഗാബോ എന്ന ചികിത്സകൻ അഥവാ വിഷഹാരി, എന്തുമാകട്ടെ, അയാൾ മാത്രമായിരുന്നു. വിലക്ഷണമാംവിധം ഇടിച്ചു പരുവപ്പെടുത്തിയ വേരുകൾ, പൊടിയാക്കിയ പാമ്പിൻതൊലി, ചാപിള്ളയുടെ മുടി, കന്യകമാരുടെ ആദ്യാവർത്തവത്തിന്റെ ഉണക്കരക്തം എല്ലാം കൈവശമുണ്ട്. അവ സന്ദർഭാനുസൃതം രോഗമുക്തിക്കുമാകാം, മരണത്തിനു വേണ്ടിയുമാകാം.

കുറേ കാലത്തോളം നൈൽ നോത്രദാമിന്റെ ഉദ്ഘാടന ഫോട്ടോകൾ മദർ സുപ്പീരിയറിന്റെ സദസ്യരാകാൻ നിർദ്ദേശിക്കപ്പെടുന്ന വിദ്യാർത്ഥിനികൾക്കും രക്ഷിതാക്കൾക്കുമായുള്ള ഉപശാലയിലേക്കുള്ള ഇടനാഴിയെ അലങ്കരിച്ചു. ഇപ്പോൾ അവയിലൊന്നുമാത്രമേ അവശേഷിക്കുന്നുള്ളൂ. വിശിഷ്ട വികാരിയച്ചൻ മാതാവിന്റെ പ്രതിമയെ വണങ്ങുന്നത്. മാത്രം.

കർശനക്കാരിയായ മദർ സുപ്പീരിയർ വിളിക്കുമ്പോൾ വിദ്യാർത്ഥിനികൾക്ക് ഇരിക്കാനുള്ള, (പക്ഷേ ഇരിക്കാൻ അവർ ധൈര്യപ്പെടാറില്ല) കുഷനിടാത്ത ഇരിപ്പിടത്തിന്റെ പിറകിൽ പാഴ്വസ്തുക്കൾക്കിടയിൽ കൊണ്ടിട്ടിരിക്കുകയാണ് മറ്റുള്ളവയെ. അവ നിറം മങ്ങിയ ഓർമ്മച്ചിത്രങ്ങളായിത്തീർന്നിരിക്കുന്നുവെങ്കിലും പൂർണമായും നശിച്ചിട്ടില്ല.

ഒരു ദിവസം ലൈബ്രറിയുടെ അറ്റത്തുള്ള മുറി അടിച്ചു വാരി വൃത്തിയാക്കുവാൻ ചുമതലപ്പെട്ട ഗ്ലോറിയോസയും മോഡസ്റ്റയും വെറോണിക്കയും വീണ്ടും അവ കണ്ടെടുത്തു. അട്ടിയട്ടിയായി വെച്ചിരുന്ന കിന്യാമാതെയ, കുറെറേയ്റ, ഇമാന, ലാമി, ഗ്രോങ് ലാക് മുതലായ പത്രമാസികകളുടെ അടിയിൽ നിന്നാണവർക്ക് അവ കിട്ടിയത്.

അവ ചില്ലുപൊട്ടിയും ചുളിഞ്ഞും മഞ്ഞിച്ചുമൊക്കെയായിരുന്നു. അഡ്മിനിസ്ട്രേറ്റർ മാതാപ്രതിമയെ പട്ടാളച്ചിട്ടയിൽ അഭിവാദ്യം ചെയ്യുമ്പോൾ ഒരു പട്ടാളക്കാരൻ ബെൽജിയൻ പതാക താഴ്ത്തുന്നതായിരുന്നു ഒന്ന്. മറ്റൊന്ന് റുവാണ്ടൻ നർത്തകരുടെ ഫോട്ടോകളായിരുന്നു. നീളൻ നാരുകൾ കൊണ്ടുള്ള സടയും പുള്ളിപുലിത്തോലും ധരിച്ച അവരുടെ സമർത്ഥമായ ദ്രുതനർത്തനത്തിന്റെ നിശ്ചലദൃശ്യത്തിന് പ്രേതാത്മകമായ ഒരു പരിവേഷമുണ്ടായിരുന്നു. പിന്നെ പ്രമുഖരുടെയും അവരുടെ പകിട്ടേറിയ ഭാര്യമാരുടെയും ഫോട്ടോ. മിക്കവരുടെ മുഖം ചുവന്ന മഷി കൊണ്ട് വെട്ടിയിരുന്നു. ചിലരുടെ രൂപങ്ങളിൽ കറുത്ത മഷികൊണ്ടുള്ള ചോദ്യചിഹ്നങ്ങളിട്ടിരുന്നു.

''പ്രമുഖരുടെ ഫോട്ടോകൾ സാമൂഹ്യ വിപ്ലവത്തിന് വിധേയമായിരിക്കുന്നു.'' ഗ്ലോറിയോസ ചിരിച്ചുകൊണ്ടു പറഞ്ഞു. ''പേന കൊണ്ടൊരു വെട്ട്, വാൾകൊണ്ടൊരു വെട്ട്. ഹൂശ്.... തീർന്നു, ടുട്സികളുടെ കാര്യം.''

മോഡസ്റ്റ ചോദിച്ചു. ''ചോദ്യചിഹ്നമിട്ടതിന്റെ കാര്യമോ?''

''രക്ഷപ്പെടാൻ സാധിച്ചവരാണവർ. ഹോ, കാമ്പാലയിലോ ബുജ്ജുംബുറയിലോ ആയിരിക്കും അവരിപ്പോൾ. ആ ഉന്നതവ്യക്തികൾക്ക് പശുക്കളൊക്കെ നഷ്ടമായി. ഇനിയവർക്ക് അഭിമാനം

കൊള്ളാനൊന്നുമില്ല. മറ്റു ഭ്രഷ്ടരെപ്പോലെ തന്നെ ജലപാനം ചെയ്യുന്നവർ. ഈ ഫോട്ടോകൾ ഞാനെടുക്കുന്നു. എന്റെ അച്ഛന് ഈ ചാട്ടവാർ പ്രഭുക്കളെയൊക്കെ നന്നായി അറിയാം.'' ഗ്ലോറിയോസ പറഞ്ഞു.

വെറോണിക്ക ആലോചിച്ചു. ഓരോ വർഷവും എടുക്കുന്ന ഫോട്ടോകളിൽ നിന്ന് അവളും ചുവന്ന മഷികൊണ്ട് വെട്ടിമാറ്റപ്പെടും.

നൈൽ നോത്രദാം സ്കൂളിലെ വിദ്യാർത്ഥിനികളുടെ മഹാതീർത്ഥാടനം മെയ് മാസത്തിലാണ് നടക്കുന്നത്. കന്യാമറിയത്തിന്റെ മാസം. ദീർഘവും മനോഹരവുമായ ദിനമാണത്. കുറേനാൾ മുമ്പു തന്നെ സ്കൂളിൽ ഒരുക്കങ്ങൾ ആരംഭിക്കുന്നു. ആകാശം സൗമ്യമായിരിക്കണേയെന്ന് ഏവരും പ്രാർത്ഥിക്കും. മദർ സുപ്പീരിയറും ഫാദർ എർമെനെഷീൽഡ്, പാതിരി എന്നിവർ ചേർന്ന് നോവാന പ്രാർത്ഥനയ്ക്കുള്ള ഉത്തരവിറക്കും. ഏവരും പള്ളിയിൽ വന്ന് ഊഴമിട്ട് പ്രാർത്ഥിക്കണം.

എണ്ണ പുരണ്ട ജനറേറ്ററുകളേയും രണ്ടു ലോറികളുടെ എഞ്ചിനുകളെയും പ്രവർത്തനസജ്ജമാക്കുന്നതിന്റെ ചുമതല ബ്രദർ ഓക്സീലിനാണ്. ഫ്ലെന്റ് ഉച്ചാരണത്തിൽ മെക്കാനിക് പയ്യൻമാരോട് അല്ലെങ്കിൽ ഡ്രൈവർമാരോട് കയർക്കുവാനും ഹാർമോണിയം വായിച്ച് ഗായകസംഘത്തെ നയിക്കാനുമൊക്കെ അദ്ദേഹം വേണം.

നൈൽ നോത്രദാമിനെ സ്തുതിച്ചുകൊണ്ട് താൻ വിരചിച്ച സ്തുതിഗീതങ്ങൾ ഒരു മാസത്തോളം കുട്ടികളെ ആവർത്തിച്ചു പരിശീലിപ്പിക്കുന്നു. ബെൽജിയൻ അദ്ധ്യാപകരും യുവാക്കളായ മൂന്നു ഫ്രഞ്ച് ജോലിക്കാരുമെല്ലാം ആഘോഷത്തിൽ പങ്കെടുക്കണമെന്ന് നിഷ്കർഷിക്കപ്പെട്ടിട്ടുണ്ട്. പവിത്രവും പാവനവുമായ ആ ദിവസം പരുക്കൻ തുണികൊണ്ടുള്ള കാൽശരായിയൊക്കെ മാറ്റിവെച്ച് പകരം സ്യൂട്ടും ടൈയുമൊക്കെ ധരിച്ചു വരണമെന്നും അത് വിദ്യാർത്ഥികൾക്ക് നല്ല മാതൃകയാവുമെന്നും മദർ സുപ്പീരിയർ സ്വകാര്യമായി അവരോടു പറഞ്ഞു.

കാര്യസ്ഥ പദവിയിലുള്ള സിസ്റ്റർ തന്റെ അരപ്പട്ടയിൽ ബന്ധിച്ച താക്കോൽ കൂട്ടങ്ങളുടെ കിലുകിലാരവത്തോടെ യാത്രാ സംബന്ധമായ സാമഗ്രികൾ തിരഞ്ഞെടുക്കാനായി ധൃതിവെച്ചു.

ഉപ്പിട്ടുണക്കിയ പോത്തിറച്ചി, എണ്ണയിട്ടു വെച്ച മത്തി, പലഹാരങ്ങൾ, പാൽക്കട്ടി മുതലായവ എല്ലാമെടുത്തുവെക്കാൻ രാത്രി ഏറെ വൈകുംവരെ അവർ സമയമെടുത്തു. കുട്ടികൾക്കുള്ള ഫാന്റയുടെ ഓറഞ്ച് പാനീയക്കുപ്പികൾ കൃത്യമായി എണ്ണിവെച്ചു. പാതിരിക്കും

ഓക്സീൽ ബ്രദറിനും അയൽരൂപതയിൽ നിന്ന് ക്ഷണിക്കപ്പെട്ടെത്തിയ ആഞ്ജലോ അച്ചനും പ്രിമസിന്റെ വാട്ടർബോട്ടിലുകൾ വേറെ കരുതിവെച്ചു. റുവാണ്ടൻ സിസ്റ്റർമാർക്കും അദ്ധ്യാപകർക്കും വാർഡന്മാർക്കും വേണ്ടി കൈതച്ചക്കപ്പഴം വാറ്റിയെടുത്ത 'ദാമ്ഷാന്' വൈൻ എടുത്തുവെച്ചു. കിസീത്തോ സിസ്റ്ററിനു മാത്രമേ ആ വൈനിന്റെ നിർമ്മാണരഹസ്യമറിയൂ.

തീർച്ചയായും ആ ദിവസം തുടർച്ചയായ കുർബാനയും സ്ത്രോത്രാലാപനവും പ്രാർത്ഥനകളും അനവധി ജപമാല പ്രാർത്ഥനകളും അരങ്ങേറി. പക്ഷേ ഒപ്പം തന്നെ ചിരികൾ, പെൺകുട്ടികളുടെ ആർപ്പുവിളികളും ഓട്ടപ്പാച്ചിലുകളും ചെരിവിലെ പുൽത്തകിടിയിൽ ഊർന്നിറങ്ങലുമെല്ലാം അരങ്ങേറി. ആഞ്ജലിക് സിസ്റ്ററും റീത്ത സിസ്റ്ററും വാർഡന്മാരും വിസിലടിച്ചു കൊണ്ട് ഉറക്കെവിളിച്ചു: ''സൂക്ഷിക്കണം മലയിടുക്കാണ്.''

കാർപെറ്റുകൾ വിരിക്കപ്പെട്ടു. ഏവരും അവരവരുടെ സൗകര്യമനുസരിച്ച് അതിലിരിക്കുകയും കിടക്കുകയും ചെയ്തു. ഒരു ഭക്ഷണ-വേദിയെന്നതിനേക്കാൾ അത് ഒരു അലങ്കോലവേദിയായിരുന്നു. അവർ പരസ്പരം ജാം പുരട്ടിയും ഒച്ചയിടുകയുമൊക്കെ ചെയ്തു. വാർഡന്മാർ നിസ്സഹായരായി ആകാശത്തേക്ക് കൈകളുയർത്തി.

മദർ സുപ്പീരിയറും അസിസ്റ്റന്റ് ആയ ജെർട്രൂഡ് എന്നു പേരുള്ള റുവാണ്ടൻ സിസ്റ്ററും കാര്യസ്ഥയായ സിസ്റ്ററും എർമനെഷീൽഡ് അച്ചനും ആഞ്ചലോ അച്ചനും മടക്കുകസേരകളിൽ ആസനസ്ഥരായി. അദ്ധ്യാപകരും കസേരകൾക്കർഹരായിരുന്നു. പക്ഷേ ഫ്രെഞ്ച് അദ്ധ്യാപകർ ഇരിക്കാൻ പുൽത്തകിടി അഭികാമ്യമെന്ന് വെച്ച് അതിലിരുന്നു. വിശിഷ്ട വ്യക്തികൾക്ക് ബിയർ വിളമ്പിയത് റീത്ത സിസ്റ്ററാണ്. ഒരു റുവാണ്ടക്കാരനു മാത്രമാണ് ഔപചാരിക മര്യാദകൾ അറിയാമായിരുന്നത്.

മദർ സുപ്പീരിയർ അവർക്കു നൽകപ്പെട്ട വെള്ളക്കുപ്പി നിരാകരിച്ചു. അസിസ്റ്റന്റ് സിസ്റ്ററും അങ്ങനെ തന്നെ ചെയ്തു. കാസീത്തോ സിസ്റ്ററിന്റെ കൈതച്ചക്ക വൈനായിരുന്നു അവർക്കും പഥ്യം.

വിദ്യാർത്ഥിനികൾക്കൊപ്പം ചേർന്ന തീർത്ഥാടകർ വളരെ കുറച്ചേ ഉണ്ടായിരുന്നുള്ളു. ഭക്തിയുടെ മറയിൽ അത്രയധികം പെൺകുട്ടികളുടെ ഒരു സംഘത്തെ ആകർഷിക്കാൻ വെമ്പി നുഴഞ്ഞു കയറി വരുന്ന ആ കൂട്ടരെ അകറ്റി നിർത്തേണ്ടതുണ്ടെന്ന് മദർ സുപ്പീരിയർ ഉറച്ചു. നീരുറവയിലേയ്ക്കുള്ള വഴി ഉപരോധിക്കാൻ അവർ സ്കൂൾ ഉൾപ്പെടുന്ന നിയാമിനോംബ് പ്രവിശ്യയുടെ മേയറോട് ആവശ്യപ്പെട്ടു. തങ്ങളുടെ മക്കളുടെ ഭക്തിയെ കാണിച്ചു കൊടുക്കാൻ ചില

കൂട്ടുകാരോടൊപ്പമെത്തിയ സ്ഥാനപതിയുടെ ഭാര്യപോലും തന്റെ മെർസിഡസ് കാറിന് കടന്നുപോകാൻ തടസ്സം നീക്കണമെന്ന് പൊലീസുകാരോട് കെഞ്ചേണ്ടി വന്നു. പക്ഷേ മദർ സുപ്പീരിയറിന് നിരാകരിക്കാനാകാതെ പോയ സന്ദർശകൻ കാപ്പിത്തോട്ടമുടമയായ മി. ഫോൻതെനെയ് ആയിരുന്നു. പെൺകുട്ടികൾക്ക് അദ്ദേഹത്തെ ഒട്ടു പേടിയുണ്ടായിരുന്നു. ജീർണിച്ച ഒരു വില്ലയിൽ ഒറ്റയ്ക്കു താമസിക്കുകയാണയാളെന്ന് പറഞ്ഞുകേട്ടിട്ടുണ്ട്. അദ്ദേഹത്തിന്റെ കാപ്പിച്ചെടികൾ ഉപേക്ഷിക്കപ്പെട്ടുകിടന്നു. അയാളൊരു ഭ്രാന്തനോ മാന്ത്രികനോ ആണെന്നറിയില്ല. എല്ലുകൾക്കും തലയോട്ടികൾക്കുമായി ആ വെള്ളക്കാരൻ മണ്ണു കുഴിച്ചു നടക്കാറുണ്ട്. അയാളുടെ പഴഞ്ചൻ ജീപ്പ് പാതവിട്ട് തെന്നിയും തെറിച്ചും കുന്നിൻചെരിവുകളിലൂടെ ആടിയുലഞ്ഞും നീങ്ങുന്നത് കാണാം. പിക്നിക്കിനിടയിൽ എവിടെ നിന്നോ അയാൾ പ്രത്യക്ഷനായി. തന്റെ വട്ടത്തൊപ്പിയൂരി മദർ സുപ്പീരിയറിനെ നാടകീയമായി അഭിവാദ്യം ചെയ്തു. അയാളുടെ മുടി പറ്റെ വെട്ടിയിരുന്നു. ''ഞാനെന്റെ ആദരവ് അവിടുത്തെ പാദങ്ങളിൽ സമർപ്പിക്കുന്നു, ബഹുമാന്യ മദർ സുപ്പീരിയർ.'' മദർ തന്റെ അസ്വാസ്ഥ്യം മറയ്ക്കാൻ പണിപ്പെട്ടു. സുദിനം ആശംസിച്ചുകൊണ്ടവർ പറഞ്ഞു. ''മി. ഫോൻതെനെയ്, താങ്കളെ ഞങ്ങൾ പ്രതീക്ഷിച്ചിട്ടില്ല. ഞങ്ങളുടെ തീർത്ഥാടകസംഘത്തെ ബുദ്ധിമുട്ടിക്കരുത്.''

''നിങ്ങളെ പോലെ ഞാനും നൈലിന്റെ മറിയത്തെ കണ്ടു വന്ദിക്കാനാണ് വന്നത്.'' അയാൾ പുറംതിരിഞ്ഞുകൊണ്ടു പറഞ്ഞു.

പെൺകുട്ടികൾ ഭക്ഷണം കഴിക്കുന്ന വിരിപ്പുകൾക്കുചുറ്റുമായി അയാൾ സാവധാനം നടന്നു. അവരിലൊരാളുടെ മുന്നിൽ പോയി നിന്നു. പിന്നെ മറ്റൊരാളുടെ. അവളുടെ കണ്ണട യാന്ത്രികമായി ശരിപ്പെടുത്തി വെച്ചു. തലയാട്ടിക്കൊണ്ട് തൃപ്തിയുടെ ഭാവത്തിൽ അവളെ മിഴിച്ചു നോക്കിക്കൊണ്ട് ഒരു കൊച്ചു നോട്ട്ബുക്കിൽ അവളുടെ ഒരു രേഖാചിത്രം വരച്ചു. അയാളുടെ ആഴമേറിയ നോട്ടത്തിനു മുമ്പിൽ പെൺകുട്ടി അറിയാതെ തലതാഴ്ത്തി.

സ്വകാര്യമായി അയാളോടൊരു മന്ദസ്മിതം തൂകാതിരിക്കാൻ അവർക്കാർക്കും കഴിഞ്ഞില്ല. മദർ സുപ്പീരിയർ വലിയ തോതിലൊരു കലഹമോ അപവാദമോ ഒഴിവാക്കാൻ, ആ കിഴവൻ കാപ്പിതോട്ടക്കാരന്റെ ഉല്ലാസാനുധാവനത്തെ തടയേണ്ടെന്നു വെച്ചു. ഒടുവിൽ അയാൾ ഉറവയ്ക്കടുത്തേക്കു നടന്നു നീങ്ങി. അയാളുടെ മുറിക്കൈയ്യൻ കുപ്പായത്തിന്റെ അനവധി കീശകളിലൊന്നിൽ നിന്ന് ജീവസ്സുറ്റ ഒരു റോസാപ്പൂവെടുത്ത് അതിന്റെ ഇതളുകൾ അയാൾ നൈലിന്റെ പ്രഥമ ജലത്തിലേക്കെറിഞ്ഞു. പിന്നെ ആകാശത്തിലേക്കു മൂന്നു പ്രാവശ്യം കൈത്തലം വിരിച്ച് കൈകളുയർത്തി.

മനസ്സിലാകാത്ത ഏതോ വാക്കുകൾ ഉരുവിട്ടു. അയാൾ പാർക്കിങ്ങിൽ തിരിച്ചെത്തുകയും അയാളുടെ ജീപ്പിന്റെ മുരൾച്ച കേൾക്കുകയും ചെയ്തപാടെ മദർ സുപ്പീരിയർ എഴുന്നേറ്റു. അവർ ആജ്ഞാപിച്ചു. ''എന്റെ കുട്ടികളേ, ഒരു സ്ത്രോത്രം പാടൂ.''

പാടുന്നതിനിടെ അവരിൽ ചിലർ ജീപ്പ് ഉയർത്തിയ പൊടിപടലങ്ങൾ നോക്കിക്കൊണ്ടുനിന്നു.

തിരികെയെത്തിയപ്പോൾ വെറോണിക്ക അവളുടെ ഭൂമിശാസ്ത്ര പുസ്തകം തുറന്നു.

നൈലിന്റെ ഒഴുക്കിനെ പിന്തുടരുക എളുപ്പമല്ല.

ഒന്നാമതായി പല പേരുകൾ സ്വീകരിച്ചാണതിന്റെ ഒഴുക്ക്. എവിടെനിന്നുമത് പ്രവഹിക്കുന്നുവെന്നാണ് തോന്നുക. അതൊരു തടാകത്തിൽ ഒളിക്കുന്നു, പിന്നെ ധവളതയോടെ പുറത്തുവരുന്നു. ചതുപ്പുകളിൽ കുടുങ്ങിപ്പോകുന്നു. അപ്പുറത്തായി നീലനിറത്തിൽ സഫിനദി. പിന്നെയൊടുവിൽ നേരെയൊഴുകുന്നു. ഇരുകരയും മരുഭൂമികൾ. പിരമിഡുകളുടെ പാദത്തെ നക്കിക്കൊണ്ട് വീണ്ടും ചിതറിയൊഴുകി നദീമുഖം താണ്ടി ഒരു പെരുംതടാകമായ കടലിലേക്ക്.

മാമ്പലിലേക്കു നോക്കിയിരിക്കവേ അവളുടെ പിറകിൽ ആരോ ചാഞ്ഞുനിൽക്കുന്നുണ്ടെന്ന് വെറോണിക്ക അറിഞ്ഞു.

''അതേയ്, വെറോണിക്കാ, നീ നിന്റെ വീട്ടിലേക്കു തിരികെ പോകാനുള്ള വഴി നോക്കുകയാണല്ലേ. വിഷമിക്കേണ്ട ഞാൻ നമ്മുടെ നൈൽ മാതാവിനോട് പ്രാർത്ഥിക്കാം. നിനക്ക് മുതലപ്പുറത്തോ അതിന്റെ വയറ്റിലോ സഞ്ചരിക്കുവാൻ കഴിയുമാറാകട്ടെ എന്ന്.''

ഗ്ലോറിയോസായുടെ പൊട്ടിച്ചിരി ഉടനെയൊന്നും നിലയ്ക്കില്ലെന്നും അവളുടെ എല്ലാ പേടിസ്വപ്നങ്ങളിലും അത് തന്നെ പിന്തുടരുമെന്നും വെറോണിക്കയ്ക്കു തോന്നി.

പുനഃപ്രവേശനം

നൈലിന്റെ നോത്രദാം സ്കൂൾ അതിഗംഭീരമായി കാണപ്പെട്ടു. തലസ്ഥാനത്തുനിന്ന് മലകളെ ചുറ്റി താഴ്‌വരകളുടെ കുരുക്കുകോട്ട കളിലൂടെ അനന്തമായി നീളുന്ന വഴി അവസാനം ഇക്കിബിറ പർവ്വതനിരകളിലെ ഭൂമിശാസ്ത്ര പുസ്തകങ്ങളിൽ ഭേദപ്പെട്ട പേരെന്ന നിലയിൽ ആ മലനിരകൾ കോംഗോ-നൈൽ മലനിരകൾ എന്നാണ് പ്രതിപാദിക്കപ്പെടുന്നത്. വളവുതിരിവുകൾ നിറഞ്ഞ ഒരു കയറ്റത്തിലെത്തുന്നു. അവിടെയാണ് ആ വലിയ ഹൈസ്കൂൾ കെട്ടിടം നിലകൊള്ളുന്നത്. ഉത്തുംഗമായ ശൃംഗങ്ങൾ അതിനിടം നൽകാനായി ഒട്ടു മാറി നിൽക്കുന്നതായിത്തോന്നും. മറ്റേ ചെരുവിന്റെ താഴത്തെ വക്കിൽ നിന്ന് നോക്കിയാൽ വെളിച്ചം ഓളം വെട്ടുന്ന തടാകം കാണാം. മലയുടെ ഏറ്റവും മുകളിൽ വിദ്യാർത്ഥിനികൾക്കായി, അവരുടെ അപ്രാപ്യസ്വപ്നങ്ങളുടെ ദ്യുതി ഏറ്റുവാങ്ങിക്കൊണ്ട് ആ സ്കൂൾ വിളങ്ങി. നിയാമിമോംബുകാർക്ക് വിസ്മരിക്കാനാവാത്തതായിരുന്നു ആ സ്കൂളിന്റെ നിർമ്മാണഘട്ടം. സദാ അലസരായ ആളുകൾ തങ്ങളുടെ മദ്യചഷകങ്ങൾ ഉപേക്ഷിച്ചു. കൃഷിയിടങ്ങളിൽ നിന്ന് സ്ത്രീകൾ നേരത്തെ തിരിച്ചെത്തി.

ക്ലാസുകൾ കഴിയുമ്പോഴുള്ള പെരുമ്പറയടിയോടെ മിഷൻ സ്കൂളിലെ കുട്ടികൾ ഓടുകയും ആ ഒന്നാംകിട കെട്ടിടത്തെ കണ്ട് അത്ഭുതാധീനരായി നിന്ന കാഴ്ചക്കാരുമായി കൂട്ടിമുട്ടുകയും ചെയ്തു. അവരിൽ സാഹസബുദ്ധികളായവർ സ്കൂൾ തന്നെയുപേക്ഷിച്ച് പൊടിപടലങ്ങളുയർത്തിക്കൊണ്ടെത്തുന്ന ലോറികളുടെ വരവിനായി കാത്തുനിന്നു. അവ ഉയരത്തിലെത്തുമ്പോൾ അവർ അവയുടെ പിറകിലായി ഓടുകയും അവയിൽ പിടുത്തമിടാൻ ശ്രമിക്കുകയും ചെയ്തു. ചിലരതിൽ വിജയിച്ചുവെങ്കിലും മറ്റു ചിലർ വഴിയിൽ വീഴുകയും പിന്തുടർന്നു വന്ന വാഹനങ്ങൾക്കടിയിൽപെടാതെ കഷ്ടിച്ച് രക്ഷപ്പെടുകയും ചെയ്തു. ഡ്രൈവർമാർ കൂകി വിളിച്ചു. ആ കുരുത്തംകെട്ടവരെ പിടികൂടാൻ ശ്രമിച്ചുകൊണ്ട് അവരെ പിന്തുടർന്നു. ചിലർ അവരുടെ വാഹനങ്ങൾ നിർത്തിയിട്ടു താഴെയിറങ്ങി.

കുട്ടികൾ പലായനം തുടർന്നു. ഡ്രൈവർമാർ നിഷ്പ്രയോജനമായി പിറകെ ഓടി. വീണ്ടും ലോറി സ്റ്റാർട്ടായി നീങ്ങുന്നതോടെ കളി വീണ്ടും ആരംഭിക്കുകയായി. പാടങ്ങളിലെ സ്ത്രീകൾ നിരാശയും നിസ്സഹായതയും പ്രകടിപ്പിച്ചുകൊണ്ട് അവരുടെ തൂമ്പകൾ മുകളിലേക്കു ഉയർത്തിപ്പിടിച്ച് അനങ്ങാതെ നിന്നു.

ചൂളയിൽ വേവിക്കപ്പെടുന്ന ഇഷ്ടികക്കൂമ്പാര പിരമിഡുകളൊന്നും കാണാഞ്ഞിട്ട് ആളുകൾ അത്ഭുതപ്പെട്ടു. ഒരു പാതിരി ഒരു പുതിയ കുരിശുപള്ളി പണിയാൻ വിശ്വാസികളോടാവശ്യപ്പെടുമ്പോഴോ, വാരാന്ത്യങ്ങളിൽ മേയർ ആളുകളെ വിളിച്ചുകൂട്ടി ആതുരാലയമോ അദ്ദേഹത്തിന്റെ വീടോ വിപുലീകരിക്കുക എന്ന സാമൂഹിക ദൗത്യങ്ങൾ ഏർപ്പാടു ചെയ്യുമ്പോഴോ കാണാറുള്ള തരം ഇഷ്ടികചുമട്ടുകാരായ തദ്ദേശീയരുടെ നീണ്ട നിര അവിടെ ഉണ്ടായിരുന്നതേയില്ല. ആ പണിസ്ഥലം ഉൾപ്പെടുന്ന നിയാമിനോംബ് വെള്ളക്കാരുടെതായ ഒരു നിർമ്മാണ ഭൂമിയാണ്.

ഉരുക്കു പല്ലുകൾകൊണ്ട് മണ്ണിനെ മർദ്ദിക്കുകയും കുഴിക്കുകയും ചെയ്യുന്ന എൻജിനുകൾ, നരകസമാനമായ ആക്രന്ദനങ്ങൾ പുറപ്പെടുവിക്കുകയും കുഴച്ച സിമന്റ് തുപ്പുകയും ചെയ്യുന്ന യന്ത്രങ്ങളെ വഹിക്കുന്ന ലോറികൾ, തൊഴിലാളികൾക്ക് സ്വാഹിലിഭാഷയിൽ ആജ്ഞകൾ കൊടുക്കുന്ന മേസ്തിരിമാർ ഒക്കെയുള്ള, സമ്പൂർണ്ണമായും വെള്ളക്കാരുടെ ഒരധീന പ്രദേശം. മേലാളന്മാർക്ക് വലിയ കടലാസുതാളുകൾ നോക്കുകയല്ലാതെ മറ്റു ജോലികളൊന്നുമുണ്ടായിരുന്നില്ല. അവർ വേലക്കാരായ കറുത്ത കിടാങ്ങളെ അടുത്തേക്കു വിളിച്ച് തീ തുപ്പുന്നതുപോലെ ശകാരിക്കുകയും ചെയ്യും.

ഇനിയുമേറെ പറയാനുണ്ട് ആ നിർമാണ ഭൂമിയെക്കുറിച്ച്. അതിൽ പ്രധാനം ഗാക്കറേയെക്കുറിച്ചുള്ള കഥയാണ്. ചിരിക്കു വക നൽകുന്ന കഥ. മാസാവസാനം 30-ാം തീയതി നിയാമിനോബിലെ ശമ്പളദിനമാണ്. അവർക്ക് ആ ദിവസം മാത്രമേ അറിയാവൂ. തൊഴിലാളികൾ അക്രമാസക്തരും അപകടകാരികളുമാകുന്ന സന്ദർഭം. അക്കൗണ്ടന്റുമാർക്കു മുമ്പിൽ അവർ അസംതൃപ്തികളും ആക്ഷേപങ്ങളും കോരിച്ചൊരിയുന്നു.അവരുടെ ഭാര്യമാർ പാടത്തു പണിയെടുക്കാൻ പോകാതെ തങ്ങളുടെ ഭർത്താക്കന്മാർ കൊണ്ടുവരുന്ന കറൻസി നോട്ടുകൾക്കായി കുടിലുകളുടെ വാതിക്കൽതന്നെ അക്ഷമരായി കാത്തിരിക്കും. അവർ അത് എണ്ണിത്തിട്ടപ്പെടുത്തി വാഴനാരുകൊണ്ടൊരു കെട്ടിട്ട് ഒരു ജഗ്ഗിനുള്ളിലേക്ക് തിരുകി കട്ടിലിനടിയിൽ വൈക്കോലിനുള്ളിൽ ഒളിച്ചുവെക്കുന്നു. മാസാവസാനം എപ്പോഴും ഒരു കോലാഹലദിനമാണ്.

ടാർപോളിൻ, മുള, വൈക്കോൽ എന്നിവ ഉപയോഗിച്ച് കെട്ടിയുണ്ടാക്കിയ ഷെഡ്ഡിലാണ് അക്കൗണ്ടന്റുമാർ ഇരുന്ന് കണക്കുകൾ നോക്കുക. അവരിലൊരാളാണ് ഗാക്കറേ. തൊഴിലാളികൾക്ക് പണം നൽകുന്നതിന്റെ പ്രധാന ചുമതല അയാൾക്കാണ്.

ആദ്യം നിയാമിനോംബിലെ ഡെപ്യൂട്ടി ചീഫ് ആയിരുന്നു അദ്ദേഹം. മറ്റു പലരേയുമെന്നപോലെ കൊളോണിയൽ അധികാരികളാൽ 'ശുദ്ധീകരിച്ചെടുക്കപ്പെട്ട'യാൾ.

അവിടെ പണിയെടുക്കാൻ വന്ന എല്ലാവരെയും അദ്ദേഹത്തിനറിയാം. സ്വാഹിലി സംസാരിക്കാത്തവരെ വേറിട്ടറിയാം. അതുകൊണ്ടുകൂടിയാണദ്ദേഹം അവിടെ നിയമിക്കപ്പെടുന്നത്. നിർമ്മാണജോലിക്കാരും സ്വാഹിലി അറിയാവുന്ന മറ്റ് അക്കൗണ്ടന്റുമാരും തലസ്ഥാനത്തുനിന്നെത്തിയവരാണ്. ഏവരും മഴയോ വെയിലോ കണക്കാക്കാതെ അക്കൗണ്ടന്മാരുടെ മേശകൾക്കു മുന്നിൽ ക്യൂ നിൽക്കും. ഉറക്കെയുള്ള വിളികളും തിക്കും തിരക്കും ശണ്ഠകളും പ്രതിഷേധങ്ങളും എപ്പോഴുമുണ്ടാകും. ക്രമസമാധാനം വരുത്താൻ ലാത്തിപ്രയോഗം പോലും വേണ്ടി വരും. മേയറും അദ്ദേഹത്തിന്റെ അനുയായികളായ രണ്ട് കോൺസ്റ്റബിൾമാരും അതിലൊന്നും ഇടപെടാറില്ല. വെള്ളക്കാരും അതുപോലെതന്നെ.

തന്റെ ഷെഡ്ഡിൽ ഒരു ചെറിയ പെട്ടിയുമേന്തി ഗാക്കറേ ഇരുന്നു. പെട്ടി മേശപ്പുറത്തുവെച്ച് തുറന്നു. അതിൽ നിറയെ കറൻസി നോട്ടുകളാണ്. ലിസ്റ്റെഴുതിയ ഒരു കടലാസിന്റെ മടക്കുനിവർത്തി അദ്ദേഹം മഴയത്തോ വെയിലത്തോ മണിക്കൂറുകളായി നിൽക്കുന്ന തൊഴിലാളികളെയോരോരുത്തരെയായി വിളിച്ചു തുടങ്ങും: ബിസിമനാ, ഹാബിനെസാ.... അവർ വിളികേട്ടപാടെ ധൃതിവെച്ച് മേശയ്ക്കു മുന്നിലെത്തും. ഗാക്കറെ ഏതാനും നോട്ടുകളും നാണയങ്ങളും അയാൾക്കു മുമ്പിൽ വെക്കും. തൊഴിലാളി തന്റെ പേരിനുനേരെ തന്റെ കറുത്ത വിരലിൽ മഷിതൊട്ട് അടയാളം വെക്കുന്നു. ഗാക്കറെ അയാളോടെന്തോ വാക്കുകൾ ഉരുവിട്ടുകൊണ്ട് കുരിശു വരയ്ക്കും. ആ ദിവസം മുഴുവൻ ഗാക്കറെ അയാളുടെ പഴയ കാലത്തെപ്പോലെ ഒരു പ്രമാണിയായി മാറും.

പക്ഷേ ഒരു ദിവസം, ഗാക്കറെയുമില്ല അദ്ദേഹത്തിന്റെ പെട്ടിയുമില്ല. കറൻസി നോട്ടുകളുടെ ആ പെട്ടിയുമായി അദ്ദേഹം കടന്നുകളഞ്ഞെന്ന് ഏവർക്കും ബോധ്യപ്പെട്ടു. അവർ പറഞ്ഞു: അദ്ദേഹം ബുറുണ്ടിയിലേക്കാണ് പോയത്. സൂത്രക്കാരനായ ഗാക്കറെ വെള്ളക്കാരുടെ പണവുമായി പൊയ്ക്കളഞ്ഞു. ഇനിയിപ്പോൾ നമുക്ക് ശമ്പളം കിട്ടുമോ ആവോ? ഗാക്കറെയോടവർക്ക് അസൂയയും നീരസവും

തോന്നി. നിയാനിമോംബുകാർക്കവകാശപ്പെട്ട പണം അദ്ദേഹം കൈവശപ്പെടുത്തരുതായിരുന്നു. മറ്റൊരു പണപ്പെട്ടി അദ്ദേഹത്തിന് തരപ്പെടുത്തായിരുന്നല്ലോ. ഏതായാലും വേവലാതികൾക്കറുതിവന്നു. തൊഴിലാളികൾക്ക് വേതനം നൽകപ്പെട്ടു. അതോടെ ഒന്നുരണ്ടു മാസക്കാലത്തോളം ഗാക്കറെയെക്കുറിച്ചുള്ള നീരസവാക്കുകൾ കേൾക്കാതെയായി. അദ്ദേഹം അയാളുടെ ഭാര്യയെയും രണ്ടു പെൺമക്കളെയും ഉപേക്ഷിച്ചാണ് പോയത്.

മേയർ അവരോട് കാര്യങ്ങൾ ചോദിച്ചറിഞ്ഞു. കോൺസ്റ്റബിൾമാർ അവരെ സൂക്ഷ്മനിരീക്ഷണത്തിന് വിധേയരാക്കി. ഗാക്കറെ അവരോടു ബന്ധപ്പെടുകയോ വഞ്ചനാപരമായ തന്റെ പദ്ധതിയെക്കുറിച്ചുള്ള വിവരങ്ങൾ ഗാക്കറെ അവരെ അറിയിക്കുകയോ ഉണ്ടായിരുന്നില്ല. ബുറുണ്ടിയിലെ ഏറ്റവും സുന്ദരിയായ ഒരു യുവതിയെ അയാൾ തന്റെ പണം കൊണ്ട് കൈവശപ്പെടുത്തിയെന്നൊരു ശ്രുതിയുണ്ടായിരുന്നു. അതിനുശേഷം കേട്ട വാർത്ത കൈകൾ പിന്നിലേക്കു പിടിച്ചുകെട്ടിയ മട്ടിൽ രണ്ട് പട്ടാളക്കാരുടെ അകമ്പടിയോടെ അയാൾ നിയാമിനോംബിൽ വീണ്ടും വന്നുവെന്നാണ്. അദ്ദേഹം ബുറുണ്ടി വരെ എത്തിയിരുന്നില്ല. പുലികൾ, കൂറ്റൻ നരവാനരന്മാർ, ആനകൾ എല്ലാമുള്ള ന്യൂമ്ഗ്വേ കാടു കടക്കാൻ അദ്ദേഹത്തിനു പേടിയായിരുന്നു. പക്ഷേ അവയൊക്കെ ഇല്ലാതായിട്ട് വളരെക്കാലമായി എന്നതാണ് വാസ്തവം. പണപ്പെട്ടി കയ്യിലേന്തി അയാൾ നാടുകടന്നേറെ മുന്നോട്ടുപോയി. ബുഗെസെറായിലെ വിശാലമായ ചതുപ്പുപ്രദേശം കടക്കാൻ അദ്ദേഹം ശ്രമിച്ചു. ബുറുണ്ടിയുടെ അതിര് അധികമകലെയായിരുന്നില്ല. പക്ഷേ തഴച്ചുവളർന്ന പാപ്പിറസുകൾക്കിടയിൽ അദ്ദേഹത്തിനു വഴിതെറ്റി. ബുറുണ്ടിയുടെ അതിരിനെ സൂചിപ്പിക്കുന്ന ഒരടയാളവും അവിടെയുണ്ടായിരുന്നില്ല.

മെലിഞ്ഞ്, അവശനായി കാലുകൾ നീരു വന്ന് വീർത്ത മട്ടിൽ അയാളുടെ യാത്ര ചതുപ്പുനിലത്തിന്റെ തീരത്ത് അവസാനിച്ചു. പെട്ടിക്കുള്ളിൽ വെള്ളം കടന്ന് അതിനുള്ളിലെ നോട്ടുകളെല്ലാം കുതിർന്നു. മാതൃകാപരമായ ശിക്ഷയെന്നനിലയിൽ പണിസ്ഥലത്തെ കവാടത്തിനരികെ അദ്ദേഹം ഒരു തൂണിൽ ബന്ധിക്കപ്പെട്ടു. അയാൾക്കു മുന്നിലൂടെ കടന്നുപോയ തൊഴിലാളികൾ അയാളെ ദേഹോപദ്രവമൊന്നുമേൽപ്പിക്കുകയോ തുപ്പുകയോ ചെയ്തില്ല. അയാളെ കാണാത്തതുപോലെ അവർ തല താഴ്ത്തികൊണ്ട് കടന്നുപോയി. അയാളുടെ ഭാര്യയും രണ്ടു പെൺമക്കളും പാദങ്ങളിൽ പിടിച്ചുകൊണ്ട് നിലത്തിരുന്നു. ഇടയ്ക്കിടെ അവരിലൊരാൾ എഴുന്നേറ്റ് കുടിക്കാൻ വെള്ളം കൊടുക്കുകയും നെറ്റി തുടച്ചുകൊടുക്കുകയും ചെയ്തു. വിചാരണ ചെയ്യപ്പെട്ട ശേഷം അയാൾ കുറച്ചുനാൾ ജയിൽവാസമനുഭവിച്ചു. നിയാമിനോംബിൽ പിന്നീടയാളെ കണ്ടിട്ടേയില്ല. ഒരുപക്ഷേ

തന്റെ ഭാര്യയോടും പെണ്മക്കളോടുമൊപ്പം ബുറുണ്ടിയിലേക്കു തന്നെ പോയിരിക്കണം. പക്ഷേ കൊണ്ടുപോകാൻ പണപ്പെട്ടിയില്ലായിരുന്നെന്നുമാത്രം. അന്ന് തട്ടിയെടുക്കപ്പെട്ട പണത്തിൽ വെള്ളക്കാർ ഒരു ഗൂഢമന്ത്രമെറിഞ്ഞിരുന്നുവെന്നും അത് ഗാക്കറെയെ തിരിഞ്ഞു ചുറ്റിച്ചെന്നും അങ്ങനെയാണയാൾക്ക് ബുറുണ്ടിയിലെത്താൻ കഴിയാതെ പോയതെന്നും പലരും വിശ്വസിച്ചു.

സ്കൂൾ നാലുനിലയുള്ള ഒരു കൂറ്റൻ കെട്ടിടമാണ്. തലസ്ഥാനത്തെ മന്ത്രിമന്ദിരങ്ങളേക്കാൾ വലുത്. നാലാം നിലയിലെ ഡോർമിറ്ററിയുടെ ജനാലയ്ക്കൽ നിൽക്കാൻ നാട്ടുമ്പുറത്തുനിന്ന് പുതുതായി വന്നവർ ധൈര്യപ്പെട്ടില്ല. നമ്മൾ കുരങ്ങന്മാരെപ്പോലെ അവിടെ അള്ളിപ്പിടിച്ചു കിടക്കേണ്ടി വരും അല്ലേ? അവർ അവിടെ കഴിഞ്ഞു പഴകിയവരും നഗരത്തിൽ നിന്നുവന്നവരും അവരെ ജനലുകൾക്കു നേരെ ഉന്തുകയും ചെയ്തു.

‘‘നേരെ താഴേക്കു നോക്കൂ.’’ അവർ പറഞ്ഞു. ‘‘ദാ ഇപ്പം താഴെ തടാകത്തിലേക്കു വീഴും.’’

പുതിയവർക്ക് ക്രമേണ ഭയം മാറി, ശീലമായി. അവിടത്തെ കുരിശുപള്ളി മിഷന്റെ ദൗത്യദേവാലയത്തോളം തന്നെ വലുതും സിമന്റിൽ തീർത്തതുമായിരുന്നു. മറ്റു കെട്ടിടങ്ങൾ, ബ്രദർ ഓക്സീൽ ഉറക്കെ ഒച്ചയിടുന്ന ഗാരേജ് ഉൾപ്പെടെ, എല്ലാം ഇഷ്ടികകൊണ്ട് പണിതതാണ്. മുറ്റത്തിനു ചുറ്റും മതിലുണ്ട്. നാഴികമണികളുടെ അലാറത്തേക്കാൾ ശബ്ദം പുറപ്പെടുവിപ്പിക്കുന്ന ഒരു ഗേറ്റും.

അകലെയായി വില്ല എന്നോ ബംഗ്ലാവ് എന്നോ വേണമെങ്കിൽ വിളിക്കപ്പെടാവുന്ന ചെറിയ വീടുകളുണ്ടായിരുന്നു. അദ്ധ്യാപകരാണവിടെ താമസിക്കുന്നത്. ശരിക്കും ബംഗ്ലാവെന്നു വിളിക്കാവുന്ന താരതമ്യേന വലിയൊരു കെട്ടിടമുണ്ട്. പ്രമുഖരായ അതിഥികളാരെങ്കിലും കൊല്ലത്തിലൊരിക്കലെങ്ങാനും വന്നാൽ താമസിക്കാനുള്ളതാണത്. പലപ്പോഴും നൈലിന്റെ ഉത്ഭവം കാണാനെത്തുന്ന യൂറോപ്യന്മാർക്കോ തലസ്ഥാനവാസികൾക്കോ താമസിക്കാനും അത് അനുവദിക്കപ്പെട്ടിരുന്നു. വീടുകൾക്കും സ്കൂളിൽ സ്കൂളിനുമിടയിൽ പുൽത്തകിടിയും പൂക്കൾ നിറഞ്ഞൊരുദ്യാനവും ഒരു മുളങ്കുറ്റിക്കാടും ഒരു പച്ചക്കറിത്തോട്ടവുമുണ്ട്. കുടിത്തൊഴിലാളികൾ അവിടെ കാബേജ്, കാരറ്റ്, ഉരുളക്കിഴങ്ങ്, സ്ട്രോബെറി എന്നിവ കൃഷി ചെയ്യുന്നു. ചതുരവടിവിൽ ഒരു ചെറിയ ഗോതമ്പുപാടവുമുണ്ട്. ഇന്യാന്ന്യ എന്നു വിളിക്കപ്പെടുന്ന പാവം കൊച്ചുനാടൻ തക്കാളികളെ ഗർവിഷ്ഠരായ മുഴുത്ത തക്കാളികൾ ഞെരുക്കിപൊട്ടിക്കും. ഇവിടെ കുടിയേറിയെത്തിയ ആപ്രിക്കോട്ട് മരങ്ങളും പീച്ച് മരങ്ങളും അവയുടെ ആദ്യകാല അന്തരീക്ഷത്തെ ഗൃഹാതുരത്വത്തോടെ ഓർത്തുകൊണ്ട് വിരാജിക്കുന്നതു

കാണാൻ കാര്യസ്ഥ സിസ്റ്റർ വളരെയിഷ്ടത്തോടെ അവിടെ സന്ദർശിക്കും.

വിദ്യാർത്ഥിനികൾ പോഷകസമൃദ്ധമായ പരിഷ്കൃതാഹാരങ്ങൾ കഴിച്ചു ശീലിക്കണമെന്ന് മദർ സുപ്പീരിയർ ആവർത്തിച്ചു പറയും.

കുരുത്തം കെട്ടവരെയും കള്ളന്മാരെയും നിരുത്സാഹപ്പെടുത്താൻ ഉയരമുള്ള ഒരു ഇഷ്ടികമതിൽ നിർമ്മിക്കപ്പെട്ടിട്ടുണ്ട്. രാത്രി, ആയുധധാരികളായ പാറാവുകാർ ഗേറ്റിനു കാവൽ നിൽക്കും.

നിയാമിനോംബ് നിവാസികൾ സ്കൂളിനെ ശ്രദ്ധിക്കാതെയായി. അവർക്കത് റുത്താറിലെ വലിയ കല്ലുകൾ മലഞ്ചെരിവിലേക്ക് ഇറങ്ങി വന്ന് എന്തിനെന്നറിയാതെ നിലയുറപ്പിച്ചപോലെയായിരുന്നു. എന്നാലും സ്കൂൾ നിർമ്മാണപ്രദേശം ആ സമൂഹത്തിലെ ഒട്ടനവധി കാര്യങ്ങളിൽ മാറ്റത്തിന് നിമിത്തമായിരുന്നു. വളരെ വേഗം തന്നെ നിർമ്മാണത്തൊഴിലാളികളുടെ ക്യാമ്പുകൾക്കു ചുറ്റും കടകൾ ഉയർന്നു. പരിസര പ്രദേശത്തുള്ള കച്ചവടക്കാർ മാത്രമല്ല എവിടെ നിന്നെത്തിയെന്നറിയാത്ത മറ്റുള്ളവരുടേതുമായ ആ കടകളിൽ മറ്റേതു കടകളിൽ നിന്നും ലഭിക്കാവുന്നതെല്ലാം ഉണ്ടായിരുന്നു. സിഗരറ്റ്, പാമോയിൽ, അരി, ഉപ്പ്, പാൽക്കട്ടി, മണ്ണെണ്ണ, പാനീയങ്ങൾ, റൊട്ടി എല്ലാം. ഭോജനശാലയെന്നു വിളിക്കാവുന്ന നൃത്തശാലയിൽ ആട്ടിറച്ചിയും പയറും എല്ലാം. ഗ്രാമത്തിന് കളങ്കമായ സ്വൈരിണികളും മൂന്നു നൃത്തശാലകളും രണ്ടു കടകളും ഒരു തയ്യൽക്കടയും ബാക്കിയായി. ഇതെല്ലാം ചേർന്ന് സ്കൂളിലേക്കുള്ള വഴി സഹിതം ഒരു പുതു ഗ്രാമം രൂപം കൊണ്ടു. തൊഴിലാളികളുടെ കുടിലുകൾക്കടുത്തേക്കു പുനഃസ്ഥാപിക്കപ്പെട്ട അങ്ങാടി നിലനിന്നു.

നിയാമിനോംബിലെ ജിജ്ഞാസുക്കൾക്കും പണിയൊന്നുമില്ലാത്തവർക്കും ആകർഷണം തോന്നാൻ നിമിത്തമായ ഒരു ദിവസം വന്നുചേർന്നു. അതൊരു ഞായറാഴ്ചയായിരുന്നു. ഒക്ടോബറിലെ വരണ്ട ദിനങ്ങളിലൊന്നിലെ മദ്ധ്യാഹ്നം. കുട്ടികളെ വഹിച്ചുകൊണ്ടോടുന്ന കാറുകളെ ആരാധനയോടെ വീക്ഷിച്ചുകൊണ്ട് പാതയോരത്ത് കുറേപ്പേർ തിങ്ങിക്കൂടി. അതിൽ മെർസിഡസും റേഞ്ച് റോവറും ഉണ്ടായിരുന്നു. പിന്നെ മിലിട്ടറി ജീപ്പുകളും. അവയുടെ ഡ്രൈവർമാർ ദേഷ്യത്തോടെ ഹോണടിക്കുകയും ഭയപ്പെടുത്തുന്ന അംഗവിക്ഷേപങ്ങളോടെ ടാക്സികളെയും ട്രക്കുകളെയും അവസാന ചെരിവു കയറാൻ പാടുപെടുന്ന, പെൺകുട്ടികൾ തിങ്ങിനിറഞ്ഞ ബസ്സുകളെയും മറികടക്കാൻ ശ്രമിക്കുകയും ചെയ്തു.

ആ ഹൈസ്കൂൾ പെൺകുട്ടികൾ ഓരോരുത്തരായി ഒരാൾക്കൂട്ടത്തിനു മുന്നിലായി ഇറങ്ങി. ഗേറ്റുകാവൽക്കാർ കവാടത്തിൽ നിന്നവരെ

ഒട്ടു മാറ്റി നിർത്തിയതാണ്. തന്റെ അമ്മയോടും മോഡസ്റ്റയോടു മൊപ്പം ഗ്ലോറിയോസ വിൻഡോ സ്ക്രീനിട്ട കറുത്ത മെർസിഡസ് കാറിൽ നിന്നിറങ്ങുമ്പോൾ ഒരു മർമ്മരം കാണികളിൽ നിന്നുണ്ടായി. അവളുടെ അച്ഛൻ ഒരു ഉന്നത വ്യക്തിയാണെന്നും ഒരു മീറ്റിങ്ങിൽ വെച്ച് അദ്ദേഹത്തെ താൻ കണ്ടുമുട്ടിയിരുന്നുവെന്നുമൊക്കെ മേയർ പറഞ്ഞിരുന്നു. അവളുടെ പേരിനോട് ചേർത്ത് അവളുടെ അച്ഛന്റെ പേരും അവൾ സ്വീകരിച്ചിരുന്നു. നൈറാമസുകാ. പ്രസ്തുത കാര്യ ങ്ങൾ സന്നദ്ധ ഭടന്മാർ കേൾക്കാൻ ഉറക്കെ അദ്ദേഹം ആവർത്തിച്ചു.

അവരിൽ നിന്ന് ആരാധനയുടെ ഒരനക്കവും നിശ്വാസവുമുണ്ടായി. അച്ഛനെപ്പോലെയായിരുന്നു അവളുടെ രൂപഭാവങ്ങൾ. അവളുടെ സുഹൃത്തുക്കൾ സ്വരം താഴ്ത്തി അവളെ മാസ്റ്റോഡോന്റ് എന്നു വിളിച്ചു. അവളുടെ മാംസദൃഢമായ കണങ്കാലുകളെ കഷ്ടിച്ചു മറ യ്ക്കുന്ന കടൽ നീലയായ പാവാടയും സമൃദ്ധമായ മാറിടത്തെയും കവിഞ്ഞ് കഴുത്തു വരെ ബട്ടനിട്ട വെള്ള മേൽക്കുപ്പായവുമായിരുന്നു അവളുടെ വേഷം. അജയ്യമായ ഒരാജ്ഞാശക്തി അവളുടെ നോട്ട ത്തിനേകുന്ന ഒരു വലിയ വട്ടക്കണ്ണടയും. എർമനഷീൽഡച്ചൻ വേല ക്കാരായ രണ്ടു പയ്യന്മാരോട് അവളുടെ സ്യൂട്ട്കേസുകൾ സ്വർണ്ണ ക്കുടുക്കുകളിട്ട ഡ്രൈവർമാരിൽ നിന്ന് ഏറ്റുവാങ്ങാൻ ആംഗ്യം കാണിച്ച ശേഷം നാവാതിഥികളെ സ്വീകരിക്കാൻ ജെർട്രൂഡ് സിസ്റ്റർക്കു മുമ്പിലായി തിരക്കിട്ടു ചെന്നു.

അമ്മയെയും മകളെയും റുവാണ്ടൻ പരമ്പരാഗത ആലിംഗന രീതിയിൽ അഭിവാദ്യം ചെയ്തു. ഉടനെതന്നെ ഔപചാരിക മര്യാദ കളെ തടഞ്ഞു കൊണ്ട് ഗ്ലോറിയോസയുടെ അമ്മ ഇടപെട്ടു. മദർ സുപ്പീരിയറിനെ കണ്ടു വണങ്ങിയതിനു ശേഷം ബെൽജിയൻ അം ബാസഡറുടെ ഒരു വിരുന്നു വേളയിൽ സംബന്ധിക്കാനുള്ളതിനാൽ വേഗം തന്നെ മടങ്ങേണ്ടതുണ്ടെന്നും അവർ അറിയിച്ചു. ഫ്യൂഡൽ വ്യവസ്ഥയെ തകർത്തെറിഞ്ഞ് സാമൂഹ്യ വിപ്ലവത്തെ സാദ്ധ്യമാക്കിയ ഒരു നാട്ടിലെ കുലീന ജനാധിപത്യപരവും ക്രിസ്തീയവുമായ വിദ്യാ ഭ്യാസം തന്റെ മകൾക്ക് ഈ സ്കൂളിൽ ലഭിക്കുമെന്ന പ്രത്യാശ അവർ പ്രകടിപ്പിച്ചു.

ജെർട്രൂഡ് സിസ്റ്ററിനൊപ്പം കവാടത്തിനരികെതന്നെ റിപ്പബ്ലി ക്കിന്റെ പതാകയ്ക്ക് കീഴെ നിൽക്കുമെന്ന് ഗ്ലോറിയോസ പറഞ്ഞു.

കഴിഞ്ഞ വർഷത്തെ സുഹൃത്തുക്കളെ കാണണമെന്നും തൊട്ട ടുത്ത ദിവസം താൻ ആദ്ധ്യക്ഷം വഹിക്കുന്ന മീറ്റിങ്ങിനെക്കുറിച്ചവരെ അറിയിക്കാനുണ്ടെന്നും അവൾ പറഞ്ഞു. ക്ലാസുകൾ കഴിഞ്ഞതിനു

ശേഷം മെസ്സിൽ വെച്ചായിരിക്കും അതു നടക്കുക. തന്റെ സുഹൃത്തിനൊപ്പം നിൽക്കുകയാണ് താനെന്ന് മോഡസ്റ്റയും പറഞ്ഞു.

കുറച്ചു കഴിഞ്ഞപ്പോൾ ശ്രദ്ധേയമായ വിധത്തിൽ ഗോറസ്റ്റിയും എത്തിച്ചേർന്നു. ഒരു വലിയ പട്ടാളവണ്ടിയുടെ പിറകിലിരുന്നാണവൾ വന്നത്. കാണികളിൽ അമ്പരപ്പുണ്ടാക്കുന്ന വിധം അതിന് വിപുലമായ ട്രെഡോഡുകൂടിയ ആറു വലിയ ചക്രങ്ങളുണ്ടായിരുന്നു. കമൂഫ്ളാഷ് യൂണിഫോം ധരിച്ച രണ്ടു പട്ടാളക്കാർ അവളെ ഇറങ്ങാൻ സഹായിച്ചു. അവർ രണ്ടു വേലക്കാരെ വിളിച്ച് ബാഗേജ് അവരെ ഏൽപ്പിച്ചു. മിലിട്ടറി മട്ടിൽ അവൾക്ക് സല്യൂട്ട് നൽകിയതിനുശേഷം അവർ മടക്കയാത്രയായി. കഴിയാവുന്നിടത്തോളം ഗ്ലോറിയോസയുടെ വാചകമടികളിൽ നിന്ന് ഗോറസ്റ്റി മാറിനിന്നു.

''നീ എപ്പോഴും ഒരു മന്ത്രിയുടെ രീതി കൈകൊള്ളുന്നു.'' അവൾ മന്ത്രിച്ചു.

''നീയോ, നീയൊരു സേനാ പ്രമുഖനെപ്പോലെയും.''

ഗ്ലോറിയോസ തിരിച്ചടിച്ചു.

''പക്ഷേ നീ സ്കൂളിന്റെ വേലി ചാടാനൊന്നും നോക്കരുത്. ഇവിടെ ഫ്രഞ്ച് മാത്രമേ സംസാരിക്കാൻ പാടുള്ളൂ. റൂഹെൻഗെരിക്കാരെന്താണ് പറയുന്നതെന്ന് മനസ്സിലാക്കാൻ ഒടുവിൽ നമുക്ക് കഴിയും.''

പെഷോ 404 എന്ന കാറിൽ ഗോഡ്ലിവ് സ്കൂളിന്റെ മുമ്പിലെ അവസാന കയറ്റം കയറുകയായിരുന്നു. ഇറുകിയ ഒരു ആഫ്രിക്കൻ നിലയങ്കി ധരിച്ച് തൊട്ടു മുന്നിൽ കീറയുടുപ്പുകൾ ധരിച്ച തലയിൽ പെട്ടിവഹിച്ച ഒരു കൊച്ചു ബാലനൊപ്പം നടന്നുപോകുന്ന ഇമ്മാക്കുലേയെ ഗോഡ്ലിവ് തിരിച്ചറിഞ്ഞു. അവൾ ഉടനെ കാർ നിർത്തി.

''ഇമ്മാക്കുലേ, നിനക്കെന്തു പറ്റി? വേഗം കയറ്. നിന്റെ അച്ഛന്റെ കാർ ബ്രേക്ക്ഡൗണായോ? നീ ഇങ്ങനെയായിരിക്കില്ലല്ലോ, നഗര തലസ്ഥാനത്തുനിന്നും പുറപ്പെട്ടിരിക്കുക?''

ഇമ്മാക്കുലേ അവളുടെ നീളനുടുപ്പ് ഊരി ഗോഡ്ലിവിന്റെ അടുത്തുവെച്ചു. ഡ്രൈവർ സ്യൂട്ട്കേസ് ഷെൽഫിൽ വെച്ചു. തലച്ചുമടുകാരനായ കൊച്ചു ബാലൻ ജനലിൽ മുട്ടിക്കൊണ്ട് തന്റെ കൂലിക്കു കൈ നീട്ടി. ഇമ്മാക്കുലേ ഒരു നാണയം അവന്റെ കൈയിലേക്കിട്ടു കൊടുത്തു.

''ഇതാരോടും പറയരുത്. എന്നെ മോട്ടോർ സൈക്കിളിൽ ഒരാൺ സുഹൃത്താണവിടം വരെ എത്തിച്ചത്. നിനക്കറിയാമോ, അയാൾക്ക് ഒരു വലിയ മോട്ടോർസൈക്കിളുണ്ട്. കിഗാലിയിൽ ഒരുപക്ഷേ റുവാണ്ടയിൽ തന്നെ അതിനേക്കാൾ വലിയ മറ്റൊരു മോട്ടോർ സൈക്കിളില്ല. മൂപ്പർക്ക് അതേപ്പറ്റി വലിയ അഭിമാനമാണ്. നാട്ടിലെ

ഏറ്റവും വലിയ മോട്ടോർ സൈക്കിളിന്റെ ഉടമയുടെ കാമുകി എന്ന നിലയിൽ ഞാനും അഭിമാനിക്കുന്നു. എന്നെ പിറകിലിരുത്തി മൂപ്പർ തെരുവുകൾ തോറും വിലസും. അതിന്റെ എഞ്ചിന്റെ മുരൾച്ച ഒരു സിംഹത്തിന്റേതുപോലെയാണ്. പേടിയാകും. എല്ലാരും കാലുകൾക്കിടയിലേക്ക് തല തിരുകും. പെണ്ണുങ്ങൾ അവരുടെ പാത്രങ്ങളും വട്ടികളും ഞെട്ടി നിലത്തിടും. അതൊക്കെ കണ്ട് എന്റെ ചങ്ങാതി ചിരിക്കും. ആ ബൈക്ക് ഓടിക്കുവാൻ എന്നെ പഠിപ്പിച്ചുതരാമെന്നേറ്റിട്ടുണ്ട്. ഞാൻ അവനേക്കാൾ വേഗത്തിൽ ഓടിക്കും. മൂപ്പരെന്നോടു പറയുകയാണ്: എന്റെ മോട്ടോർ സൈക്കിളിൽ നിന്നെ ഞാൻ സ്കൂൾ വരെ കൊണ്ടാക്കും. ഞാൻ ആയിക്കോട്ടേന്ന് പറഞ്ഞു. കുറച്ചു പേടിയുണ്ടായിരുന്നെങ്കിലും നല്ല രസമായിരുന്നു. എന്റെ അച്ഛൻ ബിസിനസ് സംബന്ധമായി ബ്രൂക്സേലിലേക്കു പോയതായിരുന്നു. ഞാൻ അമ്മയോടു പറഞ്ഞു ഒരു സ്നേഹിതയുടെ കൂടെയാണ് പോകുന്നതെന്ന്. അങ്ങനെ മൂപ്പർ എന്നെ എന്റെ ആവശ്യപ്രകാരം അവസാന തിരിവിൽ ഇറക്കി. ഞാൻ മോട്ടോർ സൈക്കിളിൽ വരുന്നത് മദർ സുപ്പീരിയർ കണ്ടാൽ എന്തായിരിക്കും പുകിലെന്നോർത്ത് നോക്ക്, എന്നെ തിരികെ അയയ്ക്കും. ഇപ്പം എന്റെ അവസ്ഥ നോക്ക്.

മേലാസകലം പൊടിയാണ്. അയ്യയ്യോ, എന്റെ അച്ഛന് കാർ ഇല്ല എന്നാവും എല്ലാരും കരുതുക. ഞാനൊരു ടയോട്ട വണ്ടിയിൽ ആടുകളുടെയും വാഴക്കുലകളുടെയും ഇടയിൽ, പുറത്തു കുഞ്ഞുങ്ങളെയേന്തിയ നാട്ടുപുറത്തുകാരുടെയിടയിൽ ഞെരിഞ്ഞാണ് വന്നതെന്ന്. അയ്യേ, എന്തുമോശം.''

''ഏതായാലും നീ പോയി കുളിച്ചിട്ടു വരൂ. നിന്നെ വീണ്ടും സുന്ദരിയാക്കാനുള്ളതൊക്കെ നിന്റെ സ്യൂട്ട് കേസിൽ കാണുമല്ലോ.''

''ശരിയാണ്, തൊലി വെളുപ്പിക്കാനുള്ളൊരു ക്രീം ഞാൻ കണ്ടെത്തി. മാർക്കറ്റിൽ കിട്ടുന്ന ബ്രാൻഡ് ഇനമൊന്നുമല്ല. പിന്നെ അമേരിക്കൻ ക്രീമുകൾ, പച്ച നിറത്തിലുള്ള ഔഷധ സോപ്പുകൾ. ബ്രൂക്സെലിൽ നിന്ന് എന്റെ മച്ചുനത്തി അയച്ചു തന്നതാണ്. ഒരു ക്രീം ട്യൂബ് ഞാൻ നിനക്കു തരും.''

''ഞാനതുകൊണ്ടെന്തു ചെയ്യാനാ? സൗന്ദര്യമുള്ളവരുണ്ട്, സൗന്ദര്യമുണ്ടെന്ന് കരുതുന്നവരുണ്ട്, സൗന്ദര്യമില്ല എന്നു കരുതുന്നവരുണ്ട്.''

''നിനക്കാകെയൊരു മ്ലാനതയാണല്ലോ. സ്കൂളിൽ തിരിച്ചെത്തിയതിൽ നിനക്ക് സന്തോഷമില്ലേ?''

''സ്കൂളിൽ തിരിച്ചെത്തിയതിന് എന്തിത്ര സന്തോഷിക്കാനാണ്? എപ്പോഴും നശിച്ച നോട്ടുകൾ, പിന്നെ ടീച്ചർമാർ. അവർക്ക് എന്നോട് ദയാവായ്പൊക്കെ ഉണ്ട്. പക്ഷേ എന്റെ പ്രിയ സ്നേഹിതകളായ

നിങ്ങളോടില്ലല്ലോ. ഞാനിവിടെ തുടരേണ്ടത് എന്റെ അച്ഛന്റെ ആവശ്യമാണ്. ഡിപ്ലോമയ്ക്കു ശേഷം അദ്ദേഹത്തെ പോലെ ഒരു ബാങ്കറെ ഞാൻ വിവാഹം കഴിക്കണമെന്നാണ് അദ്ദേഹത്തിന്റെ ആഗ്രഹം. പക്ഷേ അദ്ദേഹത്തിന് മറ്റൊരു പദ്ധതി കൂടിയുണ്ടെന്ന് തോന്നുന്നു.''

''നന്നായി, ഗോഡ്‌ലിവ്. ഇതവസാന വർഷമാണ് ഇതുകഴിഞ്ഞാൽ നീ ഒരു വലിയ ബാങ്കറെ വിവാഹം കഴിക്കും.''

''എന്നെയങ്ങനെ കളിയാക്കണ്ട, ഞാൻ ഒരു സ്വകാര്യ അത്ഭുതം കരുതി വെച്ചിട്ടുണ്ട്. ഒരു വലിയ സംഭവം.''

''ആ സ്വകാര്യ അത്ഭുതമെന്തെന്ന് എന്നെ അറിയിക്കാമോ?''
''പറ്റില്ല. കാരണം അത് സ്വകാര്യമായ ഒരാശ്ചര്യ സംഗതിയാണ്. മുമ്പേ പറഞ്ഞുകൂടാ. ഗ്ലോറിയോസ ഇമ്മാക്കുലേയേയും ഗോഡ്‌ലിവിനേയും കണ്ടിരുന്നത് അവജ്ഞയോടെയാണ്.''

അവൾ ഇമ്മാക്കുലേയുടെ ഇറുകിയ പാന്റ്സും ശരീരത്തോടൊട്ടിയ കുപ്പായവും പുച്ഛത്തോടെ നോക്കി. അവളാകെ പൊടിയിൽ മൂടിയതായി കണ്ട് ജിജ്ഞാസ തോന്നിയെങ്കിലും തൽക്കാലം ചോദിക്കേണ്ടെന്നു വെച്ചു. ഗോഡ്‌ലിവിനെ അവൾ ശ്രദ്ധിച്ചതേയില്ല.

''നിങ്ങളെ കാണാൻ ശരിക്കും തീവ്രവാദികളെ പോലുണ്ട്.''

പതിഞ്ഞു കനത്ത ശബ്ദത്തിൽ അവൾ വാക്കുകളെറിഞ്ഞു. ''കഴിഞ്ഞ വർഷം നിങ്ങളുടെ മട്ട് ഇങ്ങനെയായിരുന്നില്ല. നിങ്ങളുടെ അച്ഛൻ ബാങ്കറാണെന്നതും മറ്റുപായ്യാരങ്ങളുമൊന്നും പോരാ ഈ റിപ്പബ്ലിക്കിന്.''

ഇമ്മാക്കുലേയും ഗോഡ്‌ലിവും ഒന്നും കേട്ടില്ലെന്നു നടിച്ചു.

എർമനെഷീൽഡച്ചനാൽ നയിക്കപ്പെട്ട് ചകിതമായ പുതിയ വിദ്യാർത്ഥിനികൾ ഗ്ലോറിയോസയുടെ ഉറ്റനോട്ടത്തിൻ കീഴിൽ ഗേറ്റ് കടന്നു വന്നു.

''മോഡസ്റ്റാ, നീ കണ്ടല്ലോ. പഴയ വ്യവസ്ഥ ഇപ്പോഴും നിലനിൽക്കുന്നുണ്ട്. ക്വാട്ടയോടൊത്ത് തന്നെ പഴക്കമുള്ളത്. ഞാൻ കരുതുന്നത് ശരിയാണെങ്കിൽ, അതായത് എനിക്കറിയാവുന്നവരെയും എനിക്കുറപ്പുള്ളവരെയും മാത്രമെടുത്താൽ, അവർക്കു നൽകപ്പെട്ട സംവരണം നിർഭാഗ്യവശാൽ അതിനനുസരിച്ചാണ്. അതൊരു പുതിയ അധിനിവേശമാണ്. ഇത് അങ്ങനെയങ്ങു വിട്ടാൽ നമ്മുടെയൊക്കെ അച്ഛന്മാർ നടത്തിയ സാമൂഹിക വിപ്ലവം കൊണ്ടെന്തു കാര്യം? ഞാൻ ഇത് എന്റെ അച്ഛനോട് സൂചിപ്പിക്കും. എനിക്കു തോന്നുന്നത് ഇത് നമുക്കുതന്നെ നേരെയാക്കാമെന്നാണ്. ടുറ്റ്സി കീടങ്ങളെ ഇല്ലാതാക്കുക എന്നത്. റുവാണ്ടൻ യുവസേനയുടെ ഓഫീസിലേക്ക്

വിളിച്ച് ഞാനിത് പറഞ്ഞിരുന്നു. അവരെന്റെ അഭിപ്രായത്തെ ശരി വെച്ചുവെന്നാണ് കേൾക്കുന്നത്. എന്റെ അച്ഛനുവേണ്ടി മാത്രമാണ് ഞാനെന്റെ പേരിനോട് നൈറാമസുകാ എന്നു ചേർത്തത് നന്നായി.''

സ്കൂൾ തുറന്നു പ്രവർത്തിച്ചതിനു ശേഷം നിയാമിനോംബിൽ ഫ്രിദാ വന്ന കാറിനോളം മികച്ച കാർ ഒരിക്കലും ആരും കണ്ടിട്ടില്ല. പതിഞ്ഞ്, നീണ്ട് തിളങ്ങുന്ന ചുവപ്പു നിറമുള്ള അതിന്റെ മേലാപ്പ് തനിയെ മടങ്ങുകയും നിവരുകയും ചെയ്യും. പലരുമത് കണ്ടിട്ടുണ്ട്. രണ്ടു സീറ്റുകളേ അതിനുണ്ടായിരുന്നുള്ളൂ. ഡ്രൈവർക്കും യാത്ര ചെയ്യുന്നയാൾക്കും കട്ടിലെന്ന പോലെ അതിൽ നീണ്ടു നിവർന്നു കിടക്കാം. മേഘനാദം പോലുള്ള ശബ്ദമാണതിന്. പിറകിൽ ചുവന്ന പൊടിപാറ്റിക്കൊണ്ടാണത് കുതിക്കുന്നത്. അത് ഗേറ്റിനുള്ളിലേക്ക് കുതിച്ചുകയറി ജെർട്രൂഡ് സിസ്റ്ററെയും ഗ്ലോറിയോസയേയും മോഡസ്റ്റയേയും തട്ടിവീഴ്ത്തുമോ എന്ന് ഒരു നിമിഷം തോന്നിപ്പോയി. പക്ഷേ കൊടിത്തൂണിന്റെ പാദത്തിനു തൊട്ടരികെ പാതാളസമാനമായ ചൂള ശബ്ദത്തോടെ അത് നിന്നു.

ത്രീ പീസ് സ്യൂട്ടും പൂക്കളുള്ള ഷർട്ടും കറുത്ത വലിയ സ്വർണ ഫ്രെയിമുള്ള കണ്ണടയും ഷൂസും ബെൽറ്റും ധരിച്ച ഒരു മദ്ധ്യവയസ്കൻ ഇറങ്ങിവന്ന് ഫ്രിദായുടെ ഭാഗത്തെ ഡോർ തുറന്നു. തന്റെ സീറ്റിൽ അമർന്നു കിടക്കുകയായിരുന്ന അവളെ കൈ പിടിച്ചെഴുന്നേൽപ്പിച്ചു. ഫ്രിദാ കുട നിവർത്തിയപോലുള്ളതും തന്റെ കാറിന്റെയത്ര തന്നെ ചുവന്നതുമായ അവളുടെ പാവാടയുടെ ചുളിവുകൾ നേരെയാക്കി. പർപ്പിൾ നിറമുള്ള അവളുടെ സ്കാർഫിനടിയിൽ നിന്നു മിനുത്ത മുടിയുടെ അഴക് ഊഹിക്കാം. അത് കിഗാലിയിലെ പുതുതായി ടാറിട്ട റോഡുപോലെ വെയിലേറ്റു തിളങ്ങും.

കാറോടിച്ച മാന്യമധ്യവയസ്കൻ ഗ്ലോറിയോസയേയും മോഡസ്റ്റയെയും അവഗണിച്ചുകൊണ്ട് ജെർട്രൂഡ് സിസ്റ്ററോട് സ്വാഹിലി ഭാഷയിൽ സംസാരിച്ചു.

''ഞാനാണ് ഹിസ് എക്സലൻസ് ഷാൻബാപ്റ്റീസ് ബാലിംബാ, സയറിന്റെ അംബാസഡർ, എനിക്ക് മദർ സുപ്പീരിയറുമായി ഒരു കൂടിക്കാഴ്ചയുണ്ട്. അവരുടെ അടുത്തേക്ക് ഉടനെ എന്നെകൊണ്ടു പോവുക.''

ആകെ പതറിപ്പോയ ജെർട്രൂഡ് സിസ്റ്റർ സ്വാഹിലി ഭാഷയിൽ ശങ്കിച്ചു ശങ്കിച്ച് മറുപടി പറയാനോങ്ങുമ്പോഴേക്ക് ആ മനുഷ്യൻ നിശ്ചയദാർഢ്യത്തോടെ മറ്റൊരനുവാദത്തിനു കാത്തുനിൽക്കാതെ തന്റെ വഴിയിലൂടെ മുന്നോട്ടു നീങ്ങി. ജെർട്രൂഡ് സിസ്റ്റർ വഴങ്ങുകയും അദ്ദേഹത്തെ മറികടന്ന് നടക്കാൻ തുടങ്ങുകയും ചെയ്തു.

‘‘ഹാളിൽ കാത്തുനിന്നാൽ മതി. വേഗം കാര്യങ്ങൾ ശരിയാക്കി വൈകാതെ ഞാനെത്താം.’’ അദ്ദേഹം ഫ്രിദായോടു പറഞ്ഞു.

ഗ്ലോറിയോസ ഗേറ്റിൽ നിന്നകന്ന് അവസാന വർഷത്തെ പുതിയ വിദ്യാർത്ഥിനികൾ മിനി ബസ്സിൽ നിന്നിറങ്ങുന്നിടത്ത് പൊങ്ങച്ച ത്തോടെ നിലയുറപ്പിച്ചു.

‘‘ഇതാ വരുന്നു നമ്മുടെ ക്വാട്ട.’’

ഒരു വാൻ വരുന്നതു നോക്കിക്കൊണ്ട് അവൾ പറഞ്ഞു. ഉറപ്പും ബന്ധനവുമില്ലാതെ പിരമിഡുപോലെ തട്ടുതട്ടാക്കി വെച്ച ചട്ടപ്പെട്ടി കളുടെയും ബാരലുകളുടെയും ഭാരത്താൽ ഉലഞ്ഞു വരുന്നതു പോലെ അതുകാണപ്പെട്ടു.

‘‘കണ്ടോ മോഡസ്റ്റാ, ട്രാഫിക് പ്രശ്നങ്ങളുണ്ടാക്കുന്ന ടുറ്റ്സി കൾക്കെതിരെ ഒന്നും ചെയ്യാനാവില്ല. അവരുടെ സ്വന്തം പെൺകുട്ടി കളെ വഹിച്ചുകൊണ്ടോടിക്കുമ്പോൾ പോലും ഇങ്ങനെയാണ്. നിയാമിനോംബിലെ കടയിൽ സാധന സാമഗ്രികൾ എത്തുന്നുണ്ട്. പക്ഷേ കട നടത്തുന്നതാരാണ്? അതൊരു ടുറ്റ്സിയാണെന്നുറപ്പാണ്. അയാളാണ് ഒരു രക്ഷിതാവ്, വെറോണിക്കയുടേതാണെന്നു തോന്നുന്നു. അവളുടെ വിചാരം അവളെക്കാൾ ഒരു ലോകസുന്ദരി ഇല്ല എന്നാണ്. അവൾ അവളെത്തന്നെ ഒരിക്കൽ വിൽക്കും. പിന്നെ അവളുടെ തോഴി വിർജീനിയ. വെള്ളക്കാരായ അദ്ധ്യാപകർ അവരെ കൊഞ്ചിച്ച് വഷളാക്കിയതിൽപ്പിന്നെ അവരാണ് ഏറ്റവും ബുദ്ധിമതികൾ എന്നാണ് അവരുടെ വിചാരം. അവളുടെ ശരിപ്പേരെന്തെന്നോ: മുത്താമുറീസാ, അവളെ കരയിപ്പിക്കരുത് എന്നാണതിനർത്ഥം.’’

‘‘ഇതാ ഇങ്ങനെയാണ് ക്വാട്ട: ഇരുപത് വിദ്യാർത്ഥിനികൾ, രണ്ടെണ്ണം ടുറ്റ്സി. ഭൂരിപക്ഷവും യഥാർത്ഥ റുവാണ്ടക്കാർ. അക്കാ രണത്താൽ എനിക്ക് ധാരാളം കൂട്ടുകാരികളുണ്ട്. എന്റെ അച്ഛൻ ആവർത്തിച്ചു പറയാറുള്ളതുപോലെ, ഈ ക്വോട്ട സമ്പ്രദായം ഒരു ദിവസമങ്ങ് എടുത്തുകളയുകയാണ് നല്ലത്. അതാണ് ബെൽജിയ ത്തിന്റെ ചരിത്രം.’’

ഗമയെ ദ്യോതിപ്പിക്കുന്ന മുരടനക്കലുക്കളോടുകൂടിയ ഗ്ലോറി യോസായുടെ ശകാരവർഷങ്ങൾക്ക് മോഡസ്റ്റ എന്നും അകമ്പടി സേവിക്കാറുള്ളതാണ്. പക്ഷേ ഗ്ലോറിയോസ ആ രണ്ടു ടുറ്റ്സി പെൺകുട്ടികളേയും കൃത്രിമമായ മര്യാദ പ്രകടനങ്ങളോടെ ആലിം ഗനം ചെയ്യുമ്പോൾ മോഡസ്റ്റ മാറിനിൽക്കും.

‘‘ഈ ആലിംഗനങ്ങളൊക്കെ, ആ സർപ്പങ്ങളെ ഞെക്കിയൊതു ക്കാൻ വേണ്ടിയാണ്.’’

ടുറ്റ്സി പെൺകുട്ടികൾ ഒട്ടു ദൂരെയായിക്കഴിഞ്ഞപ്പോൾ ഗ്ലോറിയോസ പറഞ്ഞു. ''മോഡസ്റ്റാ, നിനക്ക് വേവലാതിയുണ്ടാകും നിന്റെ അർദ്ധസഹോദരിമാരെയും നിന്നെയും വേറിട്ടു മനസ്സിലാക്കപ്പെടാതെ വരുമ്പോൾ. നിനക്കവരുമായി സാദൃശ്യമുണ്ടെന്നത് നേരുതന്നെ. എന്നാലും ഞാൻ എപ്പോഴും നിനക്ക് താങ്ങായി നിന്നോടൊപ്പം ഉണ്ടാകും. ഞാൻ നിന്റെ സ്നേഹിതയാണെന്ന് നിനക്ക് നന്നായി അറിയാമല്ലോ.''

''അതെ, ഞാൻ എന്നും നിന്റെ സ്നേഹിതയായിരിക്കുന്നതു തന്നെയാണ് നിനക്ക് നല്ലത്.'' ഗ്ലോറിയോസ ഉറക്കെ പൊട്ടിച്ചിരിച്ചു കൊണ്ടു പറഞ്ഞു.

സൂര്യാസ്തമയ സമയത്ത്, നാഴികമണി ശബ്ദവും അടയുന്ന ഗേറ്റിന്റെ കിരുകിരാ ശബ്ദവും സ്കൂൾ വർഷാരംഭത്തെ സൂചിപ്പിക്കുന്ന പാവനധ്വനികളാണ്. വാർഡന്മാർ വിദ്യാർത്ഥിനികളെ അതാത് ഡോർമിറ്ററികളിൽ കൊണ്ടാക്കും. അവസാന വർഷ വിദ്യാർത്ഥിനികൾക്ക് ചില പ്രത്യേകാവകാശങ്ങളുണ്ടായിരുന്നു. അവരുടെ ഡോർമിറ്ററിയിൽ ഓരോരുത്തർക്കും ഇടയിലായി അവർക്ക് ഒട്ടൊക്കെ സ്വകാര്യത ഉറപ്പുവരുത്താനുള്ള ചുമരറകളാൽ വിഭജിക്കപ്പെട്ടിരുന്നു.

എന്നാലും ഇടനാഴിയിൽ സ്വകാര്യത താരതമ്യേന കുറവു തന്നെയായിരുന്നു. വാർഡന് ഇളം നേരിയ പച്ച കർട്ടനൊന്നു നീക്കി നോക്കിയാൽ മതി, അതുകൂടാതെ വിട്ടുവിട്ട് കട്ടിലുകളിട്ടതും

ആ അറകളെ മുറി എന്നു വിളിക്കാൻ ആരും ഇഷ്ടപ്പെട്ടില്ല. നൈലിന്റെ നോത്രദാം സ്കൂൾ വാഗ്ദാനം ചെയ്യുന്ന പുരോഗമനത്തിന്റെയും വിമോചനത്തിന്റെയും മകുടോദാഹരണങ്ങളായാണ് ആ അറകളെ മദർ സുപ്പീരിയർ വിശേഷിപ്പിക്കുക. ഉറക്കം വരുന്നതുവരെ വാതോരാതെ തലയണമന്ത്രങ്ങൾ ഉരുവിടാൻ അവർക്കു കഴിഞ്ഞിരുന്നില്ല. ഒരു പെൺകുട്ടിക്കും ഒറ്റയ്ക്കു കിടക്കാനുമാവില്ല. വീട്ടിൽ ചെറിയ കുട്ടികൾ മുതിർന്ന കുട്ടികൾക്കൊപ്പം ഒരേ കട്ടിലിൽ ഒരേ കൊതുകുവല പങ്കുവെച്ച് കിടക്കുന്നുവെന്ന് അമ്മമാർ ഉറപ്പുവരുത്താറുണ്ട്.

പരസ്പരം കെട്ടിപ്പിടിച്ചുകൊണ്ടുറങ്ങുന്നില്ലെങ്കിൽ പിന്നെ എന്തു സഹോദരിമാരാണ്? ഒരേ കട്ടിലിൽ അതുപോലെ കിടക്കാനാവുന്നില്ലെങ്കിൽ എങ്ങനെയത് ആത്മാർത്ഥ സൗഹൃദമാവും? ചുമരറയിലെ ഏകാന്തതയിലുറങ്ങുന്നത് കുട്ടികൾക്ക് വലിയ പ്രയാസമായിരുന്നു. തൊട്ടടുത്തു കിടന്നുറങ്ങുന്ന കൂട്ടുകാരികളുടെ ശ്വാസ നിശ്വാസങ്ങൾ ഓരോരുത്തർക്കും കേൾക്കാമായിരുന്നു. ഡോർമിറ്ററിയിലെ അന്തേവാസിനികൾ കട്ടിലുകൾ തോന്നിയപോലെ അടുപ്പിച്ചിടരുതെന്ന് ജെർട്രൂഡ് സിസ്റ്റർ നിഷ്കർഷിച്ചു.

‘‘ഇത് നിങ്ങളുടെ വീടല്ല. സ്കൂളാണ്. ഓരോരുത്തരും ഓരോ കട്ടിലിൽ ഒറ്റയ്ക്കുറങ്ങിയാൽ മതി.’’

വിദ്യാർത്ഥിനികൾ യൂണിഫോമിട്ട് രണ്ട് വരിയായി പള്ളിയിലേക്ക് പോകാൻ ആജ്ഞാപിക്കപ്പെട്ടു. മദർ സുപ്പീരിയറിനും ഏർമെനെ ഷീൽഡച്ചനും അവർക്കായി ഒരു സ്വീകരണച്ചടങ്ങ് ഒരുക്കിയിരുന്നു. പള്ളിക്കകത്തെ ബഞ്ചുകളിൽ കുട്ടികളിരുന്നു. യൂണിഫോം ലഭിച്ചിട്ടില്ലാത്തവരെയും ധരിക്കാൻ മറന്നവരെയും ഏറ്റവും പിറകിലത്തെ ബഞ്ചുകളിലേക്കു മാറ്റിയിരുന്നു.

പള്ളിയുടെ മറുപുറത്തു നിന്ന് മദർ സുപ്പീരിയറും ഏർമെനെ ഷീൽഡച്ചനും പുറത്തേക്കു പ്രത്യക്ഷരായി. രൂപക്കൂടിനു മുമ്പിൽ അവർ മുട്ടുകുത്തി പ്രാർത്ഥിച്ചു. പിന്നെ കുട്ടികളുടെ നേരെ തിരിഞ്ഞു. കുറേ നേരം നിശ്ശബ്ദരായി നിന്നു. മുൻനിരയിലിരുന്ന പുതുവിദ്യാർത്ഥിനികളെ നോക്കി പിതൃസമാനമായി ഒരു പുഞ്ചിരിച്ചു.

ഒടുവിൽ മദർ സുപ്പീരിയർ സംസാരിച്ചു തുടങ്ങി. പുതിയതായി വന്നുചേർന്നവരെ പ്രത്യേകിച്ചും മറ്റെല്ലാവരെയും സ്വാഗതം ചെയ്തു; അനുമോദിച്ചു. കുലീനമായ സ്ത്രീത്വത്തെ വാർത്തെടുക്കുക എന്ന ലക്ഷ്യത്തോടെയാണ് നൈലിന്റെ നോത്രദാം സ്കൂൾ ആരംഭിച്ചതെന്ന് അവരോർമ്മിപ്പിച്ചു. തന്റെ മുമ്പിൽ, ഇവിടെ ഏവരുമെത്തിയത് പ്രസ്തുത നിയോഗത്താലാണ്. റുവാണ്ടയിലെ എല്ലാ സ്ത്രീകൾക്കും മാതൃകയായിത്തീരുകയെന്നതായിരിക്കണം ഏവരുടെയും ലക്ഷ്യം. നല്ല ഭാര്യമാരാകുക അല്ലെങ്കിൽ നല്ല അമ്മമാരാവുക എന്ന അർത്ഥത്തിൽ മാത്രമല്ല നന്മയുള്ള പൗരവനിതകളും സദ് ക്രിസ്ത്യാനികളുമാവുക എന്ന നിലയിലുമാണ്. എല്ലാം പരസ്പര പൂരകമായി ചേർന്നു പോകണം. റുവാണ്ടൻ ജനതയുടെ വിമോചനത്തിന് സ്ത്രീകൾക്ക് വലിയ ഒരു പങ്കുണ്ട്. സ്ത്രീകളുടെ ഉന്നമനത്തിനായി മുമ്പുതന്നെ നിയോഗിക്കപ്പെട്ടവരാണീ സ്കൂളിലെ വിദ്യാർത്ഥിനികൾ. പുരോഗതിയുടെ ചാലകശക്തിയായിത്തീരുമ്പോൾത്തന്നെ ഓർക്കേണ്ട കാര്യമെന്തെന്നാൽ ഇവിടുത്തെ നിയമാവലികളെല്ലാം കടുകിടെ അനുസരിക്കേണ്ടതുണ്ട് എന്നതാണ്. അതിൽ എന്തെങ്കിലും വീഴ്ച വന്നാൽ ശിക്ഷിക്കപ്പെടും. മറ്റൊരുകാര്യം, റുവാണ്ടൻ ഔദ്യോഗിക ഭാഷയായ കിനിയർവാണ്ട പഠിക്കുന്നവരൊഴികെ, ഇതിനകത്തേക്കു പ്രവേശിച്ചാൽ പിന്നെ ഫ്രഞ്ചു മാത്രമേ സംസാരിക്കാവൂ എന്നതാണ്.

എന്നാൽ അവരും ക്ലാസ്സിനുശേഷം ആ ഭാഷ സംസാരിക്കാൻ പാടില്ല. ഉന്നതസ്ഥാനങ്ങളലങ്കരിക്കുന്ന ഭർത്താക്കന്മാരാകുമ്പോൾ (എന്തുകൊണ്ട് നിങ്ങൾക്കും ആ പദവികളായിക്കൂടാ?) കൂടുതലായും

ഫ്രഞ്ചായിരിക്കും നിങ്ങൾക്കുപയോഗിക്കേണ്ടി വരുക. മുഹമ്മദിന്റെ അനുയായികൾ ഉപയോഗിച്ച നിന്ദ്യമായ സ്വാഹിലി ഭാഷയിലെ ഒരു വാക്കുപോലും ഇവിടെ ഉച്ചരിക്കരുത്; വിശേഷിച്ചും കന്യാ മാതാവിന്റെ പാവനത്വത്തിൻ കീഴിലുള്ള ഈ വിദ്യാലയത്തിൽ. വിജയകരമായ ഒരദ്ധ്യയന വർഷം മദർ സുപ്പീരിയർ ആശംസിച്ചു. നൈലിന്റെ കന്യാമറിയം ഏവരെയും അനുഗ്രഹിക്കട്ടെയെന്നവർ പ്രാർത്ഥിക്കുകയും ചെയ്തു.

ഏർമെനെഷീൽഡച്ചൻ നടത്തിയ ദീർഘമായ ഒരു പ്രഭാഷണ ത്തിൽ നിന്ന് മനസ്സിലാക്കിയെടുക്കാൻ കഴിഞ്ഞതിന്റെ രത്നച്ചുരുക്കം ഇത്രയുമാണ്. റുവാണ്ടയുടെ കൊടുങ്കാടുകൾ വെട്ടി വെളുപ്പിച്ച തൂമ്പയേന്തിയ കൃഷീവലസമുദായം ഒമ്പതു നൂറ്റാണ്ടുകൾ തങ്ങളെ അടക്കിഭരിച്ച ഹാമീത്ത് ഗോത്രാധിപത്യത്തിൽ നിന്ന് മോചിതരായി. തദ്ദേശീയ വിശ്വാസ സമൂഹത്തിലെ എളിയൊരു പാതിരിയായ താനും അടിമത്തത്തെ ഇല്ലായ്മ ചെയ്യാൻ യത്നിച്ച സാമൂഹ്യ വിപ്ലവത്തിൽ പങ്കാളിയായിരുന്നു. 1957ലെ ബഹുത്തു കരാറിലെ ഒപ്പിട്ട പ്രതിനിധി കളിലൊരാളായിരുന്നില്ലെങ്കിലും പൊങ്ങച്ചം കൂടാതെ പറയട്ടെ, അതിന്റെ മുഖ്യ പ്രചോദകരിലൊരാൾ താനായിരുന്നു. അതിലെ ആശയങ്ങളും അവകാശവാദങ്ങളുമെല്ലാം തന്റെതായിരുന്നു. അദ്ദേഹം തന്റെ വാക്കുകൾ ശ്രവിച്ച ആ തരുണീമണികളെയെല്ലാം അഭി സംബോധന ചെയ്തുകൊണ്ട് വീണ്ടും ഉരിയാടി.

‘‘നിങ്ങളൊരിക്കൽ കുലീനരായ മഹിളകളാകും. എന്നും നിങ്ങ ളുടെ ഗോത്രത്തെയോർക്കും. ഭൂരിപക്ഷം വരുന്ന, ഏക തദ്ദേശീയ ഗോത്രത്തെ.’’

അദ്ദേഹത്തിന്റെ വാഗ്ധോരണിയിൽ ഒട്ടൊന്നമ്പരന്നു പോയ മദർ സുപ്പീരിയർ പ്രഭാഷകനെ നോക്കി ഇടപെട്ടു.

‘‘അത്... പക്ഷേ...ഇപ്പോൾ...’’

ഏർമെനെഷീൽഡച്ചൻ വാക്കുകളിൽ തപ്പിത്തടഞ്ഞു. മഹാനദി യുടെ പ്രഭവസ്ഥാനത്ത് സ്കൂളിനോട് ചേർന്നുതന്നെ നമ്മെ കാ ക്കുന്ന നൈൽ നോത്രദാമിന്റെ അനുഗ്രഹം ഏവരിലും ചൊരിയ പ്പെടേണമേയെന്ന് ആശീർവദിച്ചുകൊണ്ട് അദ്ദേഹം ആ ദീർഘ ഭാഷണം അവസാനിപ്പിച്ചു.

ദിനങ്ങളും പ്രവൃത്തികളും

സ്കൂളിലെ പുനഃപ്രവേശനത്തിന്റെ മിക്കവാറും അതേ ആഴ്ചതന്നെ മഴയും തുടങ്ങും. മഴയെത്താൻ വൈകിയാൽ ഏർമെനെ ഷീൽഡച്ചൻ കുർബാനയ്ക്കൊപ്പം വിദ്യാർത്ഥിനികളോട് നൈലിന്റെ നോത്രദാമിന് പുഷ്പാർച്ചന നടത്താൻ പോകാനാവശ്യപ്പെടും. കാര്യസ്ഥ സിസ്റ്ററിന്റെ അസ്വാസ്ഥ്യകരമായ മേൽനോട്ടത്തിൻകീഴിൽ കുട്ടികൾ പൂക്കളിറുക്കും. അവർ തടങ്ങൾ നാശമാക്കുമെന്ന ഭയമാണ് സിസ്റ്റർക്ക്. ഇറുത്തെടുത്ത പൂക്കൾ ചേർത്തുണ്ടാക്കിയ ഒരു കുല ഒരിക്കലും വറ്റാത്ത ഉറവയുടെ സമീപത്തെ കന്യാമറിയത്തിന്റെ പ്രതിമയുടെ പാദങ്ങളിൽ അവർ സമർപ്പിക്കുന്നു. മിക്ക സമയത്തും ഈയൊരു തീർത്ഥാടന ദൗത്യം വേണ്ടിവരാറില്ല. താഴ്വരയാകെ തടാകത്തോളം മുരൾച്ചയോടെയുരുളുന്ന ഒരു ഇടിനാദമാണ് മഴക്കാലത്തിന്റെ പ്രഥമ സൂചന. ആകാശം ഒരു പഴയ കാലത്തേക്കാൾ കരിനിറമാകും. മഴ കോരിച്ചൊരിയുമ്പോൾ നിയാമിനോംബിലെ പൈതങ്ങൾ ആർപ്പുവിളിക്കുകയും ആടിപ്പാടുകയും ചെയ്യും.

അവസാനവർഷക്കാർക്ക് സ്കൂളിലെ ദിനങ്ങളെ സംബന്ധിച്ച് ദുരൂഹതകളൊന്നുമില്ല. അവരെ ഉണർത്താൻ ഉപദേശിക്കപ്പെട്ട ശബ്ദങ്ങൾ ഇപ്പോഴവരെ ഞെട്ടിക്കാറില്ല.

ഗേറ്റു തുറക്കുന്നതിന്റെ കിരുകിരാശബ്ദം, നാഴികമണിയുടെ മുഴക്കം, റോന്തു ചുറ്റുന്ന വാർഡൻമാരുടെ വിസിലടികൾ, കിടക്ക വിടാൻ മടിക്കുന്നവരോടുള്ള ശകാരങ്ങൾ. എഴുന്നേൽക്കാൻ ഏറ്റവും വൈകാറുള്ളത് ഗോഡ്ലിവായിരുന്നു. സ്കൂളിൽ കഴിയാനിഷ്ടമല്ല, പഠിക്കാൻ വയ്യ എന്നും മറ്റും അവൾ കേഴും. മോഡസ്റ്റയും ഇമ്മാക്കുലേയും അവളെ ഉത്സാഹിപ്പിക്കും. ക്രിസ്മസ് അവധിക്കാലം ഇങ്ങെത്താറായി എന്നും ഈ വർഷം കൂടി പഠനം തീരുകയാണ് എന്നും കട്ടിലിൽ നിന്നെഴുന്നേൽക്കാൻ പിന്നെയാരും നിർബന്ധിക്കില്ലെന്നുമൊക്കെ പറഞ്ഞ് അവളെ ആശ്വസിപ്പിക്കും. നിശാവസ്ത്രമൂരിക്കളഞ്ഞ്, പുനഃപ്രവേശനസമയത്ത് കാര്യസ്ഥ സിസ്റ്റർ വിതരണം

ചെയ്ത തോർത്തുമുണ്ട് കക്ഷത്തിനു കീഴെ കെട്ടി, ടാപ്പുകളിലൊന്നിന്റെ അടിയിലേക്കോടിയേ പറ്റൂ. ശരിയായ കുളിയൊക്കെ വൈകുന്നേരമാണ്.

കുതിക്കുന്ന വെള്ളത്തിനു മുമ്പിൽ ആദ്യം കുനിഞ്ഞു നിൽക്കുക ഗ്ലോറിയോസയാണ്, അവളുടെ പൊക്കത്തിനു സ്തുതി. അവൾക്കായി എല്ലാവരും ഒഴിഞ്ഞു കൊടുക്കണം. പ്രഭാതകൃത്യങ്ങളെല്ലാം കഴിഞ്ഞ് നീല യൂണിഫോം അണിഞ്ഞ് നേരെ ഭക്ഷണശാലയിലേക്ക്. അവിടെ ചായയും കട്ടിയുള്ള പോറിഡ്ജും അവരെ കാത്തിരിപ്പുണ്ട്. അവധിക്കാലത്ത് വീട്ടിൽ അമ്മയുണ്ടാക്കിക്കൊടുക്കുന്ന രുചികരമായ തൈരുസാദത്തെ മനസ്സിൽ വിചാരിച്ച് വിർജീനിയ അത് കണ്ണടച്ച് വെട്ടിവിഴുങ്ങും.

അവൾ അവളുടെ കൈയ്യിലെ പഞ്ചസാരപ്പൊടിയിട്ട ചെറുകപ്പ് കശപിശ കൂടുകയായിരുന്ന മറ്റുള്ളവരുടെ നേരെ നീട്ടി. മധുരക്കഞ്ഞിയാക്കാൻ മാത്രം പാകത്തിന് കപ്പിൽ പകുതിയോളം ഉണ്ടായിരുന്നിട്ടുപോലും അതിനായി ശണ്ഠ കൂടുകയായിരുന്നു അവർ.

വിർജീനിയയെ സംബന്ധിച്ചിടത്തോളം ഭയാനകമാം വിധം കയ്പുള്ള ഒന്നാണ് പഞ്ചസാര. മലയോര പ്രദേശത്ത് പഞ്ചസാര ദുർലഭമായിരുന്നു. വിർജീനിയ ആറാംക്ലാസ്സിൽ പഠിക്കുന്ന കാലം പ്രാതൽ സമയത്ത് ഭക്ഷണശാലയിലെ ഓരോ മേശയിലും വെയ്ക്കുന്ന കപ്പിൽ മാത്രമാണ് അവൾ പഞ്ചസാര കണ്ടിട്ടുള്ളത്. അവൾ അവളുടെ കുഞ്ഞനിയത്തിമാരെ ഓർത്തുപോയി. ആ കൊച്ചുകപ്പിലെ അത്രയും മാത്രമെങ്കിലും അവർക്കു കൊണ്ടുകൊടുക്കാൻ കഴിഞ്ഞിരുന്നെങ്കിൽ എന്നവളാഗ്രഹിച്ചു. അവളുടെ ചിരി തൂകുന്ന ചുണ്ടുകളിൽ വെളുത്ത പഞ്ചസാരപ്പൊടി പറ്റിക്കിടക്കുന്നതവൾ സങ്കൽപിച്ചു. ആ ചെറിയ കപ്പിലെ വിലപിടിച്ച പൊടി രഹസ്യമായി എടുക്കാൻ അവൾ തീരുമാനിച്ചു. പക്ഷേ അത് എളുപ്പമായിരുന്നില്ല. ആ ഇഷ്ടവിഭവം അവിടത്തെ നിതാന്തജാഗ്രതയ്ക്കു കീഴിലായിരുന്നു. മാത്രമല്ല, അവൾ ഒരു ടുറ്റ്സിയായതിനാൽ അവളിൽ അതെത്തിച്ചേരുന്നത് എപ്പോഴും അവസാന ഊഴമായിട്ടായിരുന്നു. അതിനാൽ കപ്പിലൊരിത്തിരി മാത്രമേ അവശേഷിക്കാറുള്ളൂ. അവൾ പോറിഡ്ജിലേക്ക് അതു ചൊരിയുന്നതിനു പകരം അവളുടെ കുഞ്ഞുസ്പൂണിൽ അത് കോരിയെടുത്തു. പിന്നെ ഒട്ടു ധൃതിയോടെ രഹസ്യമായി അവളുടെ യൂണിഫോമിന്റെ കീശയിലേക്കു തട്ടിയിട്ടു. വൈകുന്നേരം അവൾ പോക്കറ്റിൽ നിന്നത് എടുത്തു മാറ്റും. മൂന്നു മാസത്തിനു ശേഷം ഒരു കവറിന്റെ പകുതിയോളം പഞ്ചസാരപ്പൊടി നിറയ്ക്കാൻ അവൾക്കു സാധിച്ചു. അവളുടെ ഒപ്പം പ്രാതൽ കഴിക്കാറുള്ള

ഡോറോത്തെ ഈ കളി കണ്ടുപിടിച്ചു. അവധിക്കാലത്തിനു തൊട്ടു തലേന്ന്, അവൾ വിർജീനിയയോടു പറഞ്ഞു.

''നീയൊരു കള്ളിയാണ്, ഇനി നിന്റെ കൂട്ടു വേണ്ട.''

''ഞാനോ, കള്ളിയോ?''

''അതേ, നീ എന്നും രാവിലെ പഞ്ചസാര മോഷ്ടിക്കാറുണ്ട്. നിന്റെ വിചാരം ഞാൻ കാണുന്നില്ലെന്നാണ്. അവധിക്കാലത്ത് നീ നിന്റെ നാട്ടിൽ പോയി കട്ടെടുത്ത പഞ്ചസാര ചന്തയിൽ വിൽക്കും. അതാണ് നിന്റെ പരിപാടി.''

''അതെന്റെ കുഞ്ഞനിയത്തിമാർക്കു വേണ്ടിയാണ്. ഞങ്ങളുടെ നാട്ടുമ്പുറത്ത് പഞ്ചസാര കിട്ടില്ല. എന്നെ തള്ളിപ്പറയരുതേ.''

''ങാ, ശരിയാക്കാൻ പറ്റുമോ എന്നു നോക്കാം. നീയാണ് ഫ്രഞ്ചു ഭാഷയിൽ ഏറ്റവും മിടുക്കി. അടുത്ത തവണ എന്റെ പ്രബന്ധം നീയെഴുതിത്തരണം. എങ്കിൽ ഞാൻ ഒരിക്കലും ഇതേക്കുറിച്ച് മിണ്ടില്ല.''

''പഞ്ചസാര ഞാനെന്റെ അനിയത്തിമാർക്ക് കൊണ്ടുകൊടു ത്തോട്ടെ?''

''അങ്ങനെയെങ്കിൽ അടുത്ത കൊല്ലം അവസാനം വരേയ്ക്കും എന്റെ പ്രബന്ധങ്ങൾ നീ എഴുതിത്തരണം.''

''ഞാനതു ചെയ്യാം. അടുത്ത കൊല്ലം അവസാനം വരെ നിനക്ക് വേണ്ടിയത് ചെയ്യാം. ഞാൻ നിനക്ക് വാഗ്ദാനം തരുന്നു.''

ഡോറോത്തേയുടെ പെട്ടെന്നുള്ള പുരോഗതി കണ്ട് അദ്ധ്യാപകൻ അത്ഭുതപ്പെട്ടു. എന്തോ സൂത്രപ്പണിയുണ്ടെന്ന് അദ്ദേഹം സംശയി ച്ചെങ്കിലും വ്യക്തത വരുത്താൻ അദ്ദേഹം ഉദ്യമിച്ചില്ല. പിന്നെയ ങ്ങോട്ട് ഡോറോത്തേയുടെ പ്രബന്ധങ്ങളായിരുന്നു ക്ലാസ്സിൽ ഏറ്റവും മികച്ചത്.

നാഴികമണിയൊച്ച വീണ്ടും മുഴങ്ങി. ക്ലാസുകൾ ആരംഭിക്കുക യാണ്. ഫ്രഞ്ച്, ഗണിതശാസ്ത്രം, മതം, ആരോഗ്യം, ഭൂമിശാസ്ത്രം, ചരിത്രം, ഭൗതികശാസ്ത്രം, വ്യായാമം, ഇംഗ്ലീഷ്, കിന്യാർവാണ്ട, തയ്യൽ, ഫ്രഞ്ച്, പാചകം, ഭൂമിശാസ്ത്രം, ചരിത്രം, ഭൗതികശാസ്ത്രം, ആരോഗ്യം, ഗണിതശാസ്ത്രം, മതം, പാചകം, ഇംഗ്ലീഷ്, തയ്യൽ, ഫ്രഞ്ച്, മതം, വ്യായാമം, ഫ്രഞ്ച്...

ദിവസങ്ങൾ കൊഴിഞ്ഞുകൊണ്ടിരുന്നു. ക്ലാസ്സുകൾക്കു പിറകെ ക്ലാസ്സുകളും. സ്കൂളിലെ അദ്ധ്യാപകരിൽ രണ്ടുപേർ മാത്രമാണ് റുവാണ്ടക്കാരായിരുന്നത്. ഒന്ന് ലിഡ്വിൻ സിസ്റ്റർ. മറ്റേത് വിശേഷിച്ച് പറയേണ്ടതില്ലല്ലോ കിന്യാർവാണ്ട പഠിപ്പിക്കുന്ന അദ്ധ്യാപിക. ലിഡ്വിൻ സിസ്റ്ററുടെ വിഷയം ചരിത്രം/ഭൂമിശാസ്ത്രം ആയിരുന്നു. രണ്ടു

കാര്യങ്ങളിലായിരുന്നു അവരുടെ പൂർണ്ണ ശ്രദ്ധ. അവരുടെ അഭിപ്രായത്തിൽ ചരിത്രം യുറോപ്പിന്റേയും ഭൂമിശാസ്ത്രം ആഫ്രിക്കയുടേയുമാണ്.

ലിഡ്വിൻ സിസ്റ്റർ മധ്യകാലഘട്ടത്തോടൊരു പ്രത്യേക മമത പുലർത്തി. അവരുടെ ക്ലാസിൽ ഉശിരൻ കോട്ടകൾ, കാരാഗൃഹങ്ങൾ, കൊലകൾ, കടൽപ്പാലങ്ങൾ, നിരീക്ഷണ ഗോപുരങ്ങൾ..., സെറാസെൻ അറബികളെ കൊലപ്പെടുത്തിക്കൊണ്ട് ജറുസലേമിനെ മോചിപ്പിക്കാൻ കുരിശു യുദ്ധത്തിൽ പങ്കെടുത്ത, പോപ്പിനാൽ അനുഗൃഹീതമായ കുതിരപ്പടയാളികൾ എന്നിവ മാത്രമായിരുന്നു പരാമർശ വിഷയങ്ങൾ. മറ്റുള്ളവർ കൂർമ്പൻ തൊപ്പികൾ ധരിച്ച തരുണികളുടെ സുന്ദരനയനങ്ങൾക്കു വേണ്ടി കുന്തങ്ങളേന്തി പോരാടി. റോബിൻ ഹുഡിനെക്കുറിച്ചും ഐവാൻ ഹോയെക്കുറിച്ചും സിംഹഹൃദയമുള്ള റിച്ചാർഡിനെക്കുറിച്ചുമൊക്കെ ലിഡ്വിൻ സിസ്റ്റർ പറഞ്ഞു .

‘‘ഞാനവരെയൊക്കെ സിനിമയിൽ കണ്ടിട്ടുണ്ട്.’’

വെറോണിക്കയ്ക്ക് പറയാതിരിക്കാൻ കഴിഞ്ഞില്ല.

‘‘മിണ്ടാതിരിക്കണം.’’ ലിൻഡ്വിൻ സിസ്റ്റർക്ക് ദേഷ്യം വന്നു.

‘‘നിങ്ങളുടെ പൂർവ്വികർ റുവാണ്ടയിൽ കാലുകുത്തുന്നതിനുമെത്രയോ മുമ്പ് ജീവിച്ചിരുന്നവരാണവർ. ആഫ്രിക്കയെ സംബന്ധിച്ചാണെങ്കിൽ, മിഷനറിമാർ വിദ്യാലയങ്ങൾ ആരംഭിക്കുന്നതുവരെ ആർക്കും എഴുതാനും വായിക്കാനുമാറിയില്ല. യൂറോപ്യന്മാരാണ് ആഫ്രിക്ക കണ്ടുപിടിച്ചതും ചരിത്രപുസ്തകങ്ങളിൽ അതിന് ഇടമുണ്ടാക്കിയതും. റുവാണ്ടയിൽ രാജാക്കന്മാരുണ്ടായിരുന്നുവെങ്കിൽ ത്തന്നെ അവരെപ്പറ്റി ഓർക്കാതിരിക്കുകയാണ് നല്ലത്. ഇപ്പോൾ റുവാണ്ട ഒരു റിപ്പബ്ലിക് ആണ്. എന്നാൽ ആഫ്രിക്കയ്ക്ക് മലനിരകളുണ്ട്, അഗ്നിപർവ്വതങ്ങൾ, നദികൾ, തടാകങ്ങൾ, മരുഭൂമികൾ, വനങ്ങൾ എല്ലാമുണ്ട്. പട്ടണങ്ങൾ പോലുമുണ്ട്. അതൊക്കെ ഭൂപടങ്ങളിൽ തന്നെ പേരുകൾ വഹിച്ചുകൊണ്ടിരുന്നാൽ മതി: കിളിമഞ്ജാരോ, തമാൻറാസെറ്റ് കാരിസിമ്പി, ടോംബുക്റ്റൂ, ടാംഗനീക്ക, മുഹാബുറ, ഫുത്താജലോൻ, കിവു, ഉവാഗാദൂഗൂ...പക്ഷേ, ഒരു വലിയ പല്ലിയുടെ രൂപത്തിൽ ആഫ്രിക്കയുടെ നടുവിൽ....’’ ശബ്ദം താഴ്ത്തിക്കൊണ്ടും ഇടനാഴിയിലേക്ക് ശങ്ക നിറഞ്ഞ നോട്ടമെറിഞ്ഞുകൊണ്ടും ലിഡ്വിൻ സിസ്റ്റർ ഒരു രഹസ്യം വെളിപ്പെടുത്തി.

‘‘ആഫ്രിക്കയുടെ നടുവിലായി ഒരു പിളർപ്പ് രൂപപ്പെട്ട് പരസ്പരം അകലുകയും രണ്ട് ഭൂഖണ്ഡങ്ങളാവുകയും ചെയ്യും. അപ്പോൾ റുവാണ്ട ഒരു കടൽത്തീരത്തായിത്തീരും. അത് ഇടതുവൻകരയിലോ വലതു വൻകരയിലോ എന്നു തനിക്ക് പറയാനാവില്ല.’’ ലിഡ്വിൻ സിസ്റ്ററെ നിരാശപ്പെടുത്തിക്കൊണ്ട് ക്ലാസ് മുഴുവൻ പൊട്ടിച്ചിരിച്ചു.

സാധുക്കളായ ആഫ്രിക്കക്കാരെ പേടിപ്പിക്കാൻ വെള്ളക്കാർ കെട്ടുകഥകൾ മെനഞ്ഞുകൊണ്ടേയിരുന്നു.

മി. വാൻഡെർ പുട്ടെൻ ആണ് ഗണിതാദ്ധ്യാപകൻ. അദ്ദേഹം ഫ്രഞ്ചിൽ ഒരു വാക്കുപോലുമുച്ചരിക്കുന്നത് കേട്ടിട്ടില്ല. അക്കങ്ങളാൽ മാത്രമേ അദ്ദേഹം ക്ലാസ്സുമായി ആശയവിനിമയം നടത്താറുള്ളൂ. ബീജഗണിതസൂത്ര വാക്യങ്ങൾ അദ്ദേഹം മൂടിവെക്കുകയോ പലനിറമുള്ള ചോക്കുകൾ കൊണ്ട് ബോർഡിൽ ജ്യാമിതീയരൂപങ്ങൾ വരയ്ക്കുകയോ മാത്രം ചെയ്തു. അതേസമയം ഓക്സീൽ ബ്രദറുമായി അദ്ദേഹം ഏതോ ബെൽജിയൻ പ്രാദേശിക ഭാഷയിൽ വാതോരാതെ സംസാരിക്കും. മദർ സുപ്പീരിയറിനോട് സംസാരിക്കുമ്പോൾ അതിൽ അദ്ദേഹം കുറച്ചു വ്യത്യസ്തത വരുത്തിയിരുന്നു. മദർ സുപ്പീരിയറാകട്ടെ, പ്രകടമായൊരു ഈറയോടെ ഫ്രഞ്ചിൽ ഒഴുക്കോടെ പ്രതികരിച്ചു. കേൾവിക്കാർ കരുതുന്നതുപോലെ ഒരുപക്ഷേ അത്ര പരുക്കനൊന്നുമല്ലാത്ത വാക്കുകളോടെ അദ്ദേഹമപ്പോൾ അകന്നു മാറിക്കളയും.

മതപഠനത്തിന്റെ ചുമതല നിസ്സംശയം ഏർമെനെഷീൽഡച്ചനു തന്നെയായിരുന്നു.

ഇസ്രായേലികളുടെ വേദപുസ്തകത്തിലെ യഹോവയുടെ ഇരട്ട ഇരട്ടസഹോദരനെപ്പോലുള്ള ഇമാന എന്നു പേരായ ഏക ദൈവത്തെയാണ് റുവാണ്ടക്കാർ എന്നും ആരാധിച്ചിരുന്നത് എന്ന് അദ്ദേഹം കടംകഥകളുടെയും പുരാണങ്ങളുടെയും അകമ്പടിയോടെ സമർത്ഥിക്കും. പുരാതന റുവാണ്ടക്കാർ തങ്ങളറിയാതെ തന്നെ ക്രിസ്തുമത വിശ്വാസികളായി. ജ്ഞാനസ്നാനം ചെയ്യപ്പെടാനായി അവർ അക്ഷമയോടെ മിഷനറിമാരെ പ്രതീക്ഷിച്ചു കൊണ്ടിരുന്നു. പക്ഷേ ചെകുത്താൻ അവരുടെ നൈർമ്മല്യത്തെ കളങ്കപ്പെടുത്താനെത്തി. അവൻ റിയാംഗോബിന്റെ മുഖം മൂടിയണിഞ്ഞ് നിശാക്രീഡകളിലേക്ക് അവരെ വലിച്ചിഴച്ചു. അവരുടെ ശരീരങ്ങളിലും ആത്മാക്കളിലും രാക്ഷസന്മാർ ആവേശിച്ചു. അവരുടെ അസഭ്യവൃത്തികളെപ്പറ്റി പരിശുദ്ധ കന്യകളായ പെൺകുട്ടികളോട് വിശദമായി പറയാൻ തന്റെ അന്തസ്സ് തന്നെ അനുവദിച്ചില്ല. റിയാംഗോബിന്റെ ശപിക്കപ്പെട്ട പേര് ഉച്ചരിച്ചുകൊണ്ട് ഏർമെനെഷീൽഡച്ചൻ പലതവണ കുരിശു വരച്ചു.

റുവാണ്ടയിൽ പഠിപ്പിക്കുന്ന അദ്ധ്യാപകർക്ക് സുഖമാണ്. അവർ സന്തുഷ്ടരാണ്. ഇത്രയും ശാന്തരായ, ഇണക്കമുള്ള, ശ്രദ്ധയുള്ള കുട്ടികൾ റുവാണ്ടയിലല്ലാതെ വേറെ എവിടെയുമില്ല. പൊതുവെ അച്ചടക്കം നിഷ്ഠയോടെ തന്നെ പാലിക്കപ്പെട്ടിരുന്നു. ഒരു ക്ലാസിലൊഴികെ. അസഹനീയമായ കോലാഹലമെന്നു പറഞ്ഞുകൂടെങ്കിലും മിസ് സ്മിത്തിന്റെ ഇംഗ്ലീഷ് ക്ലാസ്സാണ് ആ കുഴഞ്ഞു മറിഞ്ഞ ക്ലാസ്.

റുവാണ്ടയിലൊരിടത്തും സംസാരിക്കാത്ത ഇംഗ്ലീഷ് ഭാഷ എന്തിനു വേണ്ടിയാണ് പഠിക്കുന്നതെന്ന് വിദ്യാർത്ഥിനികൾക്ക് മനസ്സിലായിരുന്നില്ല എന്നതാണ് വാസ്തവം. ഉഗാണ്ടയിൽ നിന്നും കുടിയേറിയ ഏതാനും പാകിസ്താൻ വംശജരോ, ഏർമെനെഷീൽഡച്ചൻ കന്യാമറിയത്തോട് പ്രാർത്ഥിക്കുന്നതിനോട് യോജിപ്പില്ലാത്ത പ്രൊട്ടസ്റ്റന്റ് പാതിരിമാരോ മാത്രമാണ് അൽപസ്വൽപം ഇംഗ്ലീഷ് സംസാരിക്കുന്നതായി കേട്ടിട്ടുള്ളത്.

മിസ് സ്മിത്തിന്റെ രൂപഭാവങ്ങൾ ഷേക്സ്പിയറിന്റെ ഭാഷയ്ക്കിണങ്ങിയതായിരുന്നില്ല. വരണ്ടുണങ്ങിയ, പൊക്കമുള്ള ശരീരമാണവർക്ക്. വെട്ടിയൊതുക്കിയ മുടിക്കിടയിൽ കുറച്ചു നീളൻ മുടി മിടഞ്ഞുവെച്ചത് താഴോട്ട് തൂങ്ങി വട്ടക്കണ്ണടയിൽ തട്ടുമ്പോൾ അതുമായി വൃഥാ പോരാടും. അലക്കിയലക്കി നിറം കെട്ട നീലവടിവുള്ള പാവാടയും വിളറിയ വയലറ്റു നിറമുള്ള, കഴുത്തുവരെ ബട്ടനിട്ട കുപ്പായവുമാണ് എപ്പോഴും അവരുടെ വേഷം. ഉഗ്രഭാവത്തിലുള്ള ഒരു വരവാണ്. പിന്നെ തന്റെ തുകൽബാഗ് മേശപ്പുറത്താഞ്ഞുവെച്ച് അതിൽ നിന്ന് കുറേ കടലാസുകളെടുത്ത് ഇടറിയിടറി ഡെസ്കുകളിൽ തട്ടിമുട്ടി നടന്ന് ക്ലാസിലേവർക്കും വിതരണം ചെയ്യും. കുട്ടികൾ അവരിൽ നിന്നേതു സമയത്തും ഒരു ചാട്ടം പ്രതീക്ഷിച്ചുകൊണ്ട് അവരെ വലതുകൈ കവിളത്തുവെച്ച് സാകൂതം വീക്ഷിച്ചുകൊണ്ടിരിക്കും. സ്റ്റെൻസിൽ ചെയ്ത പാഠങ്ങൾ വായിക്കുന്നതിനേക്കാൾ കൂടുതൽ അവ നോക്കാതെ ഉരുവിടുകയാണവർ ചെയ്യുക. അങ്ങനെ ഉരുവിടുന്നതെല്ലാം കുട്ടികൾ സംഘമായി ഏറ്റുപറയണം. അവർ അന്ധയാണെന്നോ, ഭ്രാന്തിയാണെന്നോ, ഒക്കെ കുട്ടികൾ അമ്പരന്നു. ഫ്രിദയുടെ അഭിപ്രായത്തിൽ അവർ കുടിച്ചു മത്തായതാണ്: ഇംഗ്ലീഷുകാർ ചാരായത്തേക്കാൾ, ജോണിവാക്കറിനേക്കാൾ വീര്യമുള്ള മദ്യം രാപകലന്യേ സേവിക്കുന്നവരാണ്. ഒരംബാസഡർ സുഹൃത്ത് അവൾക്കൊരിക്കൽ അത് രുചിച്ചു നോക്കാൻ നൽകിയിരുന്നത്രെ. അത് അവൾക്ക് തലചുറ്റലുണ്ടാക്കിയത്രെ. മിസ് സ്മിത്ത് പലപ്പോഴും കുട്ടികളെക്കൊണ്ട് ഈ വരികൾ ചൊല്ലിക്കാൻ ശ്രമിക്കും.

My bonnie lies over the ocean
My bonnie lies over the sea.

ആ കാക്കക്കോലാഹലം തൊട്ടടുത്ത ക്ലാസ്സിലെ അദ്ധ്യാപകർക്ക് ഇടപെടേണ്ടിവരുന്ന വിധം മൂർച്ഛിക്കും. അതോടെ ക്ലാസ്സ് ശാന്തമാവുകയും കുട്ടികളിൽ നിന്ന് നെടുവീർപ്പുകളുയരുകയും ചെയ്യും.

നൈലിന്റെ നോത്രദാം സ്കൂളിൽ മൂന്നു വർഷത്തോളമായി അദ്ധ്യാപകർ ഫ്രഞ്ചു പഠിപ്പിക്കുന്നുണ്ട്. അവർക്കു കീഴിൽ മൂന്നു

പേരെ കൂടി നിയമിച്ചയയ്ക്കാൻ പോവുകയാണെന്ന് മന്ത്രാലയത്തിൽ നിന്ന് മദർ സുപ്പീരിയറിന് അറിയിപ്പു ലഭിച്ചതോടെ അവിടെ ഒരസ്വാസ്ഥ്യം പടർന്നു. അവർ ഏർമെനെഷീൽഡച്ചനുമായി തന്റെ ഉൽക്കണ്ഠ പങ്കുവെച്ചു. 'ദേശീയ സന്നദ്ധ സേവകർ' എന്ന പേരിൽ ഓരോ വിചിത്ര പദ്ധതികൾ കണ്ടെത്തുന്ന ഫ്രഞ്ചുകാരുടെ സ്ഥിര സ്വഭാവ പ്രകാരമാണ് അവരുടെ വരവ്. അത്തരമൊരു പദ്ധതിയുടെ ഭാഗമായാണ് അവരുടെ വരവെന്ന സൂചനകൾ പ്രസ്തുത കത്തിൽ വ്യക്തമായുണ്ടായിരുന്നു. അവർ അനുഭവസമ്പന്നരല്ലാത്ത യുവാക്കളായിരിക്കുമെന്ന ഉൽക്കണ്ഠയും മദർ സുപ്പീരിയറിനുണ്ടായിരുന്നു.

''അപ്പോൾ, അവർ സൈനിക സേവനത്തിനു തയ്യാറല്ലാത്തവരോ പട്ടാളവിരോധികളോ ആണ്.''

മദർ സുപ്പീരിയർ ഒടുവിലൊരു നിഗമനത്തിലെത്തി. ചിലപ്പോൾ ബോധത്തിന്റെ എതിർപക്ഷക്കാർ. അല്ലെങ്കിൽ യഹോവാ സാക്ഷികളാകാനും മതി. എന്തു തന്നെയായാലും അത് നല്ലതിനല്ല. ''ഫാദർ ഏർമെനെഷീൽഡ്. താങ്കൾക്കറിയാമല്ലോ, അധികകാലമായിട്ടില്ല ഫ്രാൻസിൽ സംഭവിച്ചതെന്താണെന്ന്. വിദ്യാർത്ഥികളുടെ സമര കോലാഹലങ്ങൾ, പ്രകടനങ്ങൾ, കലാപങ്ങൾ, ബാരിക്കേഡുകൾ, വിപ്ലവം. എന്തായാലും ഈ വരുന്ന മാന്യന്മാരെ സൂക്ഷിക്കണം. അവർ അട്ടിമറികൾക്കു പ്രേരണ നൽകുന്ന സന്ദേശങ്ങളും നിരീശ്വരവാദവും ക്ലാസ്സിൽ അവതരിപ്പിക്കുന്നുണ്ടോ എന്ന് നിരീക്ഷിക്കണം.''

''നമുക്കീ കാര്യത്തിൽ ഒന്നും ചെയ്യാൻ പറ്റില്ല.''

ഏർമെനെഷീൽഡച്ചൻ പ്രതിവചിച്ചു.

''ആ ഫ്രഞ്ചുകാർ ഇങ്ങോട്ടയയ്ക്കപ്പെടുന്നുവെങ്കിൽ അത് രാഷ്ട്രീയപരം, അഥവാ നയതന്ത്രപരമായ ഒരു വിഷയമാണ്. നമ്മുടെ കൊച്ചു രാജ്യം ബന്ധങ്ങൾ വികസിപ്പിക്കുന്നുണ്ട്. സർവ്വോപരി, ഈ ലോകം, ബെൽജിയം മാത്രമല്ലല്ലോ...''

സ്കൂളിലേക്കയയ്ക്കപ്പെട്ട ആദ്യത്തെ രണ്ടു ഫ്രഞ്ചുകാർ എംബസിയുടെ കാറിലാണ് വന്നത്. അവർ ടൈ ധരിച്ചിരുന്നില്ല. അവരിലൊരാളുടെ ബാഗേജിൽ ഒരു ഗിറ്റാർ ഉണ്ടായിരുന്നു. അവർ ഏറെക്കുറെ വിനയാന്വിതരാണെന്നു കാണപ്പെട്ടു. ആഫ്രിക്കയുടെ ഉൾഭാഗത്തെങ്ങോ ഉള്ള ഒരു രാജ്യത്തിൽ മലനിരകൾ നിറഞ്ഞ ഒറ്റപ്പെട്ട ഒരജ്ഞാത പ്രദേശത്ത് ആകസ്മികമായി നിയമിക്കപ്പെട്ടെത്തിയതിന്റെ പരിഭ്രാന്തി അവരിൽ പ്രകടമായിരുന്നു. സാംസ്കാരിക വകുപ്പിന്റെ ഉദ്യോഗസ്ഥൻ ഒട്ടൊരവ്യക്തതയോടെ വിശദീകരിച്ചു.

''മിസ്റ്റർ ലാപാന്ത് അദ്ദേഹത്തിന്റെ സ്വന്തം വാഹനത്തിൽ വരാനാണ് ഉദ്ദേശിക്കുന്നത്. അദ്ദേഹം രാത്രിയാകുന്നതിനു മുമ്പെത്തേണ്ടതാണ്. അതല്ലെങ്കിൽ നാളെ കുറച്ചു വൈകിയായിരിക്കും എത്തുക.

മൂന്നാമത്തെ ഫ്രഞ്ചുകാരൻ പിറ്റേന്ന് രാവിലെ ട്രക്കറിൽ വന്നിറങ്ങി. കുഞ്ഞുങ്ങളെ പിറകിൽ വഹിച്ച സ്ത്രീകളെ വണ്ടിയിറങ്ങാൻ അദ്ദേഹം സഹായിച്ചു. ഒരു ഔദ്യോഗിക വാഹനം എത്തിയാലെന്ന പോലെതന്നെ കാവൽക്കാർ ഗേറ്റ് മലർക്കെ തുറന്നു. ഒരാചാരം പോലെ അത് ഉറക്കെ ഞരങ്ങി കിരുകിരാ ശബ്ദമുണ്ടാക്കി. രണ്ടാമത്തെ പിരീഡിന്റെ സമയമായിരുന്നു അത്. ജനലിനടുത്തുണ്ടായിരുന്ന കുട്ടികൾ വളരെ മെലിഞ്ഞ് നല്ല പൊക്കമുള്ള, നിറം മങ്ങിയ നീല ജീൻസും രോമം നിറഞ്ഞ നെഞ്ചു കാണാവുന്ന മട്ടിൽ കാക്കി ഷർട്ടും ധരിച്ച ഒരു യുവാവ് നടന്നുവരുന്നതു കണ്ടു. നിറയെ ചെറു ബാഡ്ജുകൾ പതിച്ച ഒരു മുതുക്സഞ്ചിയല്ലാതെ ബാഗേജ് എന്നു പറയാൻ മാത്രം ഒന്നും അയാളുടെ കയ്യിലുണ്ടായിരുന്നില്ല.

പക്ഷേ അവരെയേവരെയും ആശ്ചര്യഭരിതരാക്കിയത് അയാളുടെ പുറത്തിന്റെ പകുതിയോളം തിങ്ങി വളർന്നു വിലസുന്ന സ്വർണ മുടിയാണ്. അതു കണ്ടപാടെ, അദ്ധ്യാപകരുടെ പ്രതിഷേധം വക വെയ്ക്കാതെ അവരേവരും എഴുന്നേറ്റ് ഉറക്കെയൊരാരവം പുറപ്പെടുവിച്ചുകൊണ്ട് ജനലിനടുത്തേക്ക് ഇരമ്പിച്ചെന്നു.

''അതേയ്, അതൊരു പെണ്ണാണ്.'' ഗോഡ്‌ലിവ് പറഞ്ഞു.

''ഏയ് അല്ല, നീ മുൻഭാഗം കണ്ടുനോക്ക്, അതൊരു പുരുഷനാണ്.'' ഫ്രിദാ വാദിച്ചു.

''അതൊരു ഹിപ്പിയാണ്.'' ഇമ്മാക്കുലേ വിശദീകരിച്ചു. ''അമേരിക്കയിലൊക്കെ ഇപ്പോൾ ചെറുപ്പക്കാരൊക്കെ അങ്ങനെയാ.''

ജെർട്രൂഡ് സിസ്റ്റർ മുന്നാലെ തന്നെ കാര്യമറിയിക്കാൻ മദർ സുപ്പീരിയറിന്റെ അടുത്തേക്ക് ഓടിച്ചെന്നു.

''ഓ, എന്റെ ദൈവമേ, എന്റെ മദർ സുപ്പീരിയർ, അയാൾ എത്തിയിട്ടുണ്ട്, ഫ്രഞ്ചുകാരൻ.''

''ഓ, ഫ്രഞ്ചുകാരൻ? അതിനെന്താ, അദ്ദേഹത്തെ ഇങ്ങോട്ട് പറഞ്ഞയയ്ക്കൂ.''

''എന്റെ ദൈവമേ ഫ്രഞ്ചുകാരൻ! എന്റെ റവറന്റ് മദർ, അയാളെ കാണേണ്ടതുതന്നെ.''

മദറിന്റെ ഓഫീസു മുറിയിലേക്ക് ആ പുതിയ ആ ഫ്രഞ്ച് അദ്ധ്യാപകൻ കടന്നുവന്നപാടെ മദർ സുപ്പീരിയർ ഉള്ളിലുയർന്ന ഒരു ആശ്ചര്യസ്വരത്തെ അടക്കി.

''ഞാനാണ് ഒലിവിയർ ലാപാന്ത്.'' നിർവ്വികാരമട്ടിൽ അയാൾ പറഞ്ഞു. ''ഞാൻ ഇവിടേക്കു പറഞ്ഞയയ്ക്കപ്പെട്ടിരിക്കയാണ്. ഇതു തന്നെയാണല്ലോ നൈലിന്റെ നോത്രദാം സ്കൂൾ, അല്ലേ?''

നീരസത്താൽ ഇളകിവശായ മദർ സുപ്പീരിയർ ഒന്നും പ്രതികരിച്ചില്ല. സ്വയം ആശ്വാസം വീണ്ടെടുത്ത് ജെർട്രൂഡ് സിസ്റ്ററെ ചുമതലപ്പെടുത്തി:

''ജെർട്രൂഡ് സിസ്റ്റർ, ഇദ്ദേഹത്തിന് താമസസൗകര്യം ഏർപ്പാടാക്കൂ.''

കാന്യാരുഷാട്സി അഥവാ ഷെവെലിയു എന്നാണ് വിദ്യാർത്ഥിനികൾ അദ്ദേഹത്തെ വിളിക്കുക. 'സമൃദ്ധകേശൻ' എന്നാണതിനർത്ഥം. ഷെവെലിയു രണ്ടാഴ്ച, തനിക്കനുവദിക്കപ്പെട്ട ബംഗ്ലാവിൽത്തന്നെ കഴിഞ്ഞു. ടൈംടേബിളിൽ ഒടുവിലായാണ് അദ്ദേഹത്തിന് ഇടം കൊടുക്കപ്പെടുക. മിക്കവാറും എല്ലാ ദിവസവും ഏർമെനെഷീൽഡച്ചൻ, ജെർട്രൂഡ് സിസ്റ്റർ, ലിഡ്വിൻ സിസ്റ്റർ, ബെൽജിയൻ അദ്ധ്യാപകൻ എന്നിവരുൾപ്പെടുന്ന ഒരു ദൗത്യസംഘം മദർ സുപ്പീരിയറിന്റെ നിർദേശപ്രകാരവും മദർ സുപ്പീരിയർ തന്നെത്താനും ഷെവെലിയുവിനെ ആദരസന്ദർശനം എന്ന മട്ടിൽ പോയികണ്ട് മുടിവെട്ടണം എന്ന നിബന്ധന മുന്നോട്ടു വെച്ചു. ഷെവെലിയു ഏതു നിബന്ധന സ്വീകരിക്കാനും തയ്യാറായിരുന്നു. ഷർട്ടും ടൈയ്യും ധരിക്കാം. ജീൻസിനു പകരം പാന്റ് ഇടാം. പക്ഷേ തന്റെ നീളൻ മുടിയുടെ കാര്യത്തിൽ ഒട്ടും ഒത്തുതീർപ്പിനു തയ്യാറല്ല. കഴുത്തുവരെയെങ്കിലും വെട്ടിക്കൂടെ എന്ന നിബന്ധനയും അദ്ദേഹത്തിന് സ്വീകാര്യമായില്ല. ഒരിക്കലും ഒരു മുടി തൊടാൻ പോലും അദ്ദേഹം തയ്യാറല്ല. തനിക്ക് അഭിമാനിക്കാൻ വകയുള്ള ഏകകാര്യം തന്റെ നീളൻ മുടിയാണ്. തന്റെ യൗവന കാലം പണിഞ്ഞെടുത്തൊരു കലാസൃഷ്ടി, ജീവിതാഭിനിവേശത്തിന്റെ ഏകഹേതു. ലോകത്തിലെ മറ്റൊന്നും അതിനു പകരമായി തനിക്കു വേണ്ട.

നിരാശ പൂണ്ട അനവധി കത്തുകൾ മന്ത്രാലയത്തിലേക്ക് മദർ സുപ്പീരിയർ അയച്ചു. സദാചാരത്തെ മാത്രമല്ല, ക്രിസ്തീയ മര്യാദകളെയും വെല്ലുവിളിക്കുന്നതാണ് ആ ഫ്രഞ്ച് അദ്ധ്യാപകന്റെ ലജ്ജാകരമാംവിധം നീണ്ടമുടി. അത് റുവാണ്ടൻ കുലീനസ്ത്രീത്വത്തിന്റെ ഭാവിയെ പോലും അപകടപ്പെടുത്തും. മന്ത്രാലയം സംഗതി ഗൗരവത്തിലെടുത്ത് ഫ്രഞ്ച് അംബാസഡർക്കും അദ്ദേഹത്തിന്റെ സാംസ്കാരിക ഉപദേശകനും ഒരു കത്തെഴുതി. അദ്ദേഹം സ്കൂളിലെത്തി ഷെവെലിയുവിനെ താക്കീതു ചെയ്തു. പക്ഷേ പ്രയോജനമൊന്നുമുണ്ടായില്ല. അച്ചടക്കപെരമായ മേൽനോട്ടത്തെ കൂസാതെ പെൺ

കുട്ടികൾ ആ ബംഗ്ലാവിന്റെ പരിസരത്ത് ജിജ്ഞാസയോടെ വന്ന് ചുറ്റും കൂട്ടം കൂടി.

ഷാംപൂ ചെയ്ത സ്വർണമുടി ഇളംവെയിലിൽ ആറാനിട്ടുകൊണ്ട ദ്ദേഹം നിൽക്കുന്നത് കാണാം. ചിലർ അദ്ദേഹത്തിനു നേരെ ആംഗ്യ ങ്ങൾ കാട്ടുകയും 'കാന്യാരുഷാട്സി, കാന്യാരുഷാട്സി' എന്നു വിളിക്കുകയും ചെയ്തു. മുടിയെച്ചൊല്ലിയുള്ള യുദ്ധം അവസാനിച്ചു. അദ്ദേഹത്തിനു ക്ലാസ് എടുക്കാനുള്ള അനുമതി ലഭിച്ചു. ഗണിതാ ദ്ധ്യാപകൻ ആയിടെ വരാതെയായി. അദ്ദേഹത്തിന്റെ അദ്ധ്യാപന രീതി പൊതുവെ വിദ്യാർത്ഥിനികൾക്ക് തൃപ്തികരമായിരുന്നില്ല. അദ്ദേഹത്തിന്റെ അച്ചട്ടായ നിർധാരണ രീതികളിൽ നിന്ന് വ്യതി ചലിക്കാൻ ഒരിക്കലും അദ്ദേഹം കൂട്ടാക്കിയില്ല. ഷെവെലിയുവിന് മിസ്റ്റർ വാൻ ഡെർ പുട്ടെനുമായി ചില അടിസ്ഥാന സാദൃശ്യങ്ങളു ണ്ടായിരുന്നു. പക്ഷേ ബോർഡിൽ എഴുതാനായി തിരിഞ്ഞു നിൽക്കു മ്പോഴേക്ക് വഴിഞ്ഞുലഞ്ഞാടുന്ന കേശസമൃദ്ധിയിൽ ആഹ്ലാദപൂർവം കുട്ടികൾ ശ്രദ്ധ പതിപ്പിക്കും. ക്ലാസ് കഴിഞ്ഞ് കാന്യാരുഷാട്സി പുറത്തേക്കിറങ്ങുമ്പോൾ നല്ല തന്റേടമുള്ള പെൺകുട്ടികൾ ക്ലാസിൽ മനസിലാകാത്ത ഭാഗങ്ങളുടെ സംശയം തീർക്കാനെന്ന ഭാവേന അദ്ദേഹത്തിന്റെയടുത്ത് ധൃതിപ്പെട്ടു ചെന്നു ചുറ്റി നിൽക്കും. അദ്ദേഹ ത്തിന്റെ മുടിയിൽ തൊട്ടുനോക്കാനവർ വെമ്പി. തന്നെ മുട്ടിയുരുമ്മി നിൽക്കുന്ന പെൺപടയെ വകവെക്കാതെ കഴിയുന്നത്ര വേഗത്തിൽ ഏവർക്കും അദ്ദേഹം അവരുടെ സംശയങ്ങൾ തീർത്തുകൊടുത്ത ശേഷം ആ സംശയനാട്യക്കാരികളിൽനിന്ന് സ്വയം ഊരിവന്ന് ഇട നാഴിയിലൂടെ നീളൻ ചുവടുകൾ വെച്ച് നടന്നുപോയി.

വർഷാവസാനം അദ്ദേഹം ഫ്രാൻസിലേക്ക് തിരികെ അയയ്ക്ക പ്പെട്ടു. "കുറച്ചു കാലം കൂടി അദ്ദേഹം ഇവിടെയുണ്ടായിരുന്നെങ്കിൽ എനിക്കിപ്പോൾ കുറേകൂടി പുരോഗതിയുണ്ടായേനേ." ഇമ്മാക്കുലേ പരാതിപ്പെട്ടു.

അവർ ഒന്നും കഴിച്ചില്ല. രണ്ടു വടികളും കുത്തിപ്പിടിച്ച് വിറച്ചു വിറച്ചു നടക്കുന്ന വൃദ്ധയായ സിസ്റ്റർ കാസീത്തോയുടെ സഹായി യായി നിയമിക്കപ്പെട്ട സിസ്റ്റർ ബെനീഞ്ഞ സങ്കടപ്പെട്ടു. പകുതി യോളം മാത്രം കഴിച്ച പാത്രങ്ങളായാണ് അവർ തിരിച്ചു വരുന്നത്.

"ഞാൻ ഭക്ഷണത്തിൽ വിഷം ചേർക്കുന്നുണ്ടെന്നാവും അവരുടെ ഭയം. ഞാനങ്ങനെയൊരു കൂടോത്രക്കാരിയാണെന്നാണോ അവർ കരുതുന്നത്? അതെനിക്കറിയണം. ഞാൻ ഗിസാക്കയിൽ നിന്നായതു കൊണ്ടാണോ ഇങ്ങനെ?"

"വിഷമിക്കേണ്ട." സിസ്റ്റർ കാസീത്തോ ആശ്വസിപ്പിച്ചു. "അതൊ ന്നുമല്ല. ഒരാഴ്ച കഴിയട്ടെ. അവരുടെ ബാഗുകളിലെ പലഹാരങ്ങൾ

കാലിയാകും. നിന്റെ പാചകം നല്ലതോ ചീത്തയോ ആകട്ടെ അവർ അതിഷ്ടപ്പെട്ടുതുടങ്ങും. ഒരു നുള്ളുപോലും ബാക്കിവെയ്ക്കാതെ അവർ കഴിച്ചുകൊള്ളും.''

സ്കൂളിലേക്കു യാത്രയാകും മുമ്പ് കുട്ടികൾക്ക് അവരുടെ അമ്മമാർ ഏതൊരു റുവാണ്ടൻ അമ്മയ്ക്കും കഴിയുന്നതിന്റെ പരമാവധി രുചികരമായ ആഹാരപദാർത്ഥങ്ങൾ ഉണ്ടാക്കി അവരുടെ ബാഗുകൾ നിറയ്ക്കും. സ്കൂളിൽ വെള്ളക്കാരുടെ ഭക്ഷണം മാത്രമേ അവർക്കു കിട്ടുള്ളൂ എന്നാണവരുടെ ആവലാതി. റുവാണ്ടക്കാർക്കത് നല്ലതല്ല. പ്രത്യേകിച്ചും പ്രായപൂർത്തിയായ പെൺകുട്ടികൾക്ക്. അതവരെ വന്ധ്യകളാക്കാനിടയുണ്ടെന്ന് പറയപ്പെടുന്നു.

അവരുടെ ബാഗുകൾ ഭക്ഷ്യവസ്തുക്കളുടെ സമൃദ്ധമായ ഒരു കലവറയായിത്തീരുന്നു. പയർ, മധുരക്കിഴങ്ങ്, ഇനാമലിട്ട പൂക്കളുള്ള ചെറുപാത്രത്തിൽ സോസ് (അതവർ അവരുടെ അങ്കിത്തുമ്പിൽ കെട്ടിയിടും) രാത്രി മുഴുവൻ നേർത്ത ചൂട് കൊടുത്ത് വേവിച്ച നേന്ത്രപ്പഴം, തുടുത്ത കരിമ്പ് (ചാറു തീരുന്ന വരെ അതവർ വീണ്ടും വീണ്ടും ചവയ്ക്കും), ചേന, തുടുത്ത ചോളക്കതിർ, മണിക്കടല, സ്വാഹിലികൾക്കു മാത്രം പാചകരീതി വശമുള്ള പല വർണ്ണത്തിലും തരത്തിലുമുള്ള പലഹാരങ്ങൾ. കിഗാലിയിലെ മാർക്കറ്റിൽ മാത്രം കിട്ടുന്ന വെണ്ണപ്പഴം, ഉപ്പിട്ടു വറുത്ത നിലക്കടല എന്നിങ്ങനെ.

ഡോർമിറ്ററിയിൽ നിന്നും വാർഡൻ പോയാലുടനെ തുടങ്ങുകയായി ആഘോഷം. ബാഗുകൾ തുറക്കപ്പെട്ടു. പലഹാരങ്ങൾ കട്ടിലുകളിൽ നിരത്തപ്പെടുന്നു. വാർഡൻ ഉറങ്ങിയെന്ന് അവർ ഉറപ്പുവരുത്തുന്നു. കബളിപ്പിക്കപ്പെടാത്തവർ, ഉദാഹരണത്തിന് സിസ്റ്റർ റീത്ത, അവരുടെ സ്വാതന്ത്ര്യത്തെ അനുവദിച്ചുകൊടുക്കും. അവരുടെ വിരുന്നിൽ പങ്കെടുക്കുകയും ചെയ്യും. ആ സമൂഹസദ്യയിൽ ഓരോരുത്തരുടെയും പങ്ക് എത്രയെന്ന് താരതമ്യം ചെയ്യപ്പെടുകയും ആരാണാദ്യം തിന്നവസാനിപ്പിക്കുക എന്നു നിർണയിക്കപ്പെടുകയും ചെയ്യുന്നു. പലഹാരങ്ങളുടെ ഗുണഗണങ്ങൾ വർണ്ണിക്കപ്പെടുകയും അച്ചടക്കമില്ലാതെ സ്വാർത്ഥബുദ്ധിയോടെ ആഹാരം പിടുങ്ങിക്കഴിക്കുന്ന ആർത്തിക്കാർ വിമർശിക്കപ്പെടുകയും ചെയ്തു.

ഒന്നുരണ്ടാഴ്ചയ്ക്കുള്ളിൽ എല്ലാ വിഭവങ്ങളും തീർന്നു. മുഷിപ്പൻ ദിവസങ്ങളിലേക്കാശ്വാസമായി കുറച്ചു നിലക്കടല മാത്രം ബാക്കിയായി. മെസ്സിൽ കിട്ടുന്നത് കഴിച്ച് വിശപ്പടക്കുകയേ നിവൃത്തിയുള്ളൂ. പച്ചക്കറി കിച്ചടി, ആഞ്ജലോ അച്ചൻ 'പോലന്റാ' എന്ന് ഉച്ചരിച്ച് വിളിച്ച് വെട്ടിവിഴുങ്ങുന്ന, അണ്ണാക്കിലൊട്ടുന്ന മഞ്ഞപ്പത്തിരി, ടിന്നിൽ

പായ്ക്ക് ചെയ്തുവരുന്ന എണ്ണയിട്ട നത്തോലിമത്സ്യം, ഞായറാഴ്ചയോ അല്ലെങ്കിൽ വിശേഷദിവസങ്ങളിലോ കിട്ടുന്ന ഏതോ മൃഗത്തിന്റെ അരിഞ്ഞുണ്ടാക്കിയ മാംസം...

''ഈ വെള്ളക്കാർ കഴിക്കുന്നതൊക്കെ വരുന്നത് ടിന്നുകളിലാണ്.'' ഗോഡ്‌ലിവ് പിറുപിറുത്തു.

പഴുത്ത മാങ്ങയുടെ കഷ്ണങ്ങൾ പോലും മധുരത്തിൽ അലിഞ്ഞു കിടക്കും. വാഴപ്പഴം പോലും മധുരം പുരട്ടിയാണ് തരുന്നത്. അത് അങ്ങനെയല്ല കഴിക്കേണ്ടത്. അവധിക്കു ഞാൻ വീട്ടിലെത്തുന്ന പാടെ അമ്മയൊത്ത് ശരിയായ വിധത്തിൽ വാഴപ്പഴം പാകം ചെയ്യും. വേലക്കാരൻ പയ്യൻ ഞങ്ങളുടെ മേൽനോട്ടത്തിൽ പഴങ്ങളുടെ തൊലിയുരിക്കും. തക്കാളി തിളച്ചവെള്ളത്തിലിട്ട് അവ പുഴുങ്ങും. ഞാനും അമ്മയും കൂടി അതിൽ വേണ്ടതൊക്കെയിടും. ഉള്ളി, പാമോയിൽ, ചെഞ്ചീര, ചെറിയ ഉണക്കമത്സ്യങ്ങൾ അങ്ങനെയൊക്കെ. അമ്മയ്ക്കൊപ്പമിരുന്ന് ഞാനും എന്റെ സഹോദരിമാരും അതാസ്വദിച്ചു കഴിക്കും.

''നിനക്കറിയാത്ത ഒന്നുണ്ട്.'' ഗ്ലോറിയോസ പറഞ്ഞു.

''ഇക്കിനിയ അതായത്, ഇളംചൂടിൽ സോസ് വേവിച്ചെടുക്കും. ഒരു വാഴപ്പഴത്തിന്റെ ഉള്ളിലേക്ക് കിനിയുംവിധം മൃദുവാക്കും. പക്ഷേ പട്ടണത്തിലെ ആളുകൾ ചെയ്യുന്നതുപോലെ, അടപ്പുള്ള കാസറോളിൽ ഗ്യാസുപയോഗിച്ചാണെങ്കിൽ പഴങ്ങൾ വേഗം വെന്തുകിട്ടും. പക്ഷേ അവ അത്ര മൃദുവാകില്ല.'' മോഡെസ്റ്റ പറഞ്ഞു. ''അതിനായി ചാർക്കോളും മൺപാത്രവും തന്നെ ഉപയോഗിക്കണം. അതിന് കുറേ സമയമെടുക്കും. എന്റെ അമ്മയുടെ പാചകവിധി ഞാൻ നിങ്ങൾക്കു പറഞ്ഞു തരാം.

ആദ്യമായി, നിങ്ങൾ പഴത്തിന്റെ തൊലി ഉരിക്കരുത്. ഒരു വലിയ പാത്രത്തിനടിയിൽ കുറച്ചു വെള്ളമെടുക്കുക. വാഴയിലയിൽ ഒന്നിച്ചു കെട്ടിയ പഴങ്ങൾ അതിൽ വെക്കുക. വായു കടക്കാത്ത മട്ടിൽ അടച്ചു വെക്കുക. കീറാത്ത വാഴയില തന്നെ ഉപയോഗിക്കണം. മുകളിൽ ഒരു പൊട്ടിയ പാത്രക്കഷണം കനമായി വെച്ച് ഭദ്രമാക്കണം.

കുറേനേരം കാത്തു നിൽക്കണം. പതുക്കെ മാത്രമേ അത് വേവാൻ പാടുള്ളൂ. നല്ല ക്ഷമയുണ്ടെങ്കിൽ അതിന്റെ ഉള്ളുവരെ വെള്ളനിറത്തിൽ, മൃദുവായിക്കിട്ടും. അത് പാലിനോട് ചേർത്ത് കഴിക്കണം. അയൽക്കാരെയൊക്കെ വിളിച്ച് അവർക്കും കൊടുക്കും.''

''എന്റെ പാവം മോഡെസ്റ്റ.'' ഗോരറ്റി പറഞ്ഞു. ''നിന്റെ അമ്മ എപ്പോഴും സ്വാദിഷ്ഠമായി അതുണ്ടാക്കും. വാഴപ്പഴം നല്ല വെള്ളയായിരിക്കും, മൃദുവായിരിക്കും, കുറ്റമറ്റതുമായിരിക്കും. എന്നിട്ടത്

പാലിനൊപ്പം കഴിക്കുകയോ? നിന്റെ അമ്മയുടെ മട്ടും രീതിയുമൊക്കെ തന്നെ നിനക്കും ഉണ്ടായിരിക്കും. ഞാൻ പറയുന്നു, നീ ഇത് നിന്റെ അച്ഛനു വേണ്ടി ഉണ്ടാക്ക്: ചുവന്ന അമരപ്പയർനീർ കുടിച്ചു ചുവന്ന വാഴപ്പഴങ്ങൾ. നിന്റെ അമ്മ അത് തൊടാൻ പോലും മടിച്ചേക്കും. പക്ഷേ നിന്റെ വേലക്കാരൻ പയ്യൻ നിന്റെ അച്ഛനുവേണ്ടി അതുണ്ടാക്കുമ്പോൾ നീയത് ചാടിച്ചെന്ന് എടുത്തു തിന്നുമെന്നു ഉറപ്പാണ്. അതിനാൽ അതിന്റെ പാചകവിധി പഠിച്ചു വെച്ചോളൂ. നിന്റെ അമ്മയ്ക്കത് പറഞ്ഞു കൊടുത്തോളൂ. വാഴപ്പഴം തൊലിയുരിക്കുക. പാത്രത്തിലെ പകുതിയോളം വെള്ളത്തിൽ ഏതാണ്ട് വെന്തുകഴിഞ്ഞ ചുവന്ന അമരപ്പയർ. അതിലേക്ക് വാഴപ്പഴങ്ങളിടുക. അമരപ്പയറിന്റെ സത്ത് ഏറ്റു വാങ്ങി അവ ചുവന്നു വരും. പഴത്തിന്റെ സ്വഭാവം അനുസരിച്ച് ചിലപ്പോ തവിട്ട്. അങ്ങനെയാണത് അത്ര മൃദുവും സ്വാദിഷ്ഠവുമാകുന്നത്. റുവാണ്ടക്കാർക്ക് തൂമ്പയെടുത്ത് കിളയ്ക്കാനുള്ള ശക്തിക്കു നിദാനം ഈ വാഴപ്പഴങ്ങളാണ്.''

''നിങ്ങളേവരും നഗരവാസികളാണ്, പണക്കാരുടെ മക്കൾ.'' വിർജീനിയ പറഞ്ഞു. ''ഗ്രാമത്തിലെ തോപ്പുകളിൽ വിളയുന്ന വാഴപ്പഴങ്ങൾ ഒരിക്കലും നിങ്ങൾ കഴിച്ചിട്ടില്ല. അതാണ് ഏറ്റവും നല്ലവ. പലപ്പോഴും പാടത്ത് പണിയെടുക്കുമ്പോൾ, വീട്ടിലെത്താൻ സമയമില്ലാതെ വരുമ്പോൾ അവർ ഒന്നുരണ്ട് വാഴപ്പഴങ്ങൾ മൊരിച്ചെടുക്കുന്നു. ആളുന്ന തീയ്യിലൊന്നുമല്ല, ചുവന്ന കനലിൽ. പക്ഷേ അതിലും നല്ലത് വേറെയുമുണ്ട്. ഞാൻ ഒരു കൊച്ചുകുട്ടിയായിരുന്നപ്പോൾ എനിക്കും കൂട്ടുകാർക്കും അമ്മ വാഴപ്പഴങ്ങൾ തരുമായിരുന്നു. ചോളത്തിന്റെ വിളവെടുപ്പ് കഴിയുന്ന സമയത്ത് ഞങ്ങൾ പാടത്തേക്കു പോകും. അവിടെ ഒരു ചെറിയ കുഴി കുത്തും. ഉണങ്ങിയ വാഴയില കൊണ്ട് കുഴിക്കുള്ളിൽ തീ കൂട്ടും. കത്തിക്കഴിഞ്ഞ പാടെ അവശേഷിച്ച കനലിൽ കുഴിയുടെ അകം ചുവന്നിരിക്കും. പച്ച വാഴയിലയിൽ പൊതിഞ്ഞ് പഴങ്ങൾ കുഴിക്കകത്തിടും. എന്നിട്ട് ചൂടുള്ള മണ്ണുകൊണ്ടത് മൂടും. പിന്നെയത് ഒരു പച്ച വാഴയിലകൊണ്ടുമൂടി കുറച്ചു വെള്ളം തളിക്കണം. വെള്ളം വറ്റി കഴിഞ്ഞാൽ കുഴി തുറക്കാം. പഴത്തിന്റെ തൊലി പട്ടാളക്കാരുടെ കാമോഫ്ളാഷ് യൂണിഫോം പോലെയായിട്ടുണ്ടാകും. അതിന്റെ ഉള്ളിലാവട്ടെ, പഴം വളരെ ലോലമായിരിക്കും. വായിൽ അതങ്ങലിഞ്ഞ് പോകും. അത്രയും നല്ല വാഴപ്പഴം എന്റെ ഓർമയിൽ വേറെ ഞാൻ കഴിച്ചിട്ടില്ല.''

''എങ്കിൽ പിന്നെ, പാടത്തെ വാഴപ്പഴങ്ങൾ തിന്നാൻ അവിടെ ഗ്രാമത്തിൽത്തന്നെ കഴിയാമായിരുന്നില്ലേ?'' ഗ്ലോറിയോസ ചോദിച്ചു.

''സ്കൂളിലേക്ക് വന്നിട്ട് ഇവിടെ എന്തു ചെയ്യാനാണ്? ഒരു യഥാർത്ഥ റുവാണ്ടക്കാരിയായി അവരുടെ ഇടയിൽ നിനക്കൊരു സ്ഥാനം കിട്ടുമായിരുന്നു.''

''അതെ, തീർച്ചയായും, ഞാൻ ഗ്രാമത്തിൽ നിന്നു വരുന്നവളാണ്. പക്ഷേ എനിക്കതിൽ കുറച്ചിലൊന്നുമില്ല. പക്ഷേ ഇത്രയും നേരം ഞാൻ പറഞ്ഞ കാര്യങ്ങളെല്ലാമോർത്ത് എനിക്ക് ലജ്ജ തോന്നുന്നു. റുവാണ്ടക്കാർ ആരെങ്കിലും അവനവൻ കഴിക്കുന്ന ആഹാരത്തെക്കുറിച്ച് പറയുമോ? അതൊക്കെ പറയുന്നത് ലജ്ജാവഹമാണ്. മറ്റുള്ളവരുടെ മുമ്പിൽ ആഹാരം കഴിക്കുന്നതും വാ പൊളിക്കുന്നതും ഒക്കെ ലജ്ജാവഹമാണ്. പക്ഷേ അതാണല്ലോ എന്നും ഇവിടെ നമ്മൾ ചെയ്യുന്നത്.''

''അതു ശരിയാണ്.'' ഇമ്മാക്കുലേ പറഞ്ഞു. ''വെള്ളക്കാർക്ക് ഒരു മര്യാദയുമില്ല. ബിസിനസ് സംബന്ധമായി അവരിൽ ചിലരെ എന്റെ അച്ഛൻ വിളിക്കാറുണ്ട്. ഞാനവരുടെ വർത്തമാനങ്ങൾ കേൾക്കാറുണ്ട്. ഇക്കൂട്ടർ, വെള്ളക്കാർ, അവർ തിന്നതും തിന്നാൻ പോകുന്നതും എന്തൊക്കെയാണെന്ന് എപ്പോഴും പറഞ്ഞുകൊണ്ടിരിക്കും.''

''സയറിലെ ആളുകൾ കഴിക്കുന്നത് ചിതലുകളെയും ചീവീടുകളെയും പാമ്പുകളെയും കുരങ്ങുകളെയുമൊക്കെയാണ്. അവരതൊക്കെ ഭക്ഷിക്കുന്നതിൽ അഭിമാനിക്കുന്നു.'' ഫ്രിദായെ നോക്കിക്കൊണ്ട് ഗോരറ്റി പറഞ്ഞു.

''കുറച്ചു നേരം കൂടിക്കഴിഞ്ഞാൽ കാന്റീൻ ബെല്ല് മുഴങ്ങും.'' ഗ്ലോറിയോസ പറഞ്ഞു. ''നമുക്കെല്ലാവർക്കും അങ്ങോട്ടുപോകാം. വിർജീനിയാ, നീയും. യഥാർത്ഥ റുവാണ്ടക്കാരുടെ എച്ചിൽ കഴിക്കാൻ ഞങ്ങളുടെ മുമ്പിൽ വായ തുറക്കാതെ നിനക്ക് നിവൃത്തിയില്ല.''

മഴ

നോത്രദാം നൈൽ സ്കൂളിനു മുകളിൽ മഴ കോരിച്ചൊരിഞ്ഞു കൊണ്ടേയിരുന്നു. എത്ര നാളുകളായി, ആഴ്ചകളായി? ആരുമത് തിട്ടപ്പെടുത്തിയിട്ടില്ല. ലോകാരംഭത്തിന്റെയോ ലോകാവസാനത്തി ന്റെയോ എന്ന പോലെ, മലകളും മേഘങ്ങളും വളരുന്നൊരു അവ്യ വസ്ഥ മാത്രമായിത്തീരുന്നു. നൈലിന്റെ കന്യാമറിയത്തിന്റെ മുഖത്ത് അതിന്റെ നീഗ്രോത്വത്തെ വെളിവാക്കിക്കൊണ്ട് മഴ ചാലിട്ടൊഴു കുന്നു. ഉഗ്രമായ ജലക്കുതിപ്പിൽ അതിന്റെ ചുറ്റുകല്ലിട്ട തറയെ കവർന്നുകൊണ്ട് നൈലിന്റെ പ്രഭവസ്ഥാനമെന്നു സങ്കൽപ്പിക്കപ്പെ ടുന്ന ഇടമാകെ മുങ്ങിപ്പോകുന്നു. പാതകളിലെ വഴിപോക്കർ (റുവാ ണ്ടൻ പാതകളിൽ എപ്പോഴും വഴിപോക്കരുണ്ടാകും, എവിടെ നിന്നു വരുന്നുവെന്നോ എങ്ങോട്ടു പോകുന്നുവെന്നോ ആർക്കുമൊരിക്കലും അറിയാത്തവർ) നനഞ്ഞു കണ്ണാടിപോലെ മിനുങ്ങുന്ന വലിയ വാഴ യിലകളുടെ ചുവട്ടിൽ അവർ അഭയം തേടും.

മാസങ്ങളോളം പെയ്യുന്ന മഴ, അത് റുവാണ്ടയുടെ സർവാധീശ യാണ്, ഇപ്പോഴത്തെ പ്രസിഡന്റിനേക്കാൾ, അല്ലെങ്കിൽ മുൻകാലത്തെ ഏതൊരു രാജാവിനേക്കാൾ. മഴ, അതിനെയവർ കാത്തിരിക്കുന്നു, അതിനോടവർ യാചിക്കുന്നു. ക്ഷാമത്തെയും സമൃദ്ധിയേയും നിർണ യിക്കുന്നതും അതാണ്. പുഷ്കലമായ വിവാഹത്തിന് ശുഭസൂചക മായിത്തീരുന്നതും മഴയാണ്. വേനലിലെ അവസാനമഴ കുട്ടികളെ നൃത്തം ചെയ്യിക്കുന്നു.

അത്രമേൽ ആഗ്രഹിച്ചെത്തിയ മഴത്തുള്ളികളെ വരവേൽക്കാൻ അവർ മുഖമുയർത്തുന്നു. സങ്കോചമില്ലാതെ മഴ നിയതരൂപം കൈ വരാത്ത ഇളംപെൺകിടാങ്ങളുടെ ഉടുപ്പുകൾക്കുള്ളിലേക്ക് പ്രവേ ശിച്ച് അവരെ നഗ്നരാക്കുന്നു. ശകാരങ്ങൾ ചൊരിയുന്ന, ചഞ്ചല പ്രകൃതമായ തമ്പുരാട്ടിയവൾ തകരമേൽക്കൂരകളിൽ താളം തീർ ക്കുന്നു. വാഴത്തോപ്പുകളിൽ അഭയം തേടിയൊളിച്ചവരിലും തടാക ത്തിൽ വല വീശുന്നവരിലും നഗരത്തിന്റെ ചളി നിറഞ്ഞ പ്രാന്ത

പ്രദേശങ്ങളിലെ പാർപ്പിടങ്ങളിലുമെല്ലാമൊരു പോലെ അത് തിമിർക്കുന്നു. കോംഗോയിലെ കൊടുംകാടുകൾ ആഫ്രിക്കയുടെ ആന്തരികോദരമാണ്. അവയെ കാക്കുന്ന അഗ്നിപർവ്വതങ്ങളുടെ ഉഗ്രതയെ പേമാരി ശമിപ്പിക്കുന്നു. അനവരതം പെയ്യുന്ന മഴ, അതിന്റെ ജനന കേന്ദ്രമായ സമുദ്രംവരെ അത് ആഞ്ഞു പെയ്യുന്നു.

''ഭൂമിയിലാകെ ഇങ്ങനെ മഴ പെയ്തുകൊണ്ടിരുന്നാൽ ഒരു പക്ഷേ മഴ ഒരിക്കലും നിൽക്കുന്നതേയില്ലെങ്കിൽ നോഹയുടെ കാലത്തെ പ്രളയം വീണ്ടും വന്നേക്കും.'' മോഡസ്റ്റ പറഞ്ഞു.

''എന്റെ പെൺകുട്ടികളെ, നിങ്ങളൊന്നാലോചിച്ചു നോക്ക്. പ്രളയം വരികയും ഭൂമിയിൽ നമ്മൾ മാത്രം അവശേഷിക്കുകയും ചെയ്താൽ, നമ്മളിവിടെ മുങ്ങാത്ത വിധം ഇത്രയും ഉയരത്തിലാണല്ലോ, നോഹയുടെ പെട്ടകത്തിലെന്നപോലെയാകും. ഭൂമിയിൽ പിന്നെ നമ്മൾ മാത്രമാകും.'' ഗ്ലോറിയോസ പറഞ്ഞു.

''അങ്ങനെയൊടുവിൽ വെള്ളം പിൻവാങ്ങുമ്പോൾ, എന്തായാലും ഒരു ദിവസം അങ്ങനെ സംഭവിക്കുമല്ലോ. ഭൂമിയിൽ വീണ്ടുമൊരു ജനസഞ്ചയത്തെ ഉൽപാദിപ്പിക്കാനുള്ള നിയോഗം നമുക്കാണ്. പക്ഷേ ഇവിടെ പയ്യന്മാരൊന്നും ഇല്ലാതായിക്കഴിഞ്ഞാൽ എന്തുചെയ്യും?''

ഫ്രിദാ പറഞ്ഞു. ''കറുത്ത അദ്ധ്യാപകരെല്ലാം അവരവരുടെ നാടുകളിലേക്കു പോയി വെള്ളപ്പൊക്കത്തിൽ മുങ്ങിപ്പോയിട്ടുണ്ടാവും. ഇവിടെയിപ്പോൾ ഉള്ളത് ബ്രദർ ഓക്സീലും ഏർമെനെഷീൽഡച്ചനുമാണ്. എനിക്കവരെ വേണ്ട.''

''കാര്യം മാത്രം പറയൂ.'' വിർജീനിയ പറഞ്ഞു. ''പ്രളയത്തെപ്പറ്റി പറയുമ്പോൾ, അത് പുരോഹിതന്മാർ പറയുന്ന ഒരു കഥയാണ്. എന്റെ നാട്ടിൽ മഴപെയ്യുന്നതോടെ പാടം വിട്ട് ഒരു കുന്നിൻ മുകളിൽ, ഞങ്ങൾ തീ കൂട്ടി തിങ്ങിക്കൂടിയിരിക്കും. ശരിക്കുമൊരവധിക്കാലം. വെള്ളം തേടി അലയേണ്ടതില്ല. വാഴപ്പോളകൾകൊണ്ട് ചാലുകളുണ്ടാക്കി ഞങ്ങൾ മഴവെള്ളം ശേഖരിച്ച് കുളിക്കുകയും അലക്കുകയും ചെയ്യും. എല്ലാവരും ചോളം മൊരിക്കും, അതേ സമയം തന്നെ കാലുകൾക്ക് ചൂടു പകരും. പക്ഷേ സൂക്ഷിക്കണം, ചിലപ്പോൾ ചോളക്കതിർ വീർത്തുപൊട്ടി തീപ്പിടിക്കും. എന്റെ അമ്മ പറയും.

''ചിരിക്കണ്ട. പല്ലു വെളിയിൽ കാണിക്കുന്നവർ പ്രത്യേകിച്ച് ചുവന്ന മോണയുള്ളവർ മിന്നലിനെ വിളിച്ചുവരുത്തും.''

''പിന്നെ റുവാണ്ടയിൽ 'അവാബുയി' മാരുണ്ട്. മഴയെ സൃഷ്ടിക്കുന്നവർ.'' വെറോണിക്ക പറഞ്ഞു. ''അവരുടെ ആജ്ഞകൾ പ്രകാരമാണ് മഴ പെയ്യുക. മഴയെ വരുത്തുന്നതും അടക്കുന്നതുമൊക്കെ അവരാണ്. പക്ഷേ ചിലസമയങ്ങളിൽ അവർക്ക് മഴയെ നിർത്താൻ

കഴിയില്ല. അപ്പോൾ, അവർ അവരെ അംഗീകരിക്കാത്ത മിഷനറിമാരെ വെല്ലുവിളിക്കും.''

''നിനക്ക് വിശ്വാസമുണ്ടോ ഇക്കൂട്ടരെ, ഈ അവാബുയികളെ?''

''എനിക്കറിഞ്ഞുകൂടാ, പക്ഷേ അവരുടെ കൂട്ടത്തിലുള്ള ഒരു വൃദ്ധയെ എനിക്കറിയാം. ഞാൻ ഇമ്മാക്കുലേയോടൊപ്പം അവരെ കാണാൻ പോയിട്ടുണ്ട്. അവരിവിടെയടുത്തു തന്നെയാണ്.''

''ആ കഥ പറയൂ.''

''ഒരു ഞായറാഴ്ച ദിവസം, ഭക്ഷണസമയം കഴിഞ്ഞ് ഇമ്മാക്കുലേ എന്നോട് പറഞ്ഞു: 'എനിക്ക് കഗാബോയെകാണാൻ പോകണം. ചന്തയിൽ പലതരം മരുന്നുകൾ വിൽക്കുന്ന ഒരു വൈദ്യനാണയാൾ. എനിക്ക് ഒറ്റയ്ക്കു പോകാൻ പേടിയാണ്. നീ എന്റെ കൂടെ വരുമോ?' തീർച്ചയായും എന്ന് പറഞ്ഞ് ഞാൻ ഇമ്മാക്കുലേയോടൊപ്പം പോകാൻ തയ്യാറായി. ചെകുത്താന്റെ പരിചാരകനെന്ന് സിസ്റ്റർമാർ കരുതുന്ന ആ മന്ത്രവാദിയായ വൈദ്യനെ കാണാൻ എനിക്കു വളരെ ജിജ്ഞാസയുണ്ടായിരുന്നു.

നിങ്ങൾക്കറിയാമല്ലോ, ചന്തയിൽ പട്ടാണിപ്പയറും വിറകുമൊക്കെ വിൽക്കുന്ന സ്ത്രീകളുടെ നിരയുടെ അറ്റത്ത് ഒട്ടകന്നുമാറിയാണ് കഗാബോയുടെ സ്ഥാനം. അയാളോ അയാളുടെ കക്ഷികളോ നിരീക്ഷിക്കപ്പെടുന്നത് ഇഷ്ടപ്പെട്ടിരുന്നില്ല. പൊലീസുകാരാവട്ടെ അങ്ങോട്ടടുക്കാൻ മിനക്കെടാറുമില്ല. അയാളുടെ മുന്നിൽ ഒരു പായയുടെ കഷണത്തിൽ അസ്വസ്ഥപ്പെടുത്തുന്ന തരം സാമഗ്രികൾ പലതും നിരത്തിവെച്ചിട്ടുണ്ട്. വിചിത്രമായ വിധത്തിൽ കെട്ടുപിണഞ്ഞ വേരുകൾ പലതരം ഉണങ്ങിയ ചെടികൾ, ഇലകൾ, ദൂരെ കടൽക്കരയിൽ നിന്നു ശേഖരിച്ച ഇത്തിളുകൾ, നമ്മുടെ മുത്തശ്ശിമാർ ധരിക്കുന്ന ചില്ലുമാലയിലെന്നപോലുള്ള മണികൾ, കാട്ടുപൂച്ചകളുടെയും പാമ്പുകളുടെയും പല്ലികളുടെയുമൊക്കെ തോൽ, ചെറിയ കൈക്കോട്ടുകൾ, വാഴപ്പഴത്തൊലിയിൽ പൊതിഞ്ഞുകെട്ടിയ പൊടികൾ, പിന്നെ എനിക്കറിഞ്ഞുകൂടാത്ത എന്തൊക്കെയോ... ഇവയൊക്കെ എന്തിനാണ് ഉപയോഗിക്കുന്നതെന്ന് പറഞ്ഞു തരാൻ ആരുമില്ല. കഗാബോയ്ക്ക് ഇവയൊക്കെ വാങ്ങുന്ന കക്ഷികളൊന്നുമുള്ളതായി തോന്നുന്നില്ല. എവിടെനിന്നൊക്കെയോ വരുന്ന ആളുകൾ അയാളെ സമീപിക്കുന്നത് മറ്റു പല കാര്യങ്ങൾക്കുമാണ്. മൺകൂജകളിൽ നിറച്ച നൈൽ ജലംകൊണ്ട് ശുശ്രൂഷപ്പെടാൻ, ഒരു മന്ത്രം ഊതിക്കിട്ടാൻ, അല്ലെങ്കിൽ ഒരു ദുർമന്ത്രത്തിൽനിന്ന് മോചിതരാകാൻ, അതൊന്നുമല്ലെങ്കിൽ മറ്റെന്തിനോക്കെയോ.

''ഞങ്ങൾ കഗാബോയുടെ അടുത്തുചെന്നു. ഞങ്ങൾക്കിത്തിരി വിറയലുണ്ടായിരുന്നു. ഇമ്മാക്കുലേ അയാളോടു സംസാരിക്കാൻ ധൈര്യപ്പെട്ടില്ല. ഒടുവിൽ അയാൾ ഞങ്ങളെ നോക്കി ഒരു ആംഗ്യം

കാണിച്ചുകൊണ്ട് ചോദിച്ചു, ''നിങ്ങൾക്കുവേണ്ടി ഞാനെന്താണ് ചെയ്യേണ്ടത്, യുവ സുന്ദരിമാരെ?''

പതിഞ്ഞ ശബ്ദത്തിൽ ഇമ്മാക്കുലേ വേഗം പറഞ്ഞൊപ്പിച്ചു. ''കഗാബോ, എനിക്കു താങ്കളുടെ സഹായം ആവശ്യമുണ്ട്. അതായത്, ഒന്നു കേൾക്കണേ, എനിക്ക് തലസ്ഥാന പട്ടണത്തിൽ ഒരു കാമുകനുണ്ട്. അയാൾക്ക് വേറെ പെൺകുട്ടികളിൽ താൽപ്പര്യമുണ്ടോ, അയാൾ എന്നെ കൈവെടിയുമോ എന്നൊക്കെ പേടിയാണ്. എന്റെ പ്രണയം സംരക്ഷിച്ചു നിർത്താൻ എന്തെങ്കിലും തരണം. എന്നെപ്പറ്റിയല്ലാതെ അവൻ ചിന്തിക്കരുത്. മറ്റൊരു പെൺകുട്ടിയുടെയടുത്തേക്കു ചെല്ലരുത്. അവന് ലോകത്തിലൊരു പെണ്ണു മാത്രമേയുള്ളൂ. അതു ഞാനാകണം. മറ്റൊരു പെൺകുട്ടിയും അവന്റെ മോട്ടോർ ബൈക്കിലിരിക്കുന്നത് ഞാൻ കാണരുത്.

കഗാബോ പ്രതിവചിച്ചു: ''എന്റെ ഏർപ്പാടിൽ ഇതൊന്നും പെടില്ല. ഞാൻ ഒരു വൈദ്യനാണ്. പ്രേമകഥകളിൽ എനിക്കൊരു താൽപ്പര്യവുമില്ല. ഇത്തരം കാര്യങ്ങളിൽ പരിഹാരക്രിയ ചെയ്യുന്ന ഒരാളാണ് നിയാമിറോംഗി, മഴ മന്ത്രവാദിനി. മേഘങ്ങളിൽ മാത്രമാണവരുടെ താൽപര്യം. പക്ഷേ ഇക്കാര്യത്തിൽ അവർക്കെന്തെങ്കിലും ചെയ്യാനാകും. എനിക്ക് നൂറു ഫ്രാങ്ക് തന്നാൽ ഞാൻ അടുത്ത ഞായറാഴ്ച നിന്നെ അങ്ങോട്ടു കൊണ്ടുപോകാം. നിനക്ക് നിന്റെ കൂട്ടുകാരിയേയും കൂട്ടാം. പക്ഷേ അവളും നൂറ് ഫ്രാങ്ക് തരണം. ചന്തയുടെ അറ്റത്ത് വന്നാൽ മതി. നമുക്ക് നിയാമിറോംഗിയുടെ അടുത്ത് പോകാം.''

തൊട്ടടുത്ത ഞായറാഴ്ച, ഞങ്ങൾ, ഞാനും ഇമ്മാക്കുലേയും ചന്തയുടെ അറ്റത്തേക്കു പോയി. അവിടെ കഗാബോ തന്റെ മരുന്നും മന്ത്രവുമൊക്കെ ഒരു മരനാരുസഞ്ചിയിൽ അടുക്കിവെച്ച് നിൽപ്പുണ്ടായിരുന്നു.

''ങ്ങാ, നിങ്ങളെത്തിയോ? എന്റെ പിറകെ വരൂ, വേഗമാവട്ടെ. നിയാമിറോംഗിക്കുള്ള പണം കയ്യിലുണ്ടല്ലോ.'' മന്ത്രവാദി ഗോത്രക്കാരുടെ സങ്കേതത്തിലേക്കുള്ള നടവഴിയിൽ ഞങ്ങളെത്തി. പിന്നെയൊരു കയറ്റവരമ്പിലൂടെ മുന്നോട്ടു നടന്നു. കഗാബോയുടെ നഗ്നപാദങ്ങൾ പുല്ലുകളിലുരസിയതേയില്ല. അത്ര വേഗത്തിലായിരുന്നു അയാൾ നടന്നത്. ''വേഗം വരൂ, വേഗം വരൂ.''

അയാൾ ആവർത്തിച്ചു. അയാളെ പിന്തുടരുന്നത് ദുഷ്കരമായിരുന്നു. ഞങ്ങൾ വല്ലാതെ കിതച്ചു. പിന്നെ ഞങ്ങളൊരു നിരപ്പിലെത്തി. അവിടെനിന്നും ഞങ്ങൾക്ക് തടാകവും അതിനപ്പുറത്തെ അഗ്നിപർതങ്ങളും കാണാമായിരുന്നു. കോംഗോയിലെ പർവ്വതങ്ങൾ.

ആ കാഴ്ച കണ്ടു നിൽക്കാൻ നേരമില്ല. കഗാബോ ഞങ്ങളെ കാണിച്ചുതന്നു: പാറക്കല്ലുകൾ നിറഞ്ഞ ഒരു തട്ട്, അതിനു മുകളിൽ

ബാത്വായിലേതു പോലൊരു കുടിൽ, അതിൽനിന്ന് പുകയുയർന്ന് അത് മേഘലങ്ങളോടൊപ്പം കലർന്നു ചേരുന്നുണ്ടായിരുന്നു.

''നിൽക്ക്. നിങ്ങളെ അവർ അകത്തേക്കു കയറ്റുമോ എന്ന് ഞാനൊന്നു പോയി നോക്കട്ടെ.''

ഞങ്ങൾ കുറേനേരം കാത്തുനിന്നു. കുടിലിന്റെ അകത്തുനിന്ന് കുശുകുശുപ്പുകളും ഞെരക്കങ്ങളും മൂർച്ചയുള്ള ചിരികളും കേൾക്കാമായിരുന്നു. ഒടുവിൽ കഗാബോ പുറത്തേക്കുവന്നു.

''വരൂ. അവർ പുകയിലക്കുഴൽ പാത്രപ്പൊട്ടിലേക്കെടുത്തുവെച്ചു കഴിഞ്ഞു. അവർക്ക് നിങ്ങളെ ഉടനെ കാണണം.''

''ഞങ്ങൾ തലകുനിച്ചുകൊണ്ട് കുടിലിനകത്തേക്ക് പ്രവേശിച്ചു. അവിടമാകെ ശാന്തമായിരുന്നെങ്കിലും പുകമയമായിരുന്നു. കനലെരിയുന്ന തീയും തുണികൊണ്ട് മൂടിയിട്ട ഒരു രൂപവും ഞങ്ങൾക്കവിടെ കാണാമെന്നായി. പുതപ്പിനുള്ളിൽ നിന്ന് ഒരു ശബ്ദം പറഞ്ഞു: ''വരൂ, സമീപത്തേക്കു വരൂ.'' കഗാബോ ഞങ്ങളോട് ഇരിക്കാൻ ആംഗ്യം കാണിച്ചു. പുതപ്പ് പകുതിയോളം ഉയർന്നതോടെ ഉണങ്ങിയ പാഷൻഫ്രൂട്ട് പോലെ ചുക്കിച്ചുളിഞ്ഞ ഒരു വൃദ്ധയുടെ മുഖം വെളിവായി. പക്ഷേ അവരുടെ കണ്ണുകൾ കനൽ പോലെ ജ്വലിച്ചു. നിയാമിറോംഗി ഞങ്ങളുടെ പേരു പറയാനാവശ്യപ്പെട്ടു. തന്റെ പേര് മുകാഗാത്താറെ എന്നാണെന്ന് ഇമ്മാക്കുലേ പറഞ്ഞപ്പോൾ അവർ ഒന്നു നന്നായി ചിരിച്ചു. ''ഇപ്പോഴും നീ ശുദ്ധിവന്നവളല്ല. ഒരു ദിവസമതു വരും.'' ഞങ്ങളുടെ അച്ഛനമ്മമാരെപ്പറ്റിയും മുത്തശ്ശൻ, മുത്തശ്ശിമാരെപ്പറ്റിയും അവർ ആരാഞ്ഞു. പിന്നെ തന്റെ ചെറിയ തല വലിയ കൈകൾക്കിടയിൽ വെച്ച് ഒട്ടുനേരം ചിന്തയിൽ മുഴുകി. പിന്നെ അവർ ഞങ്ങളുടെ പൂർവ്വികരുടെ പേരുകൾ ഉച്ചരിച്ചുതുടങ്ങി. ഞങ്ങളുടെ മാതാപിതാക്കൾക്കറിയാത്തവരുടേതു പോലും.

''നിങ്ങൾ അത്ര നല്ല കുടുംബങ്ങളിൽ നിന്നുള്ളവരല്ല.'' ചിരിച്ചുകൊണ്ടവർ നിഗമനം നടത്തി. ''പക്ഷേ ഇന്ന് അതത്ര പ്രധാനമല്ലെന്നാണ് തോന്നുന്നത്.''

അവർ ഇമ്മാക്കുലേയുടെ നേരെ തിരിഞ്ഞ് പറഞ്ഞു.

''കഗാബോ എന്നോടു പറഞ്ഞിട്ടുണ്ട് നിനക്കാണ് എന്നെ കാണേണ്ടതെന്ന്.'' തലസ്ഥാനപട്ടണത്ത് തനിക്കൊരു കാമുകനുണ്ടെന്നും പറഞ്ഞുകേട്ടപ്രകാരവും ചില സുഹൃത്തുക്കൾ കത്തെഴുതിയറിച്ചതുപ്രകാരവും അയാൾ മറ്റു പെൺകുട്ടികളെയും തന്റെ മോട്ടോർ സൈക്കിളിലിരുത്തി ചുറ്റിയടിക്കാറുണ്ട് എന്ന് ഇമ്മാക്കുലേ അവരോട് വിശദീകരിച്ചു. ''നിയാമിറോംഗി അതു തടയണം. തന്റെ കാമുകൻ മറ്റു പെൺകുട്ടികളോടൊപ്പം പോകരുത്. അവൻ അവൾക്കുവേണ്ടി മാത്രമായിരിക്കണം.''

‘‘ശരി.’’ നിയാമിറോംഗി പറഞ്ഞു. ‘‘ഞാനതു ശരിയാക്കാം. പക്ഷേ എന്നോടു തുറന്നുപറയൂ, നീ നിന്റെ കാമുകനൊപ്പം കിടന്നിട്ടുണ്ടോ?’’

‘‘ഓ, ഇല്ല, ഒരിക്കലുമില്ല.’’

‘‘ഒരുപക്ഷേ നിന്റെ മുലകളിൽ തലോടിയിട്ടെങ്കിലുമുണ്ടാകും?

‘‘അതെ, അതെ, ഏതാണ്ടങ്ങനെ.’’ ഇമ്മാക്കുലേ പതുക്കെ മന്ത്രിച്ചു.

‘‘ശരി, ഞാനെല്ലാം ശരിയാക്കാം.’’

നിയാമിറോംഗി അവരുടെ ചുറ്റും നിരയായി വെച്ചിരുന്ന മരപ്പാത്ര ങ്ങളിലും കുടുക്കകളിലുമെല്ലാം തപ്പിയതിനു ശേഷം ഒരുതരം തരി മണികൾ കൈയിലെടുത്ത് കുറേ നേരം അത് നോക്കിയിരുന്നു. പിന്നെയത് ഒരു കുഞ്ഞുരലിലിട്ട് എന്തോ മന്ത്രങ്ങളുരുവിട്ടുകൊണ്ട് കപ്പപ്പശപോലെയാക്കിയെടുത്തിട്ട് ഒരു പഴത്തൊലിയിൽ പൊതിഞ്ഞു.

‘‘ഇതാ ഇതു വെച്ചോളൂ. നീ നിന്റെ കാമുകന് ഒരു കത്തെഴു തുക. നീ സ്കൂളിൽ പഠിക്കുന്ന കുട്ടിയാണല്ലോ, എഴുതാനറിയാം. ഇക്കാലത്ത് പെൺകുട്ടികൾക്കുപോലും എഴുതാനറിയാം. ഇന്നു മുതൽ മൂന്നാം ദിവസം ഈ കുഴമ്പ് ഉണങ്ങും. അത് നീ പൊടിച്ച് കത്തിൽ വെക്കണം. പക്ഷേ അതിനു മുമ്പായി മറക്കാതെ മാറിട ത്തിലും മറ്റു ശരീരഭാഗങ്ങളിലും ഉരച്ചുതേക്കണം. നിന്റെ കാമുകൻ കത്തു തുറക്കുമ്പോൾ ആ പൊടി ശ്വസിക്കും. ഞാൻ നിനക്കു വാക്കു തരുന്നു. അവൻ പിന്നെ നിന്റേതുമാത്രമായിരിക്കും. അവൻ മറ്റൊരു പെൺകുട്ടിയോടൊപ്പവും പോവില്ല. എനിക്കൊരു അഞ്ഞൂറ് ഫ്രാങ്ക് തരൂ. പിന്നെയവൻ നിന്നെയല്ലാതെ മറ്റൊരാളെയും കാണില്ല. നിന്നെ ക്കുറിച്ചല്ലാതെ അവൻ ആലോചിക്കുകയില്ല. അവൻ നിന്റെ തടവു കാരനെപ്പോലെ കഴിയും. ഇത് വാക്കാണ്. കിത്താറിന്റെ മകൾ നിയാമിറോംഗിയുടെ വാക്ക്. പിന്നെ നീ നിന്റെ ശരീരത്തെ തഴുകാൻ മറക്കരുത്. ഞാൻ പറഞ്ഞതൊക്കെ കേട്ടല്ലോ, മുഴുവനായും.’’

‘‘അവർ അവരുടെ പുകയിലക്കുഴൽ കൈയിലെടുത്ത് മൂന്ന് പുകയെടുത്തു വിട്ടു.’’

ഇമ്മാക്കുലേ അഞ്ഞൂറ് ഫ്രാങ്കിന്റെ ഒരു നോട്ട് അവർക്കുനേരെ നീട്ടി. നിയാമിറോംഗിയത് തന്റെ പുതപ്പിനുള്ളിലേക്ക് പൂഴ്ത്തി. പിന്നെയവർ എന്റെ നേരെ തിരിഞ്ഞു.

‘‘നീ എന്തിനാണിവിടെ വന്നത്? എന്നെക്കൊണ്ട് നിനക്കെന്താണ് സാധിക്കേണ്ടത്?’’

‘‘നിങ്ങൾ മഴയെ ആജ്ഞാപിച്ചു വരുത്താറുണ്ടെന്ന് കേട്ടിട്ടുണ്ട്. നിങ്ങൾ അതെങ്ങനെയാണ് ചെയ്യുന്നതെന്നു കാണണം.’’

‘‘നീ നല്ല ജിജ്ഞാസയുള്ള കുട്ടിയാണ്. ഞാൻ മഴയെ വരുത്താൻ

ആജ്ഞാപിക്കാറില്ല. ഞാൻ അവളോട് സംസാരിക്കും. അവളെന്നോട് പ്രതികരിക്കും.''

''എനിക്കറിയാം അവൾ എവിടെയാണെന്ന്. ഞാൻ അവളോട് ആവശ്യപ്പെടും പെയ്യണമോ വേണ്ടയോ എന്ന്. അവൾക്കും തോന്നണം ഞാനാവശ്യപ്പെടുന്നത് അനുസരിക്കണോ വേണ്ടയോയെന്ന്.''

''നിങ്ങളൊക്കെ സ്കൂളിലെ കുട്ടികളാണ്. അവിടത്തെ അച്ചന്മാരോടൊപ്പമുള്ളവർ. നിങ്ങൾക്കൊന്നുമറിയില്ല. ബെൽജിയം അച്ചന്മാരുടെ മുഖ്യനും യൂഹി മുസിംഗാ എന്ന രാജാവിനെ വേട്ടയാടുമ്പോൾ ഞാൻ കുട്ടിയാണ്. പക്ഷേ അപ്പോഴേക്കും എന്നെ ഏവരും ബഹുമാനിച്ചുതുടങ്ങിയിരുന്നു. എന്റെ സിദ്ധികൾ എല്ലാവർക്കുമറിയാമായിരുന്നു. കാരണം അതെനിക്ക് എന്റെ അമ്മയിൽ നിന്നും അമ്മയ്ക്ക് അമ്മമ്മയിൽനിന്നും... അങ്ങനെ പൂർവ്വികമാതാക്കളിൽ ഒരാളായ നീയിറാ മുവുറായിൽനിന്ന് കിട്ടിയതാണീ മഴ സിദ്ധി. ഞാൻ മലയോരത്ത് ഒരു മലയിടുക്കിലാണ് താമസിച്ചിരുന്നത്. ഒരു കുളത്തിന്റെ അടുത്തുള്ള ഒരു വലിയ മലയിടുക്കിൽ. നിങ്ങൾക്കറിയാമല്ലോ മഴയുടെ കാര്യം. മഴയെത്താൻ വൈകുമ്പോൾ ഗ്രാമത്തിലെ കാരണവന്മാർ അവരുടെ പശുക്കളെ തെളിച്ചുകൊണ്ട് എന്റെ ഒരിക്കലും വറ്റാത്ത കുളത്തിലെത്തും. അവർ അവരുടെ ഗോത്രനർത്തകരെയും കൂട്ടിയാണ് വരിക. അവർ എന്നോട് പറയും: ''നിയാമിറോംഗീ, ഞങ്ങളോടു പറയൂ മഴ ഇപ്പോൾ എവിടെയാണ്? അവളോട് ഇങ്ങു വന്നെത്താൻ പറയു. ഞങ്ങൾ നിനക്ക് പശുക്കളെ തരാം. മദ്യകുംഭങ്ങൾ തരാം, രാജകീയ വസ്ത്രങ്ങൾ തരാം.'' ഞാനവരോട് പറയും: ''പശുക്കൾ ദാഹമകറ്റട്ടെ. പിന്നെ നിങ്ങളുടെ നർത്തകർ മഴയ്ക്കായ് നൃത്തം ചെയ്യണം.'' അങ്ങനെയവർ എന്റെ മുമ്പിൽ നൃത്തമാരംഭിക്കുന്നു. കുറേ നേരം നൃത്തം ചെയ്തു കഴിയുമ്പോൾ ഞാൻ കാരണവന്മാരോട് പറയും: ''നിങ്ങൾ നിങ്ങളുടെ മാടങ്ങളിലേക്കു തിരികെ പോവുക. നിങ്ങളവിടെ എത്തുമ്പോളേക്കും മഴ നിങ്ങളെ പൊതിയും. അവൾ നിങ്ങളുടെ പശുക്കളുടെ പുറത്ത് ആർത്തു പെയ്യും. പയർവള്ളികളിലും ചോളപ്പാടത്തും ചേമ്പിലകളിലും ജിഹാൻഗായുടെ മക്കളിലുമെല്ലാമവൾ വർഷിക്കും: ടുട്സികൾക്കുമേലും ഹ്യൂറ്റുകൾക്കുമേലും ബാത്വാകൾക്കുമേലെയും അവൾ ഒരുപോലെ വർഷിക്കും. ഞാൻ നാടിനെ പലപ്പോഴും രക്ഷിച്ചിട്ടുണ്ട്. അതുകൊണ്ട് ഏവരുമെന്നെ 'ഉമുമ്പിയേയി' എന്നു വിളിച്ചു, നാടിന്റെ അമ്മ എന്ന്. പക്ഷേ വെള്ളക്കാർ പുതിയ രാജാവിന് എന്നെക്കുറിച്ചുള്ള വിവരം നൽകിയതോടെ ഞാൻ വേട്ടയാടപ്പെട്ടു. എന്റെ മാടത്തിൽ നിന്നെന്നെ തുരത്തി. എന്നെ തൂക്കിക്കൊല്ലണമെന്നവർ ആഗ്രഹിച്ചു. ഞാൻ കാട്ടിനുള്ളിലേക്കു പലായനം ചെയ്തു. കുറേക്കാലം അവിടെത്തന്നെ കഴിഞ്ഞു. ദാ, ഇപ്പം എനിക്കു വല്ലാതെ

വയസ്സായി. ഞാനീ ബാത്വാ കുടിലിൽ ഒറ്റയ്ക്കു കഴിയുന്നു. ഞാൻ ആ അച്ചന്മാരുടെ അടുത്തേക്കു പോവുകയാണ്. അവർക്കു പറ്റുമോ എന്ന് നോക്കട്ടെ മഴ പെയ്യിക്കാൻ. പക്ഷേ ആ വെള്ളക്കാർക്കറിയാമോ മഴയോട് സംസാരിക്കാൻ? സ്കൂളിൽ മഴ എത്തിയിട്ടില്ല. മഴ അവരെ അനുസരിക്കില്ല. അവൾ വരും തോന്നിയതുപോലെ പെയ്യും. അതിനോട് സംസാരിക്കാനറിയണം. അതിനെന്നെ കാണാൻ വരണം. നിന്റെ കൂട്ടുകാരിയെപ്പോലെ, മഴയ്ക്കു വേണ്ടി ഒറ്റയ്ക്കു വരരുത്. ഞാൻ മഴയോട് സംസാരിക്കുന്നതെങ്ങനെയെന്ന് നിനക്കറിയണമെങ്കിൽ, എങ്ങനെയാണതെന്നെ അനുസരിക്കുന്നതെന്നറിയണമെങ്കിൽ, നൃത്തം ചെയ്യുക. എന്റെ മുന്നിൽ മഴയ്ക്കായി നൃത്തം ചെയ്യുക. കുറെയേറെക്കാലമായി എന്റെ മുമ്പിൽ ആരെങ്കിലും മഴയ്ക്കു വേണ്ടി നൃത്തം ചെയ്തിട്ട്.''

''നിയാമിറോംഗീ, എനിക്ക് ഈ സ്കൂൾ യൂണിഫോമിൽ നൃത്തം ചെയ്യാൻ പറ്റില്ലെന്നറിയാമല്ലോ. നിങ്ങളുടെ കുടിലിനുള്ളിൽ വേണ്ടത്ര സ്ഥലവുമില്ല. ഞാൻ നിങ്ങളോടഭ്യർത്ഥിക്കുന്നു. ഒന്നു പറഞ്ഞു തരൂ, മഴ ഇപ്പോൾ എവിടെയാണെന്ന്.''

''ശരി, നൃത്തം ചെയ്യുന്നില്ലെങ്കിൽ പോട്ടെ. ഒരു അഞ്ഞൂറു ഫ്രാങ്കു കൂടി എനിക്കു തരൂ. ഞാൻ പറഞ്ഞുതരാം, മഴ ഇപ്പോളെവിടെയാണെന്ന്.''

ഞാൻ അവർക്ക് അഞ്ഞൂറ് ഫ്രാങ്ക് കൊടുത്തു.

''ആഹാ, നല്ല കുട്ടി. എനിക്കെന്താണ് ചെയ്യാൻ കഴിയുക എന്ന് നിനക്ക് ഞാൻ കാണിച്ചുതരാൻ പോവുകയാണ്.''

അവർ തന്റെ കൈ നേരെ മുന്നോട്ടു നീട്ടി. മുഷ്ടി ചുരുട്ടിപ്പിടിച്ചിരുന്നെങ്കിലും ചൂണ്ടുവിരൽ കുടിലിന്റെ മകുടാകൃതിയുള്ള മച്ചിനു നേരെയുയർത്തി. ആ വിരലിന്റെ നഖത്തിന് നല്ല നീളമുണ്ടായിരുന്നു. പരുന്തിന്റേതുപോലെ. അവർ നാലുഭാഗത്തേക്കും കൈ ചൂണ്ടി. പിന്നെ തന്റെ പുതപ്പിനുള്ളിലേക്ക് കൈ പുനഃസ്ഥാപിച്ചു.

''എനിക്കറിയാം മഴ എവിടെയാണെന്ന്. അവൾ തടാകത്തിനു മുകളിലാണ്. അതെന്നോട് പറയുകയാണ് വരികയാണെന്ന്. വേഗം പൊയ്ക്കൊള്ളൂ. അവൾ നിങ്ങളെ പൊതിയുന്നതിന് മുമ്പ് ഓടിപ്പൊയ്ക്കോളൂ. ഞാനവളെ കാണുന്നു, അവൾ വരികയാണ്, തടാകത്തിനു കുറുകെയവൾ വരികയാണ്. എനിക്കൊരു അഞ്ഞൂറ് ഫ്രാങ്ക് കൂടിതരൂ, നിങ്ങൾക്ക് മിന്നലേൽക്കാതിരിക്കാൻ. നിങ്ങൾ അവൾക്കു വേണ്ടി നൃത്തം ചെയ്തില്ല. അതവളെ ശുണ്ഠി പിടിപ്പിച്ചിട്ടുണ്ട്. എനിക്ക് അഞ്ഞൂറ് ഫ്രാങ്ക് കൂടി തന്നാൽ മിന്നൽ നിങ്ങളെ വെറുതെ വിടും.''

''വേഗം.''കഗാബോ പറഞ്ഞു. ''അവർ പറയുംപോലെ ചെയ്യൂ, എന്നിട്ട് വേഗം പോകൂ.''

ഞങ്ങൾ ഓടി, മലഞ്ചെരിവിലൂടെ ഓടിയിറങ്ങി വഴിയിലെത്തി. മഴക്കാറുകൾ തിങ്ങിനിറഞ്ഞ് ഞങ്ങൾക്കു നേരെയുയർന്നു. ഇടി മുഴങ്ങുന്നുണ്ടായിരുന്നു. ഞങ്ങൾ സ്കൂൾ ഗേറ്റ് കടന്നതോടെ മഴ അലതല്ലി വന്നു. ആകാശത്തെ ഒരു മിന്നൽക്കൊടി വെട്ടി മുറിച്ചു.

പെൺകുട്ടികൾ ഏവരും മഴയുടെ വാശിയോടെയുള്ള ആർത്തലയ്ക്കൽ കേട്ട് കുറേനേരം നിശ്ശബ്ദരായി ഇരുന്നു.

''ഞാൻ കരുതുന്നത്...'' മോഡസ്റ്റ പറഞ്ഞു തുടങ്ങി. ''നിയാമിറോംഗിക്കും മഴയ്ക്കും അത്രയേറെ കാര്യങ്ങളുണ്ട് പരസ്പരം പറയാൻ. ഈ മഴ ഒരിക്കലും നിൽക്കുമെന്നു തോന്നുന്നില്ല.''

''ഓരോ വർഷവും അവസാനിക്കുന്നത് കൊടുംവരൾച്ചയിലാണ്.'' ഗ്ലോറിയോസ പറഞ്ഞു. ''പക്ഷേ, വെറോണിക്കാ, ഇമ്മാക്കുലേ, നമ്മൾ പറഞ്ഞു വന്ന പ്രണയം ഇമ്മാക്കുലേ വീണ്ടെടുത്തോ?''

അവൻ അവളെ കാണാൻ വേഗം തന്നെ പുറപ്പെട്ടു. കൊടുങ്കാറ്റുപോലെ കുതിച്ചുപോകുന്ന ഒരു മോട്ടോർബൈക്കിനെ അന്നേവരെ അങ്ങനെയൊന്നു കാണാത്തതു പോലെ നിയാമിനോംബുകാർ നോക്കിനിന്നു. ഏവരും പകച്ചു പിന്മാറി. ഒരു കൊച്ചുപെൺകുട്ടിയുടെ നീർക്കുടം വീണു പൊട്ടി. പക്ഷേ ഏതായാലും അവൻ സ്കൂൾ വരെ ചെന്നില്ല. ഉറവയ്ക്കരികിലെ ഉപേക്ഷിക്കപ്പെട്ട ഒരു ഇടയക്കുടിലിൽ അവർ സംഗമിച്ചു. നിനക്കറിയാമല്ലോ അവിടെ എന്തു നടന്നെന്ന്.''

ഇമ്മാക്കുലേ നിയാമിറോംഗിയുടെ ഉപദേശങ്ങൾ ശിരസാവഹിച്ചു. ഒട്ടധികമായിപ്പോയോ എന്നെനിക്കൊരു ഭയം.

''വെറോണിക്കാ.'' ഗ്ലോറിയോസ പറഞ്ഞു. ''നീ നല്ല ജിജ്ഞാസുവാണ്. നീ ഇതുപോലെ ഇനിയും മന്ത്രവാദികളുമായി ചുറ്റിക്കളിക്കും. എനിക്കുറപ്പാണ് നീ ആ മന്ത്രവാദിനിയുടെ മുമ്പിൽ നൃത്തം ചെയ്തിട്ടുണ്ട്. ടുട്സികൾ മാത്രമേ ചെകുത്താന്മാരുടെ മുന്നിൽ നൃത്തം ചെയ്യുകയുള്ളൂ. നിന്നെ തള്ളിപ്പറയാൻ എനിക്കു കഴിയും. പക്ഷേ ഇമ്മാക്കുലേക്ക് അത് വിഷമം വരുത്തിവെക്കുമെന്നതുകൊണ്ട് മാത്രമതുചെയ്യുന്നില്ല. അവളുടെ അച്ഛൻ ഒരു ബിസിനസ്സുകാരനാണ്. സംഘടനയോട് ഉദാരസമീപനമുള്ളയാളാണ്. ഈ വയസ്സിത്തള്ള കാമുകന്മാരെ തിരിച്ചുവരുത്താറുണ്ടെങ്കിൽ, മഴയ്ക്ക് ആജ്ഞകൾ നൽകാറുണ്ടെങ്കിൽ ഞാനും ഈ നിയാമിറോംഗിയുടെ അടുത്തൊന്നു ചെല്ലട്ടെ. ഒരുപക്ഷേ രാഷ്ട്രീയത്തിലും ചില കാര്യങ്ങളൊക്കെ അവർക്കു ചെയ്യാനാകും.''

ഇസിസ് ദേവത

"കേൾക്കൂ, വിർജീനിയ, എനിക്ക് നിന്നോടൊരു കാര്യം പറയാനുണ്ട്. പക്ഷേ അതാരോടും പറയരുത്."

"വെറോണിക്കാ, നിനക്കറിയാമല്ലോ നമ്മുടെ ടുട്സികൾക്ക് രഹസ്യങ്ങൾ സൂക്ഷിക്കാനറിയാം. വായടക്കിവെക്കേണ്ടതെങ്ങനെയെന്ന് നമ്മൾ ആദ്യമേ പഠിച്ചിട്ടുണ്ട്. ജീവിതത്തിൽ നാമത് പകർത്തണം. നമ്മുടെ അച്ഛനമ്മമാർ നമ്മോട് എപ്പോഴും പറയാറില്ലേ 'നിന്റെ ഭാഷയാണ് നിന്റെ ശത്രു'എന്ന്. നിനക്കെന്നോട് പറയാനുള്ളത് ഒരു രഹസ്യമാണെന്ന് നീ കരുതുന്നുവെങ്കിൽ, നിനക്കെന്നെ വിശ്വസിക്കാം. എനിക്ക് രഹസ്യങ്ങൾ സൂക്ഷിക്കാൻ നന്നായി അറിയാം.

എന്നാൽ ഞാൻ പറയുന്നത് ശ്രദ്ധിച്ചു കേൾക്കൂ. എല്ലാ ഞായറാഴ്ചകളിലും ഒറ്റയ്ക്ക് മലകയറി സഞ്ചരിക്കുന്നത് എനിക്കിഷ്ടമാണെന്ന് നിനക്കറിയാമല്ലോ. നിനക്ക് എന്നോട് അക്കാരണത്താൽ നീരസമുണ്ട്. പക്ഷേ മറ്റുള്ളവരെപ്പോലെ ബൂട്ടീക്കുകളിൽ പോവുകയോ തയ്യൽക്കാരന്റെ അടുത്തുപോയി അയാൾ പുതിയൊരുടുപ്പ് തയ്ക്കുന്നത് ആർക്കുവേണ്ടിയാവുമെന്ന് നോക്കുന്നതോ ഒന്നും എനിക്കിഷ്ടമല്ല. ഒറ്റയ്ക്കായിരിക്കുകയെന്നതാണ് എനിക്ക് ഏറെയിഷ്ടം. നമ്മെ വെറുക്കുന്ന ഈ പെൺകുട്ടികളെയൊന്നും എനിക്കിനി കാണുകയേ വേണ്ട. മലമുകളിൽ എത്തുമ്പോൾ ഞാനൊരു പാറയിലിരുന്ന് കണ്ണടയ്ക്കും. പിന്നെയാരുമില്ല, ഒന്നുമില്ല. കൺപോളകൾക്കടിയിൽ തിളങ്ങുന്ന സുന്ദരതാരങ്ങൾ മാത്രം. പലപ്പോഴും കുറേക്കൂടി സന്തുഷ്ടമായ മറ്റൊരു ജീവിതത്തിലാണ് ഞാനെന്നു തോന്നിപ്പോകും. നിസ്സംശയമായും സിനിമകളിൽ മാത്രമേ അതുപോലെ കാണാറുള്ളൂ."

"ഇത്രയേ ഉള്ളൂ നിനക്കെന്നോട് പറയാൻ?"

"അല്ല, നിൽക്ക്, കേൾക്കൂ. ഞാൻ റുത്താറിലെ വലിയ പാറക്കെട്ടിന്റെ നേരെ കുറെയേറെ പോയി, ഒട്ടും പരിചയമില്ലാത്ത ആരും

താമസമില്ലാത്ത ഒരിടത്തെത്തി. പെട്ടെന്ന്, എന്റെ പിറകിലായി ഞാനൊരു മോട്ടോർ ശബ്ദം കേട്ടു. എനിക്ക് തോന്നിയതൊന്നുമല്ല. നിറഞ്ഞ കുറ്റിക്കാടുകൾക്കിടയിൽനിന്നുള്ള കിലുകിലാരവം എന്താവാം? അത് മി. ഫോൻതെനെയുടെ ജീപ്പായിരുന്നു. അതെന്നെ കടന്നു പോയെങ്കിലും പെട്ടെന്ന് അത് എന്റെ തൊട്ടുമുമ്പിൽ നിന്നു. മി. ഫോൻതെനെയ് അദ്ദേഹത്തിന്റെ തൊപ്പിയൂരി.''

''അഭിവാദ്യങ്ങൾ, ഭവതീ, വഴി തെറ്റിപ്പോയി അല്ലേ? സ്കൂളിൽ നിന്ന് വളരെ അകലെ എത്തി അല്ലേ, കയറിക്കോളൂ. നമുക്ക് ജീപ്പിലൊന്ന് ചുറ്റിക്കറങ്ങാം. ഞാൻ വഴിയിൽ കൊണ്ടിറക്കുകയും ചെയ്യാം.''

എനിക്കു ഭയം തോന്നി. ഞാൻ രക്ഷപ്പെട്ടോടുമ്പോഴും അയാൾ എന്നെ ജീപ്പിൽ പിന്തുടരുമ്പോഴും എന്റെ ഹൃദയം പട പടാ മിടിക്കുന്നുണ്ടായിരുന്നു.

''പേടിക്കേണ്ട, ഞാൻ നിനക്ക് ഒരു കുഴപ്പവും വരുത്തില്ല. മാത്രമല്ല, ഞാൻ നിന്നെ തിരിച്ചറിഞ്ഞിരിക്കുന്നു. നീ ആരാണെന്ന് എനിക്കറിയാം. അന്നൊരിക്കൽ തീർത്ഥാടന സമയത്ത് മറ്റുള്ളവർക്കിടയിൽ ഞാൻ നിന്നെ ശ്രദ്ധിച്ചിരുന്നു. ഞാൻ നിന്റെ രേഖാചിത്രങ്ങൾ വരച്ചിരുന്നു. അവ നിന്നെ ഞാൻ കാണിക്കാം.''

ഞാൻ കിതയ്ക്കുകയായിരുന്നു. എനിക്ക് ഓടാൻ പറ്റാതായി. ജീപ്പ് എന്റെ അരികിലെത്തി നിന്നു.

''ശരി ശരി.'' മി. ഫോൻതെനെയ് പറഞ്ഞു. ''ഞാൻ നിന്നെത്തന്നെയായിരുന്നു അന്വേഷിച്ചു നടന്നത്. നിന്നെത്തന്നെയാണെനിക്കു വേണ്ടതും. നിന്നെ എന്റെയടുത്തേക്കയച്ചത് അവളാണ്.''

എന്റെ മുഖത്താൽ വശീകരിക്കപ്പെട്ടതുപോലെ എന്നെ ഉറ്റു നോക്കിക്കൊണ്ടിരുന്നു.

ഞാൻ സ്വാഭാവികമായും തലതാഴ്ത്തി. എന്റെ ഭയം ജിജ്ഞാസയ്ക്കു വഴിമാറി.

''എന്താണ് നിങ്ങൾക്കു വേണ്ടത്?''

''ഒരു കുഴപ്പവുമില്ല, നേരെമറിച്ചാണ്. ഞാനത് വാക്കുതരുന്നു, എനിക്ക് മോശമായ ഉദ്ദേശ്യങ്ങളൊന്നുമില്ല. ഞാൻ നിന്നെ സ്പർശിക്കുകയേയില്ല. എന്റെ വാഗ്ദാനത്തിൽ വിശ്വസിക്കൂ. ഞാൻ നിന്നെ എന്റെ വീട്ടിലേക്കു കൊണ്ടുപോകുകയാണ്. നീ എങ്ങനെയാണോ ആയിരിക്കേണ്ടത് ആ നിലയിൽ നിനക്ക് നിന്നെയവിടെ കാണാം. പ്രതിഷ്ഠാദേവതയെ കാത്തുനിൽക്കുന്ന ഒരമ്പലമാണത്.''

പ്രതിഷ്ഠാദേവതയെ കാത്തിരിക്കുന്നതോ?''

''നിനക്ക് സ്വയം കണ്ടു ബോധ്യപ്പെടാമല്ലോ.''

ഞാൻ ഭയന്നതുപോലെ ജിജ്ഞാസ എന്നിൽ വല്ലാതെ വളർന്നു.

‘‘ശരി, ആരുമറിയാത്ത വിധം ആറുമണിയാകുമ്പോഴേക്ക് എന്നെ തിരികെ സ്കൂളിലെത്തിക്കണം.’’

‘‘തീർച്ചയായും തിരിച്ചെത്തിക്കാം, ആരുമറിയാതെ.’’

ജീപ്പ് എത്ര കയറ്റിറക്കങ്ങൾ കയറിയിറങ്ങിയെന്നറിയില്ല. മുക്കിയും മുരണ്ടുവിറച്ചും തള്ളിത്തള്ളിയും പാതാളശബ്ദങ്ങൾ മുഴക്കിയും അത് മുന്നോട്ടു കുതിച്ചു. അയാൾ എന്നെ നിർന്നിമേഷം നോക്കിക്കൊണ്ട് ചിരിക്കുകയായിരുന്നു. വാഹനം തനിയെ ഓടുകയാണെന്ന് തോന്നിപ്പോകും. അങ്ങനെ അതൊരുപാതയിലെത്തി. പിന്നെ ഒരു ദേശീയോത്സവത്തിനു വെക്കാറുള്ളതുപോലെയുള്ള ഒരു കമാനത്തിനു താഴെക്കൂടി കടന്നുപോയി. പക്ഷേ ഇത് മുഴുവൻ ഇരുമ്പുകൊണ്ടുള്ളതായിരുന്നു. അതിലെഴുതി വെച്ചത് വായിക്കാൻ എനിക്ക് സാവകാശം കിട്ടി.

‘‘ഫോൻതെനെയ് എസ്റ്റേറ്റ്.’’

അതിനു താഴെ മറ്റൊരു ചെറിയ ഫലകത്തിൽ കന്യാമറിയത്തിന്റേതുപോലൊരു രൂപം ചിത്രീകരിക്കപ്പെട്ടിട്ടുണ്ട്. അത് പശുവിന്റെ കൊമ്പുകൾ പിടിപ്പിച്ച ഒരു ശിരോമകുടമണിഞ്ഞിട്ടുണ്ട്. അത് ഫോൻതെനെയുടെ വാസസ്ഥലത്തെത്തിയപ്പോൾ എന്നെ വിശദമായി കാണിച്ചുതന്നിരുന്നു. വേണ്ടതുപോലെ പരിചരിക്കപ്പെടാത്ത കാപ്പിച്ചെടിനിരകളും ഉപയോഗിക്കപ്പെട്ടതെന്ന് തോന്നുന്ന ഇഷ്ടികവീടുകളും താണ്ടി ജീപ്പ് കുറേ മുന്നോട്ടുപോയിരുന്നു. ശേഷം ഒടുവിൽ ഒരു വലിയ മാളികവീടിനു മുന്നിൽ നിന്നു.

‘‘വരൂ.’’ ഫോൻതെനെയ് എന്നോട് പറഞ്ഞു. ‘‘ഞാൻ എസ്റ്റേറ്റെല്ലാം ചുറ്റിനടന്നു കാണിക്കാം. ഇവിടെ നിന്റേതായി എന്താണുള്ളതെന്നു കാണിച്ചുതരാം.’’

‘‘എനിക്കപ്പോഴും പേടിയായിരുന്നു. അയാളെന്താണ് പറയുന്നതെന്നോ എന്നെക്കൊണ്ടയാൾക്ക് എന്താണാവശ്യം എന്നോ എനിക്കപ്പോഴും മനസ്സിലായിരുന്നില്ല. പിന്മാറാനുള്ള ഒരു മാർഗ്ഗവും കണ്ടതുമില്ല. ഇതിന്റെയൊക്കെ അർത്ഥമെന്തെന്നറിയാനുള്ള ആഗ്രഹവും യാഥാർത്ഥത്തിലെനിക്കുണ്ടായിരുന്നു. എന്തൊക്കെയായാലും പുറത്തുകടക്കാൻ വല്ല മാർഗ്ഗവും കണ്ടെത്തിയേക്കുമെന്ന് ഞാനാലോചിക്കുകയായിരുന്നു.

വിശാലമായ സ്വീകരണമുറിയിലേക്കയാൾ എന്നെ ആനയിച്ചു. ഒരു പയ്യൻ ഓറഞ്ച് ജ്യൂസ് നിറച്ച ഗ്ലാസ്സുകളുമായി ധൃതിയോടെ വന്നു. സ്വർണ്ണവർണ്ണത്തിലുള്ള തോൾമുദ്രയുള്ള ഒരു വെളുത്ത ഉടുപ്പായിരുന്നു അവന്റെ വേഷം. ഞാൻ ഓറഞ്ച് ജ്യൂസ് കുടിച്ചു തീരും വരെ ഫോൻതെനെയ് എന്നെ കണ്ണിമയ്ക്കാതെ നോക്കിക്കൊണ്ടിരുന്നു. ഞാനാകട്ടെ, ചുവരിൽ പതിച്ചു വെച്ച മാൻകൊമ്പുകൾ,

ആനക്കൊമ്പുകൾ, സീബ്രയുടെ തോൽ എന്നിവയൊക്കെ നോക്കുകയായിരുന്നു.''

''ആ ഏടാകൂടങ്ങളൊന്നും നോക്കേണ്ട. എന്നെ ഒരിക്കലും ഇനി കാണാൻ വരാത്തവർക്കുവേണ്ടിയാണവയൊക്കെ. കൊല്ലരുതായിരുന്നുവെന്ന് ഞാനാഗ്രഹിച്ച മൃഗങ്ങളാണവ. എന്റെ പിറകെ വരൂ.''

''ഒരു നീണ്ട ഇടനാഴിയിലൂടെ ഞങ്ങൾ നടന്നു. അതവസാനിക്കുന്നത് ഒരു പൂന്തോട്ടത്തിലാണ്. മുളങ്കാടുകളുടെ പിറകിൽ പാപ്പിറസ് ചെടികൾ തിങ്ങിവളർന്ന ഒരു തടാകമുണ്ട്. അതിനുമപ്പുറം ദേവാലയം പോലെ ഒരു കെട്ടിടം കാണാമായിരുന്നു. അത് സാധാരണ മിഷനറി പള്ളിപോലെയായിരുന്നില്ല. അത് ചുറ്റിലും തൂണുകളുള്ള ചതുരത്തിലുള്ള ഒരു കെട്ടിടമായിരുന്നു.

അങ്ങോട്ടടുക്കുംതോറും മനസ്സിലായി അവ ശിൽപ്പത്തൂണുകളാണെന്ന്. പാപ്പിറസ് ചെടിയുടെ സദൃശരൂപത്തിൽ. ഉള്ളിലേക്ക് കടന്നപ്പോൾ ചുവരുകൾ നിറയെ ചിത്രങ്ങളായിരുന്നു: ഒരു വശത്ത് വലിയ കൊമ്പുകളുള്ള പശുക്കൾ ഗോത്രവർഗ നർത്തകരെപ്പോലുള്ള യോദ്ധാക്കൾ. നേരെ മുമ്പിൽ മുസിംഗാ രാജാവിന്റെ ഛായാചിത്രം പോലെ മുത്തുക്കിരീടമണിഞ്ഞ വലിയൊരാൾ. മറുവശത്ത്, സ്ത്രീകളുടെ ഒരു ഘോഷയാത്ര, പഴയകാലത്തെ രാജ്ഞിമാരെ ഓർമ്മിപ്പിക്കുന്ന കറുത്ത യുവതരുണികൾ. ഒന്നിനുപിറകെ ഒന്നായി അവരുടെ മുഖങ്ങൾ പാർശ്വമായാണ് ചിത്രീകരിച്ചത്. അവർ ലോലവും സുതാര്യവുമായ വസ്ത്രങ്ങളാണ് ധരിച്ചിരിക്കുന്നത്. മാറിടം നഗ്നമായിരുന്നു. നാഭിയും കാലുകളും കാണാമായിരുന്നു. അവർ പക്ഷിയെ ഓർമിപ്പിക്കുന്ന ഒരുതരം പൊയ്മുടിയണിഞ്ഞിരുന്നു. അങ്ങേയറ്റത്തെ ചുവരിൽ കന്യാമറിയത്തിന്റേതുപോലുള്ള ഒരു രൂപമുണ്ടായിരുന്നു. നൈലിന്റെ നോത്രദാമിന്റെയത്ര കറുത്തത്. വസ്ത്രങ്ങളൊക്കെ അവിടെ ആലേഖനം ചെയ്യപ്പെട്ട തരുണികളേതുപോലെതന്നെ. ഒരു വ്യത്യാസമെന്തെന്നാൽ അത് കൊമ്പുകളുള്ള ഒരു ശിരോമകുടം ധരിച്ചിരുന്നു. നേരത്തെ എസ്റ്റേറ്റിന്റെ കവാടത്തിൽ കണ്ടതുപോലെതന്നെ. കൊമ്പുകൾക്കു നടുവിൽ തിളങ്ങുന്ന ഒരു സൂര്യഫലകവും. ശരിക്കും ജീവനുള്ള ഒരാൾ നോക്കുന്നതുപോലെതന്നെ കറുത്ത കണ്ണുകൾകൊണ്ട് ആ രൂപം എന്നെ ഉറ്റുനോക്കുന്നുവെന്നെനിക്കു തോന്നിപ്പോയി. അവൾക്കു മുമ്പിലായി ഒരു തട്ടിന്റെ മുകളിൽ നല്ല പൊക്കമുള്ള ഒരു കൈക്കസേരയുണ്ടായിരുന്നു. പള്ളികളിൽ ബിഷപ്പുമാർ ഇരിക്കുന്ന തരത്തിലുള്ള ഒന്ന്. അതിന്മേൽ കൗതുകം ജനിപ്പിക്കുന്ന ആ ശിരോമകുടം വെച്ചിരുന്നു.''

''നന്നായി ശ്രദ്ധിച്ചു നോക്കൂ.'' മി. ഫോൻതെനെയ് എന്നോടു പറഞ്ഞു. ''അവളാരാണെന്ന് മനസ്സിലായോ, നീ നിന്നെത്തന്നെ തിരിച്ചറിഞ്ഞോ?''

എന്തുപറയണമെന്ന് എനിക്കറിയാമായിരുന്നില്ല.

‘‘നല്ല ശ്രദ്ധയോടെ നോക്കൂ.’’ അയാൾ ആവർത്തിച്ചു. ‘‘ശരിക്കും നൈലിന്റെ കന്യാമാതാവുതന്നെ. അതേസമയം അവൾക്കു നിന്റെ ഛായയില്ലേ?’’

‘‘അതേയോ? അവൾ എന്നെപ്പോലെ കറുത്തിട്ടുതന്നെ. അതല്ലാതെ മറ്റെന്താണ്. എന്റെ പേര് വെറോണിക്ക. ഞാൻ കന്യാമാതാവല്ല.’’

‘‘അല്ല. സമ്മതിച്ചു. നീ കന്യാമാതാവല്ല. നീയർഹിക്കുന്നുവെങ്കിൽ, ഞാൻ വെളിപ്പെടുത്തുകയാണ്, അവൾക്ക് നിന്റെ അതേ പേരാണ്.’’

‘‘എന്റെ ശരിയായ പേര്, എന്റെ അച്ഛൻ എനിക്കു തന്ന പേര് തുമുറീൻഡ് എന്നാണ്. അതിന്റെയർത്ഥം, അവളെ രക്ഷിക്കുക എന്നാണ്.’’

‘‘നീ എന്നെ വിശ്വസിക്കുക. നിന്റെ അച്ഛൻ എന്താണ് നിന്നെക്കുറിച്ചാഗ്രഹിച്ചത്, അത് ഞാൻ സഫലമാക്കും. നീ എനിക്കു വളരെ പ്രിയപ്പെട്ടവളാണ്. എനിക്കറിയാവുന്ന മറ്റൊരു പേരുണ്ട്. നിനക്കായി കരുതിവെച്ചതും നിന്നെ കാത്തിരിക്കുന്നതുമായിട്ട്. നീ വീണ്ടുമെന്നെ കാണാൻ വരികയാണെങ്കിൽ ഞാനതെല്ലാം വിശദീകരിക്കാം.’’

എനിക്കപ്പോഴും അയാൾ പറഞ്ഞതൊന്നും മനസ്സിലായില്ല. പക്ഷേ എന്താണയാളുടെ ഉദ്ദേശ്യം എന്നറിയാനുള്ള ജിജ്ഞാസ വർദ്ധിച്ചു. ഒട്ടൊന്ന് ആലോചിച്ചതിനു ശേഷം ഞാൻ പറഞ്ഞു.

‘‘ഞാൻ അടുത്ത ഞായറാഴ്ച വരാം. പക്ഷേ ഒരു കൂട്ടുകാരിയേയും കൂട്ടിയായിരിക്കും. ഒറ്റയ്ക്ക് വരാൻ പറ്റില്ല.’’

‘‘നിന്റെ കൂട്ടുകാരി നിന്നെപ്പോലെതന്നെയാണെങ്കിൽ അവളൊന്നിച്ച് വരാം. പക്ഷേ നീയുമായി സാദൃശ്യമുണ്ടെങ്കിൽ മാത്രമേ ഇവിടെ സ്ഥാനമുള്ളൂ.’’

‘‘ഞാൻ അവൾക്കൊപ്പം വരാം. ഇപ്പോൾ വൈകിയിരിക്കുന്നു. എന്നെ സ്കൂളിൽ തിരികെ എത്തിച്ചുതരണം. ആരും നമ്മളെ കാണുകയുമരുത്.’’

‘‘എന്റെ പഴയ ജീപ്പിനു പാതകൾ ഇഷ്ടമല്ല.’’

‘‘അയാളെന്നെ ആറുമണിയാകുമ്പോളേക്കും അതിഥിമന്ദിരത്തിന്റെ പിറകിൽ കൊണ്ടുവന്നാക്കി. വേഗം തന്നെ തിരികെ പോവുകയും ചെയ്തു.’’

‘‘അതൊരു രസകരമായ കഥയാണല്ലോ.’’ വിർജീനിയ പറഞ്ഞു. ‘‘ഈ വെള്ളക്കാരന് വട്ടാണ്. നീയാരെയാണ് കൂടെ കൂട്ടാൻ പോകുന്നത്?’’

‘‘നിന്നെ, വേറെയാരെ? അടുത്ത ഞായറാഴ്ച ആ വെള്ളക്കാരന്റെയടുത്ത് പോകാൻ കൂടെ വരുന്നത് നീയാണ്. നമുക്ക് ദേവതകളായി കളിക്കാം. നീ നോക്കിക്കോ, അതൊരു സിനിമപോലെയായിരിക്കും.’’

‘‘അത് അപകടകരമാണെന്നാണ് എനിക്ക് തോന്നുന്നത്. വെള്ളക്കാർ പെൺകുട്ടികളെ അവരുടെ വാസസ്ഥലങ്ങളിലേക്കാകർഷിച്ച് എന്താണ് ചെയ്യുകയെന്നറിയാമല്ലോ. വെള്ളക്കാരുടെ വിചാരം അവർക്കിവിടെ എന്തുമാകാമെന്നും അവരുടെ നാട്ടിൽ വിലക്കപ്പെട്ടതെല്ലാം ഇവിടെയാവാം എന്നുമാണ്.’’

‘‘പക്ഷേ അല്ല. ഇക്കാര്യത്തിൽ നീ പേടിക്കുകയേ വേണ്ട. ഫോൻതെനെയ് ഒരു വൃദ്ധ ഭ്രാന്തനാണ്. അയാളാകട്ടെ, വാഗ്ദാനം ചെയ്തിട്ടുമുണ്ട് എന്റെ അടുത്തേക്ക് വരില്ല എന്ന്. ഞാൻ നിന്നോട് പറഞ്ഞല്ലോ, അയാൾ എന്നെ ഒരു ദേവതയായി കരുതുന്നു. നിന്റെ കാര്യത്തിലും അങ്ങനെ തന്നെ. ടുട്സികളെപ്പറ്റി വെള്ളക്കാർ എന്താണ് പറയാറുള്ളതെന്ന് നിനക്കറിയാമല്ലോ. പൂന്തോട്ടത്തിലെ ആ ദേവാലയം എന്നെ എന്തൊക്കെയോ ഓർമ്മിപ്പിച്ചു. ലൈബ്രറിയിലെ പൗരാണികതയെക്കുറിച്ചുള്ള പുസ്തകങ്ങളിൽ ഞാൻ തിരഞ്ഞുനോക്കിയിട്ടുണ്ട്. ആ ദേവാലയം റോമനല്ല, ഗ്രീക്കുമല്ല. അത് ഈജിപ്ഷ്യൻ ആണ്. മോസസിന്റെ കാലത്തേത്, ഫറവോമാരുടെ കാലത്തേതാണത്. ആ തൂണുകൾ, ചിത്രങ്ങൾ, അതൊക്കെ ഞാൻ പുസ്തകത്തിൽ കണ്ടതുപോലെതന്നെയാണ്. അയാൾ ഒരു ഭ്രാന്തനാണ്. പൂന്തോട്ടത്തിൽ അയാളൊരു ഈജിപ്ഷ്യൻ ദേവാലയം പണിതിരിക്കുന്നു. തലയിൽ പശുവിന്റെ കൊമ്പുകളോടെ ആലേഖനം ചെയ്യപ്പെട്ട ആ സ്ത്രീയെയും ഞാൻ പുസ്തകത്തിൽ കണ്ടിട്ടുണ്ട്. അതൊരു ദേവതയാണ്. അത് ഒന്നുകിൽ ഇസിസ് ദേവിയാണ് അല്ലെങ്കിൽ ഞാൻ സിനിമയിൽ കണ്ടതുപോലെ ക്ലിയോപാട്ര ആണ്.’’

‘‘അതേയ്, അയാളൊരു ബഹുദേവത വിശ്വാസിയാണ്. വെള്ളക്കാരിൽ അങ്ങനെയൊരാളും അവശേഷിച്ചിട്ടില്ലെന്നാണ് ഞാൻ കരുതിയത്. അയാളുടെ ദേവാലയത്തിൽ പോയിട്ട് നമ്മളെന്തു ചെയ്യണമെന്നാണ് അയാളുടെ ആവശ്യം?’’

‘‘അതെനിക്കറിഞ്ഞുകൂടാ. ചിലപ്പോൾ നമ്മുടെ ഛായാചിത്രം രചിക്കണം. അല്ലെങ്കിൽ ഫോട്ടോ എടുക്കണം. അതല്ലെങ്കിൽ വിഡിയോ പിടിക്കണം, അങ്ങനെയെന്തെങ്കിലുമാവും. അതുമല്ലെങ്കിൽ അയാൾക്ക് നമ്മളെ പൂജിക്കണമെന്നുണ്ടാകും. എന്തായാലും രസമല്ലേ...’’

‘‘നിനക്കും അയാളെപ്പോലെ വട്ടാണ്.’’

''അവധിക്കാലത്ത് എന്റെ കൈയ്യിൽ കുറച്ചു പണം കിട്ടുമ്പോൾ, ഫ്രഞ്ച് കൾച്ചറൽ സെന്ററിൽ പോയി സിനിമ കാണും. എനിക്കെപ്പോഴുമുള്ള ഒരാഗ്രഹമാണ് സിനിമയിൽ അഭിനയിക്കുക എന്നത്. ഒരു നടിയാവുക എന്നതും. ആ വയസ്സൻ വെള്ളക്കാരന്റെ സിനിമയിൽ ദേവതയായി അഭിനയിക്കാൻ പോവുകയാണ് ഞാൻ. അത് ഒരു സിനിമ പോലെതന്നെയായിരിക്കും.''

''ഞാൻ നിന്നെ സംരക്ഷിക്കാനായി കൂടെ വരാം. ഞാനൊരു കത്തി എന്റെ അടിപ്പാവാടയ്ക്കുള്ളിൽ ഒളിപ്പിച്ചുവെക്കും. പ്രതിരോധിക്കേണ്ട സന്ദർഭം വരുമോ എന്നാർക്കറിയാം.''

ജീപ്പ് റൂത്താറിന്റെ പാറക്കെട്ടുകൾക്കു പിറകിൽ കാത്തു കിടപ്പുണ്ടായിരുന്നു. മി.ഫോൻതെനെയ്, അവരെ കാണുമ്പോഴേക്കും വട്ടത്തൊപ്പിയൂരി വലിയൊരാംഗ്യത്തോടെ അവരെ അഭിവാദ്യം ചെയ്തു. തടാകം പർവ്വത പാദത്തിൽ വെയിലേറ്റു തിളങ്ങും പോലെ അയാളുടെ കഷണ്ടിത്തല മിനുങ്ങുന്നത് വെറോണിക്ക ശ്രദ്ധിച്ചു. മേഘം സൂര്യനെ മറച്ചു, തടാകം മങ്ങി. മി. ഫോൻതെനെയ് തന്റെ കാക്കി നിറമുള്ള വട്ടത്തൊപ്പി വീണ്ടുമണിഞ്ഞു.

''ഞാൻ അന്ന് പറഞ്ഞതുപോലെ, ഞാൻ ഒരു കൂട്ടുകാരിയേയും കൂട്ടിയാണ് വന്നിരിക്കുന്നത്.'' വെറോണിക്ക പറഞ്ഞു. ''ഇവൾ വിർജീനിയ.'' മി. ഫോൻതെനെയ് കുറച്ചു നേരം അവളെത്തന്നെ പരിശോധനാപൂർവ്വം നോക്കിനിന്നു.

''ശുഭദിനാശംസകൾ വിർജീനിയാ, സ്വാഗതം. എനിക്കുവേണ്ടി നീ കാൻഡസ് ആയിരിക്കും, കാൻഡസ് റാണി.''

വിർജീനിയ പൊട്ടിച്ചിരിക്കാൻ തുടങ്ങി.

''ഞാൻ വിളിക്കപ്പെടുന്നത് വിർജീനിയ എന്നാണ്. ശരിക്കുമുള്ള പേര് മുത്താമുറീസാ. നിങ്ങൾക്ക് വേണമെങ്കിൽ ഞാൻ കാൻഡസ് ആകാം. വെള്ളക്കാർ ഞങ്ങളെ എപ്പോഴും തോന്നിയ പേരുകൾ വിളിക്കും. വിർജീനിയ എന്ന പേരുതന്നെ അച്ഛന്റെ ഇഷ്ടപ്രകാരമിട്ട പേരല്ല.''

''ഞാൻ വിശദീകരിക്കാം, കാൻഡസ്, അതു വെള്ളക്കാരുടെയൊന്നും പേരല്ല. അത് ഒരു കറുത്ത ദേവതയുടെ പേരാണ്. നൈലിന്റെ രാജ്ഞിയുടെ പേര്. നിങ്ങൾ ടുട്സികളെല്ലാം ആ രാജ്ഞിയുടെ സന്തതികളാണ്. വരൂ, കയറിയിരിക്കൂ.''

ജീപ്പ് സ്റ്റാർട്ടായി. പുല്ലും ചളിയും വകഞ്ഞുയർത്തിക്കൊണ്ടതു കുതിച്ചു. പാറകളുടെയിടയിൽ വളഞ്ഞു പുളഞ്ഞു കൊണ്ടതൊരു അഗോചരമായ വഴിതേടി. വാഹനത്തിൽ നിന്നു തെറിച്ചുപോകാതിരിക്കാൻ വിർജീനിയയും വെറോണിക്കയും പരസ്പരം മുറുകെ പിടിച്ചു. ഏറെ വൈകാതെ ലോഹനിർമിതമായ എസ്റ്റേറ്റു കവാടത്തിനടിയിലൂടെയത് കടന്നുപോയി. ഒരേപോലുള്ള ചെറുവീടുകൾക്കും

കാടുപിടിച്ച കാപ്പിച്ചെടികൾക്കുമിടയിലൂടെ വാഹനം പാഞ്ഞു. ''അതൊക്കെ എന്റെ തൊഴിലാളികളുടെ വീടുകളാണ്.'' മി. ഫോൻ തെനെയ് വിശദീകരിച്ചു.

''മുമ്പൊക്കെ കാപ്പിക്കൃഷികൊണ്ട് ജീവിതസൗഭാഗ്യം കൈവരുവരുത്താമെന്നാണ് ഞാൻ കരുതിയത്. ഞാനൊരു പൊട്ടനായിരുന്നെങ്കിലും നല്ല രക്ഷാധികാരിയായിരുന്നു. ഇപ്പോൾ എന്റെ ഇടയന്മാരാണവിടെ താമസിക്കുന്നത്, എന്റെ യോദ്ധാക്കൾ എന്റെ 'ഇൻഗാബോക്കൾ'. നിങ്ങൾക്കതൊക്കെ കാണാം.'' ജീപ്പ് വൻമന്ദിരത്തിന്റെ പടിക്കൽ നിന്നു.

അവർ സ്വീകരണമുറിക്കകത്തേക്കു കടന്നു. തോൾ മുദ്രയുള്ള വെള്ളവസ്ത്രം ധരിച്ച പരിചാരകൻ പയ്യൻ പട്ടാളരീതിയിൽ അവരെ അഭിവാദ്യം ചെയ്തു. മി. ഫോൻതെനെയ് അവർ ഇരിക്കേണ്ട ചൂരൽക്കസേരകളിലേക്ക് ചൂണ്ടിക്കാണിച്ചു.

ഉയരം കുറഞ്ഞ ഒരു ടീപ്പോയിൽ പരിചാരകൻ ഓറഞ്ച് ജ്യൂസും ഒരു ട്രേ നിറയെ മധുര പലഹാരങ്ങളും കൊണ്ടുവെച്ചു.

പുള്ളിപ്പുലിയുടെ തോലുകൊണ്ടുള്ള ആവരണവും മുളകൊണ്ട് പണിത കാലുകളുമുള്ള ഒരിരിപ്പിടത്തിൽ തന്റെ അതിഥികൾക്കഭിമുഖമായി മി. ഫോൻതെനെയ് ഇരുന്നു. തന്റെ മുഖം കൈകളിൽ ചേർത്ത് കുറേനേരം അയാൾ നിശ്ശബ്ദനായി ഇരുന്നു. കൈകൾ മാറ്റി അയാളവരിൽ നോട്ടം പതിപ്പിച്ചപ്പോൾ വിർജീനിയ അവളുടെ പാവാടയ്ക്കടിയിൽ തിരുകിവെച്ച കത്തി അവിടെത്തന്നെയുണ്ടോ എന്ന് പരിഭ്രമത്തോടെ നോക്കുകയും രക്ഷപ്പെട്ടോടാൻ തയ്യാറെടുത്തുകൊള്ളൂ എന്നൊരാംഗ്യം വെറോണിക്കയ്ക്കു കൈമാറിയതും ഒന്നിച്ചായിരുന്നു. മിന്നൽക്കൊടിപോലെ അത്രയ്ക്കു തീക്ഷ്ണമായിരുന്നു അയാളുടെ നോട്ടം. പക്ഷേ അയാൾ അവരുടെ മേൽ ചാടിവീഴുകയൊന്നും ചെയ്തില്ല. മറിച്ച് അയാൾ സംസാരിച്ചുതുടങ്ങി.

കുറേനേരം അയാൾ സംസാരിച്ചു. പലപ്പോഴും അയാളുടെ ശബ്ദം വികാരഭരിതമായിരുന്നു. ചിലപ്പോൾ അത് ഗൗരവം പൂണ്ടു. ചിലപ്പോൾ മൃദുമർമ്മരം പോലെ പതിയുകയും വീണ്ടുമുയർന്ന് മുഴങ്ങുകയും ചെയ്തു. താനവർക്ക് വലിയൊരു രഹസ്യം വെളിപ്പെടുത്തിക്കൊടുക്കാൻ പോവുകയാണെന്ന് അയാൾ ആവർത്തിച്ചു. അവരെ സംബന്ധിക്കുന്ന, ടുട്സിയെക്കുറിച്ചുള്ള ഒരു രഹസ്യമാണത്. അവരുടെ ദീർഘപലായനത്തിൽ അവർക്ക് സ്മരണ നഷ്ടമായിരിക്കുന്നു. അവർ അവരുടെ പശുക്കളെയും കുലീനതയെയും പെൺകിടാങ്ങളുടെ സൗന്ദര്യവുമെല്ലാം വേണ്ടതുപോലെ സംരക്ഷിച്ചു. പക്ഷേ സ്മരണ നഷ്ടമായി. അവർ എവിടെനിന്നു വന്നുവെന്നും അവരാരാണെന്നും അവർക്കറിയാതെയായി. ഇതൊക്കെ താൻ എങ്ങനെ കണ്ടെത്തി എന്നത് വലിയൊരു കഥയാണ്. അത് അയാളുടെ തന്നെ

ജീവിതകഥയാണ്, അയാളുടെ വിധിയുടെ. അതൊന്നും പറയാൻ തനിക്ക് ഭയസങ്കോചങ്ങളൊന്നുമില്ല.

യൂറോപ്പിൽ ഒരു ചിത്രകാരനായി കഴിയണമെന്നായിരുന്നു അയാളുടെ ആഗ്രഹം. പക്ഷേ ആരും അയാളുടെ ചിത്രങ്ങൾ വാങ്ങിയില്ല.

അയാളുടെ കുലീനമായ തറവാട് മുടിഞ്ഞുപോകുന്നതിനും മുമ്പായിരുന്നു അത്. 'കുലീനമായ തറവാട്' എന്നയാൾ ഉച്ചരിച്ചത് പുച്ഛത്തോടെയായിരുന്നു. അയാൾ ഭാഗ്യം തേടി ആഫ്രിക്കയിലെത്തി. ആർക്കും വേണ്ടാത്ത ഈ മലമ്പ്രദേശത്ത് കുറച്ച് ഭൂമി നേടിയെടുത്തു. അറേബ്യൻ കാപ്പിച്ചെടികൾക്കു വളരാൻ പറ്റിയ ഒരു വലിയ എസ്റ്റേറ്റ്. അയാളങ്ങനെ കുടിയേറ്റക്കാരനായ ഒരു പ്ലാന്റർ ആയി, സമ്പന്നനായി. കെനിയയിലും ടാങ്കനീക്കയിലും നായാട്ടിനു പോകുന്നത് അയാൾക്കിഷ്ടമായിരുന്നു. തന്റെ മേശ അയാൾ എപ്പോഴും ഉദാരമായി തുറന്നുവെച്ചു. വഴി അത്രയേറെ മോശമായിട്ടും നഗരത്തിൽ നിന്നുള്ള അതിഥികൾ അയാളുടെ ആതിഥ്യം സ്വീകരിക്കാൻ എന്ത് വിഷമതകളും സഹിച്ചു. വിശാലമായ ആ സ്വീകരണമുറിയിൽ അവരെല്ലാം കുടിച്ചു മദിച്ചു. ചർച്ചകൾ പൊടിപൊടിച്ചു. കേട്ടുകേൾവികൾ, അവർ കീഴടക്കിയ ഹിംസ്രമൃഗങ്ങൾ, കാപ്പി പരിപാലനം, അവരുടെ വേലക്കാരുടെ പരമ മണ്ടത്തരങ്ങൾ, ഒരിക്കലും പാഠങ്ങൾ പഠിക്കാത്ത അഹങ്കാരികൾ, അതിഥികൾക്കൊപ്പമെത്തുന്ന പെൺകുട്ടികൾ, അല്ലെങ്കിൽ ആതിഥേയൻ ഉപചാരപൂർവ്വം അനുവദിച്ചുകൊടുക്കുന്ന പെൺകുട്ടികൾ, (അവർ അധികവും ടുട്സി സുന്ദരികളായിരിക്കും.), ചിത്രകാരനായ തന്റെ മോഡലുകൾ എല്ലാം അവയ്ക്കു വിഷയീഭവിച്ചു. താൻ വരയ്ക്കുന്ന ചിത്രങ്ങളുടെ വിഷയങ്ങളും മി. ഫോൻതെനെയ് വിവരിച്ചു. നീണ്ട വടിചാരി നിൽക്കുന്ന ഇടയൻ, ലയർ വാദ്യം പോലുള്ള കൊമ്പുകളുള്ള പശുക്കൾ, കൂർത്ത കൊട്ടയോ, ജലപാത്രമോ തലയിലേറ്റിയ യുവതരുണികൾ, കേശസമൃദ്ധി ചില്ലുമലകൾകൊണ്ട് കെട്ടിവെച്ച സുന്ദരിക്കുട്ടികൾ. വില്ല സന്ദർശിക്കുന്നവരുടെയെല്ലാം ഛായാചിത്രങ്ങൾ അയാൾ വരച്ചു കൂട്ടി. അവരുടെ മുഖങ്ങൾ അയാളെ ഹഠാദാകർഷിച്ചു.

ടുട്സികളെപ്പറ്റി അദ്ദേഹം പരാമർശിച്ചത് പൂർണ ബോധ്യത്തോടെയായിരുന്നു. അവർ നീഗ്രോകളായിരുന്നില്ല. അവരുടെ മൂക്കും അരുണിമയോടെ മിനുങ്ങുന്ന തൊലിയും കണ്ടാൽ മതി അതിനു തെളിവായി. പക്ഷേ എവിടെ നിന്നാണവർ വരുന്നത്. ടുട്സികളെക്കുറിച്ചുള്ള നിഗൂഢത അയാളെ അലോസരപ്പെടുത്തികൊണ്ടിരുന്നു. അയാൾ താടിക്കാരായ മിഷനറിമാരോട് അതേക്കുറിച്ച് ചോദിക്കാൻ പോയി. പ്രസ്തുത വിഷയത്തെക്കുറിച്ചുള്ള പുസ്തകങ്ങൾ കഴിയുന്നത്ര വായിച്ചു.

ആർക്കുമൊരു ധാരണയുമില്ല. ടുട്സികൾ വന്നത് എത്യോപ്യയിൽ നിന്നാണ്, ഒരു തരം കറുത്ത ജൂതന്മാരാണവർ, അലക്സാൻഡ്രിയയിൽ നിന്ന് കുടിയേറിയ ഈജിപ്ഷ്യൻ വംശജരാണ്, വഴി നഷ്ടപ്പെട്ടലഞ്ഞെത്തിയ റോമാക്കാരാണ്, മസായികളുടെ പെയൂൾ ബന്ധുക്കളാണ്, ബാബിലോണിൽ നിന്ന് വിഷമങ്ങളെ അതിജീവിച്ചെത്തിയ സുമേറിയക്കാരാണ്, ടിബറ്റിന്റെ നേർസന്തതി പരമ്പരയാണ്, യഥാർത്ഥ ആര്യന്മാരാണ് എന്നൊക്കെയവർ വിശേഷിപ്പിക്കപ്പെട്ടു.

ബെൽജിയംകാരുടെയും മിഷനറിമാരുടെയും സഹായത്തോടെ ഹ്യുറ്റുകൾ മുവാമികളെ വേട്ടയാടുകയും ടുട്സികളെ കൂട്ടക്കൊല ചെയ്യുകയും ചെയ്തു. താൻ ചെയ്യാമെന്നേറ്റ ഒരു കാര്യം നിറവേറ്റേണ്ട ആസന്നഘട്ടം വന്നെത്തിയതായി അയാൾ മനസ്സിലാക്കിയിരിക്കുന്നു. അയാളുടെ ജീവിതനിയോഗം തന്നെ അതാണ്. ടുട്സികൾ ഇല്ലാതായിക്കൊണ്ടിരിക്കുന്നുവെന്ന കാര്യം അയാൾക്കുറപ്പാണ്. ആ വംശം ഉന്മൂലനത്തിൽ കലാശിക്കും. നാടുവിട്ടവരെല്ലാം മറ്റു സമൂഹമായി കൂടിക്കലർന്ന് നേർത്തുപോകും. അതിൽനിന്നവരെ രക്ഷപ്പെടുത്തുകതന്നെ വേണം. യഥാർത്ഥത്തിലുള്ള അവരുടെ പുരാതന ചരിത്രത്തിന്റെ യാഥാർത്ഥ്യത്തെ മോചിപ്പിക്കണം. അതിനാൽ അയാൾ തന്റെ കൂട്ടുകാരെയും കാപ്പിക്കൃഷിയുമെല്ലാം ഉപേക്ഷിച്ചിരിക്കുകയാണ്. ഹീറോഗ്ലിഫ് ആലേഖനങ്ങൾ വായിച്ചെടുക്കാൻ അയാൾ പഠിച്ചു. വടക്കൻ ആഫ്രിക്കയിലെ ഗോത്രവർഗങ്ങളെക്കുറിച്ച് പുരാതന എത്യോപ്യൻ ഭാഷാരൂപമായ ഗേസ് ഭാഷയിൽത്തന്നെ പഠിച്ചു. പരിചാരകനുമായി കിന്യാർവാണ്ട ഭാഷയിൽ സംസാരിക്കാൻ ശ്രമിച്ചു. പക്ഷേ തീർച്ചയായും താനൊരു പണ്ഡിതനല്ല. നരവംശശാസ്ത്രത്തിൽ അവഗാഹവുമില്ല. പുസ്തകങ്ങളും പഠനങ്ങളും ഒന്നും ഒരു നിഗമനത്തിലും തന്നെയെത്തിച്ചിട്ടില്ല. താനൊരു കലാകാരനാണ്. പ്രചോദനത്താലും അന്തർജ്ഞാനത്തിലും മാത്രമാണ് താൻ നയിക്കപ്പെട്ടത്. കലാവാസന അയാളെ സകല പണ്ഡിതന്മാരിൽനിന്നും അവരുടെ പാണ്ഡിത്യത്തിൽനിന്നുമൊക്കെ വേറിട്ട മറ്റൊരു വഴിയേ നയിച്ചു. ഈജിപ്തിലെ സുഡാനിലേക്ക് പോകാൻ അയാൾ തീരുമാനിച്ചു. അവിടെയാണ് ദേവതയുടെ ദേവാലയം താൻ കണ്ടത്. നൈൽ തീരത്തെ കറുത്ത ഫറവോമാരുടെ പിരമിഡുകളും കാൻഡാസിന്റെ രാജ്ഞിമാരുടെ കൽമണ്ഡപങ്ങളുമെല്ലാം താൻ കണ്ടു.

അവിടെയാണ് തെളിവ്. കല്ലിൽ കൊത്തിയ മുഖങ്ങൾ, ചിത്രീകരിക്കപ്പെട്ടവയും അവതന്നെ. തനിക്കതിൽ യാതൊരു സംശയവും ഇല്ലാതായി. വെളിച്ചം പോലെയെല്ലാം വ്യക്തമായി. കറുത്ത ഫറവോമാരുടെ സാമ്രാജ്യമാണ് ടുട്സികളുടെ പ്രഭവകേന്ദ്രം. ക്രിസ്തുമതവും ഇസ്ലാം മതവും മരുഭൂമിയിലെ പ്രാകൃതരും അവരെ വേട്ടയാടി. നൈലിന്റെ ഉത്ഭവസ്ഥാനംവരെ അവർ ദീർഘമായ പലായനം

നടത്തി. ദൈവാധീനമുള്ള ഭൂഭാഗമാണതെന്നും നദിയുടെ അനുഗ്രഹത്താൽ സമൃദ്ധി വിളയിക്കാമെന്നും അവർ കരുതി. അവർ പശുക്കളെയും വിശുദ്ധകാളകളെയും പരിപാലിച്ചു. അവരുടെ അന്തസ്സുറ്റ കുലീനത നിലനിർത്തി, അവരുടെ പെൺകിടാങ്ങൾ അവരുടെ സൗന്ദര്യം കെടാതെ സൂക്ഷിച്ചു. പക്ഷേ അവർക്ക് സ്മരണ നഷ്ടമായി.

ഇപ്പോൾ അയാൾ, ഫോൻതെനെയ്, അയാളുടെ ദൗത്യം പൂർത്തീകരിക്കാൻ പോവുകയാണ്. അതിനുവേണ്ടി അയാൾ സ്വയം സമർപ്പിച്ചിരിക്കുകയാണ്. ദേവതയുടെ ദേവാലയം അയാൾ പുനർനിർമ്മിച്ചിരിക്കുന്നു. കറുത്ത ഫറവോമാരുടെ പിരമിഡ് ദേവതയെയും കാൻഡാസ് രാജ്ഞിയേയും അയാൾ ചിത്രീകരിച്ചിരിക്കുന്നു. അയാൾ പറഞ്ഞു.

''നിങ്ങൾ സുന്ദരികളായതുകൊണ്ടും അവരുമായി നിങ്ങൾക്ക് സാദൃശ്യമുള്ളതുകൊണ്ടും ഞാൻ മുഖാന്തിരം നിങ്ങൾ ആ സ്മരണയെ വീണ്ടെടുക്കുന്നതിന് പ്രാപ്തരാവാൻ പോവുകയാണ്.''

മി. ഫോൻതെനെയ് അവരെ തന്റെ ചിത്രശാലയിലേക്ക് കൊണ്ടുപോയി. ചിത്രങ്ങൾ ചെയ്ത ക്യാൻവാസ് ബോർഡുകൾ തൂക്കിയിട്ടിരിക്കുന്നതിലൂടെ ഒരു വഴി തേടാൻ ബുദ്ധിമുട്ടായിരുന്നു.

''ഓ, ഇത് നീയാണല്ലോ വെറോണിക്കാ.'' വിർജീനിയ പറഞ്ഞു.

''അതെ.'' മി.ഫോൻതെനെയ് പറഞ്ഞു. ''ഇതാണ് നിങ്ങളുടെ ദേവത. ദേവാലയത്തിൽ കുറേക്കൂടി മികവുള്ളത് കാണാം. ഫ്രെസ്കോ ചിത്രങ്ങളുടെയും ചിത്രഫലകങ്ങളുടെയും സിംഹാസനസ്ഥരായ കറുത്ത ഫറവോമാരെ ചിത്രീകരിച്ച കൽമണ്ഡപങ്ങളുടെയും ഗരുഡന്റെയും കുറുക്കന്റെയും മുതലയുടേയുമൊക്കെ തലകളുള്ള ദൈവങ്ങളുടെയും സൂര്യഫലകവും പശുവിന്റെ കൊമ്പുകളുമുള്ള ശിരോകവചമണിഞ്ഞ ദേവതമാരുടെയുമൊക്കെ പകർപ്പുകളും ഫോട്ടോകളുമൊക്കെ ചുവർ നിറയെ പതിച്ചു വെച്ചിരുന്നു. മി. ഫോൻതെനെയ് നൈലിന്റെ ഗതി അടയാളപ്പെടുത്തിയ ഒരു വലിയ ഭൂപടത്തിൽ മുന്നിൽ നിന്നു. തന്റെ ഭൂമിശാസ്ത്രപുസ്തകത്തിൽ കണ്ടതുപോലെയൊന്നുമല്ല അതിന്റെ പേരുകളെന്ന് വെറോണിക്ക ശ്രദ്ധിച്ചു.

''ഇതാ, ഇവിടെയാണ് ഫിലേ, മി. ഫോൻതെനെയ് പറഞ്ഞു. അവിടെയാണ് മഹാദേവതയുടെ ദേവാലയം. അവിടെയാണ് കൂഷുകളുടെ അഥവാ കറുത്ത ഫറവോമാരുടെ സാമ്രാജ്യതലസ്ഥാനമായ മെറോയെ. കാൻഡാസിന്റെയും, ആയിരം പിരമിഡുകളുടെയും തലസ്ഥാനം. ഞാൻ നിങ്ങൾ ടുട്സികൾക്കുവേണ്ടി അവിടം വരെ പോയിട്ടുണ്ട്. നിങ്ങളുടെതരം ആളുകളെ ഞാനവിടെ കണ്ടിട്ടുണ്ട്. ഇതാ നോക്കൂ, കാണിച്ചുതരാം.''

അയാൾ ഒരു സ്കെച്ചുബുക്കിൽ നിന്നൊരു താൾ വലിച്ചെടുത്ത് വെറോണിക്കയുടെ നേരെ നീട്ടി.

''ഇത് നിന്റെ ഛായാചിത്രമാണ്. അന്നത്തെ തീർത്ഥാടന സമയത്ത് ഞാൻ പെൻസിൽ കൊണ്ടുവരച്ച ഒരു രേഖാചിത്രത്തിൽനിന്ന് വികസിപ്പിച്ചിച്ചെടുത്തതാണ്. ഇപ്പോൾ മെറോയിൽ നിന്ന് ഞാനെടുത്ത ഈ ഫോട്ടോയുടെ ഒപ്പമായി ഞാനിതു വെക്കുന്നു. ഇത് ഇസിസ് ആണ്, മഹാദേവത. സാമ്രാജ്യത്തെ കാത്തുരക്ഷിക്കാൻ ഇസിസ് ദേവത തന്റെ ചിറകുകൾ വിസ്തൃതമായി വിരിച്ചുനിൽക്കുന്നു. മാറിടം നഗ്നമാണ്. മുഖത്തേക്ക് നല്ലപോലെ നോക്കൂ. അത് നിന്റേതാണ്. ശരിക്കും നിന്റേത്. മെറോയിൽ, മൂവായിരം വർഷങ്ങൾക്കുമുമ്പ് വരച്ചുവെക്കപ്പെട്ട ചിത്രം നിന്റേതാണ്. എനിക്കിതിന് തെളിവുണ്ട്.''

''മൂവായിരം കൊല്ലങ്ങൾക്കുമുമുമ്പ് ഞാനുണ്ടായിരുന്നില്ല. എനിക്കു ചിറകുകളില്ല. സാമ്രാജ്യമുണ്ടായിരുന്നില്ല.''

''എല്ലാം നീ അറിയും. കാണും. വേഗം തന്നെ എല്ലാം മനസ്സിലാകും. ഇപ്പോൾ നമുക്ക് ദേവാലയത്തിലേക്ക് പോകാം.''

''വെറോണിക്കാ,'' മി. ഫോൻതെനെയ് പറഞ്ഞു, ''നിങ്ങൾ ആദ്യമായി ദേവാലയത്തിൽ വന്നപ്പോൾ, നിസ്സംശയമായും അതിലെ ചുവർചിത്രങ്ങൾ ശ്രദ്ധിച്ചിരിക്കും.''

''മഹാദേവതയ്ക്ക് നേർച്ച ദ്രവ്യങ്ങളുമായി പോകുന്ന യുവതരുണികളിൽ ചിലരെ നിങ്ങൾ തിരിച്ചറിയുന്നുണ്ടോ?''

''പക്ഷേ, അതെ.... മൂന്നാമത്തേത് ദാ ഇവിടെ, ഇത് ഞാനാണ്. തൊട്ടുമുമ്പിലുള്ളത് ഇമ്മാനുവേല, രണ്ടു കൊല്ലം മുമ്പ് അവൾ അവസാന വർഷ വിദ്യാർത്ഥിനിയായിരുന്നു. പിന്നെ ഇത്, രണ്ടാം വർഷത്തെ ബ്രിഷീത്ത്. സ്കൂളിലെ എല്ലാ ടുട്സികളെയും ചിത്രീകരിച്ചിരിക്കുന്നുവെന്നു തോന്നുന്നു.'' വിർജീനിയ പറഞ്ഞു.

''പക്ഷേ എന്തൊക്കെയായാലും ഞാനതിലില്ല.'' വെറോണിക്ക പറഞ്ഞു.

''നീ ഘോഷയാത്രയിലില്ല. കാരണം നിനക്ക് മറ്റൊരു പദവിയാണ്. തിരിഞ്ഞു നോക്കൂ, നിനക്ക് നിന്നെത്തന്നെ കാണാം.'' മി. ഫോൻതെനെയ് പറഞ്ഞു.

അങ്ങേറ്റത്തെ ചുവരിൽ, മഹാദേവതയുടെ മുഖം ശരിക്കും അവളുടേതായിരുന്നു. കണ്ണുകൾ മാത്രം ഒട്ടധികം വിശാലമായിരുന്നെന്നു മാത്രം.

''കഴിഞ്ഞ ഞായറാഴ്ച നിന്നെ വേണ്ടതുപോലെ നിരീക്ഷിക്കാൻ എനിക്ക് സാവകാശം കിട്ടി. അതുകൊണ്ട് ദേവതയുടെ മുഖത്തിന്

നിന്റെ സാദൃശ്യം കൂടുതൽ വരുത്തുവാൻ കഴിഞ്ഞു. ഇപ്പോൾ നിനക്ക് നിഷേധിക്കാനാവില്ല. നീയാണ് ഇസിസ്.'' മി. ഫോൻതെനെയ് പറഞ്ഞു.

''ഞാനതൊന്നുമേയല്ല. നിങ്ങളെന്നെ പരിഹസിക്കേണ്ട. പരേതാത്മാക്കളെ പ്രകോപിപ്പിക്കുന്നത് അപകടകരമാണ്. അബോസിമുക്കാർ പ്രതികാരം ചെയ്യുന്നവരാണ്. അവരുടെ ശിക്ഷാവിധികൾ പലപ്പോഴും ക്രൂരമാണ്.''

''ദേഷ്യം തോന്നരുത്. നിനക്കെല്ലാം ഉടനെ മനസ്സിലാകും. എന്റെ പിറകിൽ വരൂ. നമുക്കെല്ലാം സന്ദർശിക്കാം.''

അവർ ദേവാലയത്തിൽ നിന്ന് പുറത്തു കടന്ന് മലഞ്ചെരിവ് കയറി. കൂറ്റൻ കൊമ്പുകളുള്ള ഏതാനും പശുക്കൾ ഇടയന്മാരുടെ മേൽനോട്ടത്തിൽ അവിടെ മേഞ്ഞുകൊണ്ടിരുന്നു. അധികമകലെ യല്ലാതെ ഒരു ഉയരത്തിൽ ഒരു വളച്ചുകെട്ടിയ ഒരു സ്ഥലമുണ്ട്. എന്നും വൈകുന്നേരം കാലിക്കൂട്ടം അതിൽ തിരിച്ചെത്തുന്നു.

അതിന്റെ മുമ്പിലായി ചുറ്റും വേലിയും മകുടമേൽക്കൂരയുമുള്ള ഒരു കുടിലുണ്ട്. ''നോക്കൂ, ടുട്സികൾ ഇല്ലാതാവുകയാണെങ്കിൽ ഏറ്റവും ചുരുങ്ങിയത് ഞാൻ അവരുടെ ഇനിയാംബോ പശുക്കളെയെങ്കിലും രക്ഷിക്കും.'' മി. ഫോൻതെനെയ് പറഞ്ഞു. ''അക്കാണുന്ന കാളയെപ്പോലെ ഒരു വിശുദ്ധ മഹിഷം ആയിരിക്കും ഒരുപക്ഷേ അവരെ ഇങ്ങോട്ടു നയിക്കുക.'' ഉച്ചിയിൽ, വൃദ്ധവൃക്ഷങ്ങൾ തിങ്ങിയ ഒരു ചെറുവനത്തിൽ ഒരു പിരമിഡുണ്ട്. ബെൽജിയംകാർ നൈലിന്റെ ഉത്ഭവസ്ഥലത്ത് പണിതതിനേക്കാൾ ഉയരവും ചെരിവുമുള്ള ഒന്ന്. ഞാൻ എന്റെ പര്യവേഷണം നടത്തിയതവിടെയാണ്.'' മി. ഫോൻതെനെയ് പറഞ്ഞു. ''പ്രായമുള്ളവർ പറയുമായിരുന്നു അത് ഒരു രാജ്ഞിയുടെ ശവക്കല്ലറയാണെന്ന്. നിയാറാമാവുഗോ രാജ്ഞിയുടെ. ഞാനവിടം കുഴിച്ചു പരതി. ഒരു അസ്ഥികൂടം കണ്ടെത്തി. ഒപ്പം ചെമ്പുവളകളും പാത്രങ്ങളും മുത്തുകളും എല്ലാമുണ്ടായിരുന്നു. ഞാനൊരു പുരാവസ്തു ശാസ്ത്രജ്ഞനൊന്നുമല്ല. രാജ്ഞിയുടെ ഭൗതികാവശിഷ്ടങ്ങൾ ഒരു മ്യൂസിയത്തിലെ കണ്ണാടിക്കൂട്ടിലവസാനിക്കുന്നതിനു ഞാൻ തയ്യാറായിരുന്നില്ല. ഞാൻ കുഴി മൂടി അവിടെ ഒരു പിരമിഡ് പണിതു. അങ്ങനെ കാൻഡാസ് രാജ്ഞിമാർ അർഹിക്കുന്ന ഒരു ശവകുടീരം നിയാറാമാവുഗോ രാജ്ഞിക്ക് ഇപ്പോഴുണ്ട്. അടുത്തേക്കു വരൂ, വിർജീനിയ, ഇനിമുതൽ നീയും ഒരു രാജ്ഞിയാണ്, ഒരു കാൻഡാസ് രാജ്ഞി. പൊട്ടിപ്പോയ കണ്ണികൾ വീണ്ടും വിളക്കിച്ചേർക്കൂ. എല്ലാമിപ്പോൾ ഉചിതമായി പുനഃസ്ഥാപിക്കപ്പെട്ടിരിക്കുന്നു. ദേവാലയം, പിരമിഡ്, വിശുദ്ധമഹിഷികൾ. ഞാൻ ഇസിസ് ദേവിയെയും കാൻഡാസിനേയും കണ്ടെത്തിയിരിക്കുന്നു. പ്രഥമദിനത്തിലെന്നപോലെ സുന്ദരിമാർ. അന്ത്യം ആരംഭം പോലെയായിരിക്കും. അതാണാരഹസ്യം. ഇസിസ് ദേവി പ്രഭവകേന്ദ്രത്തിൽ

തിരികെയെത്തി. രഹസ്യമെനിക്കറിയാം, രഹസ്യമെനിക്കറിയാം, രഹസ്യം, രഹ...''

തന്റെ നിർവൃതിയുടെ ആധിക്യത്തെ തടുക്കാൻ മി. ഫോൻതെനെയ് വളരെ പ്രയാസപ്പെടുന്നതായിത്തോന്നി. അയാളുടെ തൊണ്ടയിടറുകയും കൈകൾ വിറയ്ക്കുകയും ചെയ്തു.

ശാന്തത വീണ്ടെടുക്കാൻ, അയാൾ കുറച്ചകലെയായി ഒട്ടുനേരം മലമടുക്കുകളിൽ തങ്ങിയ മേഘങ്ങളെ ചിന്താമഗ്നനായി നോക്കിക്കൊണ്ട് ഒരു പാറയിൽ ഇരുന്നു. മേഘങ്ങൾ മലനിരകളെ അനന്തമായി വലിച്ചു കൊണ്ടുപോകുന്നതുപോലെ തോന്നി.

''നാട്ടിൻപുറത്തെ നമ്മൾ കാണുന്നപോലെയല്ല അയാൾ കാണുന്നത് എന്നെനിക്കു തോന്നുന്നു. അയാൾക്ക് അതിനോട് ദേവതകളെയും കാൻഡാസ് രാജ്ഞിമാരെയും കറുത്ത ഫറവോമാരെയുമൊക്കെ കൂട്ടിച്ചേർക്കണം. അദ്ദേഹത്തിന്റെ തലയിൽ അതൊരു സിനിമപോലെയാണ്. പക്ഷേ ഇപ്പോൾ അയാൾക്കാവശ്യം ചോരയും നീരുമുള്ള നടികളെയാണ്. അതാണ് നമ്മൾ.''

''ടുട്സികൾ ഇതിനിടെതന്നെ വെള്ളക്കാരുടെ തരംതാണ സിനിമകളിൽ അഭിനയിച്ചിട്ടുണ്ട്. നമുക്ക് ദൗർഭാഗ്യം വരുത്തിവെച്ചുകൊണ്ട് അവരുടെ വിചിത്ര ഭാവനകളവയിൽ ആവിഷ്കരിച്ചു. എന്തുകൊണ്ടെന്നറിയില്ല, എനിക്കിഷ്ടമല്ല രാജ്ഞിവേഷങ്ങൾ കെട്ടാൻ. എനിക്ക് സ്കൂളിലേക്ക് മടങ്ങിപ്പോകണം, വരൂ, അയാളോട് നമ്മളെ അവിടെ തിരിച്ചെത്തിക്കാൻ പറയാം.''

ആ പെൺകുട്ടികൾ അയാളെ സമീപിച്ചപ്പോൾ അയാളൊരു ഗാഢനിദ്രയിൽ നിന്നുണർന്നതുപോലെ കാണപ്പെട്ടു.

''മഴ വരുന്നു.'' വെറോണിക്ക പറഞ്ഞു. ''നേരം വൈകി. സ്കൂളിലേക്കുള്ള വഴിയിൽ ഞങ്ങളെ കൊണ്ടെത്തിക്കണം.''

''ഞാൻ നിങ്ങളെ എത്തിക്കാം. ഒന്നും ഭയപ്പെടേണ്ട. നിങ്ങളെ ആരും കാണില്ല. പക്ഷേ അടുത്ത ഞായറാഴ്ച, ഞാൻ നിങ്ങളെ കാത്തുനിൽക്കും. അതൊരു മഹാദിനം ആയിരിക്കും. നൈലിന്റെ നോത്രദാമിലേക്കുള്ള തീർത്ഥാടനത്തേക്കാൾ കേമമായത്.''

ഇമ്മാക്കുലേയാണ് വെറോണിക്ക ഡോർമിറ്ററിയുടെ കോണിപ്പടികൾക്കു താഴെ കിടക്കുന്നതു കണ്ടത്.

''ഓടിവരൂ, രക്ഷിക്കൂ... വെറോണിക്ക മരിച്ചു, ഇവിടെയിതാ, അവൾ വീണതാണ്. അവൾ അനങ്ങുന്നില്ല. ക്യാന്റീനിൽ മേശയ്ക്കു ചുറ്റുമായി ഇരിക്കാനൊരുങ്ങുകയായിരുന്ന വിദ്യാർത്ഥിനികൾ കോണിക്കരികിലേക്ക് ധൃതിയോടെ ഓടിവന്നു.

വിർജീനിയയാണ് ആദ്യം വെറോണിക്കയെ കുനിഞ്ഞു നിന്ന് പരിശോധിച്ചത്.

“ഇല്ല, അവൾ മരിച്ചിട്ടില്ല, അവൾ മരിച്ചിട്ടില്ല. ബോധം പോയതാണവൾക്ക്, കോണിപ്പടിയിൽനിന്നു വീണതാണവൾ. അവളുടെ തല പടിയിൽ ഇടിച്ചതാണ്.

“സംശയമൊന്നുമില്ല. അവൾ കുറേയധികം മദ്യപിച്ചതായിരിക്കും.” ഗ്ലോറിയോസ പറഞ്ഞു. “അവൾ ലിയോണിദായിലെ നൃത്തശാലയിൽ പോയിരിക്കണം. ഒരാളെയും പേടിയില്ലാത്തവൾ. ചെറുക്കന്മാർ അവൾക്കു കുടിക്കാൻ പണം കൊടുത്തു. അവൾ നിഷേധിച്ചുമില്ല.”

“അവൾക്ക് ഒരുപക്ഷേ കണ്ണേറ് പറ്റിയതാവും.” ഇമ്മാക്കുലേ പറഞ്ഞു. “ആവശ്യത്തിലധികം അസൂയക്കാരുണ്ടിവിടെ.”

നഴ്സുമാരുടെ വിഭാഗത്തിലും ഉൾപ്പെട്ടിരിക്കുന്ന സിസ്റ്റർ ജെർട്രൂഡ് ഓടിവന്ന് കുട്ടികൾക്കിടയിലൂടെ ഞെരുങ്ങിക്കടന്നു.

“നിങ്ങളെല്ലാവരും ഒട്ടുമാറിനിൽക്കിൻ, ശ്വാസം കിട്ടട്ടെ, ഇവളെ പരിചരണശാലയിലേക്കു കൊണ്ടുപോകാൻ ആരെങ്കിലുമൊക്കെ എന്നെ സഹായിക്കൂ.”

സിസ്റ്റർ ജെർട്രൂഡ് വെറോണിക്കയുടെ തോളിൽ കുലുക്കി വിളിച്ചു. വിർജീനിയ അവളുടെ കാലുകൾ ഉയർത്തി. മുന്നോട്ടുവന്ന ഗ്ലോറിയോസയെ തള്ളിമാറ്റിക്കൊണ്ടവൾ പറഞ്ഞു. “നീ, തൊട്ടുപോകരുതവളെ.”

പരിചരണശാലയിലെ ഇരുമ്പുകട്ടിലിൽ അവളെക്കൊണ്ടുകിടത്തി. വിർജീനിയയ്ക്ക് അവളെ പരിചരിക്കണമെന്നുണ്ടായിരുന്നു. പക്ഷേ സിസ്റ്റർ ജെർട്രൂഡ് അവളോട് പുറത്തു പോകാൻ പറഞ്ഞശേഷം വാതിലടച്ചു. നഴ്സിന്റെ പരിശോധനയുടെ ഫലം എന്തെന്നറിയാൻ ഒരു ചെറിയ കൂട്ടം അവിടെ കാത്തുനിന്നു. ഒടുവിൽ വാതിൽ തുറക്കപ്പെട്ടു.

“ഒരു കുഴപ്പവുമില്ല, മലേറിയയുടെ ഒരു ലക്ഷണം കാണുന്നുണ്ട്. ഞാനൊന്നു നോക്കട്ടെ. നിങ്ങളിവിടെ നിന്ന് സ്വൈര്യം കെടുത്തരുത്. നിങ്ങൾക്കിവിടെ ചെയ്യാൻ ഒന്നുമില്ല.”

വിർജീനിയയ്ക്ക് ഉറക്കം വന്നില്ല. വെറോണിക്കയ്ക്ക് എന്താവും സംഭവിച്ചത്? ആ ഭ്രാന്തൻ ഫോൻതെനെയ് അവളെ എന്ത് ചെയ്തു? എന്തെങ്കിലും സങ്കൽപ്പിക്കാൻപോലും അവൾ ധൈര്യപ്പെട്ടില്ല. തങ്ങൾക്ക് സകല സ്വാതന്ത്ര്യവും അനുവദിക്കപ്പെട്ടുവെന്നാണ് വെള്ളക്കാരുടെ വിചാരം. തന്റെ കൂട്ടുകാരിക്ക് കൂട്ടുപോകുന്നത് നിഷേധിക്കപ്പെട്ടതിൽ അവൾ തന്നത്താൻ പഴിച്ചു. രണ്ടുപേരും ഒന്നിച്ചാണെങ്കിൽ പ്രതിരോധം സാധ്യമായേനേ. തന്റെ കയ്യിൽ ഒരു

കത്തി കരുതുമായിരുന്നു. എന്തെങ്കിലും അപായസൂചന തോന്നിയാലുടൻ രക്ഷപ്പെടണമെന്നവളെ ബോധ്യപ്പെടുത്താനുമാകുമായിരുന്നു. രാവിലെ എഴുന്നേൽക്കാനുള്ള മണിമുഴങ്ങിയപാടെ, മറ്റെല്ലാവരും പ്രഭാതകൃത്യങ്ങളിലേക്ക് പ്രവേശിച്ചതോടെ, സിസ്റ്റർമാരെല്ലാം പ്രഭാതകുർബ്ബാനയിൽ സംബന്ധിക്കാൻ പോയ തക്കത്തിന് വിർജീനിയ പരിചരണശാലയിലേക്ക് പതുങ്ങിച്ചെന്നു. വെറോണിക്ക ഒരു വലിയ കോപ്പയിൽ തല കുമ്പിട്ടിരുന്ന് എന്തോ കഴിക്കുകയായിരുന്നു. അവൾ തന്റെ കൂട്ടുകാരിയെ കണ്ടപാടെ കോപ്പ കട്ടിലിന്റെ പാർശ്വഭാഗത്തെ ചെറുമേശയിൽ വെച്ചു.

''കണ്ടോ.'' അവൾ പറഞ്ഞു, ''സിസ്റ്റർ ജെർട്രൂഡ് എന്നെ നല്ല പോലെ നോക്കുന്നുണ്ട്. എനിക്കു കുടിക്കാൻ പാലുകൊണ്ടു തന്നു.''

''നിനക്കെന്താണ് സംഭവിച്ചത്? സിസ്റ്റർ തിരികെ വരുമ്പോളേക്കും എന്നോടത് പറയൂ.''

''അത് ബുദ്ധിമുട്ടാണ്. അതിപ്പോഴെനിക്ക് ഒരു ദുസ്സ്വപ്നം പോലെ തോന്നുന്നു. ഞാൻ നിന്നോട് പറയാം. പക്ഷേ പറയാൻ പോകുന്നത് എനിക്ക് ശരിക്കും സംഭവിച്ചത് തന്നെയാണോ എന്ന് എനിക്കറിയില്ല. ജീപ്പ് എന്നെ കാത്തുനിൽപ്പുണ്ടായിരുന്നു. പക്ഷേ ഡ്രൈവിംഗ് സീറ്റിൽ മറ്റൊരാളായിരുന്നു. ഒരു യുവാവ്, നിസ്സംശയമായും ഒരു ടുട്സി. ഇങ്കാബോ എന്നയാൾ വിളിക്കുന്ന തരം ഒരാൾ. സ്വീകരണമുറിയിൽ ചിത്രമുദ്രകളണിഞ്ഞ പരിചാരകൻ ഓറഞ്ച് ജ്യൂസുമായി വന്നു. അത് കുടിക്കാൻ അയാളാവശ്യപ്പെട്ടു. ആ ജ്യൂസിന് ഒരു പ്രത്യേക രുചിയുണ്ടായിരുന്നു. അപ്പോഴേക്കും ഫോൻതെനെയ് വന്നു. തോൾഭാഗം മറയാത്ത ഒരു ശുഭ്രവസ്ത്രമായിരുന്നു അയാൾ ധരിച്ചിരുന്നത്.''

''നിന്റെ കൂട്ടുകാരി വന്നില്ലേ?''

''ഇല്ല, അവൾക്കു സുഖമില്ല.''

''അയ്യോ, അത് കഷ്ടമായിപ്പോയി. അവൾക്ക് 'സത്യം' വെളിവാകാതെ പോകും.''

അതിനു ശേഷം പിന്നെ എനിക്കെന്തു സംഭവിച്ചു എന്ന് അറിയില്ല. എന്റെ ഇഷ്ടത്താലായിരുന്നില്ല ഒന്നും. ഞാൻ എന്റേതല്ലാതായി ത്തീർന്നിരുന്നു. എന്നിൽ എന്തോ, ആരോ ശക്തി പ്രയോഗിച്ചു കൊണ്ടിരുന്നു. ഞാൻ ദേവാലയത്തിലായിരുന്നു അപ്പോൾ, അവിടെ ചിത്രത്തിലെ സ്ത്രീയെപ്പോലെയായിരുന്നു ഞാൻ. ആരാണെന്നെ വിവസ്ത്രയാക്കിയതെന്ന് എനിക്കറിയില്ല. എന്റെ മാറിടം നഗ്നമായിരുന്നു. ഞാനണിഞ്ഞ വസ്ത്രം സുതാര്യവും സ്വർണ്ണവർണവുമായിരുന്നു. എനിക്കു പക്ഷേ അപ്പോൾ യാതൊരു സങ്കോചവും തോന്നിയില്ല. തടസ്സപ്പെടുത്തപ്പെടാൻ നമ്മളിഷ്ടപ്പെടാത്ത ഒരു തരം

ദിവാസ്വപ്നത്തിലായിരുന്നു ഞാൻ. എനിക്കു ചുറ്റും ചുവർചിത്രത്തിൽ ആലേഖനം ചെയ്യപ്പെട്ട യോദ്ധാക്കൾ വേർപെട്ടു വന്നു നിന്നിരുന്നു. ശരിയായ ഇൻറ്റോർ യോദ്ധാക്കളെപ്പോലെയായിരുന്നില്ല അവർ. അവർ ചെറിയ അടിവസ്ത്രം മാത്രമാണ് അണിഞ്ഞിരുന്നത്. മുറിക്കാലുറ പോലുള്ളത്. അവരുടെ കയ്യിൽ കുന്തങ്ങളും പശുത്തോലുകൊണ്ടുള്ള വലിയ പരിചകളുമുണ്ടായിരുന്നു. അവരുടെ ഒതുക്കിയിട്ട മുടി ശരിക്കുള്ളതോ വിഗ്ഗോ എന്നറിയില്ല. ഇപ്പോൾ എനിക്കു തോന്നുന്നു, ഫോൻതെനെയ് പറഞ്ഞിരുന്ന യോദ്ധാക്കൾ അവരായിരിക്കും. താനൊരു സിനിമയിലാണെന്നാണെനിക്കപ്പോൾ തോന്നിയത്. ഫോൻതെനെയ് എന്നെ ഒരുസിംഹാസത്തിലിരുത്തി. പശുവിന്റെ കൊമ്പുള്ള കിരീടം എന്റെ തലയിൽ അണിയിച്ചു. കുർബ്ബാന സമയത്ത് അച്ചന്മാർ ഉരുവിടുന്നതുപോലെ എനിക്കു മനസ്സിലാവാത്ത എന്തോ വാക്കുകൾ അയാൾ വലിയ അംഗവിക്ഷേപങ്ങളോടെ മന്ത്രിക്കുന്നത് ഒരു മൂടൽമഞ്ഞിലൂടെന്നപോലെ ഞാൻ കണ്ടു. എന്റെ ബോധം നശിച്ചു. ഒരുപക്ഷേ ഞാൻ സിംഹാസനത്തിൽനിന്ന് താഴെ വീണിരിക്കാം. ഒന്നുമെനിക്കോർമയില്ല. ബോധം വന്നപ്പോൾ ഞാൻ ജീപ്പിലാണ്. ചെറുപ്പക്കാരനായ പരിചാരകനാണ് എന്നെ കൊണ്ടാക്കിയത്. എന്റെ സ്കൂൾ യൂണിഫോം അതിനകം തന്നെ ആരോ വീണ്ടും ധരിപ്പിച്ചിരുന്നു.

സ്കൂളിന്റെ വളരെയടുത്ത് അവനെന്നെ എത്തിച്ചിട്ടു പറഞ്ഞു ''ആരും കാണാതെ നോക്കണം. നല്ല കരുതൽ വേണം, ആരോടും ഒന്നും പറയരുത്. നിന്റെ മാർക്കച്ചയ്ക്കുള്ളിൽ എന്താണെന്ന് നോക്കണം. അതിലുറപ്പായും നിനക്കായി വെച്ച ഒരു സാധനമുണ്ട്.'' എനിക്ക് ഡോർമിറ്ററിയോളം കയറിവരാൻ സാധിച്ചു. എന്റെ മാർക്കച്ചയ്ക്കുള്ളിലുണ്ടായിരുന്നത് ആയിരം ഫ്രാങ്കിന്റെ പത്തു നോട്ടുകളായിരുന്നു. ഞാനത് എന്റെ ബാഗിൽ ഒളിച്ചുവെച്ചു. അവിടെനിന്ന് തിരികെയിറങ്ങുമ്പോൾ തല കറങ്ങുന്നതുപോലെ തോന്നി. ഉടനെ വീഴുകയും ചെയ്തു.''

''അയാൾ നിന്നെ ഒന്നും ചെയ്തിട്ടില്ലല്ലോ?''

''ഇല്ല, ഇല്ല. അയാൾ എന്നെ തൊട്ടിട്ടില്ല. കിടക്കയിലേക്ക് എടുത്തെറിയുക എന്ന ഒറ്റ വിചാരം മാത്രമുള്ള മറ്റു വെള്ളക്കാരെപ്പോലെയല്ല. അയാൾ. അയാളുടെ ഭ്രമഭാവന അരങ്ങേറുക എന്നതായിരുന്നു അയാളുടെ ആവശ്യം.''

''പിന്നെയെന്തിനാണയാൾ നിന്നെ മയക്കുമരുന്നിന് വിധേയമാക്കിയത്?''

''അതെനിക്കറിയില്ല. അയാളുടെ ആഗ്രഹമനുസരിച്ച് ഞാൻ വഴങ്ങില്ല എന്ന് തോന്നിയതുകൊണ്ടാവും. അല്ലെങ്കിൽ ഞാൻ പരിഹസിച്ചാലോ എന്ന് കരുതിയിട്ടാവും. അയാൾ സങ്കൽപ്പത്തിൽ

കരുതിയ പോലെ തന്നെയാവണം എന്നയാൾ ആഗ്രഹിച്ചിരുന്നു. മരുന്ന് കുറച്ചധികം ചെലുത്തപ്പെട്ടുവെങ്കിൽ, അതയാൾക്ക് അറിയാതെ പിശകിയതാവണം.''

എന്റെ ജിജ്ഞാസയ്ക്ക് എന്തൊക്കെയായാലും പരിധിയുണ്ടായിരുന്നു. അയാൾ തന്ന മയക്കുമരുന്നേറ്റില്ലായിരുന്നെങ്കിൽ ആ തമാശക്കളിക്കു ഞാൻ തയ്യാറാവുമെന്ന് നിനക്ക് തോന്നുന്നുണ്ടോ? ആ നോട്ടുകളുടെ കൂട്ടത്തിൽ ഒരു കത്തുമുണ്ടായിരുന്നു. മയക്കുമരുന്ന് കുടിപ്പിക്കേണ്ടി വന്നതിൽ ഖേദം പ്രകടിപ്പിച്ചുകൊണ്ടതിൽ എഴുതിയിരുന്നു. എന്നെ വേണ്ടത്ര വിശ്വാസമില്ലാഞ്ഞതുകൊണ്ടാണങ്ങനെ ചെയ്തതെന്നും വേറെ വഴിയുണ്ടായിരുന്നില്ല എന്നും അതിലുണ്ടായിരുന്നു. ആചാരങ്ങൾ തെറ്റരുതെന്ന് അയാൾ കരുതി. ഞാനയാളെ മനസ്സിലാക്കുമെന്നും അയാളെ കാണാൻ വീണ്ടും എത്തുമെന്നും അയാൾ പ്രത്യാശ പ്രകടിപ്പിച്ചിട്ടുണ്ട്. ദേവതയാകാൻ ഞാനല്ലാതെ മറ്റൊരാളില്ലത്രേ. അവധിക്കാലത്ത് അവിടെ താമസിക്കാൻ ക്ഷണിച്ചിട്ടുണ്ട്. എന്റെ വിദ്യാഭ്യാസച്ചെലവ് വഹിച്ചുകൊള്ളാമെന്നയാൾ ഏറ്റിട്ടുണ്ട്. വേണമെങ്കിൽ യൂറോപ്പിൽ പോയി പഠിക്കുകയുമാവാം. അതിനായി എത്രവേണമെങ്കിലും ചെലവാക്കുകയും ചെയ്യുമത്രേ.''

''നീയാവാഗ്ദാനങ്ങളിൽ വിശ്വസിക്കുന്നുണ്ടോ?''

''സ്വപ്നം കാണാൻ അതെന്നെ പ്രേരിപ്പിക്കുന്നു.''

''നിനക്കും അയാളെപ്പോലെതന്നെ ഭ്രാന്ത് തലയിലേറിയിരിക്കുന്നു. നിന്റെ ജീവിതം ദേവതയായി അഭിനയിച്ചു തീരും. നിനക്കറിയാമല്ലോ ഓരോ വേഷം കെട്ടാൻ അനുവദിച്ചപ്പോഴൊക്കെ നമ്മൾ ടുട്സികളിൽ ചിലർക്ക് ഒടുവിൽ എന്ത് സംഭവിച്ചു എന്ന്? എന്റെ മുത്തശ്ശി എന്നോടൊരിക്കൽ പറഞ്ഞു: വെള്ളക്കാർ വന്നപ്പോൾ പ്രാകൃതരെപ്പോലെ വസ്ത്രം ധരിച്ചമട്ടിലാണ് അവർ നമ്മളെ കണ്ടത്. സ്ത്രീകൾക്ക്, ഗോത്രത്തലവന്മാരുടെ ഭാര്യമാർക്ക് അവർ ചില്ലുമുത്തുകളും ശുഭ്രവസ്ത്രങ്ങളും നൽകി. അവകൊണ്ട് അണിഞ്ഞൊരുങ്ങേണ്ടതെങ്ങനെയെന്നും കേശമലങ്കരിക്കേണ്ടതെങ്ങനെയെന്നുമൊക്കെ കാണിച്ചു കൊടുത്തു. നമ്മളിൽ നിന്നവർ തേടിയത് എത്യോപ്യൻകാരുടെയും ഈജിപ്തുകാരുടേയുമൊക്കെ മാതൃകകളാണ്. അതിനവർ ന്യായങ്ങളുണ്ടാക്കി. വെള്ളക്കാർ അവരുടെ ഭാവനാവിഭ്രാന്തികൾക്കനുസരിച്ച് അവരെ വേഷങ്ങളണിയിച്ചു.''

നാണക്കേടിന്റെ ചോര

അവൾ ഒരിക്കൽ കൂടി ആ ദുസ്സ്വപ്നം കണ്ടുണർന്നു. അവളുടെ കൂട്ടുകാരെല്ലാം രോഷാകുലരായിരുന്നു. ചിലർ അവളെ കളിയാക്കി. അവളുടെ അലർച്ചകേട്ട് ബാക്കിയെല്ലാവരും ഞെട്ടിയുണർന്നുപോയിരുന്നു. അത് പലപ്പോഴും സംഭവിച്ചു. അവർ വാർഡനോട് പരാതിപ്പെട്ടു.

അത് ശരിക്കുമൊരു ദുസ്സ്വപ്നം തന്നെയാണോ എന്ന് അവൾക്ക് ഉറപ്പുണ്ടായിരുന്നില്ല. അവൾ കിടക്കവിരികൾ പരിശോധിച്ചു. അതിനടിയിൽ നിന്ന് അവളുടെ നിശാവസ്ത്രം തപ്പിയെടുത്തു. പൈജാമയുടെ ഉള്ളിൽ കൈയിട്ട് തപ്പിനോക്കി. ഒന്നുമുണ്ടായിരുന്നില്ല. അവൾ സ്ത്രീത്വം കൈവരിച്ചതുമുതലാണവളെ ഒരു ദുസ്സ്വപ്നം വേട്ടയാടിത്തുടങ്ങിയത്. അത് ഒളിഞ്ഞിരിക്കുന്ന അജ്ഞാതനായ ഏതോ ഒരു ശത്രുവിൽ നിന്ന് അവൾക്കേറ്റ ദുർമന്ത്രമോ ശാപമോ ആവാം. ആ ശത്രു ഒരു പക്ഷേ വളരെ കരുത്തുള്ള ഒരാൾതന്നെയാവാം. സുഹൃത്തുക്കളോ, ദൂരത്തെവിടെയെങ്കിലുമുള്ളവരോ, വീട്ടിൽതന്നെയുള്ളവരോ അസൂയാലുക്കളായ അയൽക്കാരോ, ആരാവുമെന്നത് ഒരു പക്ഷേ ഒരിക്കലും അവൾ അറിഞ്ഞേക്കില്ല.

ദുസ്സ്വപ്നം കാണുന്നത് രാത്രി ഉറങ്ങുമ്പോൾ മാത്രമായിരുന്നില്ല. പലപ്പോഴും ക്ലാസ്സിൽ വെച്ചും അവൾ ദുസ്സ്വപ്നങ്ങൾ കണ്ടു.

അവളിൽ നിന്ന് ചോര കിനിയാൻ തുടങ്ങി. അവളുടെ നീല ഉടുപ്പിൽ ഒരു ചുവന്ന പാട് പടർന്നു. അത് അവളുടെ തുടകളെയും കണങ്കാലുകളെയും പുൽകിയൊഴുകി, അവളുടെ ബെഞ്ചിനടിയിലും മറ്റുള്ളവരുടെ ഡെസ്കിനടിയിലും ചാലിട്ടൊഴുകി. കുട്ടികൾ ആർത്തലയ്ക്കാൻ തുടങ്ങി: ''അതവളാണ്. അവൾ ചോരയൊലിപ്പിക്കുന്നു. ഇതൊരിക്കലും തീരില്ലേ?'' അദ്ധ്യാപകർ ഉറക്കെപ്പറയും: ''സിസ്റ്റർ ഷെർദായുടെ അടുത്തേക്കവളെ കൊണ്ടുപോവിൻ.'' സിസ്റ്റർ ഷെർദായിക്ക് അവളോട് ദേഷ്യം തോന്നി. അവർ ഒച്ചയിട്ടുകൊണ്ടു

പറഞ്ഞു: ''നോക്കൂ, ഞാനവൾക്കു വേണ്ടതുപോലെ പറഞ്ഞുകൊടുത്തു. പെണ്ണുങ്ങളാകുമ്പോ അങ്ങനെയൊക്കെയാണെന്ന്. നിങ്ങളെല്ലാവരും പെണ്ണുങ്ങളാവാതെ പറ്റില്ല. അതാണ് നിങ്ങളുടെ തെറ്റ്. ഈ ചോര യുണ്ടല്ലോ, അത് നിൽക്കില്ല, ഒരിക്കലും... ഒടുക്കത്തെ...''

മോഡസ്റ്റ അതോർക്കാൻ ഇഷ്ടപ്പെട്ടില്ല. പക്ഷേ ഇപ്പോഴും അതേ ഓർമ്മ അവളിൽ ഭരിച്ചു. അതൊരു സ്വപ്നമായിരുന്നില്ല. പ്രായ ശ്ചിത്തം വഴി പോംവഴിയില്ലാത്ത ഒരു പാപം പോലെ അത് നിരന്തരം പുനർജീവിക്കുന്ന ഒരോർമ്മയായിരുന്നു. സെക്കന്ററി സ്കൂളിലെ വിദ്യാർത്ഥിയായി വന്ന സമയത്താണതുണ്ടായത്. പൊതുപരീക്ഷ യിൽ ജയിക്കുകയും പൊതു കരിക്കുലത്തിലേക്ക് അവൾ പ്രവേശി ക്കുകയും ചെയ്തിരുന്നു. അവളും അവളുടെ മാതാപിതാക്കളും അഭിമാനിച്ചു. അവളുടെ അയൽപ്പക്കക്കാരിൽ അസൂയ ജനിപ്പിക്കാൻ കഴിഞ്ഞതിൽ അവൾ സന്തോഷിച്ചു. പുതിയ യൂണിഫോമുകൾ തയ്പ്പിക്കപ്പെട്ടു. മുഹിമ തെരുവിലെ എക്കണോമ ദ് സെയ്ന്റ് മിഷേ ലിൽ നിന്ന് നോട്ടുബുക്കുകളും പേനകളും വാങ്ങി. പാകിസ്ഥാൻ കാർ നടത്തുന്ന വസ്ത്രാലയത്തിൽനിന്നു രണ്ടു ക്യാൻവാസ് വിരി പ്പുകൾ വാങ്ങി. രണ്ടു മീറ്റർ നീളമുള്ള, അമേരിക്കാനി എന്നു വിളിക്കപ്പെടുന്ന വെളുത്ത തുണികളും ലിസ്റ്റിലുണ്ടായിരുന്നു. അതെ ന്തിനാണെന്ന് അവർക്കറിയാമായിരുന്നില്ല. അവളുടെ അച്ഛനും അറി യാമായിരുന്നില്ല. സ്കൂൾ സംബന്ധമായ കാര്യങ്ങളൊന്നുമറിയാത്ത അമ്മയോടവൾ ചോദിച്ചതുമില്ല. പാരിഷ് അച്ചനോട് ചോദിക്കാൻ അവൾക്കു ധൈര്യമുണ്ടായിരുന്നില്ല.

അവൾക്കുവേണ്ടി പ്രത്യേകമായി വാങ്ങിയ പുതിയ ബാഗിൽ എല്ലാം നിറച്ചു. അവളുടെ മൂത്ത ചേച്ചിയുടെ ബാഗ് ഉപയോഗിച്ചു പഴകിപ്പോയിരുന്നു. മോശം സാധനങ്ങൾ ഉപയോഗിക്കുന്നത് അവ രുടെ കുടുംബത്തിന് മോശമാണ്. സ്കൂളിലെത്തിയപാടെ വാർഡൻ സിസ്റ്റർ ബാഗിലെ സാധനങ്ങളെല്ലാം പരിശോധിച്ചു. അതിൽ വേണ്ട തെല്ലാമുണ്ടായിരുന്നു. സിസ്റ്റർ നല്ല ശ്രദ്ധ പതിപ്പിക്കുന്നുവെന്നു തോന്നി. ''ആദ്യത്തെ തുന്നൽ ക്ലാസ്സുമുതൽ ഇത് നീ കൊണ്ടു വരണം.'' അമേരിക്കാനി തുണിയെപ്പറ്റി അവർ പറഞ്ഞു.

ആ ക്ലാസ്സിലെ വിദ്യാർത്ഥിനികളെ രണ്ടു വിഭാഗമായി തിരിച്ചി ട്ടുണ്ടായിരുന്നു: മുലകളുള്ളവരും ഇല്ലാത്തവരും. മുലകളുള്ളവർക്ക് അവയില്ലാത്തവരോട് പുച്ഛമായിരുന്നു. മുലകളുള്ള മുതിർന്നവരു മായി അവർ ധാരാളം സംസാരിച്ചു. അവർക്കു മാത്രം പങ്കുവെക്കാ നുള്ള എന്തോ രഹസ്യമുണ്ടെന്നു തോന്നിപ്പോകും. മുലകളില്ലാത്ത വരുടെ കൂട്ടത്തിലാണ് മോഡസ്റ്റ ഉൾപ്പെട്ടത്. രണ്ടു ചെറിയ കൂമ്പു

മുലകൾ അവൾക്കുണ്ടായിരുന്നു. എന്നിട്ടും മുതിർന്നവർ അവരുടെ കൂട്ടത്തിൽ കൂട്ടാതിരുന്നതെന്തെന്ന് അവൾ ആലോചിച്ചു.

പുനഃപ്രവേശനത്തിനു രണ്ടു ദിവസങ്ങൾക്കുശേഷം, തുന്നൽ ക്ലാസ്സിൽ എല്ലാവരും അമേരിക്കാനി തുണി കൊണ്ടുവന്നിട്ടുണ്ടോയെന്ന് നോക്കി. മറ്റുള്ളവരെപ്പോലെ മോഡസ്റ്റയും അവളുടെ തുണിക്കഷ്ണം കാണിച്ചു. നമ്മൾ നാടകളുണ്ടാക്കാൻ പോവുകയാണ്. അദ്ധ്യാപിക പറഞ്ഞു. അതാണ് ആദ്യം ചെയ്യേണ്ടത്.

ക്ലാസ്സുകഴിഞ്ഞപ്പോഴേക്കും എല്ലാവരും അത് ചെയ്തു തീർക്കണം. എല്ലാവർക്കും കത്രികകൾ വിതരണം ചെയ്തശേഷം അവർ നിർദേശം നൽകി. കുട്ടികൾ നാടകളാക്കി അവ മുറിച്ചു. അവ പിന്നെ ഇരുപത് ഭാഗങ്ങളാക്കി മുറിച്ചു. ''ആ ഇരുപത് കഷണങ്ങൾ നാലായി മടക്കുക. എന്നിട്ടതിന്റെ വക്കുകൾ തുന്നുക. അപ്പോൾ അതൊരു കുഞ്ഞു മെത്തപോലെയുണ്ടാകും. അവർ കുട്ടികളെക്കൊണ്ട് ചരടു പിടിപ്പിച്ച ഒരു സഞ്ചിയും ഉണ്ടാക്കിച്ചു. ഇരുപത് നാടകളും അവരതിൽ വെച്ചു. ഇതിന്റെ ആവശ്യം ഇതുവരെ വേണ്ടി വരാത്തവർ അവ തൽക്കാലം നന്നായി സ്യൂട്ട്കേസിൽ സൂക്ഷിച്ചു വെക്കുക.''

ഗൂഢസ്വഭാവമുള്ള മറ്റു പല കാര്യങ്ങളുമുണ്ടായിരുന്നു പൂന്തോട്ടത്തിൽ, മുളങ്കാടിനു പിറകിൽ, ഒരു അരമതിൽക്കെട്ടിനുള്ളിൽ ഒരു കൊച്ചു ഇഷ്ടിക വീടുണ്ടായിരുന്നു. മുതിർന്നവർ ചിരിച്ചുകൊണ്ട് പറയും, ''അത് രഹസ്യപ്പുരയാണ്. മുലയില്ലാത്ത നിങ്ങൾക്ക് അവിടെ ഒന്നും ചെയ്യാനില്ല. എന്തായാലും അങ്ങോട്ടൊന്നും പോകേണ്ട.'' സിസ്റ്റർമാർ അത് കേട്ട് ചിരിക്കാറില്ല. വിലക്കപ്പെട്ട ആ വീടിനെ കാക്കാൻ എപ്പോഴുമൊരു സൂക്ഷിപ്പുകാരിയുണ്ടാകും. വെള്ളക്കാരായ പയ്യന്മാരോ തോട്ടക്കാരോ അതിന്റെ അടുത്തേക്കെങ്ങാൻ പോയാൽ സൂക്ഷിപ്പുകാരി ഓടിച്ചുവിടും. ജിജ്ഞാസുക്കളായ കുട്ടികളാരെങ്കിലും അതിലെ ചുറ്റിപ്പറ്റി നടന്നാൽ നല്ല ശിക്ഷയും കിട്ടുമായിരുന്നു. സൂക്ഷിപ്പുകാരിയായ സിസ്റ്റർ ഷെർദാ 'രഹസ്യത്തിന്റെ തോട്ടക്കാരി' എന്നറിയപ്പെട്ടു. കൈയിൽ ചെറിയൊരു ബക്കറ്റുമായി വിലക്കപ്പെട്ട വീട്ടിലേക്കു പോകുന്ന നിഗൂഢലോകത്തിന്റെ പുതുപ്രവേശകരെ ജിജ്ഞാസയോടെ പിന്തുടരാൻ കുട്ടികളാരെങ്കിലും ശ്രമിച്ചാൽ സിസ്റ്റർ ഷെർദാ ക്ഷുഭിതയാകും. പക്ഷേ അവർക്ക് ഉള്ളാലേ അറിയാമായിരുന്നു, വിലക്കപ്പെട്ട വീട് അമേരിക്കാനി തുണി, ചെറിയ ബക്കറ്റ് എന്നിവയെക്കുറിച്ചുള്ള രഹസ്യങ്ങൾ അവർക്ക് തനിയെ വെളിവായിക്കൊള്ളുമെന്ന്.

നിഗൂഢതയിലേക്കുള്ള പ്രവേശനം. ഭയം. നാണക്കേട്. മോഡസ്റ്റയെ സംബന്ധിച്ചിടത്തോളം അതെല്ലാമായിരുന്നു സംഭവിച്ചത്.

ഇംഗ്ലീഷ് ക്ലാസ്സിന്റെ സമയം. എന്തോ ഒരു ഊഷ്മളതയുള്ള ദ്രാവകം അവളുടെ കാലുകളിലൂടെ ഒഴുകുന്നു. അവൾ എഴുന്നേറ്റപ്പോൾ പിറകിലെ നിരയിലെ കുട്ടികൾ അവളുടെ ഉടുപ്പിൽ ഒരു വലിയ ചുവന്ന പാട് പടരുന്നത് കണ്ടു. ഒരു ചാൽ രക്തം കാലിലൂടെ ഒഴുകി നിലത്ത് ഇറ്റിവീണു. മോഡസ്റ്റയെ ചൂണ്ടിക്കാണിച്ചുകൊണ്ട് തൊട്ടടുത്തിരിക്കുന്ന കുട്ടി വിളിച്ചു. ''മദാം...! ചോര പടരുന്നത് മദാം കണ്ടു.''

''ഇമ്മാക്കുലാറ്റാ, വേഗം സിസ്റ്റർ ഷെർദായുടെ അടുത്തേക്കു അവളെ കൊണ്ടുപോകൂ.'' മോഡസ്റ്റ കണ്ണീർ വാർത്തുകൊണ്ട് ഇമ്മാക്കുലേറ്റയെ, പിന്തുടർന്നു.

ഇമ്മാക്കുലേറ്റ പറഞ്ഞു. ''കരയണ്ട. പെൺകുട്ടികളാകുമ്പോ എല്ലാവർക്കും ഇങ്ങനെയൊക്കെ ഉണ്ടാകും. അതിൽനിന്നൊരു രക്ഷയുമില്ല. ഇപ്പോൾ നീ ശരിക്കുമൊരു പെണ്ണാണ്, ഒരു സ്ത്രീ, നിനക്ക് കുട്ടികളുണ്ടാകും.''

''ങ്ങാഹാ, മോഡസ്റ്റയാണോ, ഞാനവളെ ഇത്ര പെട്ടെന്ന് പ്രതീക്ഷിച്ചില്ല.'' സിസ്റ്റർ ഷെർദാ അവളെ കണ്ടപാടെ പറഞ്ഞു.

''നീയൊരു മുതിർന്ന പെണ്ണായിരിക്കുന്നു. അതിനായി നീ കുറച്ചു ബുദ്ധിമുട്ടേണ്ടതുണ്ട്. ഹവ്വയുടെ പാപത്തിന്റെ ഫലമായി ദൈവത്തിന്റെ ഇച്ഛയാണ് ഈ പീഡകൾ. അതിനു വിധിക്കപ്പെട്ടവരാണ് സ്ത്രീകൾ. മോഡസ്റ്റ എന്നത് ഒരു സ്ത്രീക്ക് പ്രത്യേകിച്ച് ഒരു ക്രിസ്ത്യാനിയായ സ്ത്രീക്ക് ഇണങ്ങിയ നല്ലൊരു പേരാണ്. ഇനിയുള്ള കാലം ഓരോ മാസവും ഈ രക്തം നിന്നെ ഓർമിപ്പിക്കും നീയൊരു പെണ്ണ് മാത്രമാണെന്ന്. നീ ഒരു സുന്ദരിയാണെന്ന് സ്വയം കരുതുന്നുണ്ടെങ്കിൽ അത് നിന്നെയോർമ്മിപ്പിക്കും. അഹങ്കാരം വേണ്ട, നീയൊരു പെണ്ണുമാത്രമാണെന്ന്.''

വെടിപ്പായൊന്നു കുളിച്ചതിനു ശേഷം, നിഗൂഢതകൾ നിറഞ്ഞ മാസമുറയെപ്പറ്റിയുള്ള സിസ്റ്റർ ഷെർദായുടെ പ്രാഥമിക പാഠങ്ങൾക്ക് അവൾ വിധേയയായി. തുണിനാടകളുടെ ഉപയോഗത്തെക്കുറിച്ച് സിസ്റ്റർ അവൾക്കു വിശദീകരിച്ചു കൊടുത്തു. ''സാനിറ്ററി നാപ്കിൻ എന്നാണിനി അവയെ വിളിക്കേണ്ടത്. സ്കൂൾ സ്റ്റോറിൽ നിന്ന് അടപ്പുള്ള ഒരു ചെറിയ ബക്കറ്റു കിട്ടും. ഉപയോഗിച്ച് കഴിഞ്ഞ നാപ്കിനുകൾ ഇടാനുള്ളതാണത്. കൗണ്ടറിലെ സിസ്റ്റർ ബെർണാഡിനോട് പറയുകയേ വേണ്ടൂ.''

പകൽ മുഴുവൻ അടച്ചിടാറുള്ള ഡോർമിറ്ററിയുടെ താക്കോൽ സിസ്റ്റർ ഷെർദാ ആവശ്യപ്പെട്ടു. അതിന്റെ വാതിലുകൾ മോഡസ്റ്റയ്ക്കായി തുറന്നു. അവളോട് അവളുടെ ബാഗിൽ നിന്ന് തുണിനാടകൾ എടുത്തുകൊണ്ടുവരാൻ പറഞ്ഞു. പിന്നെ ഇഷ്ടിക വീട്

വരെ അവളെ അനുഗമിച്ചു. അതിന്റെ വാതിൽ തുറന്നപാടേ കെട്ടു നാറിയ ഒരു മണം അവളെ പിന്തിരിപ്പിച്ചു.

“അകത്തേക്കു വരൂ. തിരിഞ്ഞുകളയാനൊന്നും പറ്റില്ല. കൊച്ചു പിള്ളേരുകളിയൊന്നും ഇനിവേണ്ട. അതിന്റെ സമയമൊക്കെ കഴിഞ്ഞു.” സിസ്റ്റർ ഷെർദാ പറഞ്ഞു.

ഒരു ഇടുങ്ങിയ ജനലിലൂടെയുള്ള അരണ്ട വെളിച്ചത്തിൽ ചുവരോട് ചുവർ ബന്ധിച്ച ഒരു അയയിൽ തൂക്കിയിട്ട വയലറ്റും വെള്ളയും കറുപ്പും റോസുമൊക്കെ നിറങ്ങളിലുള്ള സാനിറ്ററി നാപ്കിനുകൾ അവൾ കണ്ടു. സ്കൂളിലെ അന്തേവാസികൾ ഉണക്കാനിട്ടിരിക്കുന്ന വയാണവ. സിസ്റ്റർ ഷെർദാ പറഞ്ഞു.

“അങ്ങറ്റത്ത് ഒരു ചതുരപ്പാത്രമുണ്ട്. അഴുക്കായ തുണി അതിൽ കഴുകാം. ഉരച്ചു കഴുകണം. പക്ഷേ വല്ലാതെ ഉരച്ച് പെണ്ണായതിന്റെ തെറ്റ് ഒരിക്കലും മായ്ച്ചു കളയരുത്. അവരുടെ ഈ കാണുന്ന തുണിനാടകളുണ്ടല്ലോ, അവയിൽ ഉരച്ചുകഴുകിയവയും അല്ലാത്ത വയുമുണ്ട്. പെട്ടെന്ന് കണ്ടുപിടിക്കാം ആരൊക്കെയാണ് മടിച്ചി കളെന്ന്. അവരുടെ തുണികളിൽ കറ അതേപടി കിടക്കും. അയ്യോ, നാണക്കേട്. അപ്പോൾ നീ, മോഡസ്റ്റ, നീയതുപോലെ നാണക്കേടി നോടൊപ്പം നാണക്കേട് ചേർക്കരുത്. നന്നായി ഉരച്ചു കഴുകുക.”

വിർജീനിയയോട് എല്ലാം ഏറ്റുപറയണമെന്നുണ്ടായിരുന്നു മോഡസ്റ്റയ്ക്ക്. എല്ലാവരിൽ നിന്നും പ്രത്യേകിച്ച് ഗ്ലോറിയോസയിൽ നിന്നും അകന്നുമാറി മോഡസ്റ്റ സ്വകാര്യങ്ങളെല്ലാം അവളോട് പറയാറു ണ്ടായിരുന്നു. ഒരു ഹ്യൂറ്റു പെൺകുട്ടിക്ക് തീർച്ചയായും ഒരു ടുട്സി പെൺകുട്ടിയുമായി സൗഹൃദമാകാം. ഭാവിയെ സംബന്ധിക്കുന്ന തായി അതിലൊന്നുമില്ല. ഭൂരിപക്ഷ വർഗ്ഗം സംശയാതീതമായും ഭൂരിപക്ഷം തന്നെയായിത്തീരുമ്പോൾ, ഹ്യൂറ്റു പെൺകുട്ടികൾ തങ്ങളുടെ വർഗ്ഗത്തിന്റെ പ്രബലതയെക്കുറിച്ച് ബോധവതികളാകും. കാരണം റുവാണ്ടയിൽ രണ്ടു വർഗ്ഗങ്ങളാണുള്ളത്. ചിലപ്പോൾ മൂന്ന്. അവരെയാണ് വെള്ളക്കാർ കണ്ടെത്തിയെന്ന് പറയാറുള്ളത്. അതെല്ലാം അവരുടെ പുസ്തകങ്ങളിൽ എഴുതിവെച്ചിട്ടുണ്ട്. ആ ഉദ്ദേശ്യത്തോടെ കരുതിക്കൂട്ടി വന്ന പണ്ഡിതന്മാർ തലയോട്ടികളുടെയെല്ലാം അളവ് കണക്കാക്കിയിട്ടുണ്ട്. അവരുടെ നിഗമനങ്ങൾ സംശയാതീതമായി രുന്നു. ഈ രണ്ടു വിരുദ്ധ വർഗങ്ങൾ: ഹ്യൂറ്റു/ടുട്സി. ബാൻതു/ ഹാമീത്ത്. മൂന്നാമത്തേത് പറയാൻ മാത്രമൊന്നുമില്ല. മോഡസ്റ്റ പൂർണമായും ഹ്യൂറ്റു അല്ല. അച്ഛന്റെ വശത്തുനിന്ന് നോക്കിയാൽ തീർച്ചയായും അതെ. അതാണ് പരിഗണിക്കുക. അമ്മ വഴി നോക്കു മ്പോൾ, പ്രകടമായും അവൾ പകുതി മാത്രമാണ് ഹ്യൂറ്റു. ഒരു ടുട്സി യോടൊപ്പം നിൽക്കുന്നത് അവളെ സംബന്ധിച്ചിടത്തോളം

ആപൽക്കരമാണ്. വേണമെങ്കിൽ ഒരാൾക്കു ഇങ്ങനെ ചോദിക്കാം: ''അല്ലാ, നീ ആരുടെ ഒപ്പമാണ്? നിനക്കറിയാമോ നീ ശരിക്കും ആരാണെന്ന്? നീയൊരു വഞ്ചകിയാണ്, ടുട്സികളെന്ന കൂറകൾക്കു വേണ്ടി ചാരപ്പണി നടത്തുന്നവൾ. നീ ഹ്യുറ്റുവായിത്തന്നെ നടക്കൂ. പക്ഷേ അടിസ്ഥാനപരമായി, കഴിയുന്നത്ര വേഗം തന്നെ നീ അവരിലേക്ക് തന്നെ മടങ്ങുക. കാരണം ഉള്ളാലേ നീ അവരെകാണുന്നത് സ്വന്തം കുടുംബക്കാരായാണ്.''

കാര്യങ്ങൾ അതിലും മോശമായിരുന്നു. മോഡസ്റ്റയെ ഞെരിക്കുന്ന സംശയങ്ങൾ ഉയർന്നുവന്നത് അവളുടെ അമ്മയെ സംബന്ധിച്ചുള്ളവ മാത്രമായിരുന്നില്ല. കുറെയേറെ ഹ്യുറ്റുനേതാക്കൾ വിവാഹം ചെയ്തത് ടുട്സികളെയാണ്. അവരുടെ വിജയങ്ങൾക്ക് അവർക്കു ലഭിച്ച പാരിതോഷികങ്ങളായിരുന്നു അവർ. പ്രസിഡന്റിന്റെ ഭാര്യ ടുട്സിയല്ലേ? മോഡസ്റ്റയുടെ കാര്യം ഗുരുതരമാക്കിയത്, അവളുടെ അച്ഛൻ റുത്തെ ത്രെസയാണ്. അദ്ദേഹം ഒരു ഹ്യുറ്റുവാണെങ്കിലും ടുട്സിയായിരിക്കുക എന്നത് ഇഷ്ടപ്പെട്ടിരുന്നയാളാണ്. 'കിഹിത്തുറ' അഥവാ ഒരു ഹ്യുറ്റുവിരുദ്ധൻ. മാത്രമല്ല, അദ്ദേഹത്തിന്റെ ശാരീരിക ലക്ഷണങ്ങൾ ടുട്സികളുടേതിന് സമാനമായിരുന്നു.

നല്ല പൊക്കമുള്ള, കുറുകിയ മൂക്കുള്ള, തെളിഞ്ഞ നെറ്റിയുള്ള ഒരാൾ. അയാൾ കൂടുതലായും ഇടപഴകിയത് ഇക്കിജാക്കാസി അഥവാ രണ്ടുംകെട്ടവർ എന്ന് വിളിക്കപ്പെടുന്ന ഒരു തരം കൂട്ടരുമായിട്ടായിരുന്നു. അയാൾ ഒരു നല്ല ഹ്യുറ്റു കുടുംബത്തിൽ ജനിച്ചയാളാണ്. ഒരു ചെറു സെമിനാരിയിൽ കുറച്ചുവർഷങ്ങൾ അദ്ദേഹം പഠിച്ചിരുന്നു. അദ്ദേഹം ഒരു ടുട്സി പ്രമാണിയുടെ സെക്രട്ടറി, അക്കൗണ്ടന്റ് കാര്യസ്ഥൻ എന്നിങ്ങനെയൊക്കെയായിത്തീർന്നു. ആ പ്രമാണിയോടദ്ദേഹം നല്ല അടുപ്പം കാട്ടി. യജമാനനിൽ നിന്നും ചില സവിശേഷതകളും പെരുമാറ്റ രീതികളും അദ്ദേഹം സ്വാംശീകരിച്ചു. യജമാനന്റെ പേരിലുള്ള വിഹിതങ്ങളിൽ നിന്ന് രഹസ്യമായും ക്രമമായും ഒരു നിശ്ചിത തുക വക മാറ്റിവെയ്ക്കുകയും അങ്ങനെ അദ്ദേഹം സമ്പന്നനാവുകയും ചെയ്തു. കുറെ പശുക്കളെ വാങ്ങിക്കൂട്ടി. അവയിലൊന്നിനെ തനിക്ക് കൈവന്ന പ്രതാപം കാട്ടാൻ അദ്ദേഹം പശുക്കളെ നഷ്ടപ്പെട്ട തന്റെ അയൽക്കാരന് കൊടുത്തു. 'യാംപായേ ഇൻകാ റുത്തെ ത്രെസാ.' (റുത്തെ ത്രെസാ എനിക്കൊരു പശുവിനെ തന്നു) എന്ന് എല്ലാവരോടുമായാൾ എപ്പോഴും ആചാരപൂർവ്വം പറയുന്നത് കേൾക്കാൻ അദ്ദേഹം ആഗ്രഹിച്ചിരുന്നു. തന്റെ രൂപാന്തരണത്തിന് മകുടം ചാർത്താനദ്ദേഹം ഒരു ടുട്സിയെ വിവാഹം ചെയ്യാൻ തീരുമാനിച്ചു. ഒരു ടുട്സി കുടുംബം അവരുടെ പെൺമക്കളിലൊരാളെ അദ്ദേഹത്തിനു കല്യാണം കഴിച്ചു കൊടുത്തു.

ഒരു സുന്ദരി പെൺകുട്ടി. പെൺധനമായി അദ്ദേഹം അവർക്കു പശുക്കളെ നൽകി. അദ്ദേഹത്തിന്റെ യജമാനൻ യാഥാസ്ഥിതിക ടുട്സി പാർട്ടിയുടെ നേതൃനിരയിലെത്തിയിരുന്നു. സ്വാഭാവികമായും അദ്ദേഹം തന്റെ യജമാനന്റെ അനുയായിയായി. യജമാനൻ പറയുമായിരുന്നു, ''റുത്തെ ത്രെസാ, താങ്കൾക്കു കഴിയുന്നതു ചെയ്യാം. താങ്കൾ ഒരിക്കലും യഥാർത്ഥത്തിൽ ഒരു ടുട്സിയായിരുന്നില്ലല്ലോ. മറ്റവരുടെ കൂടെത്തന്നെ ചേർന്നോളൂ.''

അദ്ദേഹം രാജാവിനെ അനുകൂലിച്ചുകൊണ്ടുള്ള ഹ്യുറ്റുക്കളുടെ സമരാസക്ത ദൗത്യത്തിൽ അതിനിടെ പങ്കെടുത്തിട്ടുണ്ട്. പക്ഷേ പാർമെ ഹ്യുറ്റു എന്ന എതിർപക്ഷ ഹ്യുറ്റു വിമോചന പ്രസ്ഥാനം വിജയിച്ച് റിപ്പബ്ലിക് സ്ഥാപിക്കപ്പെട്ടു. അദ്ദേഹം ഒരു ഹ്യുറ്റുകുടുംബത്തിൽ നിന്നായതിനാലും ചില സഹോദരങ്ങൾ ജയിച്ച പാർട്ടിക്കാരായതിനാലും അദ്ദേഹത്തിന് ശിക്ഷാനടപടികളെക്കുറിച്ച് ആശങ്കയില്ലായിരുന്നു. പക്ഷേ മുന്തിയ പദവികളിലെത്താൻ അദ്ദേഹത്തിനു സാധിച്ചില്ല. അദ്ദേഹം എന്നുമൊരു സാധാരണ പ്രവർത്തകനായി കഴിഞ്ഞു പോന്നു. യഥാർത്ഥത്തിൽ അദ്ദേഹം തികഞ്ഞൊരു ടുട്സി പക്ഷക്കാരനായിരുന്നെന്ന കാര്യം ഓർക്കാനും ഓർമ്മിപ്പിക്കാനും എപ്പോഴും ആരെങ്കിലുമൊക്കെ ഉണ്ടായിരുന്നു. അദ്ദേഹത്തെ വർഗ്ഗവഞ്ചകനെന്ന് കളിയാക്കുകയോ ഭീഷണിപ്പെടുത്തുകയോ ചെയ്തവരിൽ നിന്നദ്ദേഹം അകന്നുനിന്നു. കോലിൽ കോർത്ത് പൊരിച്ച ആട്ടിറച്ചി, പ്ലേറ്റു നിറയെ പയർപുഴുങ്ങിയത്, വാഴപ്പഴ ബിയർ, കുപ്പിപ്പാനീയങ്ങൾ എന്നിവയൊക്കെ നിറയെ കഴിപ്പിച്ച് ഒരാളെ ടുട്സി വിരോധിയാക്കുന്ന കീഴ്വഴക്കമുണ്ട്. ഇരുപക്ഷങ്ങളുടെയും നടുവിൽ അദ്ദേഹം കുഴങ്ങി. അദ്ദേഹത്തിന്റെ മകളായ മോഡസ്റ്റയെയും അലട്ടിയിരുന്നത് സമാനമായ ചിന്താക്കുഴപ്പങ്ങളായിരുന്നു. താനൊരു യഥാർത്ഥ ഹ്യുറ്റുവാണെന്ന് അവൾക്ക് നിരന്തരം മറ്റുള്ളവരെ ഓർമ്മിപ്പിക്കേണ്ടിവന്നു. പ്രത്യേകിച്ചും ഗ്ലോറിയോസയോട്. ഗ്ലോറിയോസയുടെ അപരനാമമായ 'നീറാ മസുകാ' അഥവാ കുലീനയുവതി എന്നത് ഒരു മുദ്രാവാക്യം പോലെയവിടെ പ്രതിധ്വനിച്ചിരുന്നു. മോഡസ്റ്റയ്ക്ക് അവളുടെ ഏറ്റവും നല്ല സുഹൃത്താവുകയേ തരമുണ്ടായിരുന്നുള്ളൂ. ഇങ്ങനെയൊക്കെയാണെങ്കിലും എന്തുകൊണ്ടെന്നറിയില്ല മറ്റുള്ളവരോടു വെളിപ്പെടുത്താൻ കഴിയാത്ത തന്റെ രഹസ്യങ്ങളെല്ലാം വിർജീനിയയോട് പറയാനുള്ള ശക്തമായ ഒരു ചോദന മോഡെസ്റ്റയിൽ വർത്തിച്ചിരുന്നു.

അവളുടെ ദുസ്സ്വപ്നങ്ങൾ, അവളുടെ ഉറക്കത്തെ അലട്ടിയ രക്തപങ്കിലമായ മാസമുറകൾ എല്ലാറ്റിനെക്കുറിച്ചും വിർജീനിയയോടവൾ പറഞ്ഞു. വിർജീനിയ ആദ്യമൊന്നും ഒന്നും പറഞ്ഞില്ല.

അവളോട് എന്തുപറയണമെന്നവൾക്കറിയാമായിരുന്നില്ല. റുവാണ്ട യിൽ ആരും അവളോടത്തരം കാര്യങ്ങൾ പറയാറുണ്ടായിരുന്നില്ല. ഒരിക്കലും പറയാൻ പാടില്ലാത്ത ഒരുപാടു കാര്യങ്ങളുണ്ടവിടെ. പക്ഷേ മോഡെസ്റ്റ അവളിലർപ്പിച്ച വിശ്വാസം അവളെ സ്പർശിച്ചു. മോഡെസ്റ്റ ഒരുപക്ഷേ തന്റെ ആത്മാർത്ഥ സുഹൃത്തായിരിക്കുമോ? മാസമുറയെപ്പറ്റി അവൾ മോഡെസ്റ്റയോടും പറഞ്ഞു തുടങ്ങി. മിണ്ട രുത് എന്ന് വിലക്കുള്ള കാര്യങ്ങൾ പറയാൻ അവൾക്കു പേടിയാ യിരുന്നു. പക്ഷേ വിലക്കപ്പെട്ട വർത്തമാനങ്ങൾ ചൊരിയുന്നത് ഒരു രക്ഷാമാർഗ്ഗം പോലെ അവൾക്കനുഭവപ്പെട്ടു. അതെ, തൽക്കാലം മോഡെസ്റ്റ അവളുടെ യഥാർത്ഥ കൂട്ടുകാരി തന്നെ.

''നമ്മളിതൊന്നും പറയാൻ പാടില്ല എന്ന് നിനക്കറിയാമല്ലോ. എന്താണ് തനിക്ക് സംഭവിക്കുന്നതെന്ന് പെൺകിടാവിനു മനസ്സി ലാവുകയേ ഇല്ല. അതൊരു ശാപമാണെന്നാണവൾ കരുതുന്നത്. യൂറോപ്യന്മാർക്ക് മുമ്പ് ഇങ്ങനെയുണ്ടായിരുന്നോ എന്ന് എനിക്ക റിയില്ല; പക്ഷേ മിഷനറിമാർ ഒന്നും നേരെയാക്കിയില്ല. നമ്മുടെ അമ്മമാരിതൊന്നും പറഞ്ഞതായി കേട്ടിട്ടില്ല. നമ്മുടെ അദ്ധ്യാപകർ പറയുന്നതുപോലെ അതൊക്കെ നിഷിദ്ധ വർത്തമാനങ്ങളാണ്. മൂത്ത ചേച്ചിയോ കൂട്ടുകാരിയോ വേണം ഇതൊക്കെ വിശദീകരി ക്കാൻ. അവരാലാവുന്നപോലെയൊക്കെ അവർ ധൈര്യപ്പെടുത്തും. ഞാൻ വസിക്കുന്ന കുന്നിന്മുകളിലൊക്കെ, അതൊക്കെ അങ്ങനെ യാണ്. ഒരുപക്ഷേ പട്ടണത്തിൽ വ്യത്യസ്തമായിരിക്കും. നാട്ടിൽ ഏറ്റവും അടുത്ത എന്റെ കൂട്ടുകാരി സ്പെസിയോസ പൊതുപരീക്ഷ പാസ്സായില്ല. അവളിപ്പോൾ അവിടെത്തന്നെ കഴിയുന്നു. പ്രാഥമിക വിദ്യാഭ്യാസകാലത്ത് അവളെപ്പോഴും എന്നോടൊപ്പമായിരുന്നു. ഞങ്ങൾ മത്തുപിടിച്ചതുപോലെ, വികൃതികളായ ആൺകുട്ടികളെ പ്പോലെ, തീർച്ചയായും ഞങ്ങൾ ഞങ്ങളുടെ അമ്മമാരെ പാടത്തു സഹായിക്കുമായിരുന്നു. കുഞ്ഞൊങ്ങളെയെ ഞാൻ പുറത്തേറ്റി നടക്കു മായിരുന്നു. അങ്ങനെ ഞങ്ങൾ ചെറുപ്പത്തിലേ അവന് ചെറിയ ചേച്ചിയമ്മമാരായിരുന്നു. ഞങ്ങൾ ഏറ്റവും ഇഷ്ടപ്പെട്ടിരുന്നത് തടാക ത്തിൽ അലക്കാൻ പോകുന്നതായിരുന്നു. ഇവിടുത്തെപ്പോലെ അത്ര വലിയ തടാകമല്ല.

എന്റെ കുന്നിന്റെ താഴ്‌വരയിലെ ഒരു ചെറിയ തടാകം. മദ്ധ്യവേന ലവധിക്കാലത്ത്, തടാകമാകെ വരണ്ടുണങ്ങിക്കിടക്കുമ്പോൾ കുന്നിൻ മുകളിൽ താമസിക്കുന്ന പെൺകുട്ടികളെല്ലാം, ചെറിയ പെൺകുട്ടികൾ ഒരു വശത്തുകൂടിയും മുതിർന്ന പെൺകുട്ടികൾ മറ്റൊരു വശത്തു കൂടിയും അങ്ങോട്ടുപോകുമായിരുന്നു. അവിടെയുണ്ടായിരുന്ന

ബുദ്ധിമതികളായ രണ്ടുമൂന്നു പേർ വരുമായിരുന്നില്ല. വിദ്യാർത്ഥികളുടെ യോഗമുണ്ടെന്നും മിഷന്റെ കോറലിൽ പങ്കെടുക്കാൻ പോകാനുണ്ടെന്നുമൊക്കെയാണവർ പറയുക. ആരും അവരെ മിനക്കെടുത്താറില്ല. ഞങ്ങൾ അവരെ കളിയാക്കുമായിരുന്നു. ഞങ്ങൾ വെള്ളമെടുക്കുകയും അലക്കുകയും ചെയ്യുന്ന സ്ഥലമൊഴികെ തീരം നിറയെ റോസാച്ചെടികളും പാപ്പിറസ് ചെടികളും ഇടതിങ്ങി വളർന്നു നിൽക്കും. എന്നാലും വളരെ സൂക്ഷിക്കേണ്ടതുണ്ടായിരുന്നു. ഒരു പഴകിയ മരത്തടി മണലിൽ പതിഞ്ഞു കിടക്കുന്നുണ്ടാകും. അത് പതുക്കെ അനങ്ങിയാലറിയാം അത് ഒരു മുതലയാണെന്ന്. ഒരു ഉച്ചനേരം മുഴുവൻ ഞങ്ങൾ കുളിക്കുകയും അലക്കുകയും ചെയ്യുമായിരുന്നു. വേനലാണെങ്കിൽപ്പോലും പച്ചപ്പു വിടാത്ത പുല്ലിൽ ഞങ്ങൾ നീണ്ടുനിവർന്നുകിടക്കും. പിന്നെ ഞങ്ങൾ വസ്ത്രങ്ങളെല്ലാമഴിച്ച് വെള്ളത്തിലേക്ക് ചാടും. പരസ്പരം വെള്ളം ചാമ്പും. പരസ്പരം പുറം ഉരച്ചുകഴുകും. നമ്മുടെ സ്കൂളിലെ കുളിയൊന്നുമല്ലത്. പാപ്പിറസ് ചെടികളുടെയിടയിൽ പോയി ഞങ്ങൾ തുവർത്തും. പൂർണനഗ്നരായി ഞങ്ങൾ ഒളിച്ചുനിൽക്കും. വഴിപോക്കരെ കാത്തുനിൽക്കും. അവരെ ഞങ്ങൾ ചുമ്മാ കളിയാക്കും.

ഒരു മദ്ധ്യവേനലധിക്കാലത്ത് ഒരു ദിവസം, എല്ലാ ദിവസവുമെന്നപോലെ രാവിലെ ഞാൻ സ്പെസിയോസയെ കാണാൻ പോയി. ഞാനവളുടെ വീട്ടുവേലിക്കൽ എത്തിയപ്പോൾ പതിവുപോലെ അവളെന്നെ കാത്തുനിൽക്കുന്നതായി കണ്ടില്ല. അപ്പോഴതാ അവളുടെ അമ്മ ആകാശത്തേക്ക് കൈകളുയർത്തിക്കൊണ്ട് എന്റെ നേരെ ഓടിവരുന്നു. അവർ എന്നോട് പറഞ്ഞു. ''അകത്തേക്കു കടക്കരുത്. നിനക്കിപ്പോൾ സ്പെസിയോസയെ കാണാൻ പറ്റില്ല. ഇപ്പോഴവരെ കാണാൻ ആർക്കും പറ്റില്ല.''

എനിക്കൊന്നും മനസ്സിലായില്ല. സ്പെസിയോസയ്ക്ക് എന്ത് പകർച്ചവ്യാധിയായിരിക്കും പിടിക്കപ്പെട്ടിരിക്കുക? ഞാൻ വാശിയോടെ അവളുടെ അമ്മയോട് പറഞ്ഞു.

''സ്പെസിയോസ എന്റെ സുഹൃത്താണ്. എന്തുകൊണ്ടാണ് എനിക്കവളെ കാണാൻ പറ്റാത്തത്?''

ഒടുവിൽ അവരെന്നോട് അതേ ഭാവങ്ങളോടെ കാരണം പറഞ്ഞു. എനിക്കു സംഭവിച്ച കാര്യം തന്നെ സ്പെസിയോസയ്ക്കും സംഭവിച്ചിരിക്കുന്നു. ഞാൻ വീട്ടിനുള്ളിലേക്ക് കടന്നു. സ്പെസിയോസ കട്ടിലിൽ കിടക്കുകയാണ്. പുതുവൈക്കോൽ കൊണ്ടൊരു മെത്ത വിരിച്ചിട്ടുണ്ട്. സ്പെസിയോസ എന്നെ കണ്ടപാടെ കരയാൻ തുടങ്ങി. അവൾ എഴുന്നേറ്റിരുന്നു. മെത്തയിലാകെ ചോര പടർന്നു. ''നീ

കണ്ടോ, ഇതൊക്കെ എന്റെ ചോരയാണ്. ഇങ്ങനെയൊക്കെയാണത്രെ മുതിർന്നൊരു പെണ്ണാകുന്നത്. എല്ലാ മാസവും ഞാനിങ്ങനെ അടച്ചു പൂട്ടിയിരിക്കണം. എല്ലാ പെണ്ണുങ്ങളും അങ്ങനെയാണെന്നാണ് അമ്മ പറയുന്നത്. ഞാൻ അഴുക്കാക്കിയ വൈക്കോൽ രാത്രി ആകുമ്പോൾ ഒരു മറവിൽ അമ്മ കത്തിക്കും അതിന്റെ ചാരം ആഴത്തിൽ കുഴിച്ചു മൂടും. ഒരു ദുർമന്ത്രവാദി വന്ന് അത് കട്ടുകൊണ്ടുപോയി ഞങ്ങളുടെ വയലുകളിൽ ആഭിചാരക്രിയ ചെയ്യുമെന്നും കൃഷിയൊക്കെ ഉണങ്ങി പ്പോകുമെന്നുമൊക്കെയാണ് അമ്മയുടെ പേടി. ഈ ആദ്യ രക്തം എന്നെയും എന്റെ സഹോദരിമാരെയും മച്ചികളാക്കുമെന്നും കുടുംബ ത്തെയാകെ അപകടപ്പെടുത്തുമെന്നും അമ്മ ഭയക്കുന്നു. മുമ്പത്തെ പോലെ ഉല്ലാസത്തോടെ നടക്കാൻ ഇനി പറ്റില്ല. ഇപ്പോൾ, ഞാനൊരു സ്ത്രീയാണ്, മുതിർന്ന സ്ത്രീകളെപ്പോലെയുള്ള വസ്ത്രമൊക്കെ ധരിച്ച്. എനിക്കൊക്കെ ഈ അവസ്ഥ ശരിക്കും നിർഭാഗ്യകരമെന്നു തോന്നുന്നു.' സ്പെസിയോസ പറഞ്ഞവസാനിപ്പിച്ചു.

''നമുക്കിനി പഴയപോലെ ഒരുമിച്ച് ഒരിക്കലും കളിച്ചു നടക്കാൻ പറ്റില്ല. സ്കൂളിൽ വെച്ച് നിന്നെപ്പോലെ എനിക്കെന്റെ ആദ്യത്തെ മാസമുറയുണ്ടായി. പക്ഷേ അതിനു മുമ്പ്, വീട്ടിൽവെച്ച് എന്റെ അമ്മ എന്തിനാണെന്റെ നെഞ്ച് പരിശോധിച്ചത് എന്ന് എനിക്കു മനസ്സിലായിരുന്നില്ല. നിനക്കറിയാമല്ലോ, നാട്ടിൻപുറത്ത് പാവാട യെന്ന പേരിലൊരു തുണിക്കഷണം മാത്രമാണല്ലോ ചെറിയ കുട്ടി കളുടെ വേഷം. ആൺകുട്ടികളും ഏതാണ്ടതുപോലെതന്നെ. എല്ലാ വരുമൊന്നിച്ചു കളിക്കും. എനിക്കു പത്ത് വയസ്സായപ്പോൾ, എന്റെ അമ്മയും ഞങ്ങളുടെ അയൽക്കാരും എന്നെ പ്രത്യേകമായി ശ്രദ്ധിച്ചു തുടങ്ങി. ഞാൻ തുള്ളിച്ചാടി നൃത്തം ചെയ്യുമ്പോൾ എന്റെ നെഞ്ചാ ണവർ നോക്കിക്കൊണ്ടിരുന്നത്. രണ്ടു മൊട്ടുകളതിൽ ഉന്തിനിൽ ക്കുന്നത് കണ്ടപാടെ അമ്മയെന്നോട് പറഞ്ഞു അത് ആണുങ്ങ ളാരും കാണരുതെന്ന്. അച്ഛൻ പോലും. എന്റെ സഹോദരന്മാരി ലൊരാളുടെ ഒരു പഴയ ഷർട്ട് അമ്മ എനിക്ക് ഇടാൻ തന്നു. എങ്ങനെ ഇരിക്കണമെന്നും എങ്ങനെ കിടക്കണമെന്നുമൊക്കെ പറഞ്ഞുതന്നു. കണ്ണുകൾ താഴ്ത്തിക്കൊണ്ടായിരുന്നു അമ്മ അതൊക്കെ പറഞ്ഞത്. കിഗാലി പട്ടണത്തിലെ പരിഷ്കാരി പെണ്ണുങ്ങളും നാണമില്ലാത്ത പെൺകുട്ടികളും മാത്രമേ പുരുഷന്മാരുടെ മുഖത്തേക്കു നോക്കു കയുള്ളൂ എന്ന് അമ്മ ആവർത്തിച്ചുകൊണ്ടേയിരുന്നു. നിന്റെ കാര്യവും അങ്ങനെയൊക്കെത്തന്നെയാണ്. പക്ഷേ ഇനി മുതൽ ഓരോ മാസവും നമ്മുടെ രക്തം കണ്ട് നമ്മൾ സന്തോഷിക്കണം. അതായത് നമ്മൾ പെണ്ണുങ്ങളാണെന്നതിൽ, കുട്ടികളെ പ്രസവിക്കാൻ പോകുന്ന

യഥാർത്ഥ പെണ്ണുങ്ങൾ. യഥാർത്ഥ സ്ത്രീകളാകാൻ കുട്ടികൾ ജനിക്കേണ്ടതുണ്ടെന്നറിയാമല്ലോ. നീ വിവാഹിതയാകുമ്പോൾ, അതാണ് നിന്നിൽ നിന്നേവരും പ്രതീക്ഷിക്കുക. കുഞ്ഞുങ്ങൾ പിറക്കുന്നില്ലെങ്കിൽ നിന്റെ ഭർതൃവീടിനും നിന്റെ ഭർത്താവിനും പിന്നെ നീയൊന്നുമല്ല. കുഞ്ഞുങ്ങൾ ഉണ്ടാകണം, ആൺകുഞ്ഞുങ്ങൾ, അതെ ആൺ കുഞ്ഞുങ്ങൾ. ആൺകുട്ടികൾ പിറക്കുമ്പോഴാണ് നീ ഒന്നുകൂടി കേമത്തമുള്ള സ്ത്രീയാകുന്നത്, എല്ലാവരാലും അംഗീകരിക്കപ്പെടുന്ന ഒരമ്മയാകുന്നത്.

സ്വാഭാവികമായും മറ്റു സ്ത്രീകളെപ്പോലെ കുഞ്ഞുങ്ങൾ പിറക്കാൻ തന്നെയാണ് ഞാനും ആഗ്രഹിക്കുന്നത്. പക്ഷേ ആ കുഞ്ഞുങ്ങൾ ഹ്യൂറ്റുവുമാകേണ്ട, ടുട്സിയുമാകേണ്ട. അര ടുട്സിയോ അര ഹ്യൂറ്റുവോയും ആകേണ്ട. അവർ എന്റെ മക്കളായിരുന്നാൽ മാത്രം മതി, ചിലപ്പോൾ കുട്ടികളൊന്നുമുണ്ടായില്ലെങ്കിൽ തന്നെ എന്ത് എന്ന് ഞാനാലോചിട്ടുണ്ട്. നമ്മുടെ സിസ്റ്റർ ലിദ്വീനെ കണ്ടില്ലേ. അതുപോലെ മതജീവിതം നയിച്ചാലെന്തെന്നും ഞാൻ ആലോചിക്കാറുണ്ട്. മൂടുപടവും നീളനുടുപ്പുകളുമണിഞ്ഞ അവരെ കാണുമ്പോൾ നമ്മെപ്പോലെ സ്ത്രീകൾ തന്നെയാകുമോ അവർ എന്ന് തോന്നിപ്പോയിട്ടുണ്ട്. അവർക്കു മുലകളില്ലെന്നത് നീ ശ്രദ്ധിച്ചിട്ടുണ്ടോ? മതജീവിതം നയിക്കുന്നവർക്ക് മാസമുറയും ഉണ്ടാവില്ല എന്ന് തോന്നുന്നു.''

''എനിക്ക് തോന്നുന്നത് അവർക്കും നമ്മളെപ്പോലെ മാസമുറയൊക്കെ ഉണ്ടെന്നാണ്. 'പരിപാലിത മേരി'യുടെ സഭയിൽ എനിക്കൊരു മച്ചുനത്തിയുണ്ട്. അവളെന്നോട് പറഞ്ഞിട്ടുണ്ട് നമ്മളെപ്പോലെ അവർക്കിടയിലും നാപ്കിനുകൾ വിതരണം ചെയ്യപ്പെടാറുണ്ടെന്ന്.''

''അതെന്തായാലും, ഞാൻ എന്റെ അമ്മയെപ്പോലെയാകാനാഗ്രഹിക്കുന്നില്ല. അമ്മയോടെങ്ങനെയാണോ അതുപോലെ എന്നോടാരും പെരുമാറരുത്. എന്റെ അച്ഛൻ വീണ്ടും ഒരു ഹ്യൂറ്റു പക്ഷക്കാരനാണ്. അച്ഛനതിൽ ഒട്ടു ലജ്ജയുണ്ട്. അതൊളിപ്പിച്ചു വെയ്ക്കുന്നുവെന്നുമാത്രം. വീട്ടിൽ നിന്നച്ഛൻ പുറത്തേക്കിറങ്ങാതെയായി. അച്ഛൻ ക്ഷണിച്ചുവരുത്തുന്ന സുഹൃത്തുക്കൾക്ക് ബിയർ വിളമ്പുന്നത് പോലും അമ്മയല്ല. അച്ഛൻ എന്റെ അനിയത്തിമാരെ വിളിക്കും. ഞായറാഴ്ച കുർബ്ബാനയ്ക്കു മാത്രമേ പള്ളിയിൽ പോകാറുള്ളൂ. അതും ആദ്യത്തേതിന്. വലിയ കുർബ്ബാനയ്ക്ക് പോകാറേയില്ല. തന്റെ ഹ്യൂറ്റു മുതുമുതുമുത്തച്ഛനെ തിരഞ്ഞുപിടിക്കാനദ്ദേഹം ശ്രമിക്കാറുണ്ട്. ഒരു ഉമുഹിൻസാ അഥവാ പ്രമാണിയായിരുന്നുവത്രെ

ആ മുതുമുത്തച്ഛൻ. ആ കഥാ കദനം കേട്ട് എല്ലാവരും ചിരിക്കും. മറ്റുള്ളവരെപ്പോലെയല്ലാത്തതിന്, സങ്കരയിനം ഹ്യൂറ്റുകൾ എന്നു വിളിക്കപ്പെടുന്നതിനും കാരണം അമ്മയാണെന്നതുകൊണ്ട് എന്റെ ചേട്ടന്മാർ അമ്മയെ വെറുത്തു. പട്ടാളക്കാരനായ ഷാൻ ഡെമാഷേൻ താൻ ഇപ്പോഴും ലഫ്റ്റനന്റ് മാത്രമായിയിരിക്കുന്നത് അമ്മകാരണമാണെന്നാണ് പറയുന്നത്. ഞാൻ മാത്രമാണ് അമ്മയോട് സംസാരിക്കാറുള്ളത്. എന്റെ അമ്മ ഹ്യൂറ്റുവോ ടുട്സിയോ അല്ല; അമ്മയാണ്. അതുമാത്രം. ഹ്യൂറ്റുവോ ടുട്സിയോ ഇല്ലാത്ത ഒരു റുവാണ്ട ഒരു പക്ഷേ ഒരു നാൾ ഉണ്ടായേക്കും.''

''അതെ, ഒരുപക്ഷേ. എന്നാലും സൂക്ഷിക്കണം, അതാ ഗ്ലോറിയോസ. നമ്മളൊന്നിച്ചു നിൽക്കുന്നത് അവൾ കാണാതിരുന്നാൽ മതിയായിരുന്നു.''

''മോഡെസ്റ്റാ, നീ നിന്റെ ഏറ്റവും നല്ല കൂട്ടുകാരിയുടെ അടുത്തേക്ക് വേഗം ചെല്ല്, പൊയ്ക്കോളൂ.''

ഗൊറില്ലകൾ

അധ്യാപകരുടെയിടയിൽ മി. ദ് ഡെക്കറിന് രണ്ടു പ്രത്യേകതകളുണ്ടായിരുന്നു. ഒന്നാമത്തേത് ഭാര്യയുള്ളത് അദ്ദേഹത്തിന് മാത്രമായിരുന്നു. മറ്റുള്ളവർ ഒന്നുകിൽ അവിവാഹിതരായ ഫ്രഞ്ചുകാർ, അല്ലെങ്കിൽ ഭാര്യമാർ യൂറോപ്പിൽ തന്നെ കഴിയുന്നവർ. ഒറ്റപ്പെട്ട ഒരു പ്രദേശത്തെ മലമൂട്ടിൽ കഴിയുന്നതിലുള്ള വിമുഖതകൊണ്ട് ഭർത്താക്കന്മാരുടെ കൂടെയവർ വന്നില്ല. നൈലിന്റെ നോത്രദാം സ്കൂളിൽ ശരിക്കും വെള്ളക്കാരിയെന്നു പറയാവുന്നത് മദാം ദ് ഡെക്കർ മാത്രമായിരുന്നു. മദർ സുപ്പീരിയറും വാർഡനും പൂർണ്ണമായും വെള്ളക്കാരികളായിരുന്നില്ല. മാത്രമല്ല അവർ സ്ത്രീകളെന്നതിലുപരി കന്യാസ്ത്രീകളായിരുന്നു. അവർക്കു വിവാഹിതരാകാൻ കഴിയില്ല, അവർക്ക് കുഞ്ഞുങ്ങളെ പ്രസവിക്കാൻ കഴിയില്ല, മുലകൾ ഇല്ലാതായിപ്പോയവരുമാണ്. സ്വന്തം നിറമെന്തായിരുന്നുവെന്ന് മറന്നുപോകാൻ മാത്രം എത്രയോ കാലമായി അവർ റുവാണ്ടയിലെത്തിയിട്ട്. ബെൽജിയൻ നാളുകളിൽ കൃഷി ചെയ്യാൻ നിർബന്ധിക്കപ്പെട്ടു രൂപം കൊണ്ട കാപ്പിത്തോട്ടങ്ങളും മരച്ചീനികളും പോലെ അവർ പഴകിപ്പഴകി സങ്കരയിനം പോലെയായിത്തീർന്നിരുന്നു.

മിസ് സൗത്തിനെക്കുറിച്ചാണെങ്കിൽ, അവർ ഒരു സ്ത്രീയായി പരിഗണിക്കപ്പെടേണ്ടതാണ്. പക്ഷേ അവർ വെള്ളക്കാരിയല്ല. അവരുടെ നിറം ചുവപ്പാണ്, അവർ ഇംഗ്ലീഷുകാരിയാണ്. മി. ദ് ഡെക്കറുടെ ഭാര്യ എപ്പോഴും തന്റെ ഭർത്താവിന്റെ കൂടെ ബംഗ്ലാവിലായിരുന്നില്ല താമസിച്ചിരുന്നത്. കിഗാലി പട്ടണത്തിൽ പോയി കുറേ ദിവസങ്ങളോളം കഴിയുമായിരുന്നു. അവർ അവിടെയുണ്ടെങ്കിൽ അത് എല്ലാവരും അറിയും. പരിചാരകൻ മദാമിന്റെ വസ്ത്രങ്ങൾ വില്ലയുടെ പിറകിലെ ചായ്പ്പിൽ ആറാനിടുന്നത് കാണാം. മദാമിന്റെ വസ്ത്രശേഖരത്തെ ആരാധിക്കാൻ വിദ്യാർത്ഥിനികൾ ബംഗ്ലാവിനരികിൽ ചുറ്റിപ്പറ്റി നിൽക്കും. അവയുടെ സമൃദ്ധിയിൽ അത്ഭുതം കൂറി അവർ അവ എണ്ണുകയും താരതമ്യപ്പെടുത്തുകയും ചെയ്യും.

ചിലർ അവർക്കേറ്റവും ഇഷ്ടപ്പെട്ടവ അവരുടെ ഓർമ്മയിൽ കൊത്തി വെയ്ക്കും. പിന്നീട് അതേപോലുള്ളവ തയ്യൽക്കാരനെകൊണ്ട് തയ്പ്പിച്ചുണ്ടാക്കാമല്ലോ. മദാം ദ് ഡെക്കറുടെ സ്കൂളിലേക്കുള്ള വരവ് ഏവരും എപ്പോഴും പ്രതീക്ഷിക്കപ്പെടുകയും ശ്രദ്ധിക്കപ്പെടു കയും അഭിപ്രായങ്ങൾ പുറപ്പെടുവിപ്പിക്കുകയും ചെയ്തു. നൈലിന്റെ നോത്രദാം സ്കൂളിൽ ശരിക്കുമൊരു വെള്ളക്കാരിയായ വേലക്കാ രിയെ, ഒരു സ്ത്രീയെ കാണുന്നത് ഒരാശ്വാസം തന്നെയാണ്. അവർ ക്കതിന് തെളിവുണ്ട്. മദാം ദ് ഡെക്കർ സ്വർണ്ണ മുടിക്കാരിയാണ്.

മി. ദ് ഡെക്കറിനെ സംബന്ധിക്കുന്ന രണ്ടാമത്തെ പ്രത്യേകത, അദ്ദേഹത്തിന്റെ ക്ലാസ്സാണ്. അദ്ദേഹം പ്രകൃതി ശാസ്ത്രത്തിന്റെ അധ്യാപകനാണ്. അദ്ദേഹത്തിന്റെ ക്ലാസ് ഒരു നോഹയുടെ പെട്ടക മായിരുന്നു. ഭൂമിയിലെ സകല പക്ഷിമൃഗാദികളുമവിടെ അണി നിരന്നു. ബോർഡിൽ പതിച്ച ഒരു വെളുത്ത തുണിയിലേക്ക് അദ്ദേഹം സ്ലൈഡുകൾ പ്രൊജക്റ്റ് ചെയ്തു. പെറുവിലെ ലാമ, ടിബറ്റിലെ യാക്ക്, ങ്കോറോഗോറോയിലെ കാണ്ടാമൃഗം, കാമാർഗിലെ കൂറ്റൻ കാള, ഇന്ത്യയിലെ കടുവ, ഹിനയിലെ പാൻഡ, ആസ്ത്രേലിയയിലെ കങ്കാരു എന്നിവയെല്ലാം അധികം പരത്തിപ്പറയാതെ അദ്ദേഹം ഒന്നിന് പിറകെ ഒന്നായി പ്രദർശിപ്പിച്ചു.

പിന്നെ, ആദ്യത്തെ മൂന്നു മാസത്തിന്റെ ഒടുവിൽ, വരുമൊരു മഹാദിനം: മി. ദ് ഡെക്കർ അദ്ദേഹത്തിന്റെ സ്വന്തം ഫോട്ടോകൾ കാണിക്കുന്ന ദിവസം. മുളങ്കാട്ടിലും അഗ്നിപർവ്വതച്ചെരുവിലും മേഘ ങ്ങൾക്കപ്പുറത്തുമൊക്കെയായി അദ്ദേഹം തന്നെ എടുത്ത ഗൊറില്ല കളുടെ ഫോട്ടോകൾ. ഗൊറില്ലകളെക്കുറിച്ചദ്ദേഹത്തിന് വലിയ താല്പര്യമായിരുന്നു. അദ്ദേഹം അവയിലൊരു സ്പെഷ്യലിസ്റ്റ് ആയിരുന്നു, ഏക സ്പെഷ്യലിസ്റ്റ്. അവയെ നിരീക്ഷിക്കാൻ എല്ലാ വാരാന്ത്യങ്ങളിലും മുഹാബുറ പർവ്വതം കയറുമായിരുന്നു അദ്ദേഹം. അക്കാര്യത്തിൽ അദ്ദേഹത്തിന്റെ ഭാര്യയ്ക്ക് വലിയ മനപ്രയാസം തോന്നിയിരുന്നു. അവയ്ക്കുവേണ്ടി മാത്രം ആ വർഷത്തെ മദ്ധ്യ വേനലവധിക്കാലം അദ്ദേഹം ബെൽജിയത്തിലേക്ക് പോകേണ്ടെന്നു വെച്ചു. അവയുടെ കൂട്ടത്തിൽ എപ്പോഴും ജീവിക്കാനാണദ്ദേഹത്തിന് ഇഷ്ടം എന്ന് തോന്നിപ്പോകും. തന്റെ പെണ്ണാളുകളുടെ എണ്ണമെടു ക്കാൻ അനുവദിച്ചുകൊടുത്ത ഗൊറില്ലാ നേതാവുമായ അദ്ദേഹം നല്ല ബന്ധം സ്ഥാപിച്ചു. കുഞ്ഞുങ്ങളെ ശ്രദ്ധാപൂർവം പരിചരിച്ച അദ്ദേഹത്തെ ഒരമ്മഗൊറില്ലയ്ക്ക് നല്ല പരിചയമുണ്ടായിരുന്നു. ഗൈഡു കൾ എത്രതന്നെ ശ്രദ്ധിക്കാനദ്ദേഹത്തിനോട് പറഞ്ഞാലും പിന്തിരി പ്പിക്കാൻ നോക്കിയാലും അദ്ദേഹം ആ വലിയ ആൾക്കുരങ്ങുകളെ

ഭയന്നില്ല. കൂട്ടത്തിലെ ഓരോന്നിന്റെയും സ്വഭാവപ്രകൃതം അദ്ദേഹത്തിനറിയാമായിരുന്നു. അവയുടെ പ്രതികരണങ്ങൾ മുൻകൂട്ടി കാണാനറിയാമായിരുന്നു. ആശയവിനിമയം നടത്താൻ പോലും അദ്ദേഹത്തിനു കഴിഞ്ഞിരുന്നു. മാത്രമല്ല ഗൈഡുകളുടെ സഹായം അദ്ദേഹത്തിനാവശ്യമുണ്ടായിരുന്നില്ല. അദ്ദേഹത്തിന്റെ നിഗമനപ്രകാരം ഗൊറില്ലകൾ റുവാണ്ടയുടെ ഭാഗ്യമാണ്, സമ്പത്താണ്, ഭാവിയാണ്. അവയെ സംരക്ഷിക്കണം. അവരുടെ വിഹാരപ്രദേശത്തിന് യഥേഷ്ടം വിസ്തൃതിയുണ്ടാവണം. ലോകം മുഴുവൻ റുവാണ്ടയെ ഒരു പാവന ദൗത്യം ഏല്പിച്ചിരിക്കയാണ്: ഗൊറില്ലകളെ രക്ഷിക്കുക.''

മി ദ് ഡെക്കറുടെ ഗൊറില്ല പ്രഭാഷണങ്ങൾ ഗോരറ്റിയെ രോഷാകുലയാക്കി.

''റുവാണ്ട കണ്ടെത്തിയതുപോലെ, ആഫ്രിക്ക കണ്ടെത്തിയതുപോലെ, ഭൂമിയാകെ കണ്ടെത്തിയതുപോലെ ഗൊറില്ലകളെ കണ്ടെത്തിയതും വെള്ളക്കാർ തന്നെ.'' ഗോരറ്റി പൊട്ടിത്തെറിച്ചു.

''നമ്മൾ ബാക്കീഗാക്കാർക്ക് ഗൊറില്ലകൾ എപ്പോഴും അയൽക്കാരായി ഉണ്ടായിരുന്നില്ലേ? ബാത്വാ ഗോത്രക്കാർ അവരുടെ ചെറുവില്ലുമേന്തി അവയെ നിർഭയം വേട്ടയാടിയിരുന്നില്ലേ? വെള്ളക്കാരുടേത് മാത്രമാണ് ഗൊറില്ലകളെന്നാ പറയുന്നതു കേട്ടാൽ തോന്നുക. അവയെ കാണാനും അവയുടെ അടുത്തേക്കു ചെല്ലാനും അവർക്കു മാത്രമേ കഴിയുള്ളൂവത്രെ. അവർക്ക് അവയോട് വല്ലാത്ത പ്രേമമാണ്. റുവാണ്ടയിൽ ഗൊറില്ലയല്ലാതെ വേറൊന്നുമില്ലല്ലോ രസകരമായിട്ടുള്ളത്. എല്ലാ റുവാണ്ടക്കാരും അവയുടെ സേവനത്തിനായി സ്വയം സമർപ്പിക്കണം, മറ്റൊരുന്നിലും ഏർപ്പെടരുത്, അവയ്ക്കു വേണ്ടി മാത്രം ജീവിക്കണം. വെള്ളക്കാരിയായ ഒരു സ്ത്രീയുണ്ട് അവയ്ക്കിടയിൽ ജീവിക്കുന്നു. ആ പെണ്ണുമ്പിള്ളയ്ക്ക് ആണുങ്ങളെയൊക്കെ വെറുപ്പാണ്, പ്രത്യേകിച്ച് റുവാണ്ടക്കാരെ. ഒരു വർഷം മുഴുവൻ ആ സ്ത്രീ ആൾക്കുരങ്ങന്മാരുടെ കൂടെ കഴിയുന്നു. അവയ്ക്കിടയിൽ അവൾ ഒരു വീടുകെട്ടി കഴിയുകയാണ്. വെള്ളക്കാർക്ക് അവരോട് വലിയ ആദരവാണ്. ഗൊറില്ലകളുടെ പേര് മുഖാന്തരം അവർക്ക് കുറെ പണം കിട്ടുന്നുണ്ട്. വെള്ളക്കാർക്കങ്ങനെ ഗൊറില്ലകളെ വിട്ടുകൊടുക്കുന്നത് ശരിയല്ല. അവയും റുവാണ്ടക്കാരാണ്. അവയെ വിദേശികൾക്കങ്ങനെ വിട്ടുകൊടുക്കാൻ പാടില്ല. ഞാൻ അത് സംബന്ധിച്ച് അവരെ കാണാൻ പോവുകയാണ്. എനിക്കതിന്റെ അവകാശമുണ്ട്. നമ്മുടെ അദ്ധ്യാപകർ പറയുന്നത് കുരങ്ങന്മാർ നമ്മുടെ പൂർവ്വികരാണെന്നാണ്. അക്കാര്യം കേൾക്കുമ്പോഴേക്ക്

ഏർമനെഷീൽഡച്ചൻ ക്ഷുഭിതനാകും. എന്റെ അമ്മ പറയാറുള്ളത് മറ്റൊരു കഥയാണ്. ഗൊറില്ലകൾ പണ്ട് മനുഷ്യരായിരുന്നു. ഒരിക്കൽ കാട്ടിനുള്ളിലേക്ക് പോയ അവർ മനുഷ്യരാണെന്നത് എന്തുകൊണ്ടോ മറന്നുപോയി. കാടിന്റെ ശക്തി കാരണം അവർ ഭീമാകാരം പൂണ്ടു. ദേഹം നിറയെ രോമങ്ങൾ കൊണ്ടുമൂടി. ഒരു മനുഷ്യകന്യകയെ കാണുമ്പോൾ അവർക്ക് ഓർമ്മ വരുമത്രെ, തങ്ങൾ മനുഷ്യരായിരുന്നുവെന്ന്. അവളെ തട്ടിക്കൊണ്ടുപോകാൻ ആൺഗോറില്ലകൾ വരും. പക്ഷേ അവയുടെ പെണ്ണുങ്ങൾ, അതായത് അസൂയക്കാരികളായ ഭാര്യമാർ അവയെ ഉഗ്രമായി തടുക്കും.''

''ഞാനതു സിനിമയിൽ കണ്ടിട്ടുണ്ട്.'' വെറോണിക്ക പറഞ്ഞു. ''ഒരു പെണ്ണിനെ കയ്യിലൊതുക്കിക്കൊണ്ട് ഒരു ഭീമൻ കുരങ്ങ്.''

''നീ പറഞ്ഞത് സിനിമയിലുള്ളതല്ല. എന്റെ അമ്മ ആ കഥ പറഞ്ഞു കേട്ടിട്ടുണ്ട്. ഏതായാലും എനിക്ക് ഗൊറില്ലകളെയൊന്നു പോയി സന്ദർശിക്കണം. അവയെ വെള്ളക്കാർക്കങ്ങനെ വിട്ടുകൊടുത്തുകൂടാ. അവയ്ക്കു വേണ്ടിമാത്രം ജീവിക്കുന്ന ആ മദാമ്മയ്ക്കുപോലും അവയെ വിട്ടുകൊടുക്കരുത്. നിങ്ങളാരെങ്കിലും തയ്യാറുണ്ടോ, എന്റെ കൂടെ വരാൻ? ക്രിസ്മസ് അവധിക്കാലത്ത് പോകാനാണുദ്ദേശിക്കുന്നത്. എന്റെ അച്ഛൻ സഹായിക്കുമെന്നെനിക്കുറപ്പാണ്. ആരുണ്ട് എന്റെ കൂടെ വരാൻ?''

ഏവരും ഗ്ലോറിയോസയുടെ പ്രതികരണം കേൾക്കാൻ കാത്തിരുന്നു. അവൾ തോൾ കുലുക്കുകമാത്രം ചെയ്തു. പിന്നെ പൊട്ടിച്ചിരിക്കുകയും എന്തോ പിറുപിറുക്കുകയും ചെയ്തു. അത് വെള്ളക്കാരെ അധിക്ഷേപിച്ചുകൊണ്ടുള്ള വാക്കുകൾ തന്നെയായിരിക്കണം. ഇമ്മാക്കുലേയായിരുന്നു അതിശയപ്പെടുത്തിയത്.

''എനിക്കു കഴിയുമെങ്കിൽ, എന്റെ അച്ഛൻ അനുവദിക്കുമെങ്കിൽ, നിന്റെ കൂടെ ഞാൻ വരാം. നിനക്കെന്നെ വിശ്വസിക്കാം.''

ഗ്ലോറിയോസ എല്ലാവരുടെയും മുന്നിൽ വെച്ച് 'അത്ര ധിക്കാരിയോ നീ' എന്ന മട്ടിൽ ഒരു രൂക്ഷനോട്ടം പായിച്ചു.

''എന്റെ സുഹൃത്തുമൊത്ത് ഞാൻ മോട്ടോർ ബൈക്കിൽ കുറെ സഞ്ചരിച്ചിട്ടുണ്ട്.'' ഇമ്മാക്കുലേ വിശദീകരിച്ചു. ''എനിക്ക് കൂടുതൽ ആവേശകരമായ സാഹസങ്ങളിഷ്ടമാണ്. ഏറ്റവും ചുരുങ്ങിയത് നിങ്ങളോടു പറയാനുള്ള കഥ വേണം. ഒന്നിനെയും ഭയപ്പെടാത്ത ഒരു സാഹസികയാവണം.''

ജനുവരിയിൽ അവധിക്കു ശേഷം സ്കൂളിലേക്കുള്ള തിരിച്ചുവരവിന്റെ സമയം. ഗോരറ്റിയും ഇമ്മാക്കുലേയും നിസ്സംശയമായും മറക്കാതെ പറയാൻ പോകുന്ന കഥകൾ വർണ്ണനയ്ക്കായി ഏവരും കാത്തിരുന്നു. മലമുകളിൽ ഗൊറില്ലകളെ കാണാൻ പോയ അവരുടെ സാഹസിക കഥകൾ.

ഗ്ലോറിയോസ കളിയാക്കി വിളിക്കുന്ന പ്രകാരം 'ആ സാഹസിക തരുണികൾ' താരങ്ങളെപ്പോലെ ആരാധിക്കപ്പെട്ടു.

''അവർ റുഹെൻഗെറിയിൽ പോയി തങ്ങി.'' ഗ്ലോറിയോസ പരിഹസിച്ചു. ''എന്തിനെന്നോ പ്രിമസിന്റെ കുപ്പിവെള്ളം കുടിക്കാനും പൊരിച്ച കോഴിയെ ശാപ്പിടാനും. എന്നിട്ട് ദൂരെനിന്ന് മേഘങ്ങൾ മൂടിയ മുഹാബുറാ മലയെ നോക്കിയിരുന്നിട്ടുണ്ടാകും.''

പക്ഷേ ഒരു ദിവസം വൈകീട്ട് ഭക്ഷണത്തിനു ശേഷം ഗോരറ്റി എല്ലാവരെയും അവളുടെ മുറിയിലേക്കു വിളിച്ചു.

''അപ്പോൾ, നിങ്ങൾ ഗൊറില്ലകളെ കണ്ടോ?''

''തീർച്ചയായും ഞങ്ങൾ കണ്ടു. ഞങ്ങൾ മിക്കവാറും അവയെ തൊടുക പോലും ചെയ്തു. തിരക്കുകളുണ്ടായിരുന്നിട്ടും എന്റെ അച്ഛന്റെ സഹായമുണ്ടായിരുന്നു. റുഹെൻഗെറിയിലെ ഒരുപാടു പേർ ഇമ്മാക്കുലേയുടെ അച്ഛനടക്കം എന്റെ അച്ഛനെ കാണാൻ വരുമായിരുന്നു. റുഹെൻഗെറിയിൽ അദ്ദേഹത്തെ കൊണ്ടുവന്നത് എന്റെ അച്ഛനാണല്ലോ. അവർ രണ്ടുപേരും ഞങ്ങളുടെ ആഗ്രഹത്തെക്കുറിച്ച് സംസാരിച്ചു. ഞങ്ങൾക്കാവശ്യമായ തയ്യാറെടുപ്പുകൾക്കായി അച്ഛൻ ആജ്ഞകൾ കൊടുത്തു. ഒരു ജീപ്പ്, നാല് പട്ടാളക്കാർ, ഭക്ഷണസാധനങ്ങൾ. ഞങ്ങൾ പട്ടാളമട്ടിലുള്ള കാമോഫ്ളാഷ് വേഷം ധരിച്ചു. ഇമ്മാക്കുലേയുടെ ഹൈ ഹീൽ ഷൂസ് കണ്ട് പട്ടാളക്കാർ ചിരിച്ചു. ഞങ്ങൾക്കവർ അവരുടേതുപോലുള്ള പട്ടാള ഷൂസ് തന്നു. ഫോട്ടോകൾ കാണിച്ചു തരാം. അങ്ങനെ, രാവിലെ തന്നെ, ഞങ്ങൾ ജീപ്പിൽ പുറപ്പെട്ടു, അഗ്നിപർവ്വതച്ചെരിവിലൂടെ സഞ്ചരിച്ച് കാട്ടിലെത്തി. അവിടെ ഗൈഡുകളുണ്ട്. ഞങ്ങൾ ചെന്നപ്പോൾ അവരുണ്ടായിരുന്നില്ല. അവരെക്കാത്ത് ഞങ്ങൾ കുറേ നേരമവിടെ കഴിഞ്ഞു. പട്ടാളക്കാർ രണ്ട് കൂടാരങ്ങൾ ഉയർത്തി. ഒന്ന് അവർക്ക് മറ്റേത് ഞങ്ങൾക്കും. ഒടുവിൽ ഗൈഡുകളുടെ തലവൻ വന്നെത്തി. അയാൾക്ക് ഒരു പകച്ച മട്ടുണ്ടായിരുന്നു. അയാൾ പറഞ്ഞു: ''മാഡം, ആ വെള്ളക്കാരി മദാമ്മയ്ക്കിഷ്ടമല്ല ഗൊറില്ലകളെ സ്വൈര്യം കെടുത്തുന്നത്. അവയ്ക്ക് റുവാണ്ടക്കാരെ ഇഷ്ടമില്ലെന്നാണവർ പറയുന്നത്. അവയ്ക്കവരെ പേടിയാണത്രെ.''

''റുവാണ്ടക്കാരാണ് അവയെ കൊന്നൊടുക്കുന്നതെന്നവർക്കറിയാം. വെള്ളക്കാരോട് മാത്രമേ അവ ഇണങ്ങുകയുള്ളൂ. മദാമ്മ അങ്ങനെയാണ് പറയുന്നത്. ഞാൻ നിങ്ങളെ അങ്ങോട്ട് കൊണ്ടുപോവില്ല. അവരെന്നെ പിരിച്ചുവിടും. എന്റെ ശമ്പളം മുടങ്ങും. എന്റെ ഭാര്യയുടെ ശകാരങ്ങൾ ഞാനിപ്പോഴേ കേട്ടുതുടങ്ങി. നിങ്ങളെ തടയാൻ ഞാനില്ല. പക്ഷേ നിങ്ങളുടെ ഗൈഡാകാൻ എനിക്കു സാധ്യമല്ല.'' അത്രയും പറഞ്ഞ് അയാൾ ഓടിക്കളഞ്ഞു.

ഞങ്ങൾക്കാകെ നിരാശയായി. ഗൊറില്ലകളെ കാണുന്നതിന് മദാമ്മ ഞങ്ങളെ വിലക്കിയിരിക്കുന്നു. പട്ടാളക്കാരിലൊരാൾ സാർജെന്റിനെ വിവരമറിയിച്ചു. അദ്ദേഹം വന്നു. ഗൊറില്ലകളെ കാണാൻ പോകാൻ മറ്റെന്തെങ്കിലും മാർഗ്ഗമുണ്ടോ എന്ന് നോക്കാമെന്ന് അദ്ദേഹം പറഞ്ഞു. ബാത്വാകളെയും അവരുടെ വാസസ്ഥലവും പരിചയമുള്ള ഒരു പട്ടാളക്കാരൻ ഒരു വഴി കണ്ടെത്തി. അക്കൂട്ടർക്ക് വല്ലതും കൊടുത്താൽ അവർ ഞങ്ങളെ ഗൊറില്ലകളുടെയടുത്ത് കൊണ്ടുപോകും. ഞങ്ങൾ ജീപ്പിൽ കയറി കാട്ടിലേക്ക് കുതിച്ചു. ബാത്വാകൾ ഞങ്ങൾ വരുന്നത് കണ്ടപാടെ ഓടി രക്ഷപ്പെടാൻ നോക്കി. മറ്റുള്ളവരെപ്പോലെ വേഗത്തിൽ ഓടാൻ കഴിയാതിരുന്ന ഒരു വയസ്സനെ പട്ടാളക്കാർ പിടികൂടി. പാവം വൃദ്ധൻ വിറയ്ക്കുകയായിരുന്നു. ഇമ്മാക്കുലേയും ഞാനും അയാളെ സമാധാനിപ്പിച്ചു. ഞങ്ങളുടെ ആവശ്യമെന്തെന്ന് വിശദമാക്കി. എനിക്ക് കിന്യാർവാണ്ട ഭാഷ വശമുണ്ടല്ലോ. ‘‘കളിയാക്കണ്ട, ഞങ്ങൾ ബുക്കിഗായിൽ അതാണല്ലോ സംസാരിക്കാറുള്ളത്.’’

ഞങ്ങൾക്ക് ഗൊറില്ലകളെ കാണുകയാണ് ആവശ്യമെന്ന കാര്യം പിടികിട്ടിയപ്പോൾ അയാൾ മറ്റുള്ളവരെയെല്ലാം തിരിച്ചു വിളിച്ചു. ഞാൻ കേണലിന്റെ മകളായിട്ടും പട്ടാളക്കാരുടെ കൈയിൽ തോക്കുണ്ടായിട്ടും അവർ വിലപേശി. ഒടുവിൽ രണ്ടാടുകളെ നൽകാമെന്നേറ്റു. തങ്ങളുടെ ഭാര്യമാരുടെ വിശ്വാസമാർജിക്കാൻ ആദ്യം ഒരെണ്ണം. മറ്റേത് ഗൊറില്ലകളുടെ അടുത്ത് പോയി വന്നതിനു ശേഷം. ഞങ്ങൾ കൂടാരങ്ങളിലേക്ക് മടങ്ങി. സാർജന്റ് ജീപ്പുമെടുത്ത് രണ്ടാടുകളെ വാങ്ങാൻ തൊട്ടടുത്ത മാർക്കറ്റിലേക്ക് പോയി.

‘‘ഞങ്ങൾ കൂടാരത്തിൽ സുഖമായുറങ്ങി. ശരിക്കും പട്ടാളക്കാരെപ്പോലെ. ബത്വകൾ രാവിലെതന്നെ വന്നു. അവർ ചോദിച്ചു:

‘‘എവിടെ ആടുകൾ?’’

‘‘അതാ കണ്ടോ.’’ സാർജന്റ് ചൂണ്ടിക്കൊണ്ട് പറഞ്ഞു.

അവർ ആടുകളെ ആകെയൊന്നു പരിശോധിച്ചു. കുറേനേരം കൂടി സംസാരിച്ചു. അവരിലൊരാൾ, അവരുടെ മുഖ്യനാണെന്നു തോന്നുന്നു, അയാൾ പറഞ്ഞു. ഗൊറില്ലകളുടെ അടുത്ത് പോകുന്നതിനുമുമ്പ് ആടുകളൊന്നിനെ തിന്നണമെന്ന്. അതൊന്നും പറ്റില്ലെന്നും ഉടനെ തന്നെ പോകണമെന്നും പിറ്റേന്ന് വൈകുന്നേരം മറ്റുകാര്യങ്ങൾ ആലോചിക്കാമെന്നും സാർജന്റ് പറഞ്ഞു. ബാത്വാകൾ അതൊന്നും കേൾക്കാൻ കൂട്ടാക്കിയില്ല. അതുപോരാ ഒരാടിനെ അപ്പോൾത്തന്നെ അറുത്ത് പാകം ചെയ്ത് കഴിക്കണമെന്നും അവരുടെ ഭാര്യമാരും കുട്ടികളും അതിനുവേണ്ടി തീക്കൂട്ടാനുള്ള

വിറക് ശേഖരിക്കാൻ പോയിരിക്കുന്നുവെന്നും അവർ വാശിപിടിച്ചു. കേണലിന്റെ ആജ്ഞയാണ് അദ്ദേഹത്തിന്റെ മകളെ ഗൊറില്ലകളെ കാണിക്കാൻ കൊണ്ടുപോകണമെന്നുള്ളത് എന്ന് ഒരു പട്ടാളക്കാരൻ വിശദീകരിച്ചപ്പോൾ ബാത്വാകൾ എന്റെ നേരെ തിരിഞ്ഞ് എന്നെ നോക്കി ചിരിക്കാൻ തുടങ്ങി.

''ഇപ്പോൾ കറുത്ത പെണ്ണുങ്ങളും തുടങ്ങിയോ ഗൊറില്ലകളെ കാണാൻ പോകാൻ.''

ഞങ്ങളെ ഇപ്പോൾത്തന്നെ കൊണ്ടുപോകാമെങ്കിൽ ഞാൻ മൂന്നാടുകളെ കൊടുക്കുമെന്ന് അവർക്ക് ഞാൻ വാക്കു കൊടുത്തു.

''ശരി.'' ഒടുവിൽ അവരുടെ നേതാവ് പറഞ്ഞു, ''എങ്കിൽ നമുക്ക് പോകാം. നീ ശരിക്കും കേണലിന്റെ മകൾ തന്നെയാണെന്ന് ഞാൻ വിശ്വസിക്കുന്നു. പക്ഷേ മറക്കണ്ട, നീയാണ് മൂന്നാമത്തെ ആടിനെ വാഗ്ദാനം ചെയ്തത്. അത് തന്നില്ലെങ്കിൽ ഞങ്ങളുടെ ശാപമേൽക്കും, നിർഭാഗ്യങ്ങൾ വരും.''

ഞങ്ങൾ കാട്ടിനുൾഭാഗത്തേക്കു യാത്രയായി. വഴി ദുർഘടമായിരുന്നു. കൊടുവാൾ വീശിക്കൊണ്ട് ബാത്വാകൾ വഴിയുണ്ടാക്കി. നിലവിലുള്ള വഴികളൊക്കെ വെള്ളക്കാർക്കുള്ളതാണ്. ''നമ്മൾ കാടിന്റെ മക്കളാണ്. അമ്മ മക്കളെ വഴിയാധാരമാക്കില്ലല്ലോ.''

അങ്ങനെ ഞങ്ങൾ രണ്ടു മണിക്കൂർ, ചിലപ്പോൾ മൂന്നു മണിക്കൂർ നടന്നുകാണും. അതിലും കൂടുതലോ എന്നെനിക്കറിയില്ല. ബത്വാകൾ വളരെ വേഗത്തിലായിരുന്നു നടന്നത്. ഞങ്ങൾ പിന്തുടരുന്നുണ്ടോ എന്നവർ തിരിഞ്ഞു നോക്കിയതേയില്ല. ഓരോ ചുവടിലും ഞങ്ങളുടെ കാലിടറി. കൊമ്പുകളും വള്ളികളും മുഖത്തു തട്ടി. പട്ടാളക്കാരും അസ്വസ്ഥരായിരുന്നു. ബാത്വാകൾ വല്ല ഒളിയാക്രമണത്തിലും കൊണ്ടുപെടുത്തുമോ എന്നവർ ഭയന്നു. പിന്നെ പെട്ടെന്ന് തന്നെ, ബാത്വാ മുഖ്യൻ ഒരിടത്തിരുന്നു. അതേപോലെ ഇരിക്കാൻ ആംഗ്യം കാണിച്ചു. അയാൾ അയാളുടെ വായ്കൊണ്ട് ഒരു വിചിത്ര ശബ്ദം പുറപ്പെടുവിച്ചു. അയാൾ മുളയുടെ ഒരു ഇളംതണ്ട് ഒടിച്ചെടുത്ത് ഇളക്കിക്കൊണ്ടിരുന്നു, ഒരു പ്രത്യേക അഭിവാദന രീതിയിൽ: ''അതാ, അവിടെ ഗൊറില്ലകൾ, ഒരു പത്തു പന്ത്രണ്ടെണ്ണം.'' ഞാൻ ശരിക്കും എണ്ണിയില്ല. അവയിലേറ്റവും വലുത് കുടുംബനാഥൻ തന്നെയാവണം. അത് ഞങ്ങളുടെ നേരെ നോക്കി.

''തല കുനിക്കൂ എല്ലാവരും.'' ബാത്വാ മുഖ്യൻ ഞങ്ങളോട് മന്ത്രിച്ചുകൊണ്ടു പറഞ്ഞു. ''അങ്ങോട്ട് നോക്കരുത്. ഏറ്റവും വലിയ ഗൊറില്ല അവയുടെ നേതാവാണ്. അടിയറവു കാണിക്കുക. നിങ്ങളുടെ മണം അതിനു ഇഷ്ടമല്ലെന്നു തോന്നുന്നു.''

ഞാൻ നിയാമിറാംബോയിലെ സ്വാഹിലി വർഗക്കാർ ചെയ്യുന്നതു പോലെ കമിഴ്ന്നടിച്ചു കിടന്നു. മറ്റവർ പ്രാർത്ഥിക്കുന്നുണ്ടായിരുന്നു.

വലിയ ഗൊറില്ല ഒരു മുരൾച്ച പുറപ്പെടുവിച്ചുകൊണ്ട് ഇരുകാലിൽ നെടുങ്ങനെ നിവർന്നു നിന്നു. ശരിക്കും അത് ഒരു ഭീമാകാരനായി രുന്നു. ‘‘അങ്ങനെ വരട്ടെ. അവൻ എന്നെ തിരിച്ചറിഞ്ഞിരിക്കുന്നു. അവനു തൃപ്തിയായി. പക്ഷേ നിങ്ങൾ അനങ്ങരുത്.’’ ബാത്വാ മുഖ്യൻ പറഞ്ഞു.

എന്നാലും ഞാൻ തല പൊക്കിനോക്കി. അവയെ നോക്കാനുള്ള സാവകാശമെനിക്കു കിട്ടി. ജാഗ്രതയോടെ നിൽക്കുന്ന ഗൊറില്ല മുഖ്യൻ, അവന്റെ പെണ്ണുങ്ങൾ, കുട്ടികൾ എല്ലാറ്റിനെയും നല്ലപോലെ കണ്ടു. ‘‘അല്ലേ, ഇമ്മാക്കുലേ, ഞാൻ പറയുന്നതെല്ലാം നേരല്ലേ? തൊടാൻ മാത്രം അത്രയ്ക്കടുത്ത് നമ്മളവയെ കണ്ടില്ലേ?’’

‘‘തീർച്ചയായും. ഞങ്ങൾ അവയെ കണ്ടു. അമ്മ ഗൊറില്ലകൾ അവിടെ വട്ടം കൂടി. ഗൊറില്ല മുഖ്യൻ കണ്ണു പറിക്കാതെ ഞങ്ങളെ നോക്കിനിന്നു. അവയ്ക്കിടയിൽ കിടാങ്ങൾ കളിച്ചുമറിയുകയും ചുറ്റിക്കളിക്കുകയുമൊക്കെ ചെയ്യുന്നുണ്ടായിരുന്നു. ചില കുഞ്ഞു ങ്ങൾ അമ്മിഞ്ഞ കുടിക്കാൻ അമ്മമാരെ സമീപിച്ചു. അമ്മമാർ അവർക്ക് പേനെടുത്തുകൊടുത്തു. മുളയുടെ ഇളംമുകുളങ്ങൾ ചവച്ച തിനു ശേഷം അമ്മമാരവർക്കു നൽകി. നമ്മുടെ മുത്തശ്ശിമാർ നമുക്ക് ചോളം ഉതിർത്തത്തരാറുണ്ടായിരുന്നു. അപ്പോൾ ഗോരാറ്റിയുടെ അമ്മ പറയാറുള്ളത് ഞാനോർത്തു. അവർ പണ്ട് മനുഷ്യരായിരു ന്നുവെന്നത്. എനിക്ക് മറ്റൊരു കഥയാണ് പറയാനുള്ളത്: മിക്കവാറും അവ മനുഷ്യർ തന്നെയാണ്. പക്ഷേ മനുഷ്യരാവുന്നത് അവർക്കി ഷ്ടമല്ല. കാട്ടിൽ കുരങ്ങന്മാരായി കഴിയുന്നതാണവർക്കിഷ്ടം. പിന്നെ അഗ്നിപർവത ശിഖരങ്ങളിൽ മേയുന്നതും. മറ്റു കുരങ്ങന്മാർ മനുഷ്യ രാവുന്നത് അവരൊക്കെ നികൃഷ്ഠയും ക്രൂരരും പരസ്പരം കൊല്ലു ന്നവരുമായിത്തീരുന്നതും കണ്ട് തങ്ങൾ അങ്ങനെയാവണ്ട എന്ന് തീരുമാനിച്ചതാണവർ. ഏർമെനെഷീൽഡച്ചൻ എപ്പോഴും പറയാ റില്ലേ, ആദിപാപത്തെപ്പറ്റി? കുരങ്ങന്മാർ മനുഷ്യരായപ്പോൾ സംഭ വിച്ചതാണാ പാപം.’’

‘‘ഇമ്മാക്കുലേ എന്ന തത്ത്വചിന്തക, റുവാണ്ടൻമഹിള ഒരു സിദ്ധാന്തം രൂപീകരിച്ചു. നല്ല തമാശയുണ്ട്. എല്ലാവരും കേൾക്കേണ്ട താണ്.’’ ഗ്ലോറിയോസ പരിഹസിച്ചു. ‘‘നീ അടുത്ത പ്രബന്ധത്തിൽ ഇതെഴുതണം. എർമെനെ ഷീൽഡച്ചന് നല്ല ഇഷ്ടമാകും.’’

‘‘എന്നിട്ടു പിന്നെ?’’

ഗ്ലോറിയോസയുടെ പുച്ഛപരിഹാസങ്ങൾക്കു ഗോരറ്റി ചെവി കൊടുക്കാതെ തുടർന്നു. “പതുക്കെ പിന്തിരിഞ്ഞുകൊള്ളാൻ ബാത്വാകൾ ഞങ്ങളോട് ആംഗ്യം കാട്ടി. ആ വലിയ ഗൊറില്ലാ നേതാവ് നീരസവും അസ്വാസ്ഥ്യവും കാട്ടിത്തുടങ്ങിയെന്ന് അവർ പറഞ്ഞു. ആടുകളെ തിന്നാനുള്ള അവരുടെ ആർത്തി കാരണമാവും അങ്ങനെ ധൃതികൂട്ടിയതെന്നാണ് എനിക്കു തോന്നുന്നത്. ഞങ്ങൾ വീണ്ടും കൂടാരത്തിലെത്തി, മൂന്നാമത്തെ ആടിനായി ഞങ്ങൾ തിരഞ്ഞു പോയി. അവർ മൂന്നാടുകൾക്കും വേണ്ടി ഒരു സ്തുതിഗാനമുണ്ടാക്കി പാടി. ഒടുവിൽ ഞങ്ങൾ മിലിട്ടറി ക്യാമ്പിലേക്ക് തിരിച്ചുപോയി. ഞങ്ങളുടെ സാഹസികോദ്യമത്തെ ഓഫീസർമാർ അഭിനന്ദിച്ചു. ഇതുവരെ ഗൊറില്ലകളെ സന്ദർശിക്കാൻ പ്രാപ്തിയുണ്ടായിരുന്നത് വെള്ളക്കാരായ സ്ത്രീകൾക്കു മാത്രമായിരുന്നു.”

രണ്ടു സാഹസിക തരുണികളുടെയും വിവരണം കേട്ട് എല്ലാവരും കൈയടിച്ചു.

“പക്ഷേ, ഒരുകാര്യം, മിലിട്ടറി ക്യാമ്പിൽ കുറേപ്പേരുണ്ടായിരുന്നുവെന്നാണല്ലോ നിങ്ങൾ പറഞ്ഞത്. എന്തിനെന്ന് നിങ്ങൾക്കറിയാമോ? ഇമ്മാക്കുലേ, നിന്റെ അച്ഛൻ റുഹെൻഗെറിയിൽ എന്ത് ചെയ്യാനാണ് പോയത്, ബക്കിഗാകളുടെ അടുത്ത്?” ഗ്ലോറിയോസ ചോദിച്ചു.

“അച്ഛൻ ഉരുളക്കിഴങ്ങുകൾ വാങ്ങാൻ പോയതാണ്.”

ഇമ്മാക്കുലേ പറഞ്ഞു.

“റുഹെൻഗെറിയിലെ വലിയ ഉരുളക്കിഴങ്ങുകൾ അച്ഛന് ഏറെ ഇഷ്ടമാണ്. ഗിറ്ററാമയിൽ നിന്നും ബാന്യാൻഡുഗയിൽ നിന്നുമൊക്കെ വരുന്ന കാൽവിരൽ വലിപ്പമുള്ള ചെറിയ ഉരുളക്കിഴങ്ങുകൾ അച്ഛനിഷ്ടമേയല്ല.”

ഒരു കന്യകയുടെ കഞ്ചുകത്തിനടിയിൽ

മദർ സുപ്പീരിയർ സന്ദർശകർക്ക് ക്രിസ്തീയമത പഠന അദ്ധ്യാപകനെയും പാതിരിയച്ചനെയും പരിചയപ്പെടുത്തി. ഏർമെനെഷീൽഡച്ചൻ അനുകമ്പയുടെ പ്രതിരൂപമെന്നും ഭൗതികവും ആത്മീയവുമായ ചുമതലകൾ വഹിക്കുന്ന അദ്ദേഹം സഭയിലെ പാവപ്പെട്ടവരായ നാട്ടുകാരെ മാന്യമായ വസ്ത്രം ധരിപ്പിക്കുന്നതിൽ വ്യാപൃതനാണെന്നും പ്രത്യേകം പ്രസ്താവിച്ചു.

'കാത്തലിക് റിലീഫ് സർവീസി'ന്റെയും നിയാമിനോംബ് പ്രവിശ്യയുടേയും ഇടയിൽ അദ്ദേഹം പ്രസക്തമായ ഒരു കണ്ണിയായി വർത്തിക്കുന്നു. ഓക്സീൽ അച്ചൻ ഏർമെനെഷീൽഡച്ചന് ചാരിറ്റി പ്രവർത്തനങ്ങൾക്കായി മനസ്സില്ലാമനസ്സോടെ വിട്ടുകൊടുത്ത ഒരു ഷെഡ്ഡിൽ ദുരിതാശ്വാസ സംഘടനയുടെ ലോറിയിൽ ഓരോ മാസവുമെത്തുന്ന പഴയ വസ്ത്രങ്ങളുടെ കെട്ടുകൾ വേലക്കാർ കൂട്ടിയിടുന്നു. ലോറിയെ മൂടിയിരുന്ന ടാർപോളിന് മീതെ CRS എന്ന് ചുരുക്കപ്പേര് കണ്ട് ഫ്രഞ്ച് പ്രൊഫസർമാർ അത്രമാത്രം ചിരിക്കുന്നതെന്തിനെന്ന് ആർക്കും മനസ്സിലായില്ല. വസ്ത്രങ്ങളുടെ ഒരു പങ്ക് ആഞ്ജലോ അച്ചന് നൽകും. അദ്ദേഹം തന്റെ രൂപതയിലെ ഉപരൂപതകളിലും അവ വിതരണം ചെയ്യും. മറ്റുള്ളവ ചന്തയിലെ മാറ്റക്കച്ചവടക്കാർക്ക് മറിച്ചു വിൽക്കും. അങ്ങനെ കിട്ടുന്ന പണം കൊണ്ട് നിയാമിനോംബിലെ പ്രാഥമിക വിദ്യാലയങ്ങളിലെ കുട്ടികൾക്ക് നീലയും കാക്കിയും നിറമുള്ള യൂണിഫോം തുണികൾ വാങ്ങാൻ ഉപയോഗിച്ചു. ഏർമെനെഷീൽഡച്ചൻ കുറച്ചു തുണികൾ, പ്രത്യേകിച്ച് ഉടുപ്പുകൾ തന്റെ പരിചാരകർക്കായി പ്രത്യേകം സൂക്ഷിച്ചുവെച്ചു.

വസ്ത്രങ്ങൾ തരം തിരിക്കാൻ ഏർമെനെഷീൽഡച്ചൻ വിദ്യാർത്ഥിനികളുടെ സഹായം തേടുമായിരുന്നു. തങ്ങൾ ആദ്യചുവടുവെച്ച സ്കൂളിന്റെ അറിയപ്പെടാത്ത ഒരു ലോകത്തെക്കുറിച്ച് വിസ്മയഭരിതരായ പുതുവിദ്യാർത്ഥിനികളെ അഭിസംബോധന ചെയ്ത്

ഏർമെനെഷീൽഡച്ചൻ സംസാരിക്കും. ''നിങ്ങളുടെ നന്മ നിറഞ്ഞ ഹൃദയത്തെ ഏവർക്കും കാണുമാറാക്കുക, നാട്ടിലെ കുലീന സ്ത്രീത്വത്തിന്റെ പ്രതീകങ്ങളാണ് നിങ്ങൾ. നാട്ടിലെ പാവപ്പെട്ടവരുടെ പുരോഗതിക്കായി അധ്വാനിക്കുകയെന്നത് നിങ്ങളുടെ ദൗത്യമാണ്. അവരിൽ നഗ്നരായവരെ ഉടുപ്പിക്കാൻ എന്നെ നിങ്ങൾ സഹായിക്കൂ.''

അച്ചന്റെ പ്രഭാഷണം അങ്ങനെ തുടരും. എല്ലാ ശനിയാഴ്ചയും ഉച്ചയ്ക്ക് ശേഷം ചാരിറ്റി ഷെഡ്ഡിന്റെ കവാടത്തിലെത്താൻ അവർ ബാധ്യസ്ഥരാണെന്ന് കുട്ടികൾക്ക് തോന്നി. അവിടെനിന്ന് രക്ഷപ്പെടാൻ ആരും ഒരുമ്പെട്ടില്ല. അവരുടെ സമർപ്പിത സേവനത്തെ ഏർമെനെഷീൽഡച്ചൻ പ്രകീർത്തിച്ചതിനു ശേഷം അവർക്കുള്ള ചുമതലകൾ ഏൽപ്പിച്ചു. ക്വാട്ട പ്രകാരം വന്ന രണ്ട് ടുട്സി കുട്ടികൾക്കും സവിശേഷമായും ശാരീരികക്ഷമതയുള്ള മറ്റു കുട്ടികൾക്കുമാണ് പ്രധാന നിയോഗങ്ങൾ നൽകപ്പെട്ടത്. അതിനായി മുൻകാല പരിചയമുള്ള സീനിയർ വിദ്യാർത്ഥിനികളെയും അവരോടൊപ്പം ചേർത്തു. അവർക്ക് പുതിയ നിയോഗക്കാരോട് പുച്ഛമായിരുന്നു. ഈ മട്ടിലാണ് വസ്ത്രങ്ങൾ തരം തിരിക്കുക: കുട്ടികൾക്കുള്ളത്, സ്ത്രീകൾക്കുള്ളത്, പുരുഷന്മാർക്കുള്ളത് എന്നിങ്ങനെ. ലൈനിട്ട ജാക്കറ്റ്, കോസടിക്കോട്ട്, കാതടപ്പുള്ള തൊപ്പി എന്നിവയൊക്കെ എന്തു ചെയ്യണമെന്നറിയില്ലായിരുന്നു. അതൊക്കെ പ്രായമുള്ളവർക്കുവേണ്ടിയുള്ളവയാണ്. ഏർമെനെഷീൽഡച്ചൻ പറയും. ''അവർക്കു ചൂടുപകരാനവ ഉതകും.''

സ്ത്രീകളുടെ വസ്ത്രങ്ങളുടെ കൂമ്പാരത്തിൽ നിന്ന് 'പണിക്കാർക്കു വേണ്ടി' ഏറ്റവും നല്ല ബ്ലൗസുകൾ, ഉടുപ്പുകൾ, ലേസ് പിടിപ്പിച്ച അടിവസ്ത്രങ്ങൾ എന്നിവ ഏർമെനെഷീൽഡച്ചൻ തിരഞ്ഞു പിടിക്കും. ''നിങ്ങൾക്ക് അവയിൽ ചിലത് സമ്മാനമായി തരും.'' അവരുടെ ഉത്സാഹം വർദ്ധിപ്പിക്കാൻ അദ്ദേഹം പറയും.

ഏർമെനെഷീൽഡച്ചന്റെ വിശ്രമസങ്കേതവും ഒപ്പം ഓഫീസുമായ മുറിയിൽ വെച്ചാണ് സമ്മാനം സ്വീകരിക്കപ്പെടേണ്ടത്. ആദ്യം നല്കപ്പെട്ടവരിലൊരാൾ വെറോണിക്കയായിരുന്നു. മതപഠന ക്ലാസ് കഴിഞ്ഞ പാടെ ഏർമെനെഷീൽഡച്ചൻ അവളെ മാത്രം ക്ലാസ്സിൽ നിർത്തി. മറ്റെല്ലാ കുട്ടികളും പോയതിനു ശേഷം അദ്ദേഹം അവളോട് പറഞ്ഞു. ''കഴിഞ്ഞ ശനിയാഴ്ച നീ മികച്ച രീതിയിൽ ജോലികൾ നിർവ്വഹിച്ചതായി ഞാൻ കണ്ടു. നീ അതിനാൽ സമ്മാനാർഹയാണ്. ഇന്ന് വൈകീട്ട് ഡോർമിറ്ററി വിട്ട് എന്റെ ഓഫീസ് മുറിയിലെത്തുക. ഞാൻ നിനക്കായി ഒരു പ്രത്യേക സാധനം എടുത്തു വെച്ചിട്ടുണ്ട്.'' അവൾ 'സമ്മാനം' എന്ന വാക്കിൽ നിന്ന് നല്ലതായൊന്നും പ്രതീക്ഷിച്ചില്ല. നാട്ടിലെ മുതിർന്ന സ്ത്രീകൾ പുച്ഛത്തോടെ സ്വരം താഴ്ത്തിയാണ് സമ്മാനിക്കപ്പെട്ടവരെക്കുറിച്ച് പറയാറുള്ളത്. പല

പ്രാവശ്യങ്ങളായി സമ്മാനിക്കപ്പെട്ടവരെക്കുറിച്ച് പ്രത്യേകിച്ചും. വെറോണിക്ക സമ്മാനക്കാര്യത്തിൽ ആരുടേയും ഉപദേശം തേടിയില്ല. മാത്രമല്ല അവൾ ഒരു ടുട്സിയാണ്. അതുകൊണ്ട്തന്നെ എർമെനെ ഷീൽഡച്ചൻ വാഗ്ദാനം ചെയ്ത സമ്മാനം വാങ്ങാൻ പോയില്ലെങ്കിൽ അത് വലിയ ധിക്കാരമായി കരുതപ്പെടും.

ഡോർമിറ്ററിയിൽ നിന്ന് പുറത്തു കടന്ന് അവൾ ആരുടേയും ശ്രദ്ധയിൽ പെടാതെ മുകളിലത്തെ നിലയിലേക്കുള്ള പടികൾ കയറാൻ ശ്രമിച്ചു. ഇടനാഴിയുടെ അറ്റത്താണ് ഏർമെനെഷീൽഡച്ചന്റെ ഓഫീസ് മുറി.

മറ്റുള്ളവരാൽ താൻ ശ്രദ്ധിക്കപ്പെടുന്നുവെന്ന് അവൾക്കു തോന്നി. എന്തൊക്കെയായാലും അവളുടെ അസാന്നിധ്യം തന്റെ കൂട്ടുകാരികൾ ശ്രദ്ധിക്കാതിരിക്കില്ലല്ലോ. അവൾ, അവൾക്കാവുംവിധം കരുതലോടെ ഓഫീസ് മുറിയുടെ വാതിലിൽ മുട്ടി.

‘‘വരൂ, വേഗം കടന്നു വരൂ.’’ കാരുണ്യഭാവം കലർന്ന ആ അക്ഷമ ശബ്ദം അവളെ ഒട്ടൊന്നമ്പരപ്പിച്ചു.

ഏർമെനെഷീൽഡച്ചൻ ഒരു വലിയ കറുത്ത മേശയ്ക്കപ്പുറം ഇരിക്കുന്നുണ്ടായിരുന്നു. അതിന്റെ മുകളിലെ ദന്തനിർമ്മിതമായ ക്രിസ്തുരൂപത്തിന്റെ പാദങ്ങളിൽ ചില കടലാസുകൾ ചിതറിക്കിടന്നിരുന്നു. പ്രഭാഷണക്കുറിപ്പുകളോ, ക്ലാസ്സിലേക്കുള്ള പാഠക്കുറിപ്പുകളോ ആകാം എന്ന് വെറോണിക്ക മനസ്സിൽ വിചാരിച്ചു. അദ്ദേഹത്തിന് പിറകിലെ പുസ്തക ഷെൽഫിനു മുകളിൽ ലൂർദ് മാതാവിന്റെ ഒരു ചെറു പ്രതിമയുണ്ടായിരുന്നു. നൈലിന്റെ നോത്രദാമിന്റെ നിറങ്ങൾ കൊണ്ടത് പുനർവർണനം നടത്തിയിരുന്നു. പിന്നെ ചുവരിൽ പോപ്പിനെയും പ്രസിഡന്റിന്റെയും ഫോട്ടോകൾ തൂക്കിയിരുന്നു. വലതുവശത്തായി അച്ചന്റെ കട്ടിൽ ഒരു കറുത്ത കർട്ടൻ കൊണ്ട് മറച്ചിരുന്നു.

‘‘ഞാൻ നിന്നെ വിളിച്ചതെന്തിനെന്നാൽ, നീ ഒരു ഉപഹാരത്തിനു തികച്ചും അർഹയായതുകൊണ്ടാണ്. ഞാൻ നിന്നെ വളരെയടുത്തു നിന്നും നിരീക്ഷിച്ചിരുന്നു. നീ ജോലി ചെയ്യുന്ന രീതി എനിക്കിഷ്ടമായി. പിന്നെ നീയൊരു ടുട്സി തന്നെയെങ്കിലും എനിക്കു നീ സുന്ദരിയായി തോന്നി.’’ ഏർമെനെഷീൽഡച്ചൻ തുടർന്നു. ‘‘ശരിക്കുമൊരു സുന്ദരി. നിന്റെ തൊട്ടടുത്ത കസേരയിൽ എന്താണെന്നു നോക്കൂ. ഞാൻ നിനക്കായി തിരഞ്ഞെടുത്തു വെച്ചതാണാ ഉടുപ്പ്.’’

സന്ദർശകർക്കുള്ള കസേരകളിലൊന്നിൽ ലേസുകൾ പിടിപ്പിച്ച, കഴുത്തു വല്ലാതെ ഇറക്കിത്തയ്ച്ച ഒരു റോസ് ഉടുപ്പ് വിരിച്ചുവെച്ചിരുന്നു. വെറോണിക്ക എന്തു പറയണമെന്നോ ചെയ്യണമെന്നോ അറിയാതെ കുഴങ്ങി. അവൾ ഉടുപ്പ് വിരിച്ചിട്ട കസേരയുടെ അടുത്തേക്കു പോകാൻ ധൈര്യപ്പെട്ടില്ല.

''അത് നിനക്കുള്ളതാണ്. അതെ, അത് നിനക്കുള്ളതാണ്. പേടിക്കേണ്ട.'' ഏർമെനെഷീൽഡച്ചൻ നിർബന്ധിച്ചു. ''ആദ്യമേ പറയട്ടെ. നിനക്കത് നന്നായി ചേരും. നിന്റെ അതേ അളവാണ്. ആദ്യം അതൊന്നെടുത്ത് അണിഞ്ഞുനോക്ക്. എന്റെ മുമ്പിൽ വെച്ച്. നോക്കട്ടെ, നിനക്കത് എത്ര പാകമാകുമെന്ന്. പാകമല്ലെങ്കിൽ ഞാൻ നിനക്ക് വേറെയൊരെണ്ണം തിരഞ്ഞെടുക്കാം.''

ഏർമനെഷീൽഡച്ചൻ എഴുന്നേറ്റു. മേശയെ ചുറ്റി കസേരയ്ക്കടുത്തുവന്നു ഉടുപ്പെടുത്ത് വെറോണിക്കയുടെ നേരെ നീട്ടി. അവളത് റുവാണ്ടൻ സദാചാര മര്യാദയോടെ അവളുടെ യൂണിഫോമിനു മീതെ ധരിച്ചു.

''അല്ലല്ല, അങ്ങനെയല്ല.'' ഉടുപ്പ് തിരികെ വാങ്ങിയിട്ട് എർമനെഷീൽഡച്ചൻ പറഞ്ഞു. ''ഇത്രയും നല്ലൊരു ഉടുപ്പ് നീ അണിഞ്ഞുനോക്കേണ്ടത് അങ്ങനെയല്ല. അത് നിനക്കെത്ര പാകമാണെന്ന് എനിക്ക് കൃത്യമായി അറിയണം. അതറിയണമെങ്കിൽ നീ യൂണിഫോം ഊരണം. അങ്ങനെയാണ് നല്ലൊരു ഉടുപ്പ് പാകമാണോ എന്ന് നോക്കേണ്ടത്.''

''പക്ഷേ എന്റെ അച്ചോ, എന്റെ അച്ചോ.''

''ഞാൻ പറയുന്നതുപോലെ ചെയ്യൂ. എന്നെ എന്തിനാണ് പേടിക്കുന്നത്? ഞാനൊരു പാതിരിയാണെന്ന് നീ മറന്നുപോയോ? എന്റെ മുമ്പിൽ ഞാൻ നിന്നെ കാണുന്നതേയില്ല എന്നതിന്ന് തുല്യമാണത്. നീ പൂർണ നഗ്നയാണെങ്കിൽപ്പോലും. ഒരിക്കലും ഇന്നേ വരെ.'' അദ്ദേഹം വികാരാധീനനായി. ''വേഗമാകട്ടെ. നീ ആരെന്നും എന്തെന്നും അറിയാമല്ലോ, സ്കൂളിൽ തുടരണമെന്നാഗ്രഹമുണ്ടല്ലോ. എനിക്കു വേണമെങ്കിൽ സാധിക്കും. വേഗം യൂണിഫോം ഊരിമാറ്റൂ.''

വെറോണിക്ക അവളുടെ നീല യൂണിഫോം ഉടുപ്പ് അഴിച്ചു. ബ്രായും ചെറിയൊരടിവസ്ത്രവും മാത്രമായി അവൾ എർമനെഷീൽഡച്ചന്റെ നോട്ടത്തിനു കീഴിൽ നിന്നു. 'സമ്മാനം' അണിഞ്ഞുനോക്കാൻ അപ്പോൾ അദ്ദേഹം നിർബന്ധിക്കുന്നുണ്ടായിരുന്നില്ല. അദ്ദേഹം തിരഞ്ഞ് കസേരയിൽ പോയി ഇരുന്ന് അവളെ കുറെ നേരം സാകൂതം നോക്കി. വെറോണിക്ക അദ്ദേഹത്തോട് കേണു കൊണ്ടിരുന്നു:

''എന്റെ അച്ചോ, എന്റെ അച്ചോ.''

ഒടുവിൽ ഏർമനെഷീൽഡച്ചൻഎഴുന്നേറ്റു. അവളുടെ അടുത്തേക്കു വന്നു.

റോസ് ഉടുപ്പ് അവളുടെ നേരെ നീട്ടി. പിറകിലത്തെ സിപ്പിടുകയാണെന്ന നാട്യത്തിൽ അവളുടെ ബ്രായുടെ ഹുക്കഴിച്ചു.

“ഇങ്ങനെയാണ് നല്ലത്.” അദ്ദേഹം പിറുപിറുത്തു. “ഇറക്കി വെട്ടിയ ഉടുപ്പ്, കൊള്ളാം.”

അദ്ദേഹം ഒട്ടൊന്നു പിന്മാറി. വീണ്ടും കസേരയിൽ ഇരുന്നു.

“ശരി, അതിന് ഇത്തിരി വലിപ്പം കൂടുതലാണ്.” അവളുടെ യൂണിഫോം ഉടുപ്പും ബ്രായും തന്റെ മടിയിൽ വെച്ച് അദ്ദേഹം അഭിപ്രായപ്രകടനം നടത്തി.

“എന്നാലും അത് മതിയാകും. അടുത്ത തവണ ഞാൻ നിനക്ക് ഏറ്റവും പാകമായ ഒന്ന് എടുത്തു തരും. അത് ഊരിക്കോളൂ. ഇനി യൂണിഫോം ഉടുപ്പിടാം.”

അവളുടെ നീല യൂണിഫോം ഉടുപ്പും ബ്രായും ഏർമെനെ ഷീൽഡച്ചൻ തിരിച്ചു കൊടുക്കുംവരെ വെറോണിക്ക മാറിൽ കൈകൾ പിണച്ചുവെച്ച് ഒട്ടുനേരം കാത്തുനിന്നു.

“വേഗം ചെല്ല് നിന്റെ കൂട്ടുകാരികളുടെ അടുത്തേക്ക്. അവരോടീ കാര്യമൊന്നും പറയേണ്ട. നിന്റെ ഉടുപ്പ് അവരെ കാണിക്കുകയും വേണ്ട. അവരെ അസൂയപ്പെടുത്തേണ്ട. നീ കുമ്പസാരിക്കാൻ വന്നതാണെന്നൊക്കെ അവർ പറഞ്ഞുണ്ടാക്കും. പക്ഷേ ഒരു കാര്യം, നിന്റെ ആ ചെറിയ പാന്റീസ്, അതെനിക്കിഷ്ടമായില്ല. അടുത്ത തവണ ഞാൻ നിനക്ക് ലേസ് പിടിപ്പിച്ചത് ഒരെണ്ണം കൊണ്ടുവരും.”

വെറോണിക്ക പിന്നെയൊരിക്കലും ഏർമെനെഷീൽഡച്ചനാൽ സമ്മാനിതയായില്ല. ഫ്രിദാ ആയിരുന്നു പിന്നീട് അവളുടെ സ്ഥാനത്ത്. ആദ്യമേതന്നെ അവൾ ഒരു പാന്റീസ് ആവശ്യപ്പെട്ടിരുന്നു. ബാക്കി കറുത്ത കർട്ടനു പിറകിൽ സംഭവിച്ചു.

ഒരു വർഷം മുഴുവൻ ഫ്രിദാ ഏർമെനെഷീൽഡച്ചന്റെ സന്തത സഹചാരിയായിരുന്നു. അദ്ദേഹം തന്റെ 'സമ്മാനങ്ങൾ' ഇടയ്ക്കിടെ അർഹരും സംതൃപ്തരുമായ മറ്റു വിദ്യാർത്ഥിനികൾക്കും കൊടുത്തിരുന്നു. തൊട്ടടുത്ത വർഷം ഫ്രിദാ മറ്റു പല ആഗ്രഹങ്ങളും പ്രകടിപ്പിച്ചു. അവൾ അവധിക്കാലത്ത് കിൻഷാസയിൽ അംബാസറുടെ പ്രഥമ സെക്രട്ടറിയായ അവളുടെ അച്ഛനൊപ്പം താമസിച്ചിരുന്നു. അംബാസഡറുടെ സ്വീകരണച്ചടങ്ങുകളിലും വിരുന്നുവേളകളിലുമൊക്കെ അദ്ദേഹം തന്റെ മകളെ മോടിയോടെ അവതരിപ്പിച്ചു. രാത്രി ഏറെ നേരത്തോളമുള്ള നൃത്തം കിൻഷാസയിലെ ഒരു രീതിയായിരുന്നു. അവളതിൽ വിജയം കണ്ടു. സയറിന്റെ അഭിരുചിക്കിണങ്ങിയ നിറവും രൂപഭാവങ്ങളും അവളിൽ ഒത്തിണങ്ങിയിരുന്നു. അവളുടെ റുവാണ്ടൻ സവിശേഷ സൗന്ദര്യാംശങ്ങൾ അവളുടെ ആകർഷകത്വത്തെ വർദ്ധിപ്പിച്ചു.

റുവാണ്ടൻ എംബസിയിലെ പ്രഥമ സെക്രട്ടറിയുടെ മകൾ ഒരു മധ്യവയസ്കനായ ഒരാളോട് അടുത്തു പെരുമാറുന്നതു കണ്ടവരാരും

അത്ഭുതപ്പെട്ടില്ല. സയറിലെ ഒരു പൊലീസ് ഉദ്യോഗസ്ഥന്റേതു പോലുള്ള വേഷമാണ് ഷാൻ ബാപ്റ്റീസ് ബാലിംബയുടേത്. ഇറുകിയ ജാക്കറ്റും പാദഭാഗം ആനയുടേതുപോലെ വിസ്തൃതവുമായ പാന്റ്സും നിറപ്പകിട്ടുള്ള ഷർട്ടും. അദ്ദേഹം സമ്പന്നനാണെന്നു മാത്രമല്ല പ്രസിഡന്റ് മോബുട്ടുവിന്റെ അടുത്ത വൃത്തങ്ങളിൽ ഒരാളാണെന്നും പറയപ്പെട്ടിരുന്നു. ഫ്രിദായുടെ അച്ഛൻ മകളുടെ പ്രണയ ബന്ധത്തെ നിരുപാധികം അംഗീകരിച്ചു. അത് തന്റെ നയതന്ത്ര ഉദ്യോഗത്തിന് പ്രയോജനപ്പെടുമെന്നദ്ദേഹം കരുതി.

നടന്നേക്കാവുന്ന വിവാഹത്തിന്റെ ചർച്ചകൾ അരങ്ങേറുന്നതിനു മുൻപ് തന്നെ അനൗദ്യോഗികമായി ആ ബന്ധം ആഘോഷിക്കപ്പെട്ടു. സയർ നദി നീളെ കാടാങ്കവരെ ഷാൻ ബാപ്റ്റീസ് ബാലിംബയ്ക്ക് അങ്ങിങ്ങായി ഭാര്യമാരുണ്ടായിരുന്നെന്നാണ് കേട്ടുകേൾവി. തന്റെ മകൾ അക്കൂട്ടത്തിൽ ഒരാൾ മാത്രമായിത്തീരുമോ എന്ന ഭയം ഫ്രിദായുടെ അച്ഛനുണ്ടായിരുന്നു.

ഏതാനും മാസങ്ങൾക്കു ശേഷം ബാലിംബാ തന്റെ ആത്മാർത്ഥത കാണിക്കാൻ കിഗാലിയിലെ അംബാസഡർ സ്ഥാനത്തിനായി ഔദ്യോഗികമായി അപേക്ഷിക്കുകയും അത് ബുദ്ധിമുട്ടേതുമില്ലാതെ അനുവദിക്കപ്പെടുകയും ചെയ്തു. തനിക്ക് അതിലും മികച്ച സ്ഥാനമാനങ്ങൾ ലഭിക്കുമായിരുന്നുവെന്ന് കണ്ടവരോടൊക്കെ അദ്ദേഹം പറഞ്ഞു നടക്കുമായിരുന്നു. പക്ഷേ തന്റെ പ്രതിശ്രുത വധുവിനോടൊപ്പം എപ്പോഴുമുണ്ടാകണമെന്ന അവളുടെ അച്ഛന്റെ ആവശ്യപ്രകാരമാണ് അങ്ങനെ ചെയ്തതെന്ന് അദ്ദേഹം വിശദീകരിച്ചു. നൈലിന്റെ നോത്രദാം സ്കൂളിലെ അവളുടെ പഠനം പൂർത്തിയാക്കപ്പെടേണ്ടതുമുണ്ട്.

ഫ്രിദായുടെ വിവാഹനിശ്ചയം കിഗാലിയിലും നൈലിന്റെ നോത്രദാം സ്കൂളിലും ഞെട്ടിക്കുന്ന ഒരു വാർത്തയായി പരന്നു. ഏർമെനെഷീൽഡച്ചൻ പ്രകടമായും ദേശസ്നേഹപരമായ കാരണങ്ങളാൽ അത് തള്ളി പറഞ്ഞു. അവൾക്കുള്ള ‘സമ്മാനപദ്ധതി’കളും നിർത്തി. ഫ്രിദായാകട്ടെ അസഹനീയമാം വിധം അഹങ്കാരപൂർവ്വം അവളുടെ കൂട്ടുകാരികളോട് പെരുമാറി. ഗ്ലോറിയോസ പോലും അവളുടെ വെറിക്കു മുന്നിൽ പകച്ചുപോയി. മൂന്നാംവർഷത്തിന്റെ ആരംഭത്തിൽ അതിന്റെ ഏതാനും ആഴ്ചകൾക്കുള്ളിൽ സ്കൂളിലാകെ അത്ഭുതവും നീരസവും പ്രസരിപ്പിച്ചു. കുറേയേറെപ്പേർക്കാവട്ടെ അവളോട് അസൂയ കലർന്ന ആരാധനയുമായിരുന്നു.

ഒരു ശനിയാഴ്ച, മഴക്കാലത്തിന്റെ മുന്നോടിയായുള്ള ഇടവിട്ട മഴകൾക്കിടയിൽ നാല് ലാന്റ്റോവറുകളുടെ ഒരു നിര സ്കൂളിന്റെ ഗേറ്റു കടന്ന് ബംഗ്ലാവിന്റെ മുന്നിൽ നിന്നു. ആദ്യത്തെ കാറിന്റെ

ഡ്രൈവർ പിറകിലത്തെ വാതിൽ ധൃതിയോടെ ചെന്ന് തുറന്നു. സഹാറൻ സ്യൂട്ടും വെളുത്ത പാന്റ്സുമണിഞ്ഞ ചെറിയ ഒരാൾ കാറിൽ നിന്നിറങ്ങി. ഹിസ് ഹൈനെസ്സ് അംബാസഡർ ബാലിംബ.

അദ്ദേഹത്തെ സ്വീകരിക്കാൻ നിയോഗിക്കപ്പെട്ട വാർഡൻ സിസ്റ്ററെ അദ്ദേഹം അലക്ഷ്യമായി അഭിവാദ്യം ചെയ്തു. മദർ സുപ്പീരിയർ വളരെയധികം തിരക്കിലാണെന്നും വലിയ കുർബ്ബാനയ്ക്കുശേഷം അവരെ കാണാവുന്നതുമാണെന്നും ആ ഉന്നത വ്യക്തിയോട് വാർഡൻ സിസ്റ്റർ താഴ്മയോടെ പറഞ്ഞു. കുർബ്ബാനയിൽ സംബന്ധിക്കണമെന്ന് അഭ്യർത്ഥിക്കുകയും ചെയ്തു.

വാർഡൻ സിസ്റ്റർ അദ്ദേഹത്തെ ബംഗ്ലാവിലേക്കാനയിക്കവേ, അംബാസഡറുടെ ചിത്രമുദ്രകളുള്ള യൂണിഫോം അണിഞ്ഞ പരിചാരകർ വില്ലയിലെ മുറികളിൽ കൊണ്ടുവന്ന സാധനങ്ങളെല്ലാം ശബ്ദകോലാഹലങ്ങളോടെ നിറച്ചു. ഫർണിച്ചർ സാധനങ്ങളെല്ലാം നീക്കിമാറ്റി. അടുക്കളയിൽ മദ്യങ്ങളുൾപ്പെടെ കൊണ്ടുവന്ന എല്ലാ പാനീയങ്ങളും കൂമ്പാരം കൂട്ടി. മുറിയിലെ കാൻവാസ് കൈക്കസേരകൾ മടക്കുനിവർത്തിവെച്ചു. ഒരു ഈസൽ സ്റ്റാൻഡിൽ പ്രസിഡന്റ് മൊബുട്ടുവിന്റെ ഛായാചിത്രം എടുത്തു വെച്ചു. ബിഷപ്പിന്റെ ശയനമുറിയിലെ കട്ടിൽ എടുത്തുമാറ്റി പകരം വലിയ ഒരു കട്ടിൽ കൊണ്ടുവന്ന് വെക്കുകയും അതിൽ പല നിറങ്ങളുള്ള കുഷ്യനുകൾ കൂട്ടിവെയ്ക്കുകയും ചെയ്തു. അവരിലൊരാൾ മട്ടുപ്പാവിൽ ഒരു റേഡിയോ കൊണ്ടുവന്നു വെച്ചു. കിൻഷാസയിൽ നിന്നും പ്രക്ഷേപണം ചെയ്യുന്ന റംബാ സംഗീതം അതിൽ നിന്ന് കാതടപ്പിക്കുന്ന വിധം മുഴങ്ങിത്തുടങ്ങി.

''ഫ്രിദാ, എന്റെ വധു, ഇവിടെയില്ല.'' അംബാസഡർ പറഞ്ഞു. ''അവളെ വേഗം പോയി കൂട്ടികൊണ്ടു വരൂ.''

ആകെ പകച്ചു പോയ വാർഡൻ സിസ്റ്റർ കതകിൽ കൊട്ടുക പോലും ചെയ്യാൻ മറന്ന്, നേരെ മദർ സുപ്പീരിയറിന്റെ മുറിയിലേക്കു കുതിച്ചു കടന്നു. മദർ ഏർമനെ ഷീൽഡച്ചനും സിസ്റ്റർ ജെർട്രൂഡുമായും സംസാരിക്കുകയായിരുന്നു.

''എന്റെ മദർ, എന്റെ ആദരണീയ മദർ.'' ആ പാട്ടു കേൾക്കുന്നില്ലേ... ഫീയ്യ് ലേ ഷേർ' (ഇളംപെൺകിടാങ്ങൾ) എന്ന ശൃംഗാരപ്പാട്ട്. ഇവിടെ നമ്മുടെ നോത്രദാം സ്കൂളിൽ, ബംഗ്ലാവിലെന്താണ് നടക്കുന്നതെന്ന് മദർ കാണണം. ആ കോംഗോക്കാരൻ അംബാസഡർ അവിടെയെല്ലാം അലങ്കോലമാക്കിയിരിക്കുന്നു. ബിഷപ്പിന്റെ കട്ടിൽ മാറ്റി മറ്റൊരാഡംബരക്കട്ടിൽ കൊണ്ടുവന്നു വെച്ചിരിക്കുന്നു. എന്തൊരു കഷ്ടമാണ്. ഫ്രിദായെ അദ്ദേഹത്തിന്റെ അടുത്തെത്തിക്കണമത്രേ. എന്റെ ദൈവമേ...''

''ശാന്തമായിരിക്കൂ, എന്റെ സിസ്റ്റർ, ശാന്തമായിരിക്കൂ. അതൊന്നും എനിക്ക് ഹിതകരമായ കാര്യങ്ങളല്ല. ചിലതൊക്കെ പോട്ടേന്ന് വിചാരിക്കണം. അങ്ങനെയാവട്ടെ എന്ന് കരുതണം. ഒരു ചീത്തകാര്യം മറ്റൊരു നല്ല കാര്യത്തിനായി ഭവിക്കും എന്ന് പ്രതീക്ഷിക്കുക...''

''കേൾക്കൂ, സിസ്റ്ററേ...'' ഏർമെനെഷീൽഡച്ചൻ ഇടപെട്ടു. ''മദർ സുപ്പീരിയർ പറഞ്ഞതുപോലെ സയറിന്റെ ബഹുമാന്യ അംബാസഡർ ഉണ്ടാക്കിവെക്കുന്ന കുഴപ്പങ്ങൾ നാടിന്റെ നന്മയ്ക്കു വേണ്ടി നമ്മൾ സഹിച്ചേക്കണം. ഞാൻ തന്നെയാണ് സ്കൂൾ പുനഃപ്രവേശന സമയത്ത് അംബാസഡർ അദ്ദേഹത്തിന്റെ ആവശ്യങ്ങൾക്ക് വഴങ്ങുന്നതാണ് അഭികാമ്യമെന്ന് മദർ സുപ്പീരിയറിനോട് നിർദേശിച്ചത്. വിദേശകാര്യ വകുപ്പിൽ നിന്ന് തൽസംബന്ധമായ ഒരു കത്ത് മദറിന് ലഭിക്കുകയും ചെയ്തിട്ടുണ്ട്. നമ്മൾ ഏറെയിഷ്ടപ്പെടുന്ന നമ്മുടെ ജന്മനാടും ഒരുപക്ഷേ അതിലും മീതെ മറ്റു പലതുമായ നമ്മുടെ കൊച്ചു റുവാണ്ടയ്ക്കു വേണ്ടി നമുക്ക് സമവായത്തോടെ സ്വീകരിക്കണമെന്ന് മനസ്സിലാക്കുക. നമ്മൾ സെമിനാരിയിലായിരുന്നപ്പോൾ, ജൂതന്മാരെക്കുറിച്ച് ഒരു പുസ്തകം വായിച്ചിട്ടുണ്ട്. അവർതന്നെ എഴുതിയ ആ രഹസ്യപുസ്തകം വെളിയിൽ കൊണ്ടുവന്നതാരാണെന്നറിയില്ല. ലോകം മുഴുവൻ കീഴടക്കണമെന്നതാണ് തങ്ങളുടെ അഭിലാഷമെന്നും മറ്റെല്ലാ ഭരണകൂടങ്ങളേയും നിയന്ത്രിക്കുന്ന ഒരു രഹസ്യ ഭരണകൂടം അവർക്കുണ്ടെന്നും എല്ലായിടത്തേക്കും അവർ നുഴഞ്ഞുകയറുമെന്നും അതിലുണ്ടായിരുന്നു. എനിക്കു പറയാതെ നിർവാഹമില്ല. ടുട്സികൾ, അവർ ജൂതന്മാരെ പോലെയാണ്. അവർക്ക് മിഷനറിമാർ പോലുമുണ്ട്. അവർ ശരിയായ ജൂതന്മാരാണെന്നും പ്രസ്തുതകാര്യം ബൈബിളിലുണ്ടെന്നും ഫാദർ പിന്റാറിനെ പോലുള്ളവർ പറയുന്നു. ''ലോകം മുഴുവൻ കീഴടക്കുകയെന്ന ഉദ്ദേശ്യങ്ങളൊന്നും അവർക്കുണ്ടാകില്ല. പക്ഷേ ഈ പ്രദേശം മുഴുവൻ പിടിച്ചെടുക്കുക എന്നവരാഗ്രഹിക്കുന്നുണ്ട്. ഒരു ഉത്തരാഫ്രിക്കൻ സാമ്രാജ്യം എന്ന സങ്കൽപ്പം സാധ്യമാക്കാനായി ജൂതന്മാരെപ്പോലെ അവരുടെ നേതാക്കന്മാർ രഹസ്യയോഗങ്ങൾ കൂടാറുണ്ട്. അവരുടെ അഭയാർത്ഥികൾ യൂറോപ്പിലും അമേരിക്കയിലുമെന്നല്ല എങ്ങുമുണ്ട്.

നമ്മുടെ സാമൂഹ്യ വിപ്ലവത്തിന്റെ നേട്ടങ്ങൾക്കെതിരെ അവർ ഗൂഢാലോചനകൾ നടത്തുന്നു. തീർച്ചയായും നാമവരെ റുവാണ്ടയിൽ നിന്നോടിച്ചിട്ടുണ്ട്. എങ്കിലും കുറേപേരും അവരുടെ കൂട്ടാളികളും അവശേഷിച്ചിട്ടുണ്ട്. അവരുടെ മേൽ ഒരു കണ്ണ് വേണം, ഒരു ദിവസം അവരെക്കൂടി ഇല്ലായ്മ ചെയ്യേണ്ടതായി വരും. നമ്മുടെ സ്കൂളുകളെയും യൂണിവേഴ്സിറ്റികളെയും കാർന്നു തിന്നുന്നവരിൽ നിന്ന് തന്നെ ആ ഉന്മൂലനം തുടങ്ങണം. നമ്മുടെ പാവം റുവാണ്ട

ശത്രുക്കളാൽ വലയം ചെയ്യപ്പെട്ടിരിക്കുന്നു. ബുറുണ്ടിയിൽ ടുട്സി കളാണ് അധികാരത്തിലുള്ളത്. അവർ നമ്മുടെ സഹോദരങ്ങളെ കൂട്ടക്കൊല ചെയ്യുന്നു. ടാൻസാനിയയിൽ കമ്മ്യൂണിസ്റ്റുകാർ, ഉഗാണ്ട യിൽ ബഹിമാകൾ എന്നിവർ അവരുടെ ചങ്ങാതിമാരാണ്. ഭാഗ്യ വശാൽ നമ്മെ പിന്തുണയ്ക്കാൻ നമ്മുടെ അയൽരാജ്യമുണ്ട്. നമ്മുടെ ബാൻതു സഹോദരൻ...''

''എന്റെ അച്ചോ, എന്റെ അച്ചോ, രാഷ്ട്രീയം പറയേണ്ട.'' മദർ സുപ്പീരിയർ പറഞ്ഞു. ''അപവാദം ഒഴിവാക്കുവാൻ ശ്രമിക്കുക മാത്രം ചെയ്യുക. നമ്മുടെ നിഷ്കളങ്കരായ പെൺകുട്ടികളെ അതിൽ നിന്നൊക്കെ നമുക്ക് ഒഴിവാക്കി നിർത്താം.''

''പക്ഷേ,'' ഏർമെനെഷീൽഡച്ചൻ പറഞ്ഞു, ''ഫ്രിദായും അം ബാസഡറും വിവാഹനിശ്ചയം കഴിഞ്ഞവരാണ്. വിവാഹത്തിനുള്ള ഒരുക്കങ്ങളുടെ ഭാഗമായാണ് അവർ ഇവിടെ വരുന്നതെന്ന് നമുക്ക് പറയാവുന്നതേയുള്ളൂ. ഞാൻ സ്കൂളിന്റെ ചുമതലയുള്ള പാതിരി യാണ്. ജെർട്രൂഡ് സിസ്റ്ററേ, ഫ്രിദായോടു പോയി പറയൂ അവളുടെ പ്രതിശ്രുതവരൻ കാത്തുനിൽക്കുന്നുവെന്ന്. ഇന്നു വൈകുന്നേരം ഞാൻ തന്നെ അവരെ പോയി സന്ദർശിക്കും. ഫ്രിദായെ തിരികെ മെസ്സിൽ കൊണ്ടാക്കുകയും ചെയ്യും.''

ഭക്ഷണസമയം അറിയിച്ചുകൊണ്ടുള്ള മണി മുഴങ്ങുന്നതിന് ഒട്ടു മുമ്പ്, ഏർമെനെഷീൽഡച്ചൻ ബംഗ്ലാവിന്റെ പടിക്കലെത്തി. ചവിട്ടു പടികളിൽ ഇരിക്കുകയായിരുന്ന പട്ടാള യൂണിഫോം ധരിച്ച ഗാർഡു മാരോടദ്ദേഹം സംസാരിച്ചു.

''ആ കുട്ടിയെ തിരികെ സ്കൂളിലേക്ക് കൊണ്ടുപോകാൻ ഞാൻ എത്തിയിട്ടുണ്ടെന്നും അംബാസഡറദ്ദേഹത്തിനോടു സംസാരിക്കാൻ എനിക്കു താല്പര്യമുണ്ടെന്നും പോയി അദ്ദേഹത്തെ അറിയിക്കാമോ?''

''അംബാസഡർ ഇപ്പോൾ ആർക്കും കാണാൻ അനുമതി കൊടു ക്കില്ല.'' സ്വാഹിലി ഭാഷയിൽ ഒരു ഗാർഡ് പറഞ്ഞു. ''മാത്രമല്ല കുട്ടി ഇന്ന് രാത്രി മുഴുവൻ ഇവിടെ കഴിയുകയാണെന്നാണദ്ദേഹം പറഞ്ഞിരിക്കുന്നത്.''

''അതെ, പക്ഷേ സ്കൂളിന്റെ ചുമതലയുള്ള ഫാദർ ഏർമെനെ ഷീൽഡാണ് ഞാൻ. മറ്റെല്ലാ വിദ്യാർത്ഥിനികൾക്കുമൊപ്പം ഭക്ഷണം കഴിക്കാൻ ഫ്രിദാ സ്കൂൾ മെസ്സിലെത്തണം. ഇക്കാര്യം എനിക്ക ദ്ദേഹത്തോട് സംസാരിക്കണം.

വാശി പിടിച്ചിട്ടു കാര്യമില്ല. ഗാർഡ് പറഞ്ഞു. ''ആ പെൺകുട്ടി ഇന്ന് രാത്രി ഇവിടെ കഴിയുകയാണെന്ന് അംബാസഡറദ്ദേഹത്തിന്റെ തീരുമാനമാണ്. താങ്കൾക്കു തിരിച്ചുപോകാം.''

''പക്ഷേ, ആ പെൺകുട്ടിക്ക് രാത്രി മുഴുവൻ ഇവിടെ കഴിയാൻ പറ്റില്ല. അവൾ ഒരു വിദ്യാർത്ഥിനിയാണ്, അതായത്.''

''ഞാൻ പറഞ്ഞല്ലോ, വാശി പിടിച്ചിട്ടു കാര്യമില്ലെന്ന്. കുട്ടി അവളുടെ പ്രതിശ്രുത വരന്റെ കൂടെയാണ്. അദ്ദേഹം ഇവിടെ വന്നതു തന്നെ അതിനാണ്.'' ഭീമാകാരനായ ആ ഗാർഡ് ഭീഷണമായ ഒരു ഭാവത്തോടെ ഏർമെനെഷീൽഡച്ചനു നേരെ പടികളിറങ്ങി വന്നു.

''ശരി, ആയിക്കൊള്ളട്ടെ.'' ഏർമെനെഷീൽഡച്ചൻ പിന്തിരിഞ്ഞു കൊണ്ടു പറഞ്ഞു. ''എന്റെ ആശംസകൾ അദ്ദേഹത്തെ അറിയിക്കുക. ശുഭരാത്രി ആശംസിച്ചതായി പറയുക. ഞാൻ അദ്ദേഹത്തെ നാളെ കണ്ടുകൊള്ളാം.''

ഫ്രിദാ തന്റെ പ്രതിശ്രുത വരനോടൊപ്പം ബംഗ്ലാവിൽ അടുത്ത ഞായറാഴ്ച വരെ കഴിഞ്ഞു. ലാന്റ് റോവറുകളുടെ വ്യൂഹം വന്നെത്തിയപ്പോൾ അവൾ ഏറ്റവും താഴത്തെ ചവിട്ടുപടിയിൽ നിന്നുകൊണ്ട് ആ വാഹനങ്ങൾ ആദ്യവളവു തിരിഞ്ഞപ്രത്യക്ഷമാകും വരെ കൈവീശി യാത്ര പറയുന്നതായി കാണപ്പെട്ടു. ജോലിക്കാരുടെ ഒരു പടയുടെ മുന്നിൽ നിന്നുകൊണ്ട് സിസ്റ്റർ ജെർട്രൂഡ് പൂന്തോട്ടത്തിൽ നിൽക്കുകയായിരുന്ന കുട്ടികളെ ഭീഷണമായ നോട്ടങ്ങൾ കൊണ്ട് അകറ്റി നിർത്തി. തിങ്ങിനിന്നിരുന്ന അവളുടെ കൂട്ടുകാരികളുടെ ഇടയിലൂടെ ഫ്രിദാ തിരുകിത്തിങ്ങി വഴിയുണ്ടാക്കിക്കൊണ്ട്, അവരുടെ ചോദ്യങ്ങൾക്കൊന്നും ഉത്തരം നൽകാതെ പുച്ഛം നിറഞ്ഞ നിസ്സംഗതയോടെ മുന്നോട്ടു നടന്നു.

''എന്റെ മദർ, ബഹുമാന്യയായ മദർ.'' വാർഡൻ സിസ്റ്റർ മദർ സുപ്പീരിയറിന്റെ ഓഫീസ് മുറിയിലേക്കാഞ്ഞു പ്രവേശിച്ചു. ''മദർ, നോക്കൂ. ബംഗ്ലാവിലൊന്നു ചെന്നു നോക്കൂ. അവിടെ എന്തൊരലങ്കോലമായിരിക്കുന്നു. അടുക്കളയാകെ നാശമാക്കി വെച്ചിരിക്കുന്നു. ബിഷപ്പിന്റെ കട്ടിൽ.''

''അടങ്ങൂ, ശാന്തമായിരിക്കൂ. അവരിനി വരില്ല. ഞാൻ അംബാസഡറുമായി സംസാരിച്ചിട്ടുണ്ട്. കാര്യങ്ങൾ ബോധ്യപ്പെടുത്തിയിട്ടുണ്ട്.''

എല്ലാ വാരാന്ത്യങ്ങളിലും വരുന്നത് ബുദ്ധിമുട്ടുള്ള കാര്യമാണെന്ന് അദ്ദേഹമിപ്പോൾ തിരിച്ചറിയുന്നുണ്ട്. അദ്ദേഹത്തിനാണെങ്കിൽ നയതന്ത്രപരമായ ചുമതലകളുടെ തിരക്കുകളുമുണ്ട്. അതുകൂടാതെ ഞാൻ മഴ കാരണം വഴിയില്ലാണ്ടാകുന്ന ട്രാഫിക് പ്രശ്നങ്ങളെക്കുറിച്ചും മറ്റു ദുർഘടങ്ങളെക്കുറിച്ചും അദ്ദേഹത്തിന്റെ ശ്രദ്ധയിൽ പെടുത്തിയിട്ടുണ്ട്. അതുകൊണ്ട് അദ്ദേഹവുമായുള്ള നമ്മുടെ ധാരണ ഇങ്ങനെയാണ്: കഴിയുമ്പോഴൊക്കെ ഒരു കാർ ശനിയാഴ്ച ഫ്രിദായെ കൊണ്ടുപോകാൻ വരും. ഞായറാഴ്ച അവളെ തിരിച്ചെത്തിക്കുകയും ചെയ്യും. അല്ലെങ്കിൽ ഒരുപക്ഷേ തിങ്കളാഴ്ച. ഒന്നുമല്ലെങ്കിലും

ഏർമെനെഷീൽഡച്ചൻ പറഞ്ഞതുപോലെ അവർ വിവാഹിതരാവാൻ തീരുമാനിച്ചതല്ലേ. സീസറിനുള്ളത് സീസറിന് എന്നുണ്ടല്ലോ.

കുറേയാഴ്ചയോളം എല്ലാ ശനിയാഴ്ചകളിലും ഫ്രിദാ ഡോർമിറ്ററിയിൽ നിന്നിറങ്ങിവരുന്നതും കാത്ത് ഒരു കാർ നിൽക്കുന്നത് കാണാമായിരുന്നു. അതേ കാർ തന്നെ ഞായറാഴ്ച രാത്രിയിൽ അവളെ സ്കൂളിൽ തിരികെ കൊണ്ടെത്തിക്കുകയും ചെയ്തുപോന്നു. ചിലപ്പോൾ അത് തിങ്കളാഴ്ച രാവിലെയുമാകാറുണ്ടായിരുന്നു. രാത്രിയിൽ അവളെത്തുന്നതിന്റെ കവാട ഞെരുക്കം മദർ സുപ്പീരിയറും വാർഡൻ സിസ്റ്റർമാരും കേട്ടില്ലെന്നു നടിച്ചു.

ക്ലാസ്സിന് ഭംഗം വരുത്തിക്കൊണ്ട് ശബ്ദായമാനമായ രീതിയിൽ കടന്നുവന്ന് അവളുടെ കൂട്ടുകാരികളുടെ പിറുപിറുക്കലുകൾ ശ്രദ്ധിക്കാതെ തന്റെ ഇരിപ്പിടത്തിൽ വന്നിരിക്കുമ്പോൾ അദ്ധ്യാപകരും അവളെ കണ്ട ഭാവം നടിക്കാറില്ല. അവളുടെ ഗർവിഷ്ഠമായ മൗനത്തിൽ നിന്നവൾ ഒടുവിൽ പുറത്തുകടന്നു: തന്റെ പ്രതിശ്രുത വരന്റെയൊപ്പം എത്രമാത്രം അസൂയാവഹമായ ജീവിതമാണ് താൻ നയിക്കുന്നതെന്ന ആവേശകരമായ കഥ കൂട്ടുകാരികളോട് വീമ്പടിക്കാനുള്ള ആഗ്രഹം അവൾക്ക് അടക്കാനായിരുന്നില്ല. അവളുടെ അഹങ്കാരവും പുച്ഛവും നിറഞ്ഞ പെരുമാറ്റവും അവളുടെ കൂട്ടുകാരികളിൽ പലരിലും നീരസമുണ്ടാക്കി. അവരുമായി രഞ്ജിപ്പിലെത്താൻ അവർക്കു വേണ്ടി പട്ടണത്തിൽ നിന്നവൾ ഒരു കൂട നിറയെ മധുരപലഹാരങ്ങൾ കൊണ്ടുവരുമായിരുന്നു. സ്വാഹിലിയൻ അമ്മമാർക്കു മാത്രം ഉണ്ടാക്കാനറിയുന്ന ഡോനട്ട്, ബ്രയോഷ് കേക്ക്, ചെറിയ ഗ്രീക്ക് ബ്രെഡ്, വെള്ളക്കാർക്കുള്ള കടയായ ഷേ ക്രിസ്റ്റിനായിൽ നിന്നുണ്ടാക്കിയ മിഠായികൾ, പ്രിമസിന്റെ കുപ്പിപ്പാനീയവും പലപ്പോഴും മാത്തെസ് വൈൻ പോലും അവളുടെ കൂടയിൽ ഉണ്ടാകുമായിരുന്നു.

കുറച്ചു കഴിയുമ്പോൾ ക്ലാസ്സിലെ എല്ലാവരും ഫ്രിദായുടെ ശയനമുറിയിൽ ഒന്നിച്ചുചേരും. ക്വാട്ട ആനുകൂല്യത്തിൽ വന്ന രണ്ടു ടുട്സി പെൺകുട്ടികൾ പോലും ക്ഷണിക്കപ്പെട്ടിരുന്നു. അപ്പോഴേക്കും ഉറങ്ങാനുള്ള ബെൽ മുഴങ്ങിയിരിക്കും. വിരുന്നിനു പലപ്പോഴും കൂടാറുള്ള വാർഡൻ, അംബാസഡറുടെ പ്രതിശ്രുത വധുവിനെ തടയാൻ മുതിർന്നില്ല. അവൾ ഫ്രിദായുടെ വസ്ത്രശേഖരത്തിന്റെ തരം തിരിച്ചുള്ള ലിസ്റ്റ് തയ്യാറാക്കുകയും പുതുക്കുകയും ചെയ്യുമായിരുന്നു. അവയെല്ലാം അവൾക്ക് സയറിന്റെ എംബസിയിൽനിന്ന് കിട്ടിയതാണ്. ഈവനിംഗ് ഡ്രെസ്സ്, കോക്ടെയിൽ ഡ്രെസ്സ്, അണ്ടർസ്കേർട്ട്, നൈറ്റി ഇത്യാദി പരിഷ്കൃത വാക്കുകൾ ഉപയോഗിച്ച് തന്റെ കേൾവിക്കാരെയവൾ കയ്യിലെടുത്തു. പലപ്പോഴും അവൾ അതിലൊരോന്ന് കൊണ്ടുവന്ന് ഏവരെയും കാണിക്കും. ചിലർ

ശരിക്കും അത്ഭുതപ്പെട്ടു. ചിലർ ചുമ്മാ അത്ഭുതം ഭാവിച്ചു. സൗന്ദര്യ ബോധം കൂടുതലുണ്ടായിരുന്ന ഇമ്മാക്കുലേക്ക് വേണ്ടി സൗന്ദര്യ വർദ്ധക സാധനങ്ങളുടെ ഒരു ലിസ്റ്റ് ഫ്രീദാ അവതരിപ്പിച്ചു. പലതരം ചർമലേപനങ്ങൾ, മേക്കപ്പ് റിമൂവർ, പുഷ്പഗന്ധങ്ങളുള്ള ലോഷനുകൾ. കുറച്ചുകൂടി വെളുത്തതായിരിക്കണം തന്റെ ഭാര്യയെന്ന് ആഗ്രഹമുണ്ടായിരുന്നതുകൊണ്ട് അംബാസഡർ ബാലിംബ അവയൊക്കെ ഉപയോഗിക്കാൻ ഫ്രീദായോട് നിർദ്ദേശിച്ചിരുന്നു.

"അപ്പോൾ ആഭരണങ്ങളോ?" ആകാംക്ഷയോടെ അവർ ആരാഞ്ഞു.

"തീർച്ചയായും ആഭരണങ്ങളൊക്കെ അംബാസഡർ അവൾക്ക് വാഗ്ദാനം ചെയ്തിട്ടുണ്ട്. വലിയ ഒരു വജ്രം പതിപ്പിച്ച വിവാഹ മോതിരം, ആനക്കൊമ്പിലും സ്വർണത്തിലും തീർത്ത കൈവളകൾ, മുത്തുകൾ പതിച്ച നെക്ലേസുകൾ, വിലയേറിയ രത്നക്കല്ലുകൾ എല്ലാം. പക്ഷേ അവളുടെ പ്രതിശ്രുതവരൻ അവയൊക്കെ എംബസിയുടെ പുറത്തേക്കു കൊണ്ടുപോകുന്നത് വിലക്കിയിരിക്കുകയാണ്."

"അതൊക്കെ കൊണ്ടുപോകുന്നത് കൊള്ളക്കാരെ ക്ഷണിച്ചുവരുത്തലാണ്. കിഗാലിയിൽ അക്കൂട്ടർ കുറേയേറെയുണ്ട്. ആപൽക്കരമാണത്. ഒരു മോതിരത്തിനുവേണ്ടി മാത്രമൊരു കൈപ്പത്തി, ഒരു വളയ്ക്കുവേണ്ടി ഒരു കൈ മുഴുവൻ നഷ്ടപ്പെടുത്തേണ്ടി വരും. വഴിനീളെ പൊലീസുകാരും പട്ടാളക്കാരുമുണ്ട്. പക്ഷേ അവർക്കീ കാര്യത്തിൽ ഒന്നും ചെയ്യാൻ കഴിഞ്ഞിട്ടില്ല."

അദ്ദേഹം വിശദീകരിക്കുമായിരുന്നു. ഫ്രീദായുടെ അസാന്നിധ്യത്തിൽ, ആഭരണങ്ങളെല്ലാം എംബസിയിലെ കൂറ്റൻ പെട്ടിയിൽ ഭദ്രമായി അടയ്ക്കപ്പെട്ടുകിടന്നു.

"നിന്റെ സ്ത്രീധനം? നിന്റെ അച്ഛൻ അക്കാര്യം ചർച്ച ചെയ്തോ?"

"അതൊക്കെ ഉറപ്പാണ്. പശുക്കളും ആടുകളുമൊന്നുമല്ല. പണം, നിറയെ പണം. എന്റെ അച്ഛനും പ്രതിശ്രുത വരനും ചേർന്ന് ഒരു ട്രാൻസ്പോർട്ട് കമ്പനി തുടങ്ങാൻ പോകുന്നു. ബാലിംബ മുഴുവൻ പണവും വിനിയോഗിക്കും. മൂലധനമെന്നാണതിനദ്ദേഹം പറയുക. എന്നിട്ട് ലോറികൾ വാങ്ങും. ടാങ്കർ ലോറികൾ. മോംബാസ മുതൽ കിഗാലി വരെ അവ ഓടും. പക്ഷേ കിഗാലിയിൽ നിൽക്കില്ല. മുന്നോട്ട് ബുജ്ജുംബുറ വരെ, ബുക്കാവു വരെ അവ പോകും. കസ്റ്റംസ് മേധാവിയെ അച്ഛന് നല്ല പരിചയമുണ്ട്."

"ഓഹ്..." ഫ്രീദാ തുടർന്നു. "നിങ്ങൾക്കറിയുമോ സയറിന്റെ ഹിസ് ഹൈനെസ്സ് മൊസ്സ്യേ അംബാസഡറിന്റെ കൂടെ ഞാൻ നയിക്കുന്നത് എന്ത് തരം ജീവിതമാണെന്ന് നിങ്ങൾക്കറിയാമോ? എല്ലാ വീഞ്ഞുശാലകളിലും പോകും. 'മേ ല് കോലീനി'ന്റെ ഹോട്ടലിൽ,

'ഡിപ്ലോമാറ്റി'ന്റെ ഹോട്ടലിൽ എല്ലാം പോകും. ഫ്രാൻസിന്റെ അംബാസഡറുടെ വസതിയിൽ വിരുന്നിനു പോകും. അവിടത്തെ കോൺ ബീഫ് ഇവിടുത്തെ മെസ്സിൽ കിട്ടുന്നതരമൊന്നുമല്ല. ബെൽജിയത്തിലെ അംബാസഡറുടെ വസതിയിലാകട്ടെ കക്കയും കൊഞ്ചുമൊക്കെയുണ്ടാകും. റുവാണ്ടൻ ഭക്ഷണങ്ങളേയല്ല അവിടെയൊന്നും. കുപ്പിപ്പാനീയങ്ങളൊന്നുമല്ല വെള്ളക്കാരുടെ ബിയറാണ് ഞങ്ങൾ കുടിക്കുന്നത്. അതിന്റെ അടപ്പു തുറക്കുമ്പോൾ ഇടിനാദത്തോടെ പതകുതിച്ചു ചാടും, നീയിറാഗോംഗോ അഗ്നിപർവ്വതത്തിൽ പുക വമിക്കുന്നതുപോലെ.''

''നിന്റെ വിചാരം എന്റെ അച്ഛന് ഷാംപേൻ എന്താണെന്നറിയില്ല എന്നായിരിക്കും.'' ഗ്ലോറിയോസ ഇടയിൽക്കയറി പറഞ്ഞു. ''അദ്ദേഹം തന്റെ ഔദ്യോഗിക വസതിയിൽ പ്രമുഖരെ സ്വീകരിക്കുമ്പോൾ എപ്പോഴും പകർന്നു കൊടുക്കാറുള്ളതാണത്. എനിക്കു പോലും രുചിച്ചുനോക്കാൻ തന്നിട്ടുണ്ട്.''

''നീ കരുതുന്നുണ്ടാകും കക്കയെന്താണെന്ന് എനിക്കറിയില്ലയെന്ന്. ഞാൻ ജനിച്ചത് ബെൽജിയത്തിലാണ്. കൊച്ചുകുട്ടിയായിരുന്നപ്പോൾ എനിക്ക് കക്ക തിന്നാൻ തരുമായിരുന്നില്ല. ബെൽജിയംകാർക്ക് തിന്നാൻ അതേ വേണ്ടൂ എന്ന് അച്ഛൻ പലപ്പോഴും പറയാറുണ്ടായിരുന്നു. അച്ഛൻ ബ്രസ്സൽസ് പട്ടണത്തിലേക്കുപോകുമ്പോൾ അമ്മ അച്ഛനെക്കൊണ്ട് വാഗ്ദാനം ചെയ്യിപ്പിക്കുമായിരുന്നു അത് കഴിക്കരുതെന്ന്.'' ഗോഡ്‌ലിവ് പറഞ്ഞു.

ഫ്രിദാ ആ അലമ്പുകാരികളെ ശ്രദ്ധിക്കാതെ തുടർന്നു.

''ഉച്ചനേരം, വെയിലുണ്ടെങ്കിൽ ഞങ്ങൾ മയങ്ങാൻ കിടക്കാറില്ല. ചുവന്ന സ്പോർട്സ് കാറെടുത്ത് കിഗാലിയിൽ നിന്ന് പുറത്തേക്കു പോകും. ചെറു റോഡുകളിലൂടെ കുതിക്കും. ആളുകളെല്ലാം ടേിച്ചരണ്ട് മാറി നിൽക്കും. സ്ത്രീകളും കുട്ടികളും ആടുകളുമൊക്കെ. വളഞ്ഞു പുളഞ്ഞു നീങ്ങുന്ന സൈക്കിളുകളിലേറ്റിയ വാഴക്കുലകൾ താഴെവീണ് കുണ്ടിൽ ചിതറും. ശാന്തമായ ഒരു മൂല തേടി ഞങ്ങൾ പോകും. റുവാണ്ടയിൽ അങ്ങനെയൊരിടം ദുർലഭമാണ്. യൂക്കാലി കാടുകൾ വെട്ടിത്തെളിച്ചിരിക്കുന്നു. പാറകൾ നിറഞ്ഞ ഒരു കുന്നിൻ പ്രദേശത്ത് ഞങ്ങൾ വാഹനം നിർത്തിയിടും. ഞാനൊരു ബട്ടൺ അമർത്തും. കാറിന്റെ ഹുഡ് മലർക്കെ നിവരും. കാറിന്റെ സീറ്റ് നിങ്ങൾക്കറിയാമല്ലോ കട്ടിൽ പോലെ ക്രമപ്പെടുത്താം.''

നവംബറിലെ കോരിച്ചൊരിയുന്ന മഴയത്ത് ഉരുൾപൊട്ടലിൽ വാഴകളും വീടുകളുമെല്ലാം അപ്പാടെ ഒലിച്ചുവന്ന് സ്കൂളിലേക്കുള്ള പാത ആഴ്ചകളോളം അടഞ്ഞുപോകാറുണ്ട്. ആ സമയങ്ങളിൽ പോലും ഫ്രിദായ്ക്ക് ഓക്കാനവും തലകറക്കവും അനുഭവപ്പെട്ടു.

ഇടയ്ക്കിടെ അവൾ ഛർദിച്ചു. മെസ്സിൽ മിക്ക ദിവസങ്ങളിലും കിട്ടുന്ന ഉപ്പുമാവ് അവൾ തൊട്ടുനോക്കാൻ കൂട്ടാക്കിയില്ല. എംബസിയിൽ നിന്നുള്ള കോൺബീഫ് മാത്രം കഴിച്ചു. എങ്ങനെയെന്നറിയില്ല സൂചനകൾ ലഭിച്ചപാടേ പ്രതിശ്രുതവരൻ ഒരു കാർട്ടൻ പെട്ടി അവിടെ എത്തിച്ചു. അതിലെ പലഹാരങ്ങൾ അവർ എല്ലാവർക്കും കൊടുക്കാൻ തീരുമാനിച്ചു. അവളോട് നീരസമുള്ളവർക്കു പോലും. ഫ്രിദാ കഴിച്ചു കാലിയാക്കിയ ഒരു ടിൻ ഗോരറ്റി ആരുമറിയാതെ എടുത്തുകൊണ്ടു പോയി ഫ്രഞ്ച് പ്രൊഫസറായ മൊസ്സ്യേ ലേ ഗ്രോൻദിന്റെ അടുത്ത് ചെന്നു കാണിച്ചു. ഗിറ്റാറേന്തിയ മൊസ്സ്യേയോട് ആ കാലി ടിൻ കാണിച്ച് അതെന്തുതരം പലഹാരമാണോ എന്ന് അവൾ ചോദിച്ചു. അതൊരു വലിയ വെള്ളപ്പക്ഷിയുടെ ഇറച്ചികൊണ്ടുള്ള വിഭവമാണെന്ന് അദ്ദേഹം വിശദീകരിച്ചു. അതിന്റെ ഉദരഭാഗം മുറിച്ചെടുത്താണാ മാംസവിഭവമുണ്ടാക്കുന്നത്. വയറുകേടാകുന്നതു വരെ കണ്ടമാനം അതിനെ തീറ്റിക്കും. എന്നിട്ട് അതിന്റെ ഉദാരഭാഗം മുറിച്ചെടുത്താണ് അതുണ്ടാക്കുന്നത്. ഫ്രിദായുടെ കൂട്ടുകാരികളാരും അതിന്റെ രുചി ഇഷ്ടപ്പെട്ടില്ല. ഇമ്മാക്കുലേയും ഗ്ലോറിയോസയും മോഡെസ്റ്റയും ഗോഡ്‌ലിവും മാത്രം അതൊന്നു രുചിച്ചു നോക്കി. അത് ചളിപോലെ മൃദുവാണെന്നവർ നിരീക്ഷിച്ചു. ബാത്വാകൾ പശുവിനെ കൊന്ന് ആർത്തുവിളിക്കുമ്പോൾ അതിന്റെ പള്ളയിൽ കാണാം, പുല്ല് ദഹിച്ച് അരഞ്ഞുകിടക്കുന്നത്. അതുപോലെയാണതെന്ന് ഗോരറ്റി പറഞ്ഞു. ശരിക്കും വെള്ളക്കാരുടേതായ ഭക്ഷണപദാർത്ഥം തന്നെ. അവരുടെ ആഹാരസാധനങ്ങളിൽ ആ വിദ്യാർത്ഥികൾ ഇഷ്ടപ്പെടുന്നത് ക്രാഫ്റ്റ് കമ്പനിയുടെ ചീസും മെസ്സിലെ സിസ്റ്ററുണ്ടാക്കുന്ന കോൺ ബീഫുമായിരുന്നു.

ഫ്രിദാ ഗർഭിണിയാണെന്ന് എല്ലാവർക്കും നല്ല ബോധ്യമുണ്ടായിരുന്നു. അക്കാര്യം അവളോടു മറച്ചുവെച്ചതുമില്ല. വിവാഹത്തിനു മുമ്പ് അത് സംഭവിച്ചതിൽ അവളുടെ കുടുംബത്തിന് അപമാനം തോന്നിയെങ്കിലും തന്റെ ഗർഭത്തെക്കുറിച്ച് അവൾ അഭിമാനിച്ചു.

‘‘മൂപ്പർ, എന്റെ പ്രതിശ്രുതവരൻ, ആഗ്രഹിക്കുന്നത് ഒരാൺകുട്ടിയെയാണ്. ഇതുവരെ അദ്ദേഹത്തിന് ജനിച്ചതെല്ലാം പെൺകുട്ടികളാണ്. എനിക്കുണ്ടാവാൻ പോകുന്നത് ഒരാൺകുട്ടി തന്നെയാണ്.’’

‘‘അദ്ദേഹത്തിന് വേറെയും ഭാര്യമാരുണ്ടോ?’’ ഗ്ലോറിയോസ ചോദിച്ചു.

‘‘ഓ, ഇല്ല, ഇല്ല.’’ ഫ്രിദ ഉറപ്പിച്ചുപറഞ്ഞു. ‘‘അവരൊക്കെ മരിച്ചു പോയി അല്ലെങ്കിൽ അദ്ദേഹം ഒഴിവാക്കി.’’

‘‘നിനക്കെങ്ങനെയറിയാം നിനക്ക് ആൺകുഞ്ഞാണുണ്ടാവുകയെന്ന്?’’

‘‘ഇപ്രാവശ്യം, ബാലിംബ എല്ലാ മുൻകരുതലുകളുമെടുത്തു. കാട്ടിലെ ഒരു സിദ്ധനെ മൂപ്പർ പോയി കണ്ടു. അതിനായി നല്ലൊരു തുക ചിലവായി. അഗ്നിപർവ്വതങ്ങൾക്കു സമീപത്തെ ഒരു തടാകത്തിന്റെ മറുകരയിൽ വസിക്കുന്ന ഒരു പെൺകുട്ടിയെ വിവാഹം കഴിക്കണമെന്ന് ആ സിദ്ധന്റെ ഉപദേശ പ്രകാരമാണ് അദ്ദേഹം എന്നെ വിവാഹം കഴിക്കാൻ പോകുന്നത്. അദ്ദേഹത്തിന് പെൺകുട്ടികൾ മാത്രം ജനിക്കുന്നതിനു കാരണം ശത്രുക്കൾ കൂടോത്രം ചെയ്തതാണെന്നും അതിനുള്ള പരിഹാരക്രിയ ഞങ്ങൾ തമ്മിലുള്ള വിവാഹമാണെന്നും സിദ്ധൻ പറഞ്ഞു. സയറിലെ ദുർമന്ത്രവാദികൾക്ക് എനിക്കെതിരെ ഒന്നും ചെയ്യാനാവില്ല. ആൺകുഞ്ഞു ജനിക്കാൻ വേണ്ടി മന്ത്രിച്ച ഏലസുകൾ സിദ്ധൻ അദ്ദേഹത്തിന് നൽകി. പലതരം പച്ച മരുന്നുകൾ എനിക്കും മൂപ്പർക്കുമായി സിദ്ധൻ തന്നു. ഒരു മുത്തും ശംഖുകളും കോർത്ത മാല എന്റെ വയറിനു ചുറ്റുമായി ധരിക്കണം. അദ്ദേഹത്തിനുറപ്പാണ് ഞാൻ പ്രസവിക്കുന്നത് ആൺകുഞ്ഞായിരിക്കുമെന്ന്.’’

‘‘ഏർമെനെഷീൽഡച്ചനെ കൊണ്ട് നിന്റെ വയറിനായുള്ള അനുഗ്രഹം വാങ്ങേണ്ടതാണ്.’’ ഗോഡ്‌ലിവ് പറഞ്ഞു. ‘‘കുഞ്ഞുങ്ങളുണ്ടാകാനുള്ള എല്ലാ പ്രാർത്ഥനകളും അദ്ദേഹത്തിനറിയാമെന്നാണെനിക്കു തോന്നുന്നത്. പ്രത്യേകിച്ചും കുഞ്ഞുങ്ങൾ ജനിക്കാതിരിക്കാനുള്ളവ.‘‘

വൈകാതെ ഫ്രിദായുടെ അവസ്ഥ കൂടുതൽ വിഷമഘട്ടത്തിലെത്തി. അവൾക്ക് എഴുന്നേൽക്കാൻ പോലും വയ്യെന്ന മട്ടായി.

അവളുടെ വയറ് വല്ലാതെ വേദനിക്കുന്നതായി അവൾ ആവലാതിപ്പെട്ടു. മദർ സുപ്പീരിയറിന് വല്ലാതെ ആധി തോന്നി. പള്ളിയിൽ ചടങ്ങുകളോടെ നിയമാനുസൃതം ഒരു വിവാഹം നടക്കാതെ ഒരു പെൺകുട്ടി ഗർഭിണിയായിരിക്കുന്നു. ആ ഗർഭത്തെ സ്കൂളിൽ സംരക്ഷിക്കേണ്ടി വന്നത് മദറിന് ലജ്ജാകരമായി തോന്നി. തന്റെ രൂക്ഷമായ മനസ്സാക്ഷിക്കുത്തിനെ അടക്കാൻ ശ്രമിച്ചുകൊണ്ട് ഏർമെനെഷീൽഡച്ചൻ ആവർത്തിച്ചു.

‘‘പാപമാണത്, പാപം.’’ അദ്ദേഹം മദറിനോട് പറഞ്ഞു. ‘‘അവർ വിവാഹനിശ്ചയം കഴിഞ്ഞവരാണ്, മദർ. ഫ്രിദായെക്കൊണ്ട് ഞാൻ കുമ്പസാരിപ്പിക്കാം. അങ്ങനെ അവളെ പാപമുക്തയാക്കും.’’ പക്ഷേ എന്നിട്ടും മദർ സുപ്പീരിയർ വിലപിച്ചുകൊണ്ടേയിരുന്നു.

‘‘എന്റെ അച്ചോ, നിഷ്കളങ്കരായ മറ്റു കുട്ടികളെക്കുറിച്ചാലോചിച്ചു നോക്കിയോ? നൈലിന്റെ നോത്രദാം സ്കൂൾ അമ്മമാരാകുന്ന പെൺകുട്ടികളുടെ പാർപ്പിടമായിത്തീരുക എന്നത് എന്തൊരപവാദമാണ്.’’

ഫ്രിദായെ കൂട്ടിക്കൊണ്ടുപോകാൻ മദർ സുപ്പീരിയർ സന്ദേശങ്ങൾക്ക് പുറകെ സന്ദേശങ്ങൾ അംബാസഡറിന് അയച്ചുകൊണ്ടിരുന്നു. ഓരോ തവണയും അതിശയോക്തികളോടെ അവളുടെ അവസ്ഥയെ വിവരിച്ച് കൊണ്ട് അടിയന്തിര സ്ഥിതി അദ്ദേഹത്തെ ബോധ്യപ്പെടുത്തി. ഒടുവിൽ ഫ്രിദായെ കിഗാലിയിലേക്ക് കൊണ്ടുപോകാൻ അദ്ദേഹം ഒരു ലാന്റ് റോവറിൽ ദുർഘടമായ വഴികൾ താണ്ടി സ്കൂൾ വരെ എത്തി.

ഫ്രിദായുടെ മരണവിവരം നൈലിന്റെ നോത്രദാം സ്കൂളിനെയാകെ അഗാധമായ ശോകത്തിലാഴ്ത്തി. മദർ സുപ്പീരിയർ ഒരാഴ്ചത്തെ ദുഃഖാചരണം പ്രഖ്യാപിച്ചു. ആ നാളുകളിൽ ഫ്രിദായുടെ ആത്മാവിന്റെ നിത്യശാന്തിക്കായി ഏവരും പ്രാർത്ഥിച്ചു. ഞായറാഴ്ച ദിവസങ്ങളിൽ അവർ നൈലിന്റെ നോത്രദാമിലേക്ക് തീർത്ഥാടനം നടത്തി. വിശുദ്ധ കന്യാമറിയത്തിന്റെ കരുണയുടെ അങ്കിക്കടിയിലേക്ക് ആ പാവം കുഞ്ഞാത്മാവ് സ്വീകരിക്കപ്പെടട്ടെ. അതേ ഉദ്ദേശത്തോടെ ഏർമെനെഷീൽഡച്ചൻ ആ ആഴ്ചയിലെ എല്ലാ പ്രഭാതത്തിലും ഒരു കുർബ്ബാന നടത്താനും തീരുമാനിച്ചു.

എല്ലാ ക്ലാസ്സുകളും ഒന്നൊന്നായി, അവിടെ സംബന്ധിക്കേണ്ടതുണ്ടായിരുന്നു. അവസാനത്തെ ക്ലാസ്സിനായിരുന്നു എല്ലാ ഉത്തരവാദിത്തവും ബാധ്യതകളും. അവൾ തന്റെ യൗവനവും വിശുദ്ധിയും ഭൂരിപക്ഷ ജനസമൂഹത്തിനായി ത്യജിച്ചുവെന്ന്, പരേതയ്ക്ക് മരണോപചാരങ്ങൾ അർപ്പിക്കവേ പുരോഹിതൻ സൂചിപ്പിച്ചു. എന്നാലും അദ്ദേഹത്തിനും മദർ സുപ്പീരിയറിനും തങ്ങളുടെ ആശ്വാസത്തെ മറച്ചുവെയ്ക്കാൻ കഴിഞ്ഞിരുന്നില്ല. സംഭവിച്ചതൊന്നും സ്കൂളിൽ വെച്ചായിരുന്നില്ല എന്നതും മറ്റുള്ള വിദ്യാത്ഥിനികൾക്ക് ഇതൊരു പാഠമായിത്തീർന്നു എന്നതും.

ഏതായാലും ആശ്വാസകരം തന്നെ. ഒരു വിദ്യാർത്ഥിനിയുടെ അപകീർത്തികരമായ ഗർഭത്തെ സ്ഥാപനത്തിൽ സഹിഷ്ണുതയോടെ സംരക്ഷിക്കേണ്ടി വരുക എന്ന ദുർഘടസന്ധിക്കും അവസാനമായി. കുട്ടികളെ അഭിസംബോധന ചെയ്തുകൊണ്ട് സംസാരിക്കവെ മദർ സുപ്പീരിയർ ആശ്വാസ് വചനങ്ങളോടൊപ്പം പാപം ചെയ്തവർക്കു വന്നുപെടുന്ന ദിവ്യശിക്ഷയെക്കുറിച്ചുമുള്ള പരാമർശങ്ങളും ഉൾപ്പെടുത്തി. മതപഠന ക്ലാസ്സിൽ ഏർമെനെഷീൽഡച്ചന്റെ വാതോരാതെയുള്ള സദാചാര പ്രസംഗങ്ങളിലും അത് പരാമർശ വിഷയമായി.

ഡോർമിറ്ററിയിൽ ദിവസം മുഴുവൻ അടച്ചിരുന്ന് അവസാന വർഷ വിദ്യാർത്ഥിനികൾ ഒരു കൂട്ടക്കരച്ചിലിൽ മുഴുകി. അവരുടെ ഗദ്ഗദങ്ങളുടെ അലകൾ സ്കൂളാകെ നിറഞ്ഞു. അവരുടെ ആത്മാർത്ഥമായ

ആ അവിരാമവിലാപം അവരുടെ ആത്മാർത്ഥമായ സങ്കടത്തെ സാക്ഷ്യപ്പെടുത്തി. ഫ്രിദാ അനീതിക്ക് പാത്രമായവളാണെന്നുള്ള ധാർമിക രോഷവും അതിൽ നിഴലിച്ചു. സ്ത്രീകളായിരിക്കുക എന്ന നിരാശയിൽ അവരെല്ലാം ഒന്നായിത്തീർന്നു.

പിന്നീട് കേട്ടുകേൾവികളുടെ സമയമായിരുന്നു. എന്ത് കാരണ ത്താലാണ് ഫ്രിദാ മരിച്ചത്? എന്തിനാണവൾ മരിച്ചത്? എങ്ങനെ യാണവൾ മരിച്ചത്?

അവളെ ആരാണ് കൊന്നത്? ഔദ്യോഗിക വിവരപ്രകാരം ഗർ ഭച്ഛിദ്രത്തെ തുടർന്നാണവളുടെ മരണമെന്നാണ്. അവളെ കിഗാലി യിലേക്കുള്ള വഴി നിറയെ കുണ്ടും കുഴികളും നിറഞ്ഞതായിരുന്നു. അതാവാം കുഴപ്പമായത്. അങ്ങനെയെങ്കിൽ മദർ സുപ്പീരിയറും ഏർമെനെഷീൽഡച്ചനും അതിനുത്തരവാദികളല്ലേ? വഴിയിലെ ദുർ ഘടങ്ങൾ നീക്കുന്നതുവരെ കാത്തിരിക്കാമായിരുന്നല്ലോ? അതിന് ഏതാനും നാളുകൾ മാത്രം മതിയായിരുന്നു.

ഇനി അതുമല്ലെങ്കിൽ വെള്ളക്കാരുടെ ഭക്ഷണം കഴിച്ചിട്ടാവാം. രോഗം വന്ന പക്ഷിയുടെ വയറുഭാഗം ആർത്തിയോടെയാണവൾ കഴിക്കാറുണ്ടായിരുന്നത്. അത് അവൾക്കും അവളുടെ വയറ്റിലെ കുഞ്ഞിനും വിഷം തീണ്ടാൻ കാരണമായി. കൈവിഷം തീണ്ടിയതു തന്നെയാണെന്നാണ് പലരുടെയും നിഗമനം. പക്ഷേ അത് വെള്ള ക്കാരുടെ ഭക്ഷണം കൊണ്ടൊന്നുമല്ല. അബാറോസികൾ അഥവാ റുവാണ്ടൻ ദുർമന്ത്രവാദികളാണതിനു കാരണമെന്നത് നിസ്സംശയ മാണ്. അത് മനസ്സിലാക്കാൻ എളുപ്പമാണ്. ബാലിംബയുടെ ശത്രു ക്കൾ കിഗാലി വരെ അദ്ദേഹത്തെ പിന്തുടർന്നിരുന്നു.

റുവാണ്ടൻ ദുർമന്ത്രവാദികൾക്കവർ ധാരാളം പണം കൊടുത്തു, വളരെയധികം പണം. അവർക്കാവശ്യമുള്ളത്ര പണം കൊടുത്താൽ അവർ ആരിലും കൂടോത്രം ചെയ്യും. അതാണവരുടെ പരമ്പരാഗത ജോലി. സയറിലെ ദവാകളേക്കാളും മന്ത്രസിദ്ധിയുള്ളവരാണവർ. ചിലപ്പോൾ ഫ്രിദായുടെ പൂർവികർ ശരിക്കും റുവാണ്ടക്കാരായിരി ക്കില്ല. അവർ തടാകത്തിന്റെ അങ്ങേക്കരയിലെ ബുഷിയിൽ നിന്നോ അല്ലെങ്കിൽ അതിന്റെ നടുവിലെ ഇജ്വി ദ്വീപിൽ നിന്നോ ഉള്ളവരാ യിരിക്കും. അപ്പോൾ ബാലിംബ?

''ഞാൻ കരുതുന്നത് അവളുടെ സ്വന്തം കുടുംബക്കാർ തന്നെ യാവും അവളെ കൊന്നിട്ടുണ്ടാവുക എന്നാണ്. കരുതിക്കൂട്ടിയെന്നു ഞാൻ പറയില്ല, ഗർഭഛിദ്രം നടത്തുമ്പോൾ.'' ഗൊരറ്റി പറഞ്ഞു. ''എന്റെ നാട്ടിലൊക്കെ അങ്ങനെയുണ്ട്. ഗർഭമായിരിക്കെ അല്ലെങ്കിൽ ഒക്കത്തൊരു കുഞ്ഞുമായി ഒരു പെൺകുട്ടിക്ക് വിവാഹം കഴിക്കാൻ പറ്റില്ല. അതിനി ഒരു വേലക്കാരിയുടെ ഒക്കത്താണെങ്കിലും ശരി.

അത് അപമാനകരമാണ്. അവൾക്കും അവളുടെ കുടുംബത്തിനും എക്കാലത്തേക്കും കളങ്കമാണ്. എല്ലാതരം ദൗർഭാഗ്യങ്ങളും കുടുംബത്തിലേവർക്കും വന്നുചേരും. ഗർഭമുണ്ടെങ്കിൽ കുഞ്ഞ് ജനിക്കുകയേ ചെയ്യാതിരിക്കുന്നതാണ് നല്ലത്. അതിനാൽ അവർ ഒരു ഡോക്ടറെ കാണണം. ഗർഭഛിദ്രം നടത്താൻ മാത്രം പ്രാപ്തിയുള്ള നല്ല ഡോക്ടർമാരൊന്നുമില്ല. അതല്ലെങ്കിൽ ഒരു നേഴ്സ് എന്തോ മരുന്ന് കഴിപ്പിക്കും. അത് കഴിച്ചാൽ ഒന്നുകിൽ ഗർഭഛിദ്രം നടക്കും. അല്ലെങ്കിൽ ഗർഭിണി മരിക്കും. പാവം ഫ്രിദാ! ഞാൻ പറഞ്ഞത് ശരിയാണെങ്കിൽ അവളുടെ കുടുംബത്തിന് നല്ല ഭയമുണ്ടായിക്കാണണം. അഥവാ കുഞ്ഞ് ആണായിരുന്നുവെന്ന് ബാലിംബ അറിഞ്ഞാൽ പ്രതികാരം ഭയങ്കരമായിരിക്കുമെന്ന് അവർക്കറിയാം.''

അംബാസഡർ ബാലിംബ തനിക്ക് പെട്ടെന്നുള്ള സ്ഥലംമാറ്റത്തിന് അപേക്ഷ കൊടുത്തു; അത് വേഗം വേണമെന്നും. അഡിസ് അബാബയിൽ ഛഢഅയ്ക്കടുത്ത് സയറിന്റെ ദൗത്യസംഘത്തിൽ അദ്ദേഹം അംഗമായി. ഫ്രിദായുടെ അച്ഛൻ നയതന്ത്ര ഉദ്യോഗം ഉപേക്ഷിച്ചു. അദ്ദേഹം വ്യാപാരത്തിലേക്കിറങ്ങി. അതിലദ്ദേഹം വിജയിക്കുമെന്നേവരും പറഞ്ഞു.

''അതൊക്കെ മതി.'' ഗ്ലോറിയോസ പറഞ്ഞു. ''ഫ്രിദയുടെ സങ്കടകഥ നാം കുറേയേറെ പറഞ്ഞുവെന്നു തോന്നുന്നു. നമുക്കിടയിലോ മറ്റാരോടെങ്കിലുമോ ഇനിയക്കാര്യം ചർച്ചയാവരുത്. നമ്മളാരാണെന്നും നമ്മൾ എവിടെയാണെന്നും സ്വയം ഓർക്കേണ്ട സമയമായി. റുവാണ്ടയിലെ കുലീനരായ മാതാപിതാക്കളുടെ പെൺമക്കളുടെ അഥവാ യുവസ്ത്രീകളുടെ സ്കൂളിൽ, നൈലിന്റെ നോത്രദാം സ്കൂളിൽ പഠിക്കുന്നവരാണ് നമ്മൾ. സ്ത്രീകളുടെ ഉന്നമനത്തിനു നാന്ദി കുറിക്കാൻ നിയോഗിക്കപ്പെട്ടവർ. ഭൂരിപക്ഷ ജനവിഭാഗം നമ്മളിൽ അർപ്പിച്ച വിശ്വാസം നമ്മൾ കാത്തുരക്ഷിക്കണം.''

''ഗ്ലോറിയോസ, നീയന്ന് നിന്റെ ഒരു രാഷ്ട്രീയ പ്രഭാഷണ സമയത്ത് സൂചിപ്പിച്ച കാര്യങ്ങൾ പുനരാലോചിക്കാനുള്ള ഒരു സന്ദർഭം വന്നു കഴിഞ്ഞെന്നു തോന്നുന്നില്ലേ? ഇപ്പോൾ നമുക്ക് ഒരു യോഗം പോലെ കൂടാമല്ലോ.''

ഇമ്മാക്കുലേ പറഞ്ഞു. ''സ്ത്രീകളുടെ ഉന്നമനം, അതേക്കുറിച്ച് പറയൂ. നമ്മൾ ഇവിടെ ഉണ്ടെങ്കിൽ അത് മിക്കവാറും ആ ഉദ്ദേശ്യത്തോടെ തന്നെയാണ്. നമ്മുടെ ഭാവിക്കു വേണ്ടിയല്ല, നമ്മുടെ ഗോത്രത്തിന്റെ ഭാവിക്കു വേണ്ടി. മിക്കവാറും നമ്മളെല്ലാവരും സമ്പന്നരുടെയും അധികാരമുള്ളവരുടേയുമൊക്കെ മക്കളായതിനാൽ നാം എപ്പഴേ നല്ല വാണിജ്യവസ്തുക്കളായിരിക്കുന്നു. ഏറ്റവും ഉയർന്ന വിലയ്ക്ക് അവർ വിലപേശിയുറപ്പിക്കും. കൂടാതെ വിദ്യാഭ്യാസ

യോഗ്യതയുമുണ്ടല്ലോ. ആ കളി ഇഷ്ടപ്പെടുന്ന കുറേപ്പേർ ഇവിടെയുണ്ടെന്ന് എനിക്കറിയാം. ആ കളിയിൽ ഊറ്റം കൊള്ളുന്നവരാണവർ. ഞാനാ വിലപേശൽ കളിയിൽ പങ്കെടുക്കാൻ ഇഷ്ടപ്പെടുന്നില്ല.''

''കേൾക്കൂ...'' ഗ്ലോറിയോസ പുച്ഛത്തോടെ പറഞ്ഞു. ''അവൾ ഒരു വെള്ളക്കാരിയെപ്പോലെയാണ് സംസാരിക്കുന്നത്. ഒരു സിനിമയിലെ അല്ലെങ്കിൽ ഫ്രെഞ്ചു സാർ നമുക്ക് വായിക്കാൻ തരുന്ന പുസ്തകങ്ങളിലെ വെള്ളക്കാരികളെപ്പോലെ. നിന്റെ അച്ഛനും വരനുമൊന്നുമില്ലെങ്കിൽ നീയെന്താകുമെന്നറിയാമോ, ഇമ്മാക്കുലേ? റുവാണ്ടയിലെ ഒരു സ്ത്രീക്ക് തന്റെ കുടുംബത്തെ കൂടാതെ, അച്ഛനെയും ഭർത്താവിനെയും കൂടാതെ അതിജീവിക്കാൻ കഴിയുമോ? നീ ഗൊറില്ലകളുടെ അടുത്തേക്കു തന്നെ തിരിച്ചു പൊയ്ക്കോളൂ. അതാണ് നല്ലതെന്ന് ഞാൻ നിന്നെ ഉപദേശിക്കുന്നു.''

''എന്തുകൊണ്ട് പറ്റില്ല?'' ഇമ്മാക്കുലേ പറഞ്ഞു. ''അത് നല്ലൊരു ഉപദേശമാണ്.''

ദുഃഖാചരണത്തിന്റെ ഒടുവിൽ ഫ്രിദായുടെ പേര് ഉച്ചരിക്കുന്നതിന് സ്കൂളിൽ അനൗപചാരികമായ വിലക്കുണ്ടായിരുന്നു. എന്നാലും അവസാനവർഷ വിദ്യാർത്ഥിനികളെ അത് വല്ലാതെ മഥിച്ചിരുന്നു. എങ്ങുനിന്നു വന്നുപെട്ടതെന്നറിയാത്ത അഹിതകരമായ ഒരു വാക്ക് അറിയാതെ ഉച്ചരിച്ചുപോകുന്നത് ലജ്ജാകരമാകാറുണ്ടല്ലോ. അത്തരം വാക്കുകളിലൊന്നായിത്തീർന്നു ഫ്രിദാ എന്ന പേര്. അവരിലൊരാളെങ്ങാൻ ആ വിലക്കപ്പെട്ട പേര് അറിയാതെ ഉച്ചരിച്ചുപോയാൽ, ഒന്നും കേട്ടില്ലെന്ന മട്ടിൽ മറ്റെല്ലാവരും തല തിരിച്ചുകളയും.

ആ പേരിനെ മൂടിക്കളയാനും ആ രണ്ടക്ഷരങ്ങൾ അവരുടെ ചിന്തകളിൽ അനവരതം സൃഷ്ടിച്ച പ്രതിധ്വനികളെ അവരുടെ വ്യർഥ വാചാലതകളിൽ നിന്ന് തുടച്ചുകളയുവാനും അവർ ഉറക്കെ സംസാരിക്കാൻ തുടങ്ങും. കാരണം സ്കൂളിന്റെ ഉള്ളിലെന്ന പോലെ അവരുടെ ഓരോരുത്തരുടെ ഉള്ളിലും ലജ്ജാകരമായ ഒരു രഹസ്യം ചുരുണ്ടു കിടക്കുന്നുണ്ടായിരുന്നു. കുറ്റവാളിയെത്തേടുന്ന പശ്ചാത്താപം, അയാൾ ഒരിക്കലും തെറ്റേറ്റു പറയില്ല എന്ന കാരണത്താൽ മുക്തി കൈവരിക്കപ്പെടാത്ത പാപം. ആ ബിംബം നിരാകരിക്കപ്പെടേണ്ടതാണ്: ഒരാൾക്ക് തന്റെ വിധി വായിച്ചെടുക്കാൻ കഴിയുന്ന ഒരു കറുത്ത കണ്ണാടിയായിത്തീർന്നു ഫ്രിദ.

രാജ്ഞിയുടെ ആത്മാവ്

ഈസ്റ്റർ അവധിക്കാലത്തെ വിർജീനിയയുടെ വരവിനെ അക്ഷമയോടെ കാത്തിരിക്കുകയായിരുന്നു ലിയോൺസിയ. ഇപ്പോഴും അവൾ അമ്മയുടെ പ്രിയപ്പെട്ട കുഞ്ഞുകിടാവാണ്. 'കരയരുതേ' എന്നർത്ഥം വരുന്ന അവളുടെ ഓമനപ്പേരായ 'മുത്താമുറീസാ' എന്ന് അമ്മ വിളിക്കില്ല. 'അവളെ കരയിക്കരുതേ' എന്നാണമ്മ പറയുക. അവളിതാ ഇപ്പോൾ ഹൈസ്കൂളിലെത്തിയിരിക്കുന്നു. ഒരു വിദ്യാർത്ഥിനിയാണവൾ. അവളുടെ അമ്മ എപ്പോഴും ആവർത്തിച്ചു പറയുന്നതുപോലെ അവൾ അമ്മയുടെ അഭിമാനമാണ്. അവളുടെ വരവുതൊട്ട് സ്കൂൾ യൂണിഫോമിൽ മലയിലെ എല്ലാ താമസക്കാരെയും അമ്മയോടൊപ്പം പോയിക്കണ്ടവൾ സ്നേഹം പുതുക്കും.

അന്ന് അവളുടെ കീർത്തിദിനമാണ്. ഒരുനാൾ അവളുടെ സർട്ടിഫിക്കറ്റുകൾ വിമർശനഭാവത്തിലും സംതൃപ്തഭാവത്തിലും താൻ വിലയിരുത്തും. അവളെ അഭിനന്ദിക്കും. അധികം വൈകാതെയവൾ അവളുടെ ഡിപ്ലോമ കരസ്ഥമാക്കി തിരികെയെത്തും. വളരെ ദുർലഭം പേർക്കുമാത്രമാണ് അത് ലഭിക്കുക. അതും ഒരു ടുട്സിക്ക്. മലമുകളിലെ ഏക ടുട്സി കുടുംബമായിരുന്നു അവരുടേത്. ഇടതടവില്ലാതെ അവരോട് ദ്രോഹബുദ്ധ്യാ പെരുമാറുകയും അവരെ നിന്ദിക്കുകയും ചെയ്യാറുള്ള മലമുകളിലെ നിവാസികളുടെ മുഖ്യൻ പോലും സ്വീകരണത്തിന് വരും. അത്യുക്തികളോടെ അഭിനന്ദനങ്ങളും പ്രോത്സാഹനങ്ങളും വർഷിക്കും.

ലിയോൺസിയ ഉറപ്പോടെ വിചാരിക്കും: വിർജീനിയ സമ്പന്നയാണ് അവൾ വിദ്യാർത്ഥിനിയായിരിക്കെ, തങ്ങളിനി ടുട്സിയോ ഹ്യുറ്റുവോ അല്ലാതായി. മറ്റൊരു വർഗ്ഗക്കാരെന്നപോലെയായി. പരിണമിച്ചവർ എന്നർത്ഥം വരുന്ന 'നാഗുഏർ' എന്ന് ബെൽജിയംകാർ വിളിക്കുന്ന വേറൊരുതരം. വൈകാതെ വിർജീനിയ അടുത്തുള്ള മിഷൻ സ്കൂളിൽ അദ്ധ്യാപികയായി. അവിടത്തെ ഫാദർ ഷെറോം അവളുടെ ബുദ്ധിശക്തി തിരിച്ചറിയും. അവൾക്ക് വയൽപ്പണി ചെയ്യുക

എന്നതിലുപരിയായി മറ്റൊരു ഭാവിയുണ്ട് എന്ന് അദ്ദേഹം ലിയോൺസിയയെ ബോധ്യപ്പെടുത്തും. “അവൾ ഉബുറിസാ അഥവാ ആദ്യപുത്രിയാണ്. അവളുടെ സഹോദരീസഹോദരന്മാർക്കുള്ള മാർഗ്ഗമൊരുക്കിയവൾ, അവർക്കായി ഉദരം തുറന്നൊരുക്കിയവൾ, അവരുടെ (‘പെങ്ങളമ്മ’യായവൾ). ‘അവൾക്കൊരു ഭാവിയുണ്ട്, ഉജ്ജ്വലമായ ഭാവി’ അദ്ദേഹം ആവർത്തിക്കും. അവൾക്ക് ബെനെബിക്കിറമറിയാപള്ളിയിലെ കന്യാസ്ത്രീയാവാം. അവിടെ കുശിനിക്കാരിയായല്ല. അനുബന്ധ വിദ്യാലയത്തിലെ അദ്ധ്യാപികയാകാം. തുടർന്ന് സുപ്പീരിയറും എന്തിന് മദർ ജനറൽ വരെയാകാം.” ലിയോൺസിയയെ ഉത്സാഹിപ്പിക്കാൻ അദ്ദേഹം പറയും. പക്ഷേ തന്റെ മകൾക്ക് ഒരു നല്ല ഭർത്താവുണ്ടായി കാണുന്നതായിരുന്നു ലിയോൺസിയയുടെ താൽപര്യം. ഉദ്യോഗസ്ഥനായ ഒരാൾ. ഒപ്പം കച്ചവടം നടത്താനൊരു ചെറിയ ലോറിയുമുണ്ട്. അവൾക്ക് വിവാഹോപചാരമായി കിട്ടുകയെന്താവാം എന്ന് ലിയോൺസിയ ആലോചിക്കാറുണ്ട്. പശുക്കളെയൊന്നും വേണ്ട. ഇഷ്ടികകൊണ്ടുള്ള ഒരു വീടു പണിയാനുള്ളത്ര പണം മതി. പൂട്ടുള്ള വാതിലും, തകരം മേഞ്ഞ മേൽക്കൂരയും വേണം. അത് വെയിലേറ്റ് തിളങ്ങുന്നത് ദൂരെ വയലിൽനിന്നു പോലും കാണണം. തുടർന്നൊരിക്കലും പുൽമെത്തയിൽ കിടക്കില്ല. നല്ല മെത്തകൾ വാങ്ങണം. ഗാഹിഗിയുടെ വീട്ടിൽ കുട്ടികൾപോലും കിടക്കുന്നത് മെത്തയിലാണ്.

മൂന്നാൺകുട്ടികൾക്കും കൂടി ഒരെണ്ണം, രണ്ടു പെൺകുട്ടികൾക്കും കൂടി ഒരെണ്ണം. അവളുടെ മാതാപിതാക്കളും കൂട്ടുകാരും അയൽക്കാരുമൊക്കെ വന്നാൽ സ്വീകരിക്കാനായി ഒരു പ്രത്യേക മുറി വേണം. അതെ, അയൽക്കാർക്കും. അവരൊക്കെ വന്നാൽ ഇരിക്കുന്നത് പായയിലായിരിക്കില്ല. മടക്കുകസേരകളിലാണ്. മേശയുടെ ഒത്ത നടുക്ക് സ്വർണ്ണത്തിളക്കമുള്ള ഒരു വലിയ ഫ്ളാസ്ക് വെച്ചിട്ടുണ്ടാകും. അതിൽ എപ്പോഴും നിറയെ ചായയുണ്ടാകും. (മൂന്നു ലിറ്റർ). ഞായറാഴ്ച സന്ദർശകർ വന്നാൽ ചൂടുചായ കൊടുത്തവരെ സ്വീകരിക്കണം. ദൂരെയാകുമ്പോൾ എല്ലാവരും തമ്മിൽത്തമ്മിൽ പറയും. “ലിയോൺസിയ ഭാഗ്യവതിയാണ്. വിദ്യാഭ്യാസം നേടിയ ഒരു മകളുണ്ടവൾക്ക്. വലിയ ഒരു ഫ്ളാസ്കുണ്ട് അവളുടെ വീട്ടിൽ.”

മാർച്ചിലാണ് മഴ പെയ്യാൻ തുടങ്ങുക. ഏപ്രിലിൽ പിന്നെയും കൂടുതൽ പെയ്യും. പെയ്യട്ടെ, നന്നായി പെയ്യട്ടെ. പത്തായങ്ങൾ നിറയും. ഒപ്പം കുട്ടികളുടെ വയറും. രണ്ടുമാസക്കാലത്തെ അവധിക്കാലത്ത് അവൾ ഒരു ‘പെങ്ങളമ്മ’യാണ്. മൂത്ത ചേച്ചിയെന്ന നിലയിൽ സ്വാഭാവികം. ഏറ്റവും ഇളയതിനെ പുറത്തേറ്റി മറ്റവരുടെ എല്ലാകാര്യങ്ങളും അവൾ ഏറ്റെടുക്കും. അതിനാൽ ലിയോൺസിയയ്ക്കും അത്

അവധിക്കാലം തന്നെ. സന്ധ്യാനേരത്ത് കുട്ടികൾ അവളുടെ ചുറ്റും കൂടി വിർജീനിയയോട് ചോദ്യങ്ങളോരോന്ന് ചോദിക്കും. അവൾ നൈലിന്റെ നോത്രദാം സ്കൂളിലെ അതിശയ കഥകൾ പറയും. ലിയോൺസിയയെ സംബന്ധിച്ചിടത്തോളം അവളുടെ വയൽപ്പണി യാണ് ഏറ്റവും അഭിനന്ദനീയമായി തോന്നാറുള്ളത്. വെള്ളക്കാരുടെ സ്കൂൾ അവളെ അപ്പാടെ മാറ്റിമറിച്ചിട്ടില്ല. രാവിലെ ഏറ്റവും ആദ്യം എഴുന്നേൽക്കുന്നത് അവളാണ്. ഉടുപ്പുചുരുട്ടി മേലോട്ടാക്കി തൂമ്പ യെടുത്തവൾ വയലിലെ ചളിയിലേക്കിറങ്ങുന്നു. ചോളച്ചെടികളുടെ ഇടയിലൂടെ നൂണ്ട് കടന്ന് കീടങ്ങളെ തുരത്തുന്നു. ഡിസംബറിൽ ഇടവിളയായി വിത്തിട്ട പയർച്ചെടികൾ ചോളച്ചെടികളെ മൃദുവായി ചുറ്റിപ്പിണഞ്ഞു കിടക്കും.

അവയ്ക്കിടയിൽ വളരുന്ന കളകളെ അവൾക്കു തിരിച്ചറിയാം. അവ പറിക്കാൻ ചേനവിത്തിട്ടുമൂടിയ മൺതിട്ടകൾക്കിടയിൽ അവൾ ചാടിനടക്കും. 'ഹാ! അവളെന്റെ മകൾ തന്നെ. എത്ര ഉചിതമായൊരു പേരാണവൾക്ക്: മുത്താമുറീസാ അതായത് അവളെ കരയിക്കരുത്.' ലിയോൺസിയ ആവർത്തിക്കും.

പയറിലെ കള പറിക്കുമ്പോൾ വിർജീനിയ താൻ അടുത്തദിവസം സ്കൊളാസ്റ്റീക്കാ അമ്മായിയുടെ വീട്ടിൽ പോകുമെന്ന് അമ്മയോട് പറഞ്ഞു.

''ആയിക്കോട്ടെ.'' ലിയോൺസിയ പറഞ്ഞു. ''നീ അമ്മായിയെ പോയി കണ്ടോളൂ. എന്തുകൊണ്ടാണ് നീയീകാര്യം മുമ്പേപറയാ തിരുന്നത്? സ്കൊളാസ്റ്റീക്കാ എന്റെ സഹോദരിയല്ല, നിന്റെ അച്ഛന്റെ വകയിൽ നിന്റെ അമ്മായി. ഞാൻ എപ്പോഴും പറയാറുള്ളതുപോലെ അവരോട് കരുതലോടെ പെരുമാറണം. അച്ഛൻപെങ്ങളുടെ കോപം ഭയങ്കരമായ കൊടുംകാറ്റിനു സമാനമാണ്. അവരെങ്ങാൻ ശപിച്ചാൽ നമുക്ക് എന്ത് സംഭവിക്കുമാവോ? അവരെപ്പോഴും ശുഭകരമായി ത്തന്നെയാണ് പെരുമാറാറുള്ളത്. നിന്റെ വിദ്യാഭ്യാസകാര്യങ്ങളി ലൊക്കെ അവരുടെ അനുഗ്രഹമുണ്ടാകും. കയ്യും വീശി പോകാൻ പറ്റില്ല. അവരെന്നെപ്പറ്റി എന്ത് കരുതും? നിന്റെ അച്ഛനെപ്പറ്റി എന്തു കരുതും. ഈ തൂമ്പകൾ എടുത്ത് വീട്ടിലേക്കു നടന്നോളൂ. സ്കൊളാ സ്റ്റീക്കാ അമ്മായിക്കുവേണ്ടി നമുക്ക് വേഗം സോർഗോ ബിയർ ഉണ്ടാക്കാം.''

പകൽ മുഴുവൻ അവർക്ക് സോർഗോ ബിയർ തയ്യാറാക്കാൻ വേണ്ടി വിനിയോഗിക്കേണ്ടി വന്നു. അതില്ലാതെ അവൾക്ക് അമ്മാ യിയെ കാണാൻ പോകാൻ പറ്റില്ല. ലിയോൺസിയയ്ക്ക് വല്ലാത്ത ഉൽക്കണ്ഠയുണ്ടായിരുന്നു. വീട്ടിൽ അമാമെറ എന്ന സോർഗോ

ചെടികളോ ഉമുസേംബുറോ എന്ന യീസ്റ്റോ ഉണ്ടായിരുന്നില്ല. ബിയറു ണ്ടാക്കാനുള്ള അത്യാവശ്യ സാധനങ്ങളാണവ.

അയൽക്കാരോടാരോടെങ്കിലും ചോദിച്ചുവാങ്ങണം. ചിലരുടെ യടുക്കൽ അവയില്ല എന്നതു നേരുതന്നെ. പക്ഷേ ഉള്ളവർ കൊടു ക്കാൻ വൈമനസ്യം കാണിച്ചു. ഏതായാലും അത്യന്തം വിനയ ത്തോടെയും അക്ഷമ അടക്കിവെച്ചും അഭ്യർത്ഥിച്ചതിനുശേഷം മുക്കാനോംഗാ എന്ന വൃദ്ധ തന്റെ പ്രാരബ്ദങ്ങളും വിഷമതകളു മൊക്കെ അവിരാമം ഉരുവിട്ടുകൊണ്ട് കുറച്ച് കൊടുത്തു. പക്ഷേ അവ ചെറിയൊരു ജഗ്ഗിലേക്കുള്ളതിനു മാത്രമേ ഉണ്ടായിരുന്നുള്ളൂ. 'സോർഗോ' ചെടിയും 'ഉമുസേംബുറോ' യീസ്റ്റുമുണ്ടെങ്കിൽ ബിയറു ണ്ടാക്കാൻ അധികം സമയം വേണ്ട. അത് നിറയ്ക്കാനുള്ള നല്ല വട്ടമൊത്ത കൂർത്ത അടപ്പുള്ള മനോഹരമായ ഒരു കൂട ലിയോൺ സിയ മെടഞ്ഞുണ്ടാക്കി. ബിയർ നിറച്ച ചുരക്കാത്തൊണ്ട് അതിൽ വെച്ചു. വാഴയിലകൾ ചീന്തിയെടുത്ത് അതിൽ തോരണങ്ങൾ പിടി പ്പിച്ചു. സ്കൂളിൽ നിന്ന് വിർജീനിയ കൊണ്ടുവന്ന വീതിയുള്ള ടവൽ കൊണ്ടത് പൊതിഞ്ഞതിനു ശേഷം സഞ്ചിയിൽ വെച്ചു.

ഗസെകെ മാർക്കറ്റിൽ വാൻ നിന്നു. വിർജീനിയയ്ക്കു അവളുടെ യൂണിഫോം വേഷം ഉപകാരമായി. അവൾക്ക് ഡ്രൈവറുടെ അടു ത്തൊരു സീറ്റ് കിട്ടി. വാഹനം ഓരോ വളവു തിരിയുമ്പോഴും ഒരു സ്ത്രീ മോങ്ങലോടെയും ഞരക്കത്തോടെയും തന്റെ വീർത്ത തന്റെ മൃദുശരീരം കൊണ്ട് അവളെ അമർത്തുകയും ഞെരുക്കുകയും ചെയ്ത സ്ത്രീ കാബിനിൽ നിന്ന് ഇറങ്ങുന്നതുവരെയവൾ കാത്തു നിന്നു. പിറകിലത്തെ യാത്രക്കാരൊക്കെ ആദ്യമേ ചാടിയിറങ്ങി. അവരുടെ സഞ്ചികളും സാധനസാമഗ്രികങ്ങളുമെല്ലാമെടുത്തു: ചുരുട്ടി കയറിട്ടുകെട്ടിയ മെത്തകൾ, തകരക്കഷ്ണങ്ങൾ, രണ്ടാടുകൾ.

അങ്ങനെ എല്ലാം. ചളിനിറഞ്ഞ തെരുവോരത്തെ കടകളിലൊ ന്നിൽ നിന്ന് ജോലിക്കാർ ഓടിവന്ന് പാമോയിൽ കാനുകളും സിമന്റ് ചാക്കുകളുമെല്ലാം ഇറക്കി. പാകിസ്ഥാനികളായ കച്ചവടക്കാർ അക്ഷമ യോടെ അവയ്ക്കായി കാത്തിരിക്കുകയായിരുന്നു.

വിർജീനിയ ഒരു കടയ്ക്കുള്ളിലേക്കു പ്രവേശിച്ചു. പ്രിമസിന്റെ ഒരു കുപ്പിപ്പാനീയം മേടിച്ചു. ചന്തയിലെ വൃദ്ധനായ ഒരു കച്ചവട ക്കാരനുമായി കുറേ വിലപേശിയതിനു ശേഷം അവളൊരു പുക യിലകഷ്ണം വാങ്ങി. അവസാനം അവൾ വിചിത്ര രൂപത്തിലുള്ള പായകളിലിരുന്ന് പുഷ്പാലംകൃതമായ ചെറുകുഴിപ്പാത്രങ്ങളിൽ വെച്ച സ്വർണ വർണ്ണപ്പൊട്ടുകൾ വിൽക്കുന്ന സ്ത്രീകളുടെ നേരെ ചെന്നു. അവൾ അവ മൂന്നെണ്ണം വാങ്ങി. ചമ്രം പടിഞ്ഞ് കച്ചവട ക്കാരിയുടെ അഭിമുഖമായിരുന്ന കിടാങ്ങളുടെ കണ്ണിൽ അസൂയ

തിളങ്ങി. ഇത്തരം അപ്രാപ്യമായ മോഹവസ്തുക്കളെ ചന്ത തീരും വരെയവർ നോക്കിയിരിക്കും. വിർജീനിയ അവളുടെ അമ്മായി താമസിക്കുന്ന കുന്നിലേക്കുള്ള വഴിയിലെത്തി.

തട്ടുതട്ടായി തിരിച്ച കൃഷിയിടങ്ങളുടെ ആധിപത്യമുണ്ടായിരുന്ന മലയോരവും പിന്നെയത് താഴേക്കിറങ്ങി ചോളവയൽ വരെയും നീണ്ടു. വട്ടത്തിലോ ചതുരത്തിലോ ഉള്ള ചെറിയ വീടുകൾ. അവയിൽ പുല്ല് മേഞ്ഞവയും കുറച്ചെണ്ണം ഓടിട്ടവയുമുണ്ട്. വഴിയിൽ നിന്നു നോക്കിയാൽ മലഞ്ചെരിവുകളിൽ പൊട്ടുകളായവ കാണപ്പെടുന്നു. അവ കുറേ തിങ്ങിയ വാഴത്തോപ്പുകൾക്കിടയിൽ അവ മറഞ്ഞു കിടന്നു. മിന്നിമിനുങ്ങുന്ന വലിയ വാഴയിലകൾക്കു മീതെ ഉയരുന്ന നീലിച്ച പുകയും കാരണമാണ് അവയുടെ സാന്നിദ്ധ്യം മനസ്സിലാവുന്നത്. ക്രമത്തിലുള്ള ചതുരങ്ങളിൽ വളർന്ന കാപ്പിച്ചെടികളിൽ നിറയെ ചുവന്ന കായ്കളുണ്ടായിരുന്നു.

ചതുപ്പിന്റെ പശ്ചാത്തലത്തിൽ ഏതാനും ചില പാപ്പിറസ് ചെടികൾ അവശേഷിക്കുന്നുണ്ട്. പണികൾ ചെയ്തുകൊണ്ടിരുന്ന കൃഷീവലരെ കൂസാതെ നാല് മകുടക്കൊറ്റികൾ നിസ്സംഗവും അന്തസ്സുറ്റതുമായ ഭാവത്തിൽ ഞെളിഞ്ഞു നടക്കുന്നുണ്ട്.

ഏറ്റവും ഉയരമുള്ള കുന്നിന്റെ നിറുകയിൽ, മിഷന്റെ കൂറ്റൻ കെട്ടിടങ്ങളുണ്ടായിരുന്നു. പള്ളിയുടെ ഗോപുരം കണ്ടപ്പോൾ സിസ്റ്റർ ലിഡ്വിൻ ഒട്ടേറെത്തവണ ആവർത്തിച്ചാവർത്തിച്ചെടുത്ത ചരിത്ര പുസ്തകത്തിലെ ഒരധ്യായത്തിലുണ്ടായിരുന്ന ഒരു ചിത്രത്തെ അവളോർത്തു. വളരെ പണ്ട് യൂറോപ്പിലെ യുദ്ധപ്രഭുക്കളുടെ വാസസ്ഥാനമായിരുന്ന ഒരു കോട്ട.

മലകൾക്കപ്പുറത്തെ സൂര്യൻ ചാഞ്ഞുതുടങ്ങവേ, വഴിയുടെ അറ്റത്തായി അവളുടെ അമ്മായിയുടെ വീട് വിർജീനിയ കണ്ടു. തന്റെ സഹോദരപുത്രിയെ ദൂരെ നിന്ന് അവളെ കണ്ടപാടേ സ്കൊളാസ്റ്റീക്കാ തിരിച്ചറിഞ്ഞു. അവർ കൃഷിയിടം വിട്ട്, വൈകീട്ടത്തെ ആഹാരത്തിനായി തന്റെ കൂടയിൽ കുറച്ചു ചേനകൾ പെറുക്കിയെടുത്ത്, വിർജീനിയ വേലിക്കലെത്തുന്നതിനു മുന്നേ തന്നെ അവിടെ എത്താൻ മലഞ്ചെരിവിലൂടെ ഓടിക്കയറി. കൃഷിപ്പണിക്കിറങ്ങും മുമ്പ് മേലോട്ട് തെറുത്തുവെച്ചിരുന്ന അവരുടെ ഉടുപ്പ് താഴ്ത്തിയിടണമെങ്കിൽ ആദ്യം കാലിൽ പറ്റിയ മണ്ണും ചളിയും തുടയ്ക്കണം. അതിനായി ഒരു പിടി ഉണക്കപ്പുല്ലുകൾ പറിച്ചെടുക്കാനുള്ള സാവകാശം മാത്രമേ അവർക്ക് കിട്ടിയുള്ളൂ. വിർജീനിയ സഞ്ചിയിൽ നിന്ന് കൂട പുറത്തെടുത്തു. ആചാരപ്രകാരം തലയിൽ തുലനം ചെയ്തു വെച്ചു.

''സ്വാഗതം, മോളെ, വിർജീനിയ.'' സ്കൊളാസ്തിക്കാ പറഞ്ഞു. എനിക്കറിയാമായിരുന്നു നീ വരുമെന്ന്. അതിന്റെ സൂചനയെനിക്കു കിട്ടി. ഇന്നലെ വൈകീട്ട്, കനലുകൾ ഞെരിച്ചുപൊട്ടി അവ തീ നാളങ്ങൾക്കടിയിൽ നൃത്തം ചെയ്തു.

വിരുന്നിനാരോ വരുന്നുണ്ടെന്ന ശുഭശകുനമാണത്. ആ സമയത്ത് ഉച്ചരിക്കേണ്ട വാക്കുകൾ ഞാനുരുവിട്ടു:

''അറാക്കാസ യിസാനിയേ ഇമ്പാബാ. ഒഴിഞ്ഞ കൈകളുമായല്ല അതിഥി വരിക. എനിക്കറിയാമായിരുന്നു വരുന്നത് നീ തന്നെയാ യിരിക്കുമെന്ന്. നിന്റെ അമ്മായിയാണല്ലോ ഞാൻ. ലിയോൺസിയ നിന്നെ പറഞ്ഞയയ്ക്കാതിരിക്കില്ലല്ലോ.''

വേലികടന്ന് അകത്തേക്കു വരാൻ അമ്മായി ആംഗ്യം കാണിച്ചു. അവർ മുറ്റം കടന്ന് വീടുവരെയെത്തി. സ്കൊളാസ്റ്റീക്കാ വാതിൽ പടിയിൽ നിന്നു. വിർജീനിയ കുനിഞ്ഞുനിന്ന് കൂട അവർക്കു നൽകി. അവരത് രണ്ടു കൈയും നീട്ടി സ്വീകരിച്ചു. വാതിലിനു പിറകിലെ തട്ടിൽ അതു പതുക്കെ ശ്രദ്ധാപൂർവ്വം വെച്ചു. പാലിന്റെയും തൈരി ന്റെയും പാത്രങ്ങൾക്കിടയിൽ പൂജനീയമായ ഒരിടം കണ്ടെത്തും മുമ്പ് തൽക്കാലം അത് അവിടെ വെച്ചു എന്നുമാത്രം.

സ്വാഗത വചനങ്ങളും അഭിവാദ്യങ്ങളും പരസ്പരമവർ കൈ മാറി. സ്കൊളാസ്റ്റീക്കയും വിർജീനിയയും പരസ്പരം ഏറെനേരം പുണർന്നു. പരസ്പരം പുറം തലോടി. വാത്സല്യാതിരേകത്തോടെ തന്റെ സഹോദരപുത്രിയുടെ കാതിൽ അനുഗ്രഹപ്രാർത്ഥന കളുരുവിട്ടു: ''ഗിറുമുഗാബോ, നിനക്കൊരു ഭർത്താവുണ്ടാകട്ടെ. ഗിറാബാന ബെൻഷി, കുട്ടികളനേകം പിറക്കട്ടെ. ഗിറിൻകാ, നിനക്ക് ധാരാളം പശുക്കളെ ലഭിക്കട്ടെ. റാംബാ, റാംബാ, ദീർഘായുസ്സാ വട്ടെ നീ! ഗിറാ അമാ ഹൊറോ, എന്നും നിനക്ക് സമാധാനം ഉണ്ടാ യിരിക്കട്ടെ. കസെനസ, നിനക്ക് സുസ്വാഗതം.''

സ്കൊളാസ്റ്റീക്കയും വിർജീനിയയും ഒന്നിച്ച് വീട്ടിനകത്തേക്കു കടന്നു. സ്കൊളാസ്തിക്ക വിർജീനിയ കൊണ്ടുവന്ന കൂട തുറന്നു. ചൂരയ്ക്കാതൊണ്ടു പാത്രം പുറത്തെടുത്തു. ആവനാഴി രൂപത്തി ലുള്ള പാത്രത്തിൽ നിന്ന് രണ്ടു പാണക്കുഴലുകളെടുത്ത് ഒന്ന് വിർ ജീനിയയുടെ നേരെ നീട്ടി. അവർ രണ്ടുപേരും അഭിമുഖമായി നിലത്ത് കുത്തിയിരുന്നു.

സ്കൊളാസ്റ്റീക്ക ചൂരയ്ക്കാത്തോണ്ടു പാത്രം അവരുടെ രണ്ടു പേരുടെയും ഇടയിൽ വെച്ചു. അത് ഒരു കവിൾ കുടിക്കണമെന്ന് അവർ ആഗ്രഹിച്ചു. സ്കൊളാസ്റ്റീക്ക തന്റെ സംതൃപ്തി ആഴമുള്ള ഒരു നെടുവീർപ്പോടെ പ്രകടമാക്കി.

അമ്മായിയുടെ വീട്ടിലെ താമസത്തിന്റെ ആദ്യ ദിവസം അടുത്തുള്ള അയൽക്കാരെ സന്ദർശിച്ചുകൊണ്ടുള്ള ഒരു സഞ്ചാരത്തിനായി വിനിയോഗിക്കപ്പെട്ടു. വൈകീട്ട്, സ്കൊളാസ്റ്റീക്ക ഓരോ കുടുംബത്തിലുമുള്ള എല്ലാവരെയും വിളിച്ചുകൂട്ടി. ഹൈസ്കൂൾ വിദ്യാർത്ഥിനിയായ തന്റെ സഹോദരപുത്രി നേടിയ വിജയങ്ങൾ പ്രഘോഷിച്ചു. അവരിൽ അക്രൈസ്തവനായ റുഗാജൂ പോലുമുണ്ടായിരുന്നു. (അയാളുടെ മക്കളെപ്രത്യേകിച്ച് ആൺകുട്ടികളെയെങ്കിലും ജ്ഞാനസ്നാനം ചെയ്യിക്കാൻ നിർദേശിക്കാൻ സ്കൊളാസ്റ്റീക്ക ആ അവസരം പ്രയോജനപ്പെടുത്തി. മറ്റുള്ളവരെപ്പോലെ അവർക്കെങ്കിലും സ്കൂളിൽ പോകാൻ സാധിക്കുമല്ലോ) സ്കൊളാസ്തിക്കയുടെ ഭർത്താവ് വിർജീനിയയോട് കുറേനേരം വിദ്യാഭ്യാസ പരമായ കാര്യങ്ങൾ പലതും ചോദിച്ചു.

അയാൾ ഒരു കൊച്ചു സെമിനാരിയിൽ രണ്ടു വർഷം പഠിച്ചിട്ടുണ്ട്. താൻ പഠിച്ച ഗണിതത്തിന്റെ മൂന്നു പുസ്തകങ്ങൾ അയാള വളെ കാണിച്ചു. താൻ വിദ്യാഭ്യാസ സമ്പന്നനാണെന്നതിന് സാക്ഷ്യമായി വ്യാകരണ പുസ്തകങ്ങളും അയാൾ സൂക്ഷിച്ചു വെച്ചിരുന്നു. ആ രീതിയിൽ തന്റെ സഹോദര പുത്രിയോട് അയാൾ പെരുമാറുന്നതിൽ സ്കൊളാസ്റ്റീക്ക അത്രകണ്ട് ഇഷ്ടപ്പെട്ടില്ല. അടുത്ത ദിവസം ഒരുമിച്ച് പള്ളിയിൽ പോകണമെന്നവർ പദ്ധതിയിട്ടിരുന്നു. പക്ഷേ പോകുന്നില്ലെന്ന് അമ്മായിയോട് പറയണമെന്നവൾക്കുണ്ടായിരുന്നു. ബഹുമാനക്കുറവായിപ്പോകുമോ എന്നവൾക്ക് ആശങ്കയുണ്ടായിരുന്നതിനാൽ അവളാകെ കുഴങ്ങി. ഒടുവിൽ കിടക്കാൻ പോകാൻ നേരത്ത് അവൾ വളച്ചുകെട്ടിപ്പറയാമെന്നു തീരുമാനിച്ചു. അവൾ ക്ലൊറ്റീൽഡിന്റെ വീട്ടിൽ പോകണമെന്ന ആഗ്രഹം പ്രകടിപ്പിച്ചു. അമ്മായിയുടെ അടുത്തു വരുമ്പോൾ അവളായിരുന്നു വിർജീനിയയ്ക്ക് കൂട്ട്. അവർ ഓടിച്ചാടിക്കളിക്കുകയും നൃത്തം വെക്കുകയുമൊക്കെ ചെയ്യുമായിരുന്നു.

അവളുടെ കല്യാണം കഴിഞ്ഞുവെന്നു കേട്ടു. അവൾക്ക് ഒരു കുഞ്ഞു പിറക്കാൻ പോകുന്നുവത്രെ. താനിവിടെയെത്തിയാൽ അങ്ങോട്ടു ചെല്ലാമെന്ന് മുമ്പേ ഏറ്റിരുന്നു. അച്ഛൻപെങ്ങളായ തന്നോട് ഇങ്ങനെ മര്യാദരഹിതമായി സംസാരിച്ച വിർജീനിയയുടെ പെരുമാറ്റം സ്കൊളാസ്റ്റീക്കയെ ഞെട്ടിച്ചു. പക്ഷേ അവർ എതിരായൊന്നും പറഞ്ഞില്ല. ഒന്നുമില്ലെങ്കിൽ വിർജീനിയ ഒരു വിദ്യാർത്ഥിനിയാണല്ലോ. അതും വെള്ളക്കാർ അദ്ധ്യാപകരായിരിക്കുന്ന ഒരു ഹൈസ്കൂളിൽ. വെള്ളക്കാരുടെ കൂടെ എപ്പോഴും ഇടപഴകി ശീലിച്ചതിനാൽ അവൾക്ക് വേണ്ടത്ര മനസ്സിലാവാത്ത കുറെ കാര്യങ്ങളുണ്ടാകും. ''ശരി.'' സ്കൊളാസ്റ്റീക്ക പറഞ്ഞു. ''ക്ലൊറ്റീൽഡിന്റെ വീട്ടിൽ പൊയ്ക്കോളൂ.

മറ്റന്നാൾ നീയെന്റെ കൂടെ പള്ളിയിൽ വരണം. ഫാദർ ഫുൾഷോൻസ് നിന്നെ കാണണമെന്ന് പറഞ്ഞു.''

ക്ലൊറ്റീൽഡിന്റെ വീട്ടിലേക്കു പോകാൻ നേരത്ത് യാത്ര ചോദിക്കുമ്പോൾ വിർജീനിയയ്ക്ക് ആകാംക്ഷയുണ്ടായിരുന്നു. പക്ഷേ സ്കൊളാസ്റ്റീക്കാ നീരസമോ ഈഃർഷ്യയോ കാണിച്ചില്ല. അവർ ക്ലൊറ്റീൽഡിനും കുഞ്ഞിനും നൽകാനായി ഒരു പടലം ഇഗിസുകാറി എന്ന അതിമധുരയിനം വാഴപ്പഴം അവളെ ഏൽപ്പിച്ചു. അത് വാങ്ങി സഞ്ചിയിലിട്ടതിനു ശേഷം അവൾ തന്റെ പഴയ കൂട്ടുകാരിയുടെ വീട്ടിലേക്കുള്ള വഴിയിലേക്കു കയറി. വെച്ചു പിടിപ്പിക്കപ്പെട്ട യൂക്കാലിപ്റ്റസിന്റെ ഒരു ചെറുവനം കഴിഞ്ഞ് അവൾ വഴി മാറ്റി. കുറേ വളവുതിരിവുകൾക്കു ശേഷം ചതുപ്പിന്റെ ദിശയിലേക്കുള്ള ഒരു വഴി പെട്ടെന്ന് ദൃശ്യമായി. ആ ചെരിവിലാണ് റുഗുജു എന്ന ദൈവനിഷേധിയായ ആ അക്രൈസ്തവൻ താമസിക്കുന്നത്. മുറ്റത്ത് കീറവസ്ത്രങ്ങളണിഞ്ഞ കുട്ടികൾ കളിക്കുകയും ഓടുകയും കലഹിക്കുകയുമൊക്കെ ചെയ്യുന്നുണ്ടായിരുന്നു. വിർജീനിയ വരുന്നതു കണ്ട് അവർ പെട്ടെന്ന് മരവിച്ചതുപോലെയായി. അവരിലേറ്റവും മുതിർന്നവനെന്നു തോന്നിയ, ഏതാണ്ട് പത്തുവയസ്സുള്ള കുട്ടിയെ ആംഗ്യം കാട്ടി വിളിച്ചു.

''ഇങ്ങു വരൂ. എനിക്ക് നിന്നോട് ഒരു കാര്യം പറയാനുണ്ട്.''

കുട്ടി ഒന്നു ശങ്കിച്ചു. അവന്റെ സഹോദരീ സഹോദരങ്ങളെ മാറ്റി നിർത്തിയിട്ട് വിർജീനിയയുടെ നേരെ ചെന്നു.

''നിന്റെ പേരെന്താ?''

''കാബ്വ.''

''അപ്പോൾ, കാബ്വ, നിനക്ക് റുബാൻഗയെ അറിയുമോ, അയാളെവിടെയാണ് താമസിക്കുന്നതെന്ന്?''

''റുബാൻഗ, വെളിച്ചപ്പാട്? ഓ, റുബാൻഗയെ എനിക്കറിയാം. എന്റെ അച്ഛന്റെ കൂടെ ഞാനവിടെ പോയിട്ടുണ്ട്. ആ പടു വൃദ്ധന്റെ അടുത്തുപോകാൻ അച്ഛനേക്കാൾ പറ്റിയ വേറൊരാളില്ല. എല്ലാരും പറയുന്നത് അങ്ങേർക്ക് ഭ്രാന്താണെന്നാണ്. അങ്ങേര് ഒരു മന്ത്രവാദിയാണെന്നു പറയുന്നവരുമുണ്ട്.''

''നീയെന്നെ റുബാൻഗയുടെ അടുത്ത് കൊണ്ടാക്കാമോ?''

''നിങ്ങളെയോ, റുബാൻഗയുടെ അടുത്തേക്കോ? നിങ്ങളൊരു വിദ്യാർത്ഥിനിയല്ലേ? ആർക്കെങ്കിലും കൂടോത്രം ചെയ്യാനുണ്ടോ?''

''എനിക്കാർക്കും കൂടോത്രം ചെയ്യാനൊന്നുമല്ല. എനിക്കങ്ങേരോട് ചില കാര്യങ്ങൾ ചോദിക്കാനുണ്ട്. അത് സ്കൂളിനെ സംബന്ധിച്ചുള്ള ഒരു കാര്യമാണ്.''

“സ്കൂളിനു വേണ്ടിയാണോ? വെള്ളക്കാരുടെ സ്കൂളിൽ പല തമാശകളും നടക്കും.”

“നീയെന്നെ അവിടെ കൊണ്ടാക്കാമെങ്കിൽ ഞാൻ നിനക്ക് ഡോനട്ടും ഫാന്റയുടെ കുപ്പിപ്പാനീയവും തരും.”

“ഡോനട്ടോ?”

“പിന്നെ ഫാന്റയും.

ഓറഞ്ചു ഫാന്റാ?”

“അതെ, ഓറഞ്ചു ഫാന്റയും പിന്നെ ഡോനട്ടും.”

“എനിക്കു നിങ്ങൾ ശരിക്കും ഓറഞ്ചു ഫാന്റ തരുമെങ്കിൽ റുബാൻഗയുടെ അടുത്ത് നിങ്ങളെ കൊണ്ടാക്കാം.”

“ഓറഞ്ച് ഫാന്റയും ഡോനട്ടുമൊക്കെ എന്റെ സഞ്ചിയിലുണ്ട്. റുബാൻഗയുടെ വീട് കാണുന്നപാടേ അവ നിനക്ക് കിട്ടിയിരിക്കും. പിന്നൊരു കാര്യം ഇതാരോടും പറയരുത്. നീ കേട്ടിട്ടില്ലേ ഒരു ചിറ്റമ്മയുടെ കഥ, ഉരലിലിട്ട് ഒരു കുഞ്ഞിനെ ഉറക്കിയ ചിറ്റമ്മയുടെ കഥ? ഞാൻ റുബാൻഗയോടു പറഞ്ഞാൽ ഒരു മന്ത്രം ജപിച്ച് നിന്റെ നേരെയെറിയും; നീയീക്കാര്യം പറയുകയാണെങ്കിൽ ഉരലിൽക്കിടന്ന് വളർച്ച മുട്ടിപ്പോയ കുട്ടിയെപ്പോലെയായിപ്പോകും, ഒരിക്കലും വളരാതെ, താടി മീശയൊന്നും വരില്ല.”

“ഞാനിക്കാര്യം ആരോടും പറയില്ല, എന്റെ അച്ഛനോടുപോലും. ഓറഞ്ചു ഫാന്റ എന്നെ കാണിച്ചുതാ. നിങ്ങൾ കള്ളം പറയുകയാണോ എന്നെനിക്കറിയണമല്ലോ.”

“വിർജീനിയ തന്റെ സഞ്ചി തുറന്ന് ഓറഞ്ചു ഫാന്റയും ഡോനട്ടും അവനു കാണിച്ചു കൊടുത്തു.”

“ശരി, എന്നാൽ വരൂ.” കാബ്വ പറഞ്ഞു.

വിർജീനിയയും അവളുടെ ഗൈഡും ചതുപ്പിലേക്കുള്ള വഴിയിലെത്തി. ആരും കണ്ട് തിരിച്ചറിയാതിരിക്കാൻ അവൾ ഉടുപ്പിന്റെ ഒരു ഭാഗം വലിച്ച് തല മൂടി. അങ്ങനെയൊരു മഴക്കാലത്ത് ആരുമങ്ങനെ താഴ്വരയിലേക്ക് പോകാറില്ല. മാത്രമല്ല ആ വഴി അവസാനിക്കുന്നത് ചതുപ്പിലാണ്. മലയുടെ ചെങ്കുത്തായ ആ ഭാഗങ്ങളിൽ തട്ട് കൃഷിയുണ്ടായിരുന്നതുമില്ല.

കാബ്വ പാപ്പിറസ് കുറ്റിക്കാട് വളർന്നു മുറ്റിയ ഭാഗത്ത് ഒരു കുഴി ചൂണ്ടിക്കാട്ടി.

“സൂക്ഷിച്ചു നീങ്ങണം. ഇടത്തോട്ടോ വലത്തോട്ടോ നീങ്ങരുത്. ചളിയിലേക്ക് ആണ്ടുപോകും. എനിക്കു നിങ്ങളെയതിൽനിന്ന്

വലിച്ചുകയറ്റാനുള്ള ശേഷിയില്ല. പിന്നെ ഹിപ്പോപ്പൊട്ടാമസിനെ കണ്ടാൽ വഴി മാറിക്കൊടുത്തേക്കണം. ഈ വഴി അവരുടേതാണ്.'' കാമ്പ ചിരിച്ചുകൊണ്ട് പറഞ്ഞു. ''പേടിക്കേണ്ട. കുളത്തിൽ നിന്ന് രാത്രിയേ അവൻ കയറിവരികയുള്ളൂ.''

കമാനാകൃതിയിൽ വളഞ്ഞ തൂവൽസമാനമായ പാപ്പിറസ് ഇലകളെ വകഞ്ഞുമാറ്റികൊണ്ടവർ മുന്നോട്ടു നടന്നു. ചതുപ്പിലെ ഇരുണ്ട വെള്ളത്തിൽ നിന്നുയരുന്ന ഗുൾഗുളു ശബ്ദമോ കറുത്ത ചളിയിലെ കനമാർന്ന തുള്ളലുകളോ ശ്രദ്ധിക്കാതിരിക്കാൻ വിർജീനിയ പാടുപെട്ടു.

''നമ്മളിവിടെയെത്തി.'' കാമ്പ പറഞ്ഞു.

പാപ്പിറസ് കാട് അവിടെ നേർത്തില്ലാതായിരുന്നു. ചതുപ്പിലെ പാറ നിറഞ്ഞ ഒരു ചെറുദ്വീപിൽ മുൾച്ചെടികൾ നിറയെ വളർന്നു നിന്നിരുന്നു.

''അതാ നോക്കൂ.'' കാമ്പ പറഞ്ഞു. ''ഒരു ചെറുകുന്നിന്റെ മുകളിൽ ഒരു കട്ടിൽ. അതാണ് റുബാൻഗയുടെ വീട്. നിങ്ങളാവശ്യപ്പെട്ട സ്ഥലത്ത് ഞാൻ നിങ്ങളെ എത്തിച്ചിരിക്കുന്നു. എനിക്ക് തരാമെന്നേറ്റത് തരൂ.''

വിർജീനിയ അവന് ഓറഞ്ചു ഫാന്റയുടെ കുപ്പിയും ഡോനട്ടും കൊടുത്തു. അവൻ അതുമായി പാപ്പിറസ് കുറ്റിക്കാടുകളുടെ ഇടയിലെ ഒരൊഴിഞ്ഞ സ്ഥലത്തേക്ക് കുതിച്ചുപാഞ്ഞു.

വിർജീനിയ കുടിലിനെ സമീപിക്കവേ, അവൾ ഹ്രസ്വകായനായ വൃദ്ധൻ ഒരു പായയിൽ കിടക്കുന്നതു കണ്ടു. അയാൾ തവിട്ടുനിറത്തിലുള്ള ഒരു പുതപ്പ് പുതച്ചിരുന്നു. തലയിൽ വെച്ച മിടഞ്ഞ തൊപ്പിക്കു മീതെ ഒരു ചുവന്ന ഉണ്ടയുണ്ടായിരുന്നു. മരക്കൊടിൽ കൊണ്ട് നാസ്വാദ്വാരങ്ങളെ അമർത്തി വെച്ചിരുന്നു.

വിർജീനിയ പതുക്കെ അടുത്തേക്കു ചെന്നു. അവളുടെ വരവറിയിക്കാൻ ചെറുതായി ഒന്നു ചുമച്ചു. അവളുടെ സാന്നിദ്ധ്യം അയാൾ അറിഞ്ഞതായി തോന്നിയില്ല.

''റുബാൻഗാ...'' അവൾ മൃദുവായി വിളിച്ചു. ''റുബാൻഗ ഞാൻ അങ്ങയെക്കാണാൻ വന്നിരിക്കയാണ്.''

റുബാൻഗ തലയുയർത്തി അവളെ കുറെ നേരം നോക്കി.

''എന്നെ കാണാൻ വന്നിരിക്കുകയാണെന്നോ? നിന്നെപ്പോലെ ഒരു സുന്ദരിക്കുട്ടി. ഞാൻ നിന്നെ നന്നായൊന്ന് കാണട്ടെ. നിന്നെപ്പോലൊരു പെൺകുട്ടി ഇവിടെ വന്നിട്ട് കാലം കുറേ ആയി. നീയെനിക്കഭിമുഖമായി ഇരിക്കൂ. വെളിച്ചത്തിൽ നിന്റെ മുഖമൊന്നു കാണിച്ചു തരൂ.''

വിർജീനിയ നിലത്തുകുത്തിയിരുന്നു.

‘‘ങ്ഹാ, ഇപ്പോൾ എനിക്കു നിന്റെ മുഖം നന്നായി കാണാം. പുകയിലപ്പൊടി വേണോ നിനക്ക്? കണ്ടോ മൂക്കു നിറയെ ഞാൻ പൊടി വലിച്ചു കെട്ടിയിരിക്കയാണ്.’’

‘‘വേണ്ട, റുബാൻഗ, ഇപ്പോഴത്തെ കാലത്ത് പെൺകുട്ടികൾ അതൊന്നും ഉപയോഗിക്കാറില്ല.’’

അവൾ പ്രിമസിന്റെ ഒരു പാനീയക്കുപ്പിയും വാഴയിലയിൽ പൊതിഞ്ഞ പുകയിലത്തണ്ടും അയാൾക്കു നേരെ നീട്ടി.

‘‘ഈ കുപ്പിപ്പാനീയം തരാൻ വേണ്ടി ഇത്രയും ദൂരം ചതുപ്പു താണ്ടി നീ വന്നു. നീ എന്റെ മകൾ പോലുമല്ലാതിരുന്നിട്ടും. എന്താ നിന്റെ പേര്? എന്നെക്കൊണ്ട് നിനക്കെന്താണ് വേണ്ടത്?’’

‘‘എന്റെ പേര് വിർജീനിയ. ശരിക്കുള്ള പേര് മുത്താമുറീസാ. ഞാൻ ഒരു ഹൈസ്കൂൾ വിദ്യാർത്ഥിനിയാണ്. പഴയകാലത്തെപ്പറ്റി താങ്കൾക്ക് കുറേ കാര്യങ്ങളറിയാമല്ലോ. ഗെസേക്കെയോട് എല്ലാവരും അങ്ങനെ പറഞ്ഞിട്ടുണ്ട്. പണ്ടത്തെക്കാലത്തെ രാജ്ഞിമാരെക്കുറിച്ചറിയാനാണ് ഞാൻ താങ്കളെ കാണാൻ വന്നത്. അവർ മരിച്ചാൽ എന്തായിരുന്നു ചെയ്തത്? എനിക്കറിയാം താങ്കൾക്കിതൊക്കെ അറിയാമെന്ന്.’’

‘‘രാജ്ഞി മരിച്ചുവെന്ന് പറയാൻ പാടില്ല. ഒരിക്കലും ഇനിയെങ്ങനെ പറയരുത്. അത് നിനക്ക് കേടാണ്. നിനക്കറിയേണ്ടത് അവരെ എന്തു ചെയ്തു എന്നാണല്ലേ?’’

‘‘അതെ, അതെനിക്കു പറഞ്ഞു തരൂ. അതാണെനിക്കറിയേണ്ടത്.’’

റുബാൻഗ മുഖം തിരിച്ചു. മൂക്കിൽ പിടിപ്പിച്ച കൊടിൽ മാറ്റി. ഓരോ നാസ്വാദ്വാരത്തിലും ചൂണ്ടുവിരൽ കടത്തി തവിട്ടുനിറത്തിലുള്ള മൂക്കിളനൂൽ പുറത്തേക്ക് ചീറ്റി. പുറംകൈക്കൊണ്ട് കണ്ണിലൂറിയ നീർ തുടച്ചു. തൊണ്ടകാറി നീട്ടിത്തുപ്പി. കാലുകൾ പിണച്ചുവെച്ചു. മെലിഞ്ഞ രണ്ടു കൈകൾ കൊണ്ട് തലതാങ്ങി. തുടക്കത്തിൽ നേർത്തും വിറകൊണ്ടും തുടങ്ങിയ ശബ്ദം ക്രമേണ ഉറച്ചു.

‘‘അതെന്നോട് ചോദിക്കരുത്. അതൊരു രഹസ്യമാണ്. രാജാക്കന്മാരുടെ രഹസ്യം. ഞാൻ രാജാക്കന്മാരുടെ രഹസ്യങ്ങളുടെ കാവൽക്കാരിൽ ഒരാൾ മാത്രം. എന്റെ പേരറിയാമല്ലോ. അതിലുമുണ്ടൊരു രഹസ്യം. എന്നെ കാക്കാൻ ഏൽപ്പിച്ചവ മാത്രമേ എനിക്കറിയാവൂ. ഇബിറുക്കാർ രഹസ്യങ്ങൾ ആർക്കും പങ്കുവെക്കാറില്ല. ഞങ്ങളുടെ ഓർമ്മയെ വിശ്വസിച്ച രാജാവിന്റെ രഹസ്യങ്ങൾ എന്റെ കുടുംബത്തിൽ പോലും പങ്കുവെക്കാറുണ്ടായിരുന്നില്ല. വെള്ളക്കാർക്ക് രഹസ്യങ്ങൾ വിറ്റവരുണ്ടെന്ന് എനിക്കറിയാം. ആ രഹസ്യങ്ങൾ അവർ

പുസ്തകങ്ങളിൽ എഴുതാൻ തുടങ്ങി. അതൊക്കെ ഞാനറിഞ്ഞി ട്ടുണ്ട്. പക്ഷേ വെള്ളക്കാർക്ക്, ഞങ്ങളുടെ രഹസ്യങ്ങളെക്കുറിച്ചെന്ത റിയാം? അതവർക്ക് ദൗർഭാഗ്യങ്ങൾ കൊണ്ടുവരും. ഒരു ഉംവിറു(മ ന്ത്രവാദി)വായി നടിച്ച ഒരു റുവാണ്ടൻ പാതിരി പോലുമുണ്ടായി രുന്നു. അയാളും രഹസ്യങ്ങൾ കടലാസിലാക്കി. അങ്ങനെയൊക്കെ ഞങ്ങൾക്കും ദൗർഭാഗ്യങ്ങൾ വന്നുപെട്ടു. മുമ്പത്തെക്കാലത്താണെ ങ്കിൽ രാജാവ് അങ്ങനെയുള്ളവരെ വധിക്കുമായിരുന്നു. ബാത്വാകൾ അവരുടെ കണ്ണുകുത്തിപ്പൊട്ടിക്കുമായിരുന്നു. നാക്കുപിഴുതെടുത്ത് നിയാബാറോംഗോ നദിയിലേക്ക് വലിച്ചെറിയുമായിരുന്നു. രാജാവ് എന്നെ വിശ്വസിച്ചേൽപ്പിച്ച രഹസ്യം ഞാനെന്നും സൂക്ഷിച്ചുവെച്ചി ട്ടുണ്ട്. ഇപ്പോൾ ഞാനെന്നെത്തന്നെ കളിയാക്കുകയാണ്. അബാ പാദ്രി പാതിരിമാർ പറയുന്നത് ഞാനൊരു മന്ത്രവാദിയാണെന്നാണ്. ന്യായാധിപതി എന്നെ പലതവണ ജയിലിലടച്ചിട്ടുണ്ട്. എന്തിനെ ന്നെനിക്കറിയില്ല. ഞാൻ ഭ്രാന്തനാണെന്നു പറയുന്നവരുണ്ട്. എന്റെ കുടുംബത്തെ രാജാവ് വിശ്വസിച്ചുവെന്ന കാര്യം എന്റെ ഓർമ്മയി ലുണ്ട്.

എന്നെപ്പോലെ ഒരു മന്ത്രവാദിക്ക് വിസ്മൃതിയെന്നത് മരണം തന്നെയാണ്. രാജാവ് ഞങ്ങൾ അബിറുക്കളെ കൊട്ടാരത്തിലേക്കു വിളിച്ചുവരുത്തുമായിരുന്നു. ഞങ്ങൾക്ക് പശുക്കളെയും മദ്യചഷക ങ്ങളുമൊക്കെ തരുമായിരുന്നു. കൊട്ടാരത്തിലെ പ്രമുഖരെല്ലാം ഞങ്ങളെ ആദരിച്ചിരുന്നു. അബിറുക്കളിലെ പ്രമുഖ കാരണവന്മാർക്ക് സകല രഹസ്യങ്ങളും അറിയാമായിരുന്നു. നാലുപേരായിരുന്നു അവർ. ഏറ്റവും വലിയ ആളുടെ പേര് മുനാനിറ എന്നായിരുന്നു. അവർ ഓർമ്മകളെ പരിശോധിക്കുകയും വിശകലനം നടത്തുകയും ചെയ്യുമായിരുന്നു. ഇന്ന് നമ്മൾ പരീക്ഷയെന്നൊക്കെ പറയുന്നതു പോലെ ഓർമ്മ മങ്ങുന്നവർക്ക് ശാപം കിട്ടും. ഓർമ്മയിൽ ശങ്ക വരുന്നവരും വീഴ്ചവരുത്തുന്നവരും ഒഴിവാക്കപ്പെടും. കുടുംബത്തിനു പോലും നാണക്കേടു വരും.

ഇന്നിപ്പോൾ രാജാക്കന്മാരില്ലാതെയായി, അബിറുക്കളിലെ ആ വലിയ കാരണവന്മാരൊക്കെ മരിച്ചു പോയി. ഒന്നുകിൽ കൊല്ല പ്പെട്ടു, അല്ലെങ്കിൽ നാടുകടത്തപ്പെട്ടു. എന്റെ രഹസ്യങ്ങൾ ഞാൻ പറയാറുള്ളത് ചുവന്ന മുരിക്കിൻ പൂക്കളോടാണ്. ഞാൻ പറയുന്നതു കേൾക്കാൻ ആരുമില്ലെങ്കിൽ ആത്മാക്കളുടെ അധീശനായ റിയാൻ ഗോംബിന്റെ രക്തത്തെ ആവാഹിച്ചു ചുവന്ന മുരിക്കിൻ പൂക്കളോട്. പലപ്പോഴും കുട്ടികളെന്നെ പിന്തുടർന്ന് ഞാൻ ഉരുവിടുന്ന കഥകൾ ഒളിച്ചു നിന്ന് കേൾക്കുമായിരുന്നു. എന്റെ ദൃഷ്ടിയിൽ പെടുന്നപാടേ ഞാനവരെയോടിപ്പിടിക്കാൻ ശ്രമിക്കും. എനിക്കു പിടിതരാതെയവർ ഉറക്കെ ആർത്തുകൊണ്ടോടും: ഉമുസാസി, ഉമുസാസി (ഭ്രാന്തൻ).

അവർ അവരുടെ അമ്മയോട് അവർ കണ്ടതും കേട്ടതും പറയും. അപ്പോൾ അവൾ അവരോടു പറയും: നിങ്ങൾ കണ്ടതോ കേട്ടതോ ഒന്നും ഒരാളോടും പറയരുത്. ഒരിക്കലും പാടില്ല. അപ്പോൾ, കുട്ടീ, നീയെന്താണെന്നെ കാണാൻ വന്നത്? എന്റെ പക്കലുള്ള രഹസ്യങ്ങൾ നിനക്ക് വെളിപ്പെടുത്തിത്തരണം. എന്നിട്ട് വെള്ളക്കാർക്ക് വിൽക്കണം. അല്ലേ? അതൊക്കെ പുസ്തകങ്ങളിൽ എഴുതിവെക്കണം, അല്ലേ? നിന്നെപ്പോലൊരു സുന്ദരിക്കുട്ടി ശാപം വിളിച്ചുവരുത്തണോ?''

''ഞാനാ രഹസ്യങ്ങൾ ആർക്കും വെളിപ്പെടുത്തി കൊടുക്കില്ല. താങ്കളതൊക്കെ പറഞ്ഞാൽ ഞാനതെല്ലാം എന്നിൽത്തന്നെ സൂക്ഷിക്കും, എന്റെ ഓർമ്മയിൽ മാത്രം. ഒരാളുമായും ഞാനവ പങ്കുവെക്കില്ല. ഞാൻ താങ്കളുടെ നേരെ വന്നുവെങ്കിൽ എന്നെ അയച്ചത് ഒരു രാജ്ഞിയാണ്, പണ്ടത്തെ ഒരു രാജ്ഞി. അങ്ങനെയാണ് ഞാൻ കരുതുന്നത്.''

''പണ്ടത്തെ രാജ്ഞിയോ? ആ രാജ്ഞിയുടെ ആത്മാവിനെ നീ കണ്ടോ?''

''ഏതാണ്ട് അങ്ങനെ തന്നെ. ഞാൻ താങ്കളോടതു പറയാം. ഞാനെന്റെ കൂട്ടുകാരിയോടൊന്നിച്ച് ഒരു വെള്ളക്കാരന്റെയടുത്ത് പോയി. അയാൾ ശരിക്കുമൊരു ഭ്രാന്തനാണ്. അയാൾ കരുതുന്നത് ഞങ്ങൾ ടുട്സികൾ ഈജിപ്തുകാരാണെന്നാണ്. ഞങ്ങൾ ഈജിപ്തിൽനിന്നു വന്നവരാണത്രെ. ടുട്സികളെക്കുറിച്ച് അവർ എന്തൊക്കെ കണ്ടെത്തിയെന്ന് അങ്ങേയ്ക്കറിയാമല്ലോ. ആ വെള്ളക്കാരന്റെ എസ്റ്റേറ്റിൽ അയാൾ ഒരു രാജ്ഞിയുടെ ശവക്കല്ലറ കണ്ടെത്തി. അയാളത് പൊളിച്ച് എല്ലുകൾ ശേഖരിച്ചു. ഒരു മ്യൂസിയത്തിനു കൈമാറാതെ ഒരു സ്മാരകം പണിത് അവ അതിൽ സൂക്ഷിച്ചു. കാൻഡാസ് എന്ന് പേരായ ഒരു കറുത്ത രാജ്ഞിയായിരുന്നുവെന്നയാൾ ഞങ്ങളോട് വിശദീകരിച്ചു. അയാൾക്കു വേണ്ടി കാൻഡാസ് രാജ്ഞിയായി ഭാവിക്കാൻ അയാളെന്നോടാവശ്യപ്പെട്ടു. പല ചിത്രങ്ങളും ഞങ്ങൾക്ക് കാണിച്ചുതന്നു. ഒരു രാജ്ഞിയുടെ എല്ലുകൾ കൊണ്ടെന്തുചെയ്യാനാണെന്ന് എനിക്കറിയില്ല. ഒരു പെരുമ്പാമ്പ് രാജ്ഞിയെ കാത്തുരക്ഷിച്ചിരുന്നു എന്നൊരു കഥ കേട്ടിട്ടുണ്ട്. ഞാൻ പെരുമ്പാമ്പിനെയൊന്നും കണ്ടില്ല. പക്ഷേ രാജ്ഞിയെ കണ്ടു. എന്റെ സ്വപ്നങ്ങളിലും രാജ്ഞിയെ കണ്ടു. ശരിക്കും തെളിഞ്ഞു കണ്ടില്ലെന്നു മാത്രം. വെയിലത്ത് മലഞ്ചെരുവിൽ പാറി നടക്കുന്ന ഒരു മേഘപടലം പോലെ. പ്രകാശപൂരിതമായ ആ മേഘപടലം രാജ്ഞിതന്നെയായിരുന്നോ ആവോ. പലപ്പോഴും വെളിച്ചത്തിന്റെ കണങ്ങൾക്കപ്പുറത്ത് രാജ്ഞിയുടെ മുഖം ഞാൻ തെളിമയോടെ തിരിച്ചറിഞ്ഞു.

രാജ്ഞിക്കുവേണ്ടി എന്തോ ചെയ്യാൻ എന്നോടാവശ്യപ്പെടുകയാണെന്ന് എനിക്കു തോന്നി. എനിക്കു സ്വസ്ഥതയില്ലാതെയായി. രാജാവിന്റെ രഹസ്യങ്ങളറിയാവുന്ന അങ്ങ് ഞാനെന്താണ് ചെയ്യേണ്ടതെന്ന് പറഞ്ഞുതരൂ.''

''എവിടെനിന്നാണ് നീയിപ്പോൾ വരുന്നത്?''

''ഞാനെന്റെ സ്കൊളാസ്റ്റീക്ക കാൻഡോറിയ അമ്മായിയുടെ അടുത്താണിപ്പോൾ. അവിടെ നിന്നാണ് വരുന്നത്.''

''നിന്റെ അമ്മായിയെ എനിക്കറിയാം. നിന്റെ കുടുംബത്തെയുമറിയാം. നിങ്ങൾ നല്ല തറവാട്ടുമഹിമയുള്ളവരാണ്. ഞാനും അതിലുൾപ്പെടുന്നയാളാണ്. അതുകൊണ്ടാണ് എനിക്കു പറയാൻ പറ്റുന്ന കാര്യങ്ങൾ നിന്നോട് പറയാൻ പോകുന്നത്. പക്ഷേ ഞാൻ പറയുന്ന കാര്യങ്ങൾ ഒരാളോടും പറയരുത്, മനസ്സിലായല്ലോ? കുരിശുമാല കഴുത്തിലണിഞ്ഞ് എപ്പോഴും പള്ളിയിൽ പോകാറുള്ള നിന്റെ അമ്മായി നീ ഇവിടെ വന്ന കാര്യം അറിയാതിരിക്കട്ടെ. സർവ്വകാര്യങ്ങളും അറിയാൻ വെമ്പിനിൽക്കുമെങ്കിലും ഒന്നും മനസ്സിലാകാത്ത വെള്ളക്കാരോടും ഇതൊന്നും പറയരുത്. നിന്നെയും ആ പ്രേതാത്മാവിനെയും തീർച്ചയായും അത് രാജ്ഞിയുടെ പ്രേതാത്മാവു തന്നെ, സഹായിക്കണമെന്ന് ഞാനാഗ്രഹിക്കുന്നു. മഹാനിദ്രയിലായ രാജ്ഞിയുടെ പ്രേതാത്മാവിനെയാണ് ആ വെള്ളക്കാരൻ വെളിപ്പെടുത്തിയതെന്ന് ഞാൻ കരുതുന്നു. പ്രേതാത്മാക്കളെ മരണത്തിന്റെ ശാന്തനിദ്രയിൽനിന്ന് നാമുണർത്തുമ്പോൾ അവർ കോപിഷ്ഠരാവും. അവർ പുള്ളിപ്പുലികളോ, സിംഹങ്ങളോ ആയേയ്ക്കുമെന്നാണ് പഴയ വിശ്വാസം. ഞാൻ ഒരിക്കൽ ഒരു രാജ്ഞിയുടെ ശവസംസ്കാരച്ചടങ്ങിൽ പങ്കെടുക്കാൻ പോയിട്ടുണ്ട്. വളരെ കാലം മുമ്പാണ്. അവർ മരിച്ചുവെന്ന് പറയാൻ പാടില്ലാത്തതാണ്. നമ്മൾ പറയേണ്ടത് ഇങ്ങനെയാണ്: ''അവൾ മധു പാനം ചെയ്തു.'' ഞാനന്ന് കുട്ടിയാണ്. എന്റെ അച്ഛനോടൊപ്പം പോയതായിരുന്നു. അദ്ദേഹം എന്നോട് പറഞ്ഞു: ''വരൂ, ഞാൻ ചെയ്യാൻ പോകുന്നതെല്ലാം നീ ഭാവിയിലൊരു ദിവസം ചെയ്യും.'' എന്റെ അച്ഛന് തെറ്റിപ്പോയി. അച്ഛൻ ചെയ്തതൊന്നും ഞാൻ ചെയ്തില്ല. എന്റെ ആൺകുട്ടികൾ വെള്ളക്കാരുടെ സ്കൂളിൽ പോയി. അവർക്ക് അച്ഛനെക്കുറിച്ച് നാണക്കേടാണ്. രഹസ്യങ്ങൾ എന്റെയൊപ്പം അപ്രത്യക്ഷമാകും. നീയിപ്പോഴിവിടെ വന്നു. ചെറുപ്പമാണ് നീ. അന്ത്യഗൃഹത്തിലേക്ക് ഒരു രാജ്ഞിക്ക് അകമ്പടി സേവിക്കുക എങ്ങനെയെന്ന് ഞാൻ പറയാൻ പോവുകയാണ്. നന്നായി ശ്രദ്ധിച്ചു കേൾക്കുക. നിനക്ക് പ്രയോജനപ്പെടുന്ന പലതും അതിൽ കാണുമെന്ന് ഞാൻ കരുതുന്നു.

രാജ്ഞിയുടെ ശരീരം ആദ്യം ഉണക്കിയെടുക്കുന്നു. അബിറുക്കൾ അവരുടെ കട്ടിലിനടിയിൽ തീ കൂട്ടുന്നു. അതിന്റെ ചൂടിൽ ശരീരമാകെ ഉണങ്ങും. മരനാരുതുണിയിൽ അത് പൊതിയുന്നു. എന്റെ അച്ഛൻ വലിയൊരു സിദ്ധനായിരുന്നു. രാജ്ഞിക്കായി അദ്ദേഹം ഒരു പശുവിനെ കൊണ്ടുവന്നിരുന്നു. ഒരു വലിയ പാൽ പാത്രം എന്നെ അദ്ദേഹം ചുമക്കാനേൽപ്പിച്ചിരുന്നു. ആ ഒരു സന്ദർഭത്തിനു വേണ്ടിമാത്രം പണിതതായിരുന്നു അത്. അതിൽ അതുവരെ ഒരിക്കലും പാൽ നിറച്ചിരുന്നില്ല. രാജ്ഞിക്കായി അദ്ദേഹം പശുവിൻ പാൽ കറന്നെടുത്തു. ഞാൻ പറയുന്നത് ശ്രദ്ധിച്ചു കേൾക്കണം. ഞങ്ങളുടെ കൂടെ ഒരു സ്ത്രീയുണ്ടായിരുന്നു. ഒരു കന്യക. അവളൊരു ഉംവിറുവോ സിദ്ധയോ ആയിരുന്നില്ല. രാജ്ഞിയുടെ പിന്തുടർച്ചാവകാശിയാണവൾ അഥവാ 'ഇങ്കുണ്ട് വാകാസി'. രാജ്ഞിതന്നെ തിരഞ്ഞെടുത്തതാണവളെ. അച്ഛൻ പാൽ കറന്നെടുത്ത പാത്രം ഞാനവൾക്കു നൽകി. അവളതു രാജ്ഞിക്കു നിവേദിക്കാൻ ചെന്നു, അതായത് രാജ്ഞിയുടെ ആത്മാവിന് വേണ്ടി. ശ്രദ്ധിച്ചു കേട്ടല്ലോ? കന്യകയായ ആ യുവതി തന്റെ പിൻഗാമിയായി രാജ്ഞിയാൽ നിർദേശിക്കപ്പെട്ടവളാണ്. അവളാണ് പാലുമായി ചെല്ലുന്നത്. രാജ്ഞിയുടെ അന്ത്യവിശ്രമവേളയിൽ അവർക്കായുള്ള മന്ത്രങ്ങളുരുവിടേണ്ട സ്ഥലത്തേക്ക് ഞങ്ങൾ പോയി. നാല് ദിവസത്തെ യാത്രയായിരുന്നു അത്. ഓരോ വൈകുന്നേരവും രാജ്ഞിയെ സ്വീകരിക്കാനായി കെട്ടിയുയർത്തിയ ഓരോ കുടിലിലും ഞങ്ങൾ സ്വീകരിക്കപ്പെട്ടു. അവിടെയൊക്കെ സോർഗോ ബിയർ, വാഴപ്പഴ മദ്യം, ചാരായം എന്നിവയൊക്കെ ഞങ്ങളെ കാത്തിരിക്കുന്നുണ്ടായിരുന്നു. ഞങ്ങളവിടെ നിന്നിറങ്ങുമ്പോൾ ആ കുടിൽ ആചാരപ്രകാരം തകർക്കുമായിരുന്നു. രാജ്ഞിയുടെ അന്ത്യവിശ്രമസ്ഥലത്ത് ഒരു കുടിലും ചുറ്റും വേലിയും പണിയും. ഒന്ന് അബിറുക്കളായ ഞങ്ങൾക്കും. പശുവിനെ കറക്കാനുള്ള ചുമതല എന്റെ അച്ഛനു മാത്രമായിരുന്നു. അത് വാങ്ങി എന്റെ തൊട്ടു പിറകിലെ ആൾക്ക് ഞാനാണ് കൊടുക്കേണ്ടത്. അയാൾ തൊട്ടുപിറകിലെ ആൾക്ക്. ആ ആളാണ് രാജ്ഞിയുടെ കട്ടിലിലേക്ക് അത് കൊണ്ടുപോകേണ്ടത്.

നാലു മാസം രാജ്ഞിയുടെ അടുത്തുതന്നെ നിൽക്കണം. എല്ലാതരം ഭക്ഷണപാനീയങ്ങളും സമൃദ്ധമായി അവിടെ ഞങ്ങൾക്ക് ലഭ്യമായിരുന്നു. നാലാം മാസത്തിന്റെ ഒടുവിൽ രാജാവിന്റെ ഒരു പരിചാരകൻ വന്ന് ചരമോപചാരച്ചടങ്ങ് തീരുകയാണെന്ന് ഞങ്ങളെ വന്നറിയിച്ചു. ഞങ്ങൾ മടങ്ങുന്നതിനു മുമ്പ് ആചാരപ്രകാരം രാജ്ഞിയുടെ ആ വീടും നശിപ്പിച്ചു. വേലി നാട്ടിയ അത്തിക്കമ്പുകൾ വലിയ മരങ്ങളായി. വൈകാതെ ഒരു ചെറുവനമായിത്തീർന്നു. അതിനുള്ളിലേക്ക് ആരും ചെല്ലാൻ ധൈര്യപ്പെട്ടില്ല. അവിടെ വേറെയൊരു

മരവും ഉണ്ടായിരുന്നു. ഒരു വലിയ മുരിക്കുമരം. അത് ഞങ്ങൾ വെച്ചതായിരുന്നില്ല. ആ മുരിക്കുമരം ആദ്യമേ അവിടെയുണ്ടായിരുന്നതാണ്. അതവിടെയുള്ളതുകൊണ്ടായിരുന്നു അബിറുകൾ ആ സ്ഥലത്തു തന്നെ രാജ്ഞിയെ അടക്കം ചെയ്യാൻ തിരഞ്ഞെടുത്തത്.

വേനൽക്കാലത്തു അവിടമാകെ പൂക്കൾകൊണ്ടു നിറയും. പോത്തിന്റെ കുത്തേറ്റ റിയാൻഗോംസ് രാജ്ഞിയെ സ്വാഗതം ചെയ്തു സ്വീകരിച്ചത് ആ ഒരേയൊരു മരമാണ്. ആ ചുവന്ന പൂക്കൾ അവളുടെ ചോരതന്നെയാണ്. രാജ്ഞിയുടെ ആത്മാവ് ആ കല്ലറയിൽ അവളുടെ അസ്ഥികൾക്കൊപ്പമിരുന്നില്ല. ആ ചുവന്ന പൂക്കൾ അവളുടെ ആത്മാവിനെ ആവാഹിച്ചു. മഴുവുമായി ആരെങ്കിലും അങ്ങോട്ട് ചെല്ലുന്നുവെങ്കിൽ അയാൾ നശിച്ചതുതന്നെ.

രാജ്ഞിയുടെ പിന്തുടർച്ചക്കാരി പിന്നെ എന്ത് ചെയ്തുവെന്ന് എനിക്കറിയില്ല. അത് ഞാൻ പറയാനും പാടില്ല. ഞാൻ ഇത്രയും തന്നെ പറഞ്ഞത്, നീ രാജ്ഞിയുടെ ആത്മാവിനെ ശരിക്കും കണ്ടുവെന്ന് ഞാൻ വിശ്വസിക്കുന്നു എന്നതുകൊണ്ടാണ്. ആ വെള്ളക്കാരൻ അവളുടെ ആത്മാവിനെ ഉണർത്തി. അയാൾ അതിനെ ശാന്തമാക്കണം. മരണത്തിന്റെ മഹാനിദ്രയിലേക്ക് വീണ്ടുമതിനെ ആനയിക്കണം.

നിന്റെ സ്വപ്നങ്ങളിൽ രാജ്ഞി നിന്നെ പിന്തുടർന്നുവെങ്കിൽ, അവളുടെ പിന്തുടർച്ചക്കാരിയായി നിന്നെയവൾ തേടുന്നുവെന്നതുകൊണ്ടാവാം. മുട്ടുവരെ ലോഹവളയങ്ങളണിഞ്ഞ രാജ്ഞിമാർക്ക് നടക്കാൻ പ്രയാസമായതിനാൽ അവർക്ക് എപ്പോഴുമൊരു കൈത്താങ്ങു വേണം. മരണത്തിനു ശേഷവും അവർ പാൽ കൊടുക്കുന്ന ഒരു പരിചാരികയെ തേടിക്കൊണ്ടിരിക്കും. മരണത്തിന്റെ നിദ്ര അവളുടെ ആത്മാവിനെ മരവിപ്പിക്കുന്നില്ല. രാജ്ഞിയുടെ പ്രേതാത്മാവ് മരണത്തിന്റെ മൂടൽമഞ്ഞിൽ ലയിച്ചു ചേരണം. വീണ്ടുമതിൽ നഷ്ടപ്പെടണം. അല്ലെങ്കിൽ അവൾ നിന്നെ സ്വൈര്യം കെടുത്തിക്കൊണ്ടിരിക്കും. ജീവിച്ചിരിക്കുന്നവരെയെല്ലാം സ്വൈര്യം കെടുത്തിക്കൊണ്ടിരിക്കും. മരണത്തിന്റെ നാട്ടിൽ എല്ലാവരും സംഗമിക്കുന്നതുവരെയത് തുടരും. നീ വീണ്ടും വരുമ്പോൾ നീ ചെയ്യേണ്ടതെന്തെന്ന് ഞാൻ പറഞ്ഞു തരാം.''

''ഞാൻ വീണ്ടും വരും. ഒന്നുകിൽ ഈ രാജ്ഞിയെ എന്നിൽ നിന്നകറ്റി തരുമെന്ന്, അല്ലെങ്കിൽ എന്നെ അവരുടെ പ്രിയങ്കരിയാക്കിത്തരുമെന്ന് എനിക്ക് വാക്കുതരണം.''

''എന്താണ് ചെയ്യേണ്ടതെന്ന് ഞാൻ പറഞ്ഞു തരാം. അതിനു വേണ്ടത് തരികയും ചെയ്യാം. ഞാൻ ഒരു ഉംവിറുവാണ് - സിദ്ധൻ.''

“എന്താ നീ വരാൻ വല്ലാതെ വൈകിയല്ലോ.” ക്ലൊറ്റീൽഡ് പറഞ്ഞു. “കാത്തിരുന്ന മടുത്തു. നീ വരുകയേ ഇല്ല എന്ന് കരുതി.”

“നിനക്കറിയാമല്ലോ അച്ഛൻപെങ്ങന്മാരോടുള്ള നമ്മുടെ ബാധ്യത കൾ. അവരതു മുതലെടുക്കുമെന്നും അറിയാമല്ലോ. അമ്മായി എനിക്ക് നിന്നെ വന്നു കാണാനുള്ള അനുവാദം തന്നു, പക്ഷേ ഓരോ ഒഴിവു കഴിവുകൾ പറഞ്ഞ് എന്നെ കുറേനേരം പിടിച്ചുനിർത്തി, അവരുടെ അധികാരത്തെ നിരന്തരം ഓർമ്മിപ്പിക്കുന്ന രീതിയിൽ. അമ്മായി യുടെ സദുദ്ദേശ്യങ്ങൾക്കെതിരെ നമുക്കൊന്നും ചെയ്യാനാവില്ലല്ലോ.”

പോകുന്നതിന് തലേന്ന് വിർജീനിയ അമ്മായിയോട് ക്ലൊറ്റീൽ ഡിനെ വീണ്ടും കാണാൻ പോകുന്ന കാര്യം പറഞ്ഞു. “ഈ ക്ലൊറ്റീൽ ഡുമായി നിനക്ക് ഇത്രത്തോളം ബന്ധമുണ്ടായിരുന്നുവെന്ന് ഞാൻ കരുതിയിരുന്നില്ല.” അമ്മായിയുടെ സ്വരത്തിൽ നീരസവും സംശ യവും കലർന്നിരുന്നു.

“പക്ഷേ നിന്നെപ്പോലെ പഠിപ്പും വിദ്യാഭ്യാസവുമുള്ള ഒരു പെൺ കുട്ടിയോട് എതിരു പറയാൻ ഞാനാരുമല്ലല്ലോ. നീ നിന്റെ ഇഷ്ടം പോലെ ചെയ്തോളൂ. നിന്റെ ഉറ്റ കൂട്ടുകാരിയോട് യാത്ര പറയാൻ പൊയ്ക്കോളൂ.”

യൂക്കാലിപ്റ്റസ് കാടും കടന്ന് ചതുപ്പിലേക്കുള്ള വഴിയിൽ അവ ളെത്തി.

“നിങ്ങൾ വീണ്ടും മന്ത്രവാദിയെ കാണാൻ പോവുകയാണോ?” റുഗാജുവിന്റെ വീടിനു മുമ്പിലൂടെ പോകുമ്പോൾ കാബ്വ ചോദിച്ചു. “ഞാൻ വരണോ കൂടെ?”

“ഓ, ഇനി നിന്റെ ആവശ്യമില്ല. എനിക്കു വഴി അറിയാം. നിന്റെ പേര് കാബ്വ എന്നാണെങ്കിലും എനിക്ക് ഒരു ചെറിയ നായ എന്റെ കൂടെ വേണ്ട.”

“എന്നാലും എനിക്കെന്തെങ്കിലും തരൂ.”

“ഞാൻ റുബാൻഗയെ സന്ദർശിച്ച കാര്യം നീ ആരോടും പറയ രുതെന്ന് ഞാനാവശ്യപ്പെട്ടിരുന്നത് ഓർക്കുന്നുണ്ടല്ലോ. നീ അതു പറഞ്ഞാൽ നിനക്ക് ശാപം കിട്ടും.”

“ഞാൻ വാക്കു തരുന്നു, ഞാനതേപ്പറ്റി ഒന്നും പറയില്ല. ഞാൻ നിങ്ങളെ കണ്ടിട്ടുപോലുമില്ല.”

ചതുപ്പിലെ അഗോചര ജീവിതങ്ങളിൽ നിന്നും പുറപ്പെടുന്ന ശബ്ദകോലാഹലങ്ങളാലും ചലനങ്ങളാലുമൊക്കെ ഞെട്ടിക്കൊണ്ട് വിർജീനിയ പാപ്പിറസ് കാട്ടിനകത്തേക്കു പ്രവേശിച്ചു. ഒടുവിലവൾ റുബാൻഗ താമസിക്കുന്ന കുന്നിൻമുകളിലെത്തി.

അയാൾ തന്റെ കട്ടിലിനു മുന്നിൽ കൂനിക്കൂടിയിരിക്കുന്നുണ്ടായിരുന്നു. പക്ഷേ മൂക്കുകൊടിൽ ഉണ്ടായിരുന്നില്ല.

''ഞാൻ നിന്നെ കാത്തിരിക്കുകയായിരുന്നു.'' റുബാൻഗ പറഞ്ഞു. ''നീ വരുന്ന ദിവസം ഇന്നാണെന്ന് എനിക്കറിയാമായിരുന്നു. ഞങ്ങൾ അബിറുക്കൾക്കതൊക്കെ ഊഹിച്ചറിയാം. നീയിപ്പോൾ വന്നത് ആ രാജ്ഞിയുടെ ആത്മാവിനെ സംബന്ധിക്കുന്ന കാര്യത്തിനാണ്. ആ പാവം രാജ്ഞി വല്ലാതെ കഷ്ടപ്പെടുന്നുണ്ട്. അവളുടെ എല്ലുകൾ കണ്ടെത്തിയ വെള്ളക്കാരൻ അവളുടെ മഹാനിദ്രയെ ഭംഗപ്പെടുത്തി. നിന്റെ സ്വപ്നങ്ങളിൽ അവൾ ഇപ്പോൾ അഭയം തേടിയിരിക്കയാണ്. അവൾ നിന്റെ വിചാരങ്ങളിൽ അലഞ്ഞു നടക്കുകയാണ്. പിന്തുടർച്ചക്കാരിയായി നിന്നെയവൾ തിരഞ്ഞെടുത്തിരിക്കുന്നു. അതെ, 'തിരഞ്ഞെടുക്കപ്പെട്ടവളാ'ണ് നീ. പരേതരുടെ നാട്ടിലേക്കു കൂട്ടിക്കൊണ്ടു പോകാൻ നിന്നെയാണ് പരിഗണിച്ചിരിക്കുന്നത്. അകമ്പടിയായി നീ ചെല്ലണമത്രേ. പക്ഷേ നീ ചെറുപ്പമാണ്. പരേതരുടെ നാട്ടിലേക്ക് പോകാനുള്ള പ്രായം നിനക്കായിട്ടില്ല. അതിനാൽ ഞാൻ നിനക്കു വേണ്ടി പോകാൻ പാടില്ലാത്ത ഒരിടത്തു പോയി. ഞാൻ നിന്നോട് പറയാൻ പോകുന്നത്, ഒരു പരമരഹസ്യമാണ്. അഥവാ അതിന്റെ ഒരു ഭാഗം. ഞാൻ നിന്നോടത് പറയുകയാണെങ്കിൽ നീയും ഒരു ഉംവിറു ആകും. പെട്ടെന്നൊന്നുമാകില്ല, കാരണം സ്ത്രീകളുടെ ഇടയിൽ മാന്ത്രികസിദ്ധിയുള്ളവർ കുറവാണ്. ഞങ്ങൾ അബിറുക്കൾ കുടിക്കുന്ന തരം ഒരു പാനീയം ഞാൻ തയ്യാറാക്കിയിട്ടുണ്ട്. നിനക്ക് രഹസ്യം കൈവരിക്കാനുള്ള പ്രാപ്തി കൈവരാനാണത്.''

അയാൾ ഒരു ചെറിയ ചുരയ്ക്കാത്തൊണ്ടും ഒരു പാനക്കുഴലും അവൾക്കുനേരെ നീട്ടി.

''ഇതു കുടിക്കൂ.''

''എന്തിനാണെന്നെ ഇതു കുടിപ്പിക്കുന്നത്, ഇതെന്താണ്?''

''വിഷമിക്കേണ്ട. ഒരു കുഴപ്പവുമില്ല. അത് വിഷമൊന്നുമല്ല. നീ കുടിക്കാൻ പോകുന്നത് ഇകിഹാംഗോ ആണ്. എല്ലാ അബിറുക്കളും ഇത് കുടിക്കണം. കുടിക്കൂ, അത് നിന്നെ സംരക്ഷിക്കും. പക്ഷേ നീ രഹസ്യത്തെ വഞ്ചിച്ചാൽ അത് വിഷമായി മാറും. രോഗ പീഡകളും കഷ്ടതയും നീയും കുടുംബത്തിലുള്ളവരും അനുഭവിക്കേണ്ടി വരും. ഈ രഹസ്യത്തെ ഭംഗപ്പെടുത്തിയാൽ, രഹസ്യം നിന്നെയും ഭംഗപ്പെടുത്തും.''

''ഞാനങ്ങയെ വിശ്വസിക്കുന്നു. എനിക്ക് വേറെ മാർഗ്ഗമൊന്നുമില്ല. അതിങ്ങു തരൂ. ഞാൻ രഹസ്യത്തെ ഭംഗപ്പെടുത്തില്ല.''

വിർജീനിയ ആ ചവർപ്പുള്ള ദ്രാവകം മൊത്തിക്കുടിച്ചു. ആ

ദ്രാവകം അവളുടെ വായയെ ആകെ പൊള്ളിച്ചു. അവൾ കരയാൻ തുടങ്ങി.

''ശരി, നീ നല്ല ധീരയാണ്. ഇനി നീ ഞാൻ പറയുന്നത് കേൾക്ക്. ഞാൻ നിനക്കുവേണ്ടിയും രാജ്ഞിയുടെ ആത്മാവിനു വേണ്ടിയും നിയാബൊറോംഗോ തീരത്തെ അനന്തമായ ചതുപ്പിലേക്കു പോയി. അതിൽ വഴിയില്ല. ആഞ്ഞു നടക്കുകയാണെങ്കിൽ മുന്നോട്ടു നീങ്ങാം. അതിൽ നിന്നു പുറത്തു കടക്കാൻ പറ്റില്ല. നടന്നു കൊണ്ടിരിക്കുക തന്നെയേ നിവൃത്തിയുള്ളൂ. ആ ഒരു കൊച്ചു കുടിൽ വരെ എങ്ങനെ പോകണമെന്ന് എനിക്കറിയാം. അതൊരു വെറും കുടിലല്ല. ഒരു വേട്ടക്കാരന്റെ കുടിലെന്നു തോന്നും. അതാണ് താംബൂറിന്റെ വാസ ഗൃഹം. നീയതിലേക്കു പ്രവേശിക്കുമ്പോൾ, താംബൂറിനെ നീ കാണില്ല. നിനക്ക് അവനെ കാണാൻ സാധിക്കില്ല. അവൻ ആഴത്തിൽ ഭൂമി ക്കുള്ളിലാണ്. രാജാവിന്റെ താംബൂർ, റുവാണ്ടയുടെ താംബൂർ കരിംഗ എന്നാണു പേര്. റുവാണ്ടയുടെ നാരായ വേര്. അവന്റെ ആന്തരിക ഭാഗത്താണ് റുവാണ്ട മുഴുവൻ. കരിംഗയുടെ അലർച്ച നീ കേട്ടി ട്ടുണ്ടോ? കരിംഗ മുരളുമ്പോൾ റുവാണ്ട മുഴുവൻ അത് കേൾക്കും. ആകാശത്തിനു കീഴിലുള്ളതെല്ലാം അത് കേൾക്കുന്നുണ്ടെന്നു തോന്നും. തൂമ്പ കൊണ്ട് കിളച്ചുകൊണ്ടിരിക്കുന്ന സ്ത്രീകൾ ഉടൻ ചലനമറ്റു കിടക്കും. ചഷകമേന്തിയ ആണുങ്ങളുടെ കൈകൾ പൊടു ന്നനെ മരവിച്ചുപോകും. പാനീയക്കുഴൽ അതിലിടാൻ പറ്റാതെ യാവും. വില്ലു കുലച്ച വേട്ടക്കാരന് അമ്പെയ്യാൻ കഴിയാതെയാവും.

കുഴലൂതിക്കൊണ്ടിരുന്ന ഇടയന് ശ്വാസം നഷ്ടപ്പെട്ടുപോകും. പശുക്കൾ മേയാനും കിടാങ്ങൾക്ക് പാൽ ചുരത്താനും മറന്നു പോകും. കരിംഗ അലർച്ച നിർത്തുമ്പോൾ നാട് ഏതോ മാന്ത്രിക ലോകത്തുനിന്ന് ഉണർന്നപോലെയാകും. ആ മേഘനാദം എത്ര നേരത്തേക്കുണ്ടാകുമെന്ന് ആർക്കും പറയാനാവില്ല. അവന്റെ ശത്രു ക്കൾ അവനെ പിന്തുടരുകയായിരുന്നു, അവനെ എരിയിച്ചു കളയാൻ. അങ്ങനെയാണവൻ ഭൂമിക്കുള്ളിലേക്കു കയറിയത്. അവന്റെ ശത്രു ക്കൾ അവനെ തിരഞ്ഞു, പക്ഷേ കണ്ടില്ല. ഒരുപക്ഷേ എപ്പോഴെ ങ്കിലും അവൻ ഭൗമോപരിതലത്തിൽ വീണ്ടുമെത്തും. എപ്പോഴെന്ന് ആർക്കുമറിയില്ല. ഭൂമിക്കടിയിലെങ്കിലും റുവാണ്ടയെ ഇപ്പോഴും കരിംഗ എന്ന താംബൂർ കാത്തു രക്ഷിക്കുന്നു. അവന്റെ ഉള്ളിലെ ന്തെന്ന് ആരും വെളിപ്പെടുത്തിയിട്ടില്ല. എനിക്കും അറിഞ്ഞുകൂടാ. കരിംഗയുടെ ഹൃദയം ആരും കണ്ടിട്ടില്ല. രഹസ്യങ്ങളുടെ രഹസ്യം ഇതാണ്.''

റുബെൻഗായുടെ ശബ്ദം താംബൂറിന്റെ പേരുച്ചരിക്കുമ്പോഴെല്ലാം വിറപൂണ്ടു. അയാൾ കുറേനേരം നിശ്ശബ്ദനായി ഇരുന്നു.

''ങ്ഹാ, ശരി... അപ്പോൾ... ഞാൻ നിനക്കും രാജ്ഞിയുടെ ആത്മാവിനും വേണ്ടി ചെയ്തത്... താംബൂർ ഭൂമിയിലേക്കു പിളർന്നിറങ്ങിയ ഭാഗത്ത് ഞാൻ കിടന്നു കാതോർത്തു. രാജ്ഞിയുടെ ആത്മാവിനു വേണ്ടി എന്തുചെയ്യണമെന്ന് അവൻ വെളിപ്പെടുത്തിയിട്ടുണ്ട്. നീ വെള്ളക്കാരുടെ സ്കൂളിൽ നിന്നാണല്ലോ വരുന്നത്, നീ കന്യകാത്വം നഷ്ടപ്പെടാത്തവളാണ്. ഇതാ ഞാൻ മുരിക്കുമരത്തടികൊണ്ട് ഒരു കുഞ്ഞു പാൽപാത്രമുണ്ടാക്കിയിരിക്കുന്നു. മരിച്ചവർ ഭക്ഷണത്തോടാർത്തിയുള്ളവരല്ല. ഇത്തിരി മാത്രം കൊണ്ടവർ തൃപ്തിപ്പെടും. ഈ ഇലകൾ നിറഞ്ഞ ചില്ലയും നിനക്ക് തരുന്നു. ഉമുറെംബ് മരിച്ചവരെ സാന്ത്വനിപ്പിക്കുന്ന ഒരു ചെടിയാണ്. കാരണം അതിനു മുള്ളുകളില്ല. മുൻകാലങ്ങളിൽ, മിഷനറികൾ വരുന്നതിനും മുമ്പ് ഈ ഇലകൾ മരിച്ചവരുടെ കൈകളിൽ വെയ്ക്കുമായിരുന്നു. നീ ആ വെള്ളക്കാരന്റെയടുത്ത് ഈ കുഞ്ഞു പാൽപാത്രവും ചില്ലയുമായി തിരികെ പോകണം. ഈ കുഞ്ഞുപാത്രത്തിൽ പാൽ നിറയ്ക്കണം. ഇനിയാംബോ പശുവിന്റെ പാൽ. മനസ്സിലാവുന്നുണ്ടല്ലോ. മറ്റു പശുക്കളുടേത് പാടില്ല. ശാന്തനായ ഒരു യുവ ഇൻറ്റോർ യോദ്ധാവാണ് പശുവിനെ കറക്കേണ്ടത്. ശവകുടീരത്തിന്റെ അടുത്തേക്കു ചെല്ലുക. മരങ്ങളുടെയിടയിൽ ഒരു മുരിക്കുമരം കാണാം. ഞാനതെന്റെ നിനവിൽ കാണുന്നു. ഞാൻ തന്ന ചില്ല പാലിൽ മുക്കിയിട്ട് ആ മുരിക്കുമരത്തിൽ ഇങ്ങനെ പറഞ്ഞുകൊണ്ട് കുടയണം: 'മുള്ളുകളില്ലാതെ തിരികെ പോകുക. ഉമുറെംബ് ചെടി കണക്കെ.' പാത്രം കാലിയാകുമ്പോൾ അത് മരച്ചുവട്ടിൽ കുഴിച്ചിടുക. പക്ഷേ വളരെ ശ്രദ്ധിക്കണം. അതിനു മുമ്പ് പാത്രം നിലത്ത് വെയ്ക്കുകയേ അരുത്. അതിന്റെ ശക്തി നഷ്ടപ്പെടും. ഇത്രയും കാര്യങ്ങൾ മനസ്സിൽ വെയ്ക്കുക.''

''**നീ** ഇപ്പോഴും ആ ഭ്രാന്തൻ വെള്ളക്കാരനുവേണ്ടി ദേവതാവേഷം കെട്ടാൻ പോകുന്നുണ്ടോ?'' വിർജീനിയ ചോദിച്ചു.

''എന്തിനു വേണ്ടെന്നു വെക്കണം?'' വെറോണിക്ക പറഞ്ഞു. ''അയാളെന്നെ ഈജിപ്ഷ്യൻ വേഷം ധരിപ്പിച്ചു. സുഗന്ധ ലേപനങ്ങൾ പൂശി. കുന്തിരിക്കം പുകച്ചു. എന്റെ ഫോട്ടോയെടുത്തു, ചായത്തിൽ വരച്ചു. എന്നെ തൊട്ടതേയില്ല. ഞാനയാൾക്ക് ഒരു ശില്പം പോലെയായിരുന്നു; അല്ലെങ്കിൽ ഒരു പാവ. തന്നിൽ ദേവതാസാന്നിധ്യം ഉണ്ടെന്നൊഴികെ. എന്റെ ഛായാചിത്രത്തിനു മുമ്പിൽ ഞാൻ നൃത്തം ചെയ്തു. ഞാൻ മറ്റേതോ ലോകത്തിലേക്ക് എടുത്തെറിയപ്പെടുന്നതുപോലെ എനിക്കു തോന്നി.''

''എനിക്കു തോന്നുന്നത് ഫോൻതെനെയിന്റെ ഭ്രാന്ത് നിന്നെ നിന്നിൽ നിന്ന് തന്നെ അകറ്റിയെന്നാണ്. നീ എന്നിൽ ഭയമുണ്ടാക്കുന്നു. നീയിതൊക്കെ എന്നാണവസാനിപ്പിക്കുകയെന്നറിയില്ല.''

“എനിക്കതിൽ എന്താണ് നഷ്ടം വന്നത്? എനിക്കു പലപ്പോഴും തോന്നിയിട്ടുണ്ട്.”

“കുലീന കുടുംബത്തിലെ കുട്ടികൾ പഠിക്കുന്ന സ്കൂളെന്ന വീമ്പു ഭാവിക്കുന്ന ഒരിടത്ത് നമ്മൾ, നീയും ഞാനും പഠനം തുട രേണ്ടതുണ്ടോ എന്ന്. നമുക്കിവിടെ യാതൊരു കുലീന പദവിയു മില്ലല്ലോ. നമ്മൾ പാഠങ്ങളൊക്കെ നന്നായി പഠിച്ചു. നമ്മൾ ഏറ്റവും ബുദ്ധിയുള്ളവരായതുകൊണ്ടല്ല. അങ്ങനെ ആയേ പറ്റൂ എന്ന നിവൃത്തികേടുകൊണ്ട്. നമ്മെ സ്വയം സംരക്ഷിക്കാൻ അത് മാത്രമേ നിവൃത്തിയുള്ളൂ എന്നതുകൊണ്ട്. അതുകൊണ്ട് അവർ നമ്മളിൽ ഒട്ടു നല്ലൊരു ഭാവി ദർശിച്ചു. മറ്റുള്ളവരെ നോക്കൂ. ഉപചാരപ്രകാരം ക്ലാസ്സിൽ വരുന്നു, പഠിക്കുന്നു. ഡിപ്ലോമ നേടിക്കഴിഞ്ഞുവെന്നാണ് ഭാവം. ഒരു മന്ത്രിയുടെ ഭാര്യയായിക്കഴിഞ്ഞുവെന്നാണോരോരുത്ത രുടേയും ഭാവം. ക്ലാസ്സിൽ വരുന്നതോ ഒരു ഉദ്യോഗസ്ഥൻ ഓഫീസി ലെത്തുന്നതു പോലെ. നോട്ട്സ് എഴുതുന്നതിൽ താൽപ്പര്യമില്ല. നമ്മളോ, നമ്മളെന്തായിത്തീരും? ഒരു ടുട്സി സർട്ടിഫിക്കറ്റുകാരി. അത് ഒരു ഹ്യൂറ്റു സർട്ടിഫിക്കറ്റു പോലെയല്ലല്ലോ. അത് ശരിയായ സർട്ടിഫിക്കറ്റല്ല. അത് വെറുമൊരു തിരിച്ചറിയൽ കാർഡ് മാത്രം. ടുട്സിയാണോ എങ്കിൽ വെള്ളക്കാരുടെയടുത്തു പോലും നിനക്ക തു മുഖാന്തരമൊരു ജോലി കിട്ടില്ല. അത് വെറും സംവരണക്കാരാ ണല്ലോ.”

“കൃഷിയിലേർപ്പെട്ടുകൊണ്ട് മലയിൽ തന്നെയങ്ങു കഴിഞ്ഞാലോ എന്ന് പലപ്പോഴും എനിക്കും തോന്നിയിട്ടുണ്ട്. പക്ഷേ എന്റെ അമ്മ കരുതുന്നത് സർട്ടിഫിക്കറ്റ് കുടുംബത്തിലുള്ളവരെ രക്ഷിക്കുമെ ന്നാണ്, എന്നെയും കുടുംബത്തെയും. അപ്പോൾ നീയിപ്പോഴും ആ വെള്ളക്കാരന്റെ അടുത്ത് പോകാറുണ്ടല്ലേ?”

“അതെ, ഉണ്ട്. അയാൾ വരച്ച എന്റെ ഛായാചിത്രങ്ങൾ അയാൾ യൂറോപ്പിലേക്ക് അയച്ചിട്ടുണ്ട്. ആ ചിത്രങ്ങളും ഫോട്ടോകളുമൊക്കെ അവിടെ വലിയ മതിപ്പുളവാക്കിയിട്ടുണ്ടെന്നും അയാൾക്കതു വഴി പണം കിട്ടിയിട്ടുണ്ടെന്നും എന്നോട് പറഞ്ഞിരിക്കുന്നു. ഞാൻ ശരിക്കും അയാളുടെ ദേവതയാണെന്നും പറഞ്ഞു. ഞാൻ അയാൾക്ക് ഭാഗ്യം കൈവരുത്തി. ആ പണത്തിന്റെ ഒരു പങ്ക് എനിക്ക് യൂറോപ്പിൽ പോയി പഠിക്കാൻ വിനിയോഗിക്കുമത്രേ.

യൂറോപ്പിൽ ഞാനിപ്പോൾ അറിയപ്പെടുന്ന ഒരാളാണു പോലും. അവരെന്നെ കാത്തിരിക്കുകയാണ്. ഞാൻ ശരിക്കുമൊരു ദേവത തന്നെയായേക്കും, സിനിമയിലെ പോലെ. ഫോൻതെനെയ് ഒരുപക്ഷേ ഒരു ഭ്രാന്തനായിരിക്കാം. തന്റെ ചിത്തഭ്രമങ്ങൾ അയാൾ യാഥാർത്ഥ്യ മാക്കി. എന്റെ സ്വപ്നങ്ങളും. അയാൾ തന്റെ സ്വപ്നങ്ങളിൽ

ജീവിക്കുന്ന ഒരാളാണ്. അയാൾ പൊതുപരീക്ഷ കടക്കാത്ത അല്ലെങ്കിൽ ക്വാട്ട വഴി തൊഴിലധിഷ്ഠിത വിദ്യാഭ്യാസം നേടിയ ടുട്സികളായ ആൺകുട്ടികൾക്ക് തൊഴിൽ നൽകി. ഒരു ടുട്സിയെപോലെ ജീവിക്കാൻ അയാൾ ഇഷ്ടപ്പെട്ടു. അവരെ ഡാൻസ് പഠിപ്പിക്കാൻ ഒരു വൃദ്ധ നർത്തകനെ ഏർപ്പാടാക്കി. അവർ ഒരേസമയം ഇടയന്മാരും നർത്തകരും ഈജിപ്ഷ്യൻ യോദ്ധാക്കളും എല്ലാമായിരുന്നു. അവർക്ക് എല്ലാം സ്വീകാര്യമായിരുന്നു. അയാൾ അവർക്ക് നന്നായി പ്രതിഫലവും നൽകി. അവരുടെ തുടർവിദ്യാഭ്യാസം ക്രമേണ സാധ്യമാക്കാമെന്ന അവ്യക്തമായ ഒരു വാഗ്ദാനവും നൽകി. എങ്ങനെയെന്ന് എനിക്കറിയില്ല. അവരുടെ ഈജിപ്ഷ്യൻ പൂർവികരെക്കുറിച്ച് അയാൾ ദീർഘമായി അവരോട് സംസാരിച്ചു. അവരിലാരെങ്കിലുമൊക്കെ അത് വിശ്വസിച്ചുകളയുമോ എന്നാണെന്റെ പേടി. അയാളുടെ കാര്യമാണെങ്കിൽ താനാരാണെന്ന് അയാൾക്കറിയാതെയായി. ചിലപ്പോൾ ഒരു ടുട്സി മുഖ്യൻ, അല്ലെങ്കിൽ ഇസിസ് ദേവതയുടെ പുരോഹിതൻ. അദ്ദേഹത്തെക്കുറിച്ചുള്ള ഒരു റിപ്പോർട്ട് തയ്യാറാക്കാൻ യൂറോപ്പിൽ നിന്ന് പത്രപ്രതിനിധികൾ വരുന്നുണ്ടെന്ന് അയാൾ എന്നോട് പറഞ്ഞു. അവർ ഒരു ചെറുസിനിമയും എടുക്കുന്നുണ്ടത്രേ. ഞാനവരുടെ സിനിമയിൽ ദേവതയായി അഭിനയിക്കും. ഞാനൊരു താരമാകും; എന്നെയവർ അവരോടൊപ്പം കൊണ്ടുപോകുകയാണെങ്കിൽ.''

''നീ സ്വപ്നം കാണുകയാണ്. ഫോൻതെനെയിന്റെ മതിഭ്രമങ്ങൾ നിന്നെ മണ്ടിയാക്കുന്നുണ്ട്. നന്നായി സൂക്ഷിച്ചോളൂ. പക്ഷേ ഞായറാഴ്ച എനിക്കും വരണം ഫോൻതെനെയിന്റെ അടുത്തക്ക്.''

''നിനക്കും ആ വെള്ളക്കാരന്റെ ഉന്മാദത്തിൽ പങ്കെടുക്കണമെന്നുണ്ടല്ലോ. നിന്നെത്തന്നെയാണയാൾ പ്രതീക്ഷിക്കുന്നത്.''

''അയാളെന്നോട് എപ്പോഴും ചോദിക്കാറുണ്ട്. കാൻഡാസ് രാജ്ഞി എവിടെയെന്ന്. ഒരു ദിവസം അവൾ തിരിച്ചുവരുമെന്ന് പ്രതീക്ഷയും പ്രകടിപ്പിച്ചു. അയാൾ നിന്നെക്കാണുമ്പോൾ ആനന്ദപരവശനാകും. നിന്നെ കാൻഡാസ് രാജ്ഞിയായി അണിയിച്ചൊരുക്കും. നിനക്കു വേണ്ടി മാത്രമായി ഒരുക്കിവെച്ച വേഷം അയാളെന്നെ കാണിച്ചു തന്നിട്ടുണ്ട്.''

''അങ്ങോട്ട് പോകാൻ ഞാൻ ആഗ്രഹിക്കുന്നത് കാൻഡാസ് രാജ്ഞിയായി പ്രച്ഛന്നവേഷമണിയിക്കപ്പെടാനല്ല. നിന്നോടു പറയാൻ പാടില്ലാത്ത മറ്റൊരു കാര്യത്തിനാണ്. ഞാനപേക്ഷിക്കുന്നു നീ എന്നോടു ദേഷ്യപ്പെടരുത്. എനിക്കവിടെ ഒറ്റയ്ക്കു പോകേണ്ട ആവശ്യമുണ്ട്. നിന്റെ സ്ഥാനം തട്ടിയെടുക്കാനൊന്നുമല്ല. കാൻഡാസ്

രാജ്ഞി വേഷം കെട്ടാൻ ഞായറാഴ്ചകൾ തോറും എനിക്കവിടെ പോകണമെന്നും ആഗ്രഹമില്ല. ഒരേയൊരു പ്രാവശ്യം ഒറ്റയ്ക്കു പോകണം. അത്രയേ ഉള്ളൂ.''

''എനിക്കൊന്നും മനസ്സിലാവുന്നില്ല. നീയെന്റെ കൂട്ടുകാരിയാണ്. എനിക്കു നിന്നെ വിശ്വാസമാണ്. നീ എന്നെ പറ്റിക്കുമെന്ന് ഞാൻ കരുതുന്നില്ല. ഫോൻതെനെയിന്റെ അടുത്ത് പോകണമെന്നത് നിനക്ക് വളരെ പ്രധാനപ്പെട്ടൊരു കാര്യം തന്നെയാവണം. പക്ഷേ നീ കാര്യങ്ങളാകപ്പാടെ നിഗൂഢമാക്കുന്നു. ഞായറാഴ്ച, നീ റുത്താറിലെ പാറക്കെട്ടുകൾക്കടുത്ത് ചെല്ലുക. ജീപ്പ് അവിടെയുണ്ടാകും. ഫോൻതെനെയിനു കൊടുക്കാൻ ഞാൻ നിനക്കൊരു കത്തെഴുതിത്തരാം. എനിക്കു സുഖമില്ല പകരമായി നിന്നെ അയയ്ക്കുന്നു എന്ന് ഞാനതിലെഴുതാം. അയാളുടെ പ്രിയ കാൻഡാസ് രാജ്ഞിയെ കാണുമ്പോഴയാൾക്ക് സന്തോഷമാകും. എന്നാൽ ആകപ്പാടെ എനിക്കൊന്നും മനസ്സിലാകുന്നില്ല.''

''എനിക്കത് നിന്നോട് പറയാൻ കഴിയില്ല. അങ്ങനെ ചെയ്താൽ നമുക്ക് രണ്ടുപേർക്കും ശാപം കിട്ടും.''

''ങ്ഹാ, വന്നല്ലോ, എന്റെ കാൻഡാസ്.'' തന്റെ സഞ്ചി മാറോടു ചേർത്തുപിടിച്ച് വിർജീനിയ ജീപ്പിൽ നിന്നിറങ്ങുന്നതു കണ്ടപാടെ മി. ഫോൻതെനെയ് സന്തോഷപൂർവ്വം ഉറക്കെപ്പറഞ്ഞു. ''അവൾ വരുമെന്ന് ഞാൻ പ്രതീക്ഷിച്ചിരിക്കുകയായിരുന്നു. എനിക്കറിയാമായിരുന്നു അവൾ വരുമെന്ന്. ഇസിസ് എവിടെ?''

''വെറോണിക്കയ്ക്കു സുഖമില്ല, താങ്കൾക്കുവേണ്ടി അവൾ ഒരു കത്ത് എന്നെ ഏൽപ്പിച്ചിട്ടുണ്ട്.''

മി. ഫോൻതെനെയ് കത്തുവായിച്ചു. അയാളുടെ മുഖത്ത് നിരാശയുടേതായ പ്രത്യേക ഭാവം പരന്നു.

''പേടിക്കേണ്ട.'' വിർജീനിയ അയാളെ സമാധാനിപ്പിച്ചു. ''വെറോണിക്ക എപ്പോഴും താങ്കളുടെ ഇസിസ് തന്നെയായിരിക്കും. അടുത്ത ഞായറാഴ്ച ഞാനും അവളും ഇവിടെ വരും. ഇന്ന് ഞാൻ താങ്കളുടെ കാൻഡാസ് രാജ്ഞിയാവുന്നതിൽ സന്തോഷമേയുള്ളൂ. പക്ഷേ ഒരു വ്യവസ്ഥയുണ്ട്.''

''വ്യവസ്ഥയോ?''

''താങ്കളുടെ എസ്റ്റേറ്റിൽ ഒരു യഥാർത്ഥ രാജ്ഞിയുണ്ട്. ആ രാജ്ഞിയുടെ അസ്ഥികൾക്ക് മീതെ താങ്കൾ ഒരു പിരമിഡ് പണിഞ്ഞിട്ടുണ്ട്. ഇവിടെ മറ്റൊരു രാജ്ഞിയെ കാണുന്നത് ആ യഥാർത്ഥ രാജ്ഞി ഇഷ്ടപ്പെടില്ല എന്ന് എനിക്കു ഭയമുണ്ട്. ഞങ്ങൾ റുവാണ്ടക്കാർ പ്രേതാത്മാക്കളെ ഭയമുള്ളവരാണെന്ന് താങ്കൾക്കറിയാമല്ലോ.

അവരെ നിന്ദിച്ചാൽ അവർ കോപിഷ്ഠരാകും. ഞാൻ യഥാർത്ഥ ത്തിലുള്ളൊരു രാജ്ഞിപോലുമല്ല. എന്നെയാ വേഷത്തിൽ കണ്ടാൽ ആ പ്രേതാത്മാവ് രോഷാകുലയാകും. എന്നെ മാത്രമല്ല താങ്കളെയും അത് പ്രതികാരദാഹത്തോടെ പിന്തുടരും. അതിനെ സമാധാനപ്പെടു ത്താൻ എനിക്കാദ്യം ഒരു നേർച്ച നടത്തണം.''

മി. ഫോൻതെനെയ് അവൾ പറയുന്നതെന്തെന്ന് മനസ്സിലാക്കി യെടുക്കുവാൻ കുറച്ചുനേരം ശങ്കിച്ചു നിന്നു. വിർജീനിയയുടെ വാക്കുകളിൽ ഒളിഞ്ഞിരിക്കുന്ന പൊരുളെന്താവാം? പെട്ടെന്നൊരു ഭാവപ്പകർച്ച അയാളിൽ ആവേശിച്ചു.

''ശരി, ശരി, എന്റെ രാജ്ഞി. തീർച്ചയായും, നീ ആ പൗരാണിക രാജ്ഞിക്ക് നേർച്ചയർപ്പിക്കേണ്ടതുതന്നെ. പിരമിഡിനുള്ളിലെ കാൻ ഡാസ് രാജ്ഞിക്ക് മേറോയുടെ കൽമണ്ഡപത്തിൽ ഞാൻ കണ്ട നീ, കാലത്തിന്റെ ചങ്ങലയെ അങ്ങനെ പുനർബന്ധനം ചെയ്യാൻ പോവുകയാണ്.''

മി. ഫോൻതെനെയ് ഉജ്ജ്വലപ്രകാശം വമിക്കുന്ന ഒരു ദൃശ്യ ത്തിന്റെ തീക്ഷ്ണതയേറ്റാലെന്നപോലെ കണ്ണുകളടച്ചു. അയാളുടെ കൈകൾ വിറച്ചു. അനന്തമായി നീണ്ടുപോയെന്ന് വിർജീനിയയ്ക്കു തോന്നിയ ഒരു നിമിഷത്തിനു ശേഷം, അദ്ദേഹം ശാന്തത വീണ്ടെ ടുത്തു.

''എന്റെ രാജ്ഞിക്കെന്താണ് വേണ്ടത്, പറയൂ? എന്ത് ചെയ്യണ മെന്നാവശ്യപ്പെട്ടാലും ഞാനതു ചെയ്യാം.''

''റുവാണ്ടക്കാർക്ക് ഏറ്റവും മൂല്യവത്തായതൊന്ന് രാജ്ഞിക്കു നേദിക്കുകയേ വേണ്ടൂ: സാർ. ഒരു രാജ്ഞിയെ ശാന്തമാക്കാനുള്ള തരം പാൽ താങ്കളുടെ കൈവശമുണ്ട്. ഇനിയാംബോ പശുവിന്റെ പാൽ.''

വിർജീനിയ തന്റെ സഞ്ചിയിൽ നിന്ന് കുഞ്ഞു പാത്രവും ഇലകൾ നിറഞ്ഞ ഉമുറെംബ് ചില്ലയും പുറത്തെടുത്തു.

''ഈ കുഞ്ഞു പാത്രത്തിൽ പാൽ നിറയ്ക്കണം. രാജ്ഞിയെ ശാന്തമാക്കാനത് മതിയാകും.''

''ശരി. രാവിലത്തെ കറവ സമയത്ത് എന്റെ ഇടയന്മാർ നിന്റെ പാത്രം നിറച്ചുതരും. പിന്നെ നമ്മൾ രാജ്ഞിയുടെ ശവക്കല്ലറയി ലേക്കു പോകും. അവൾക്കായുള്ള ദൗത്യം നിനക്കവിടെ നിറവേറ്റാം.''

''മൊസ്സ്യേ ഫോൻതെനെയ്, എന്നോട് ദേഷ്യം തോന്നരുത്.'' ആ സ്മാരകത്തോപ്പിലേക്ക് അവളുടെ കൂടെ പോകാൻ തയ്യാറെടു ക്കുകയായിരുന്ന ഫോൻതെനെയോട് വിർജീനിയ പറഞ്ഞു.

‘‘അവിടേക്കു ഞാൻ ഒറ്റയ്ക്കേ പോകാൻ പാടുള്ളൂ. വിലക്കപ്പെട്ട വനമാണത്. താങ്കളതിലെ കുറേ മരങ്ങൾ വെട്ടിക്കളഞ്ഞു. താങ്കളവിടെ കിളച്ചുമറിച്ചു. താങ്കളവിടെ സ്മാരകം പണിതു. നിങ്ങളൊരു വെള്ളക്കാരനാണ്. ആ ശാന്തസ്ഥാനത്തെ ഉലച്ചുകളഞ്ഞു നിങ്ങൾ. നിങ്ങളെന്റെയൊപ്പം വന്നാൽ എന്റെ നേർച്ച രാജ്ഞി സ്വീകരിക്കില്ല എന്നും ഞാൻ ഭയപ്പെടുന്നു. പരേതാത്മാക്കളെ അലോസരപ്പെടുത്തിയാൽ ദുർവിധിക്ക് അടിപ്പെടേണ്ടതായി വരും. ഒരുപക്ഷേ നിങ്ങൾ വെള്ളക്കാർക്കിതൊന്നും ഒരു പ്രശ്നമേയല്ലായിരിക്കും. പക്ഷേ പ്രതികാരമെല്ലാം വരുന്നത് എന്റെ നേരെയാണ്. ഞാൻ അപേക്ഷിക്കുകയാണ്, എന്നോട് ദേഷ്യം തോന്നരുത്.’’

‘‘ഇല്ല, ഒരിക്കലുമില്ല, കാൻഡാസ്, എനിക്കു ദേഷ്യമില്ല. നേരെ മറിച്ച എനിക്കതു നന്നായി മനസ്സിലാവുന്നുണ്ട്. ഞാൻ ആചാരങ്ങളെ മാനിക്കുന്നു. വില്ലയിലേക്ക് തിരിച്ചെത്തുമ്പോൾ, നീ കാൻഡാസിന്റെ വസ്ത്രങ്ങളണിയണം. ഞാൻ നിന്റെ ഛായാചിത്രം വരയ്ക്കും. ഇസിസ്, കാൻഡാസ്, തെളിവുകൾ കൂടുതൽ ആഗതമായിക്കൊണ്ടിരിക്കുന്നു. ടുട്സികൾ ഉന്മൂലനം ചെയ്യപ്പെട്ടാലും അവരുടെ പൈതൃകത്തിന് ഞാൻ കാവൽനിൽക്കും.’’

വിർജീനിയ പിരമിഡ് നിന്നിരുന്ന വെളിവിടം ഒഴിവാക്കി വളഞ്ഞു പുളഞ്ഞു വളർന്ന അത്തിമരങ്ങൾക്കിടയിലൂടെ നൂണ്ടു കടന്നു. ഇടതിങ്ങിവളർന്ന മരങ്ങൾക്കിടയിൽ അവൾ ചുവന്ന പൂക്കളുള്ള മരത്തെ തിരഞ്ഞു. ഒരു ചിന്ത അവളുടെ മനസ്സിലൂടെ കടന്നുപോയി: ശാഖക്കൾക്കു പിറകിൽ ഒരു പെരുമ്പാമ്പെങ്ങാൻ ഒളിച്ചിരുന്ന് വീക്ഷിക്കുന്നുണ്ടാവുമോ? അവൾ വേഗം നടന്നു വേഗം തന്നെ കാടിന്റെ മറുപുറത്തോളമെത്തി.

‘‘റുബാൻഗ എന്നെ പറ്റിച്ചു. അയാൾ വെറുമൊരു കിളവൻ സൂത്രക്കാരനാണ്.’’ അവൾ തന്നത്താൻ പറഞ്ഞു. പക്ഷേ അവൾ പുറത്തു കടന്നപാടെ അവൾ ഒട്ടകലെയായി ഒറ്റപ്പെട്ട ഒരു മരം കണ്ടു. പക്ഷേ അതിൽ ചുവന്ന പൂക്കളുണ്ടായിരുന്നില്ല. (അവൾക്കറിയാം വേനലിൽ അത് പൂക്കാറില്ലെന്ന്) പക്ഷേ അതിന്റെ വിള്ളലുകൾ നിറഞ്ഞ പുറംതൊലിയും പാമ്പിനെപ്പോലെ പുളഞ്ഞു വളർന്ന കൊമ്പുകളെല്ലാം കണ്ടതോടെ താൻ തിരയുന്ന മരം അതുതന്നെയാണെന്ന് അവൾ തിരിച്ചറിഞ്ഞു. ‘ഉമുറിൻസി’ അഥവാ കാവൽമരമെന്ന് ആദരസൂചകമായി വിളിക്കപ്പെട്ട മുരിക്കു മരം.

രാജ്ഞിയുടെ ആത്മാവിനെ ആവാഹിക്കാൻ അനേക കാലം മുമ്പ് അബിറുക്കൾ തിരഞ്ഞെടുത്ത അതേ മരം. അവളതിനെ പ്രദക്ഷിണം വെച്ചു. മന്ത്രവാക്യം ഉച്ചരിച്ചുകൊണ്ട് ഉമുറെംബ് ചില്ല

പാലിൽ മുക്കി മുരിക്കു മരത്തിൽ തളിച്ചു: 'മുള്ളുകളില്ലാതെ തിരികെ പോവുക. ഉമുറെംബ് ചെടി കണക്കെ.' ചെറു പാൽപാത്രം കാലിയായപ്പോൾ അവൾ വൃക്ഷപാദത്തിൽ മുട്ടുകുത്തിയിരുന്നു. കുഞ്ഞു പാൽപാത്രവും ഉമുറെംബ് ചില്ലയും കുഴിച്ചിടാൻ ഒരു മൂർച്ചയുള്ള പരന്ന ഒരു കല്ലുകൊണ്ടൊരു കുഴിയുണ്ടാക്കി. എല്ലാം കഴിഞ്ഞവൾ എഴുന്നേറ്റു.

മുരിക്കിലകൾ വിറകൊള്ളുന്നതായും സ്വച്ഛമായ ഒരു ശക്തിയതിൽ നിറഞ്ഞതായും അവൾക്കു തോന്നി. 'ഇനിമുതൽ രാജ്ഞിയുടെ പ്രേതാത്മാവ് എന്നിൽ പ്രസാദിക്കും. ഞാനവൾക്ക് പ്രിയങ്കരിയാവും. ഇഹലോകത്തുതന്നെ പ്രിയങ്കരിയാവും.' അവളാശ്വസിച്ചു. അവർ വില്ലയിലേക്ക് തിരിച്ചിറങ്ങുമ്പോൾ അവർക്കു നേരെയൊരു ജോലിക്കാരൻ ഓടിവന്ന് കിതച്ചു.

''മുതലാളീ, മുതലാളീ. ഒരു സന്ദർശകനുണ്ട്: ഒരു വൃദ്ധപാതിരി. ഒരു നീളൻ താടിയുള്ള ആൾ. മോട്ടോർ സൈക്കിളിലാണ് വന്നത്.''

''ഓ, കിഴവൻ ഫാദർ പാൻതാർ. വയസ്സു കാലത്തും മോട്ടോർ സൈക്കിളിലാണ് യാത്ര. അയാളിപ്പോൾ വീണ്ടും വന്നിരിക്കുന്നു. ബൈബിളിന്റെ ഉന്മാദങ്ങളിലേക്കെന്നെ മതം മാറ്റാൻ. അയാൾ നിന്നെയും മതം മാറ്റാൻ ശ്രമിക്കും. ഇരുപതു വർഷമായി അയാൾ അതിനു ശ്രമിക്കുന്നു. അയാൾ പറയുന്നതൊന്നും കേൾക്കേണ്ട. നീ വരുന്നത് മെറോയിൽ നിന്നാണെന്ന സത്യം നിനക്ക് വെളിവാക്കിത്തന്നത് ഞാനാണ്. നീ കാൻഡാസ് രാജ്ഞിയാണെന്ന് അവിടെ വെച്ചാണ് ഞാൻ തിരിച്ചറിഞ്ഞത്.''

ഫാദർ പാൻതാർ സ്വീകരണമുറിയിൽ കാത്തിരിക്കുകയായിരുന്നു. മുളകൊണ്ടുള്ള ചെറു കസേര അദ്ദേഹത്തിന്റെ അധീശപരമായ ബാഹുല്യത്തിൽ മാഞ്ഞു പോകുമെന്നു തോന്നി. അങ്ങിങ്ങ് ചളിപ്പാടുകളുള്ള വെളുത്ത ളോഹമേൽ വലിയ മണികളുള്ള ജപമാല വേട്ടക്കാരുടെ കാട്രിഡ്ജ് ബെൽറ്റുപോലെ അണിഞ്ഞിരുന്നു. ഒരു കുലപതിയുടേതുപോലുള്ള നീണ്ട താടി വിർജീനിയയെ വളരെ ആകർഷിച്ചു.

''ഫോൻതെനെയ്, നമസ്കാരം. നിങ്ങളുടെ ചെകുത്താൻ പള്ളിയിലേക്ക് ഇപ്പോഴും നിഷ്കളങ്കരായ പെൺകുട്ടികളെ ആകർഷിച്ചു വരുത്തുന്നുണ്ടെന്ന് ഞാൻ അറിഞ്ഞു. ഇത് നിങ്ങളുടെ ഒരു സ്വഭാവവൈകൃതമാണെങ്കിൽ എനിക്കതു മനസ്സിലാക്കാം. അതിനുമാത്രം പ്രായമാകാത്ത ആളായതുകൊണ്ടായിരിക്കും. മൂവായിരം വർഷങ്ങൾക്കു മുമ്പുള്ള രാജ്ഞിമാരെയായിരിക്കും താങ്കൾക്കു പഥ്യം.''

എന്നെ അനുഗ്രഹിച്ചാലും, ബഹുമാനപ്പെട്ട എന്റെ ഫാദർ, ഞാനൊരുപാട് പാപം ചെയ്തിട്ടുണ്ട്.

ഫോൻതെനെയ് ചിരിച്ചുകൊണ്ട് പറഞ്ഞു. ''ഈ പെൺകുട്ടിയുടെ പേര് വിർജീനിയ. ഞാനവളുടെ ഛായാചിത്രം വരച്ചിട്ടുണ്ട്. മൂവായിരം വർഷങ്ങൾക്കു മുമ്പുള്ള രാജ്ഞിയുമായി അവൾക്കുള്ള സാദൃശ്യം ആർക്കും കാണാവുന്നതേയുള്ളൂ.

''മോളേ, ഫോൻതെനെയ് പറയുന്നതോന്നും നീ കേൾക്കേണ്ട. ഞാൻ പറയുന്നതു കേൾക്കൂ. നീയൊരു ടുട്സിയാണെന്ന് ഞാൻ മനസ്സിലാക്കുന്നു. അങ്ങനെ അല്ലാത്ത ആരും ഇവിടെ ഫോൻതെനെയുടെ അടുത്ത് കാണില്ലല്ലോ. ഞാൻ റുവാണ്ടയിൽ വന്നിട്ട് നാൽപതു വർഷമായി. ഞങ്ങൾ അന്നൊക്കെ ടുട്സികളെയും ബിഷപ്പുമാരെയും ബെൽജിയംകാരെയുമൊക്കെ പിടിച്ചാണ് ആണയിട്ടിരുന്നത്. അവർക്കു രാജാവിനെ മാറ്റേണ്ടതുണ്ടായിരുന്നു. പക്ഷേ വീണ്ടും ജ്ഞാനസ്നാനം ചെയ്യാനാണവർ മുതിർന്നത്. അവർക്ക് കോൺസ്റ്റൻറ്റയിനെയായിരുന്നു വേണ്ടത്. പിന്നെ ബെൽജിയംകാരും ബിഷപ്പുമാരും അവരുടെ മേലങ്കികൾ തിരിച്ചു നൽകി. അവർ ഹുറ്റ്യുക്കളെ വെച്ച് ആണയിടാതായി. ജനാധിപത്യബോധമുള്ള ധീരരായ നാട്ടുകാർ, തമ്പുരാന്റെ വിനീതരായ കുഞ്ഞാടുകൾ, അല്ലാ, ഞാനൊന്നും പറഞ്ഞില്ല, ഞാനെന്റെ ബിഷപ്പിനെ അനുസരിക്കുന്നു. യുവ മിഷനറികൾ ഭൂരിപക്ഷ ജനാധിപത്യത്തെക്കുറിച്ച് ആരു പറയുന്നതും വെട്ടിവിഴുങ്ങുന്നു. പക്ഷേ നാൽപതു കൊല്ലമായി ഞാൻ പഠിക്കുന്നു. ഒരു വശത്ത് ബൈബിൾ, മറുവശത്ത് ടുട്സികൾ. എല്ലാം ബൈബിളിലാണ്, മറ്റെല്ലാമെന്നതുപോലെ ടുട്സികളെപ്പറ്റിയും.''

''പാൻതാർ, പാൻതാർ അസംബന്ധ സിദ്ധാന്തങ്ങൾ പിറുപിറുത്തു കൊണ്ട് അങ്ങ് അങ്ങയെ ക്ഷീണിപ്പിക്കാതെ. വിർജീനിയയ്ക്ക് അതൊന്നും കേൾക്കണമെന്നില്ല.''

പക്ഷേ ഫാദർ പാൻതാർ അതിനൊന്നും ചെവികൊടുത്തില്ല. അദ്ദേഹം തന്റെ വിരസമായ ഭാഷണം തുടർന്നു. വിർജീനിയയെ അഭിസംബോധന ചെയ്തുകൊണ്ടുതന്നെ എന്നു തോന്നുന്നു. ചിലപ്പോൾ അത് കേട്ടാൽ പ്രബോധനമെന്നും മറ്റു ചിലപ്പോൾ യോഗപ്രസംഗമെന്നും തോന്നും.

''നോഹയിൽ തിരികെ കയറാതെ, മോസസിൽ നിന്ന് തുടങ്ങാവുന്നതാണ്. ഹീബ്രുക്കൾ ഈജിപ്തിൽ നിന്ന് പുറത്തുകടന്നു. തന്റെ ഊന്നുവടികൊണ്ട് ചെങ്കടലിനെ പകുത്തു. പക്ഷേ ചിലർക്കു വഴി തെറ്റി. അവർ തെക്കോട്ടു പോയി. അവർ കൂഷുകളുടെ നാട്ടിലെത്തി. അവരാണ് ആദ്യത്തെ ടുട്സികൾ. അവരുടെ രാജ്ഞി

സബായും ടുട്സിയായിരുന്നു. അവൾ സോളമൻ രാജാവിനെ സന്ദർശിക്കുമായിരുന്നു. അവൾ തിരിച്ചുവന്നത് ഒരു കൈക്കുഞ്ഞുമായാണ്. അവൾ അവനെ രാജാവാക്കി. അവൻ ടുട്സികൾ ജൂതന്മാരായിട്ടുള്ള നാട്ടിലെ ചക്രവർത്തിയായി. ഫാലാഷാ എന്നായിരുന്നു ആ ടുട്സി ജൂതന്മാർ വിളിക്കപ്പെട്ടിരുന്നത്.''

സോളമൻ രാജാവിന്റെ ഖനികളെക്കുറിച്ച് അറിവുള്ള മന്ത്രസിദ്ധികളുള്ള അബിറുക്കൾപ്പെടുന്ന യഥാർത്ഥ ജൂതന്മാരുണ്ടായിരുന്ന റുവാണ്ടയിൽ ഒടുവിൽ എല്ലാം അങ്ങനെയായിത്തീർന്നതെന്തുകൊണ്ടെന്ന് വിർജീനിയയ്ക്ക് മനസ്സിലായില്ല.

മി. ഫോൻതെനെയ് ചിരിച്ചു. കൈകൾ ആകാശത്തേക്കുയർത്തി. പിന്നെ വിസ്കിയോഴിച്ച് അതിഥിക്കു നേരെ നീട്ടി. അദ്ദേഹം ആദ്യമാദ്യം മൃദുവായി തിരസ്കരിച്ചുവെങ്കിലും ഒടുവിൽ അതുവാങ്ങി. ഫാദർ പാൻതാറിനെ തടയാൻ വിർജീനിയ ധൈര്യപ്പെട്ടില്ല. പക്ഷേ സൂര്യൻ അസ്തമിക്കാൻ പോകുന്നതായി കണ്ടപ്പോൾ അവൾ ഫോൻതെനെയിന്റെ കാതിൽ മന്ത്രിച്ചു.

''നേരം വൈകി, എനിക്ക് സ്കൂളിലേക്കു മടങ്ങണം. എന്നെ അവിടെ കൊണ്ടാക്കിത്തരണം.''

''ക്ഷമിക്കൂ ഫാദർ, വിർജീനിയയെ സ്കൂളിലേക്ക് തിരികെ കൊണ്ടാക്കണം.'' ഫോൻതെനെയ് പറഞ്ഞു. ''പക്ഷേ വിർജീനിയ എനിക്കു നീ വാക്കു തരണം. അടുത്ത ഞായറാഴ്ച വരണം: നിന്നെ കാൻഡാസ് രാജ്ഞിയായി എനിക്കു കാണണം.''

''കുട്ടീ, ഞാൻ പറഞ്ഞു തന്ന കാര്യങ്ങൾ നന്നായി ആലോചിക്കുക.'' ഫാദർ പാൻതാർ പറഞ്ഞു.

''നിന്റെ ആളുകൾ നിനക്കു വരുത്തിവെയ്ക്കുന്ന വിനകളിൽ നിന്ന് നീ മോചിതയാകൂ. വിർജീനിയാ, നീ എന്നോട് പറയൂ. നീ എന്നിട്ട് രാജ്ഞി വേഷം കെട്ടിയോ ഫോൻതെനെയുടെ ആവശ്യപ്രകാരം?''

''ഞാൻ ചെയ്യേണ്ടതെന്തായിരുന്നോ അതു ചെയ്തു. പക്ഷേ ടുട്സികൾ കേവലമനുഷ്യരല്ലെന്നും ഞാൻ ഗ്രഹിച്ചു. നാമിവിടെ വെറും ഇനിയെൻസികൾ, കൂറകൾ, സർപ്പങ്ങൾ, ശല്യക്കാരായ കീടങ്ങൾ; പക്ഷേ, വെള്ളക്കാരുടെയടുത്ത് നമ്മൾ ഇതിഹാസനായകർ.''

ബോദ്വേൻ രാജാവിന്റെ മകൾ

ഈസ്റ്റർ അവധിക്കു ശേഷം ഏവരും തിരിച്ചെത്തി. മദർ സുപ്പീരിയറിന് കഴിയാവുന്നിടത്തോളം തന്റെ വിശാലമനസ്കത പ്രദർശിപ്പിക്കണമെന്നുണ്ടായിരുന്നു. അവർ മുറികളുടെ ചുവരുകൾ അലങ്കരിക്കാൻ വിദ്യാർത്ഥിനികളെ ചുമതലപ്പെടുത്തി. തന്റെ അഭിരുചിക്കും മിതത്വത്തിനും ഇണങ്ങുന്ന തരം നൈൽ നോത്രദാമിന്റെ പടങ്ങൾ അവരവരുടെ കട്ടിൽ നെറ്റിയിൽ ഒട്ടിച്ചുവെക്കാൻ വിതരണം ചെയ്തു. അതിന്റെയൊപ്പം പ്രസിഡണ്ടിന്റെ ഫോട്ടോയും എല്ലാവരും വെച്ചിട്ടുണ്ടോ എന്ന് ഗ്ലോറിയോസ പരിശോധിച്ചു. രക്ഷാകർതൃ ഭാവത്തിലുള്ള പ്രസിഡണ്ടിന്റെ ഫോട്ടോകൾക്കു കീഴെയാണ് റുവാണ്ടയിലെ സകല ദൈനംദിന പ്രവർത്തനങ്ങളും നടക്കുന്നത്. ഏറ്റവും താണ തരം കടകളിലൊക്കെ രാഷ്ട്രത്തലവന്റെ ചെമ്മൺ പിടിച്ച ഒരു ഛായാചിത്രം ഷെൽഫിനുമുകളിൽ നിലകൊള്ളും, നീഡോയുടെ പാൽ ടിന്നുകളുടേയും തീപ്പെട്ടികളുടെയും ഉപ്പുപാക്കറ്റുകളുടേയുമൊക്കെ ഇടയിൽ. വൃത്തികെട്ട നൃത്തശാലകളിൽ ബിയർ ചഷകങ്ങളുടെയും പ്രിമസ് കുപ്പിപ്പായനീയങ്ങൾ നിറഞ്ഞ ഷെൽഫിന്റെയുമൊക്കെ ഉപരിയായി അതു തൂങ്ങിയാടും. സമ്പന്നരായ കച്ചവടക്കാരുടെ കടകളിൽ അവ വലിപ്പത്തിൽ മത്സരിച്ചു. ഭൂരിപക്ഷം ജനതയുടെ വിമോചകനായ പ്രസിഡണ്ടിന്റെ ഛായാചിത്രത്തിന്റെ വലിപ്പം കച്ചവടക്കാരുടെയും ഉദ്യോഗസ്ഥരുടേയുമൊക്കെ കറയറ്റ വിധേയത്വത്തിന് സാക്ഷ്യപത്രങ്ങളാണ്.

വീട്ടിൽ വെച്ച രാഷ്ട്രനേതാവിന്റെ ഛായാചിത്രത്തിലെ ഒരു അണുമാത്ര പൊടിതുടയ്ക്കാൻ വീട്ടുടമസ്ഥൻ മറന്നോ, എങ്കിൽ പിന്നെ അയാൾക്ക് കഷ്ടകാലമാണ്. പ്രസ്തുത ഫോട്ടോയെ വിമർശിക്കാൻ ധൈര്യം കാട്ടിയത് ഗോരറ്റി മാത്രമാണ്.

''എനിക്ക് നമ്മുടെ പ്രസിഡണ്ടിനെ ഇഷ്ടമൊക്കെത്തന്നെയാണ്. പക്ഷേ ഫോട്ടോയിലെങ്കിലും അദ്ദേഹത്തിന് ഒരു പ്രസിഡണ്ടിന് ഉചിതമായ വേഷം ധരിച്ചു കൂടെ? പട്ടാളത്തൊപ്പി, തോളിൽ സ്വർണ്ണ

നക്ഷത്രങ്ങളുള്ളതും കുപ്പായക്കയ്യിൽ വരകളുള്ളതുമായ നല്ലൊരു യൂണിഫോം, പിന്നെ നിറയെ മെഡലുകൾ കുത്തിയ ജാക്കറ്റ്. അങ്ങനെയൊക്കെയാണ് എല്ലാ പ്രസിഡണ്ടുമാരും. നമ്മുടേതോ ഒരു സെമിനാരി വിദ്യാർത്ഥിയെപ്പോലെ.''

അവൾക്കു ചുറ്റുമുള്ളവർ അത് വേണ്ടത്ര ചെവികൊണ്ടില്ല എന്നു ഭാവിച്ചു എല്ലാവരും ഗ്ലോറിയോസയുടെ പ്രതികരണത്തിനായി കാത്തു. ഏറെനേരം അവൾ നിശ്ശബ്ദയായിരുന്നു. അവളുടെ മിതത്വം ഏവരെയും അത്ഭുതപ്പെടുത്തി. പിന്നെ അവൾ പറഞ്ഞു: ''നമ്മുടെ പ്രസിഡണ്ടിന് ജനങ്ങളോട് സംവദിക്കാൻ പട്ടാള യൂണിഫോം ആവശ്യമില്ല. എല്ലാവർക്കും അതറിയാം. നിനക്കുമറിയാം. അദ്ദേഹം നിന്നെപ്പോലെയോ നിന്റെ കേണലച്ഛനെപ്പോലെയോ അല്ല എന്ന്. കളിയാക്കാൻ വേണ്ടി സ്ഥിരമായി പറയാറുണ്ടായിരുന്ന അഗ്നി പർവ്വത പ്രദേശങ്ങളിലെ ഗൊറില്ലകളുടെ അയൽവാസികളായി കഴിയുന്ന വടക്കന്മാരെപ്പറ്റിയൊക്കെയുള്ള തമാശകളും പരിഹാസങ്ങളും പഴകിപ്പഴകി ഏശാതെയായിത്തീർന്നിരുന്നു.'' ഗ്ലോറിയോസയുടെ പതിവുമട്ടിലുള്ള ഭീഷണിയുടെ ഉഗ്രായുധങ്ങൾ അവൾ നിരത്താതിരുന്നത് എന്തുകൊണ്ടാണെന്ന് ആർക്കും മനസ്സിലായില്ല. അതിരുകടന്ന ഇത്തരം അഭിപ്രായപ്രകടനങ്ങളെക്കുറിച്ച് അധികാരികളെ, കൂടുതൽ കഷ്ടമെന്നു പറയട്ടെ, അവളുടെ അച്ഛനെ അറിയിക്കുകയാണ് അവളുടെ പതിവ്. ''കാര്യങ്ങളുടെ കിടപ്പറിയുന്നവർ മനസ്സിലാക്കിയതെന്തെന്നാൽ പട്ടാളക്കാരുടെ, പ്രത്യേകിച്ച് വടക്കൻ പ്രദേശങ്ങളിൽ നിന്നുള്ളവരുടെ സ്വാധീനശക്തി പ്രസിഡണ്ടിന്റെ തന്നെ ശ്രദ്ധയിൽ പെട്ടിട്ടുണ്ട് എന്നാണ്.''

ഗോരറ്റിയുടെ മട്ടിലും ഭാവത്തിലും പെട്ടെന്നാർജ്ജിക്കപ്പെട്ട ഒരു പക്വത അവർ ദർശിച്ചു. അവളുടെ ഭാഷയ്ക്കും മയം കൈവന്നിരുന്നു. പുച്ഛം നിറഞ്ഞ ഒരു സഹിഷ്ണുത അവൾ ഉള്ളാലെ സമാഹരിച്ചിരുന്നു.

അവരുടെ സ്വകാര്യമുറികളുടെ ചുവരുകൾ മദർ സുപ്പീരിയർ നിർദേശിച്ചപ്രകാരം അലങ്കരിക്കുകയെന്നത് വിദ്യാർത്ഥിനികളെ സംബന്ധിച്ചിടത്തോളം വളരെ പ്രയാസകരമായിത്തീർന്നു. മെടഞ്ഞുണ്ടാക്കിയ പാനലുകളിൽ പരമ്പരാഗത ചിത്രരൂപങ്ങൾ ആലേഖനം ചെയ്തതും ലളിത സുന്ദരങ്ങളായ പൂക്കൾ ലേസ് തുണികളിൽ ചായത്തിൽ വരച്ചതും അച്ഛനമ്മമാരുടെ ഫോട്ടോകളും മൂത്ത സഹോദരീ സഹോദരന്മാരുടെ വിവാഹഫോട്ടോകളുമൊക്കെ നിർദേശാനുസരണം തന്നെയവർ ഒരുക്കി. പക്ഷേ അവർ ആഗ്രഹിച്ച തൃപ്തി അവകൊണ്ട് കുട്ടികൾക്കു ലഭിച്ചില്ല. ആധുനിക യുവതികൾ അങ്ങനെയൊന്നുമല്ല മുറി അലങ്കരിക്കേണ്ടത്. കോളനിവൽക്കരണകാലത്ത്

ഏവരും പറയാറുള്ളതുപോലെ അവർ ഏറെ 'പരിണമി'ച്ചിരിക്കുന്നു. നീളൻ മുടിയുള്ള യുവജനങ്ങളുടെയും കൂളിംഗ് ഗ്ലാസ് അണിഞ്ഞ ഗായകരുടെയും കടൽത്തീരത്ത് നീന്തൽ വേഷത്തിൽ നിൽക്കുന്ന മദാം ഡെക്കറിനെക്കാൾ നീളൻ സ്വർണമുടിയുള്ള, സുന്ദരിമാരുടെയും ഫ്രഞ്ച് സാംസ്കാരിക കേന്ദ്രത്തിൽ പ്രദർശിപ്പിക്കാറുള്ള, സിനിമകളിലൊക്കെ കാണാറുള്ള യുവതാരങ്ങളുടേയുമൊക്കെ ഫോട്ടോകളാണ് വെക്കേണ്ടത്. അവർക്കതൊക്കെ നന്നായി അറിയാം. അത്തരം ഫോട്ടോകൾ നോത്രദാം സ്കൂളിൽ കണ്ടുകിട്ടാനേ ഇല്ല. പക്ഷേ, അവിവാഹിതരും യുവാക്കളുമായ ഫ്രഞ്ച് അദ്ധ്യാപകരുടെ, പ്രത്യേകിച്ച് ഗിറ്റാർ വായിക്കുന്ന താടിക്കാരൻ മൊസ്സ്യേ ല് ഗ്രോയുടെ പക്കൽ മാത്രമേ അവയുണ്ടാവുകയുള്ളൂ.'' ഇമ്മാക്കുലേ ഒരു നിർദേശമെന്നപോലെ പറഞ്ഞു.

കുറച്ച് വിദേശ മാസികകൾ വിദ്യാർത്ഥിനികൾക്കുവേണ്ടി ആവശ്യപ്പെടാൻ മൊസ്സ്യേ ല് ഗ്രോൻദിയുടെ അടുത്ത് വെറോണിക്കയെ വിടാമെന്ന് ഗ്ലോറിയോസ തീരുമാനിച്ചു. നിന്നെപ്പോലുള്ള ടുട്സി പെൺകുട്ടികൾക്ക് വെള്ളക്കാരോടെങ്ങനെ ഇടപെടണമെന്ന് അറിയാം. ഏറ്റവും ചുരുങ്ങിയത് റിപ്പബ്ലിക്കിനെപ്പറ്റി കുറ്റങ്ങൾ പറയാനൊന്നുമല്ലല്ലോ.'' മൊസ്സ്യേ ല് ഗ്രോൻദി വെറോണിക്കയുടെ ആവശ്യം കേട്ടപ്പോൾ അഭിമാന പുളകിതനായി. പിറ്റേന്ന് ക്ലാസ്സിലേക്ക് അദ്ദേഹം കുറേ മാസികകൾ കൊണ്ടുവന്നു. പാരീസ് മാച്ച്, സാല്യൂലേ കോപ്പാൻ എന്നിവയുടെ കുറേ കോപ്പികളായിരുന്നു അവ. നിങ്ങൾക്കവ ഇനിയും വേണമെങ്കിൽ എന്റെയടുത്ത് വന്നാൽ തരും. അദ്ദേഹത്തിന്റെ ക്ഷണത്താൽ മോഹമുദിച്ചവർ പരസ്പരം അക്കാര്യം സംസാരിച്ചു.

അവരേവരും ആവേശപൂർവ്വം ആ മാസികകൾ മറിച്ചുനോക്കി. അവ പങ്കുവെക്കുന്നതിനെക്കുറിച്ചും അതിലെ ചിത്രങ്ങൾ മുറിച്ചെടുക്കുന്നതിനെക്കുറിച്ചും നീണ്ട ചർച്ചകൾ വേണ്ടിവന്നു. ജോണി ഹാല്ലിഡേ, ബീറ്റ്ൽസ്, ക്ളോദ് ഫ്രാൻസ്വാ എന്നിവരുടെ ഫോട്ടോകൾക്കുവേണ്ടി അവർ അന്യോന്യം മത്സരിച്ചു. സ്ത്രീകളിൽ ഗിറ്റാറുമായി വല്ലാത്ത വിഷാദവതിയായി കാണപ്പെട്ട ഫ്രാൻസ്വാ ഹാർഡി, ടിനാ ടേണർ എന്നിവർ അവരുടെ നിറംകൊണ്ട് കുട്ടികൾക്ക് അഭിമതരായി. പക്ഷേ അവരേറ്റവും ഇഷ്ടപ്പെട്ടത് നാനാ മൊസ്ക്കൂറിയെയായിരുന്നു. അവൾ ധരിച്ച കണ്ണട കാരണം പ്രത്യേകിച്ചും. ഏവരും ആഗ്രഹിച്ച മറ്റൊരു ഫോട്ടോ ബ്രിജിത്ത് ബാർഡോയുടെതായിരുന്നു. ഗ്ലോറിയോസ ഫോട്ടോകൾ അവളുടെ പ്രിയപ്പെട്ടവർക്ക് വീതിച്ചു നൽകി. ചിലർമാത്രം വിവേകം കൊണ്ടോ ഭക്തികൊണ്ടോ പോപ്പിന്റെ ചിത്രവും ലൂർദിലെ കാഴ്ചകളും പാരീസിലെ തിരുഹൃദയപ്പള്ളിയുടെ ഫോട്ടോകളുമൊക്കെ തിരഞ്ഞെടുത്തു.

മദർ സുപ്പീരിയർ മുറികളെല്ലാമൊരു പരിശോധന നടത്തി. 'എന്റെ ദൈവമേ' എന്ന് ഉറക്കെ വിളിച്ചുപോയി. അതിൽ അമ്പരപ്പും നീരസവും ദേഷ്യവുമെല്ലാം കലർന്നിരുന്നു.

''താങ്കളിതൊക്കെ കാണുന്നുണ്ടല്ലോ.'' അവർ കൂടെയുണ്ടായിരുന്ന ഏർമെനെഷീൽഡച്ചനോട് പറഞ്ഞു. ''ലോകത്തിന്റെ ദുർവാസനങ്ങളിൽ നിന്നും നമ്മുടെ പെൺകുട്ടികളെ വാതിലുകൾ ഭദ്രമായി അടച്ച് സംരക്ഷിച്ചു നിർത്തുന്നുവെന്നായിരുന്നു നമ്മുടെ ധാരണ. അവർക്കിതൊക്കെ ആരാണ് കൊടുത്തതെന്ന് ഞാനൂഹിക്കുന്നുണ്ട്. അങ്ങേരോട് എനിക്കു രണ്ടു വാക്കുകൾ സംസാരിക്കണം.''

''ചെകുത്താൻ എല്ലാ മുഖങ്ങളുമണിയുന്നു.'' അച്ചൻ പറഞ്ഞു. ''നമ്മുടെ ക്രിസ്തീയരാജ്യം, റുവാണ്ട അപകടത്തിലാണെന്ന് ഞാൻ ഭയക്കുന്നു.''

മദർ സുപ്പീരിയർ കുട്ടികൾക്ക് കർശനശാസനകൾ നൽകിക്കൊണ്ടവരോട് സംസാരിച്ചു. അടുത്ത രണ്ടു ഞായറാഴ്ചകളിൽ ആരും പുറത്തേക്കു പോകരുതെന്നുവരെ വിലക്കി. പോപ്പിന്റെ ചിത്രം പതിപ്പിച്ചവരൊഴികെ. അശ്ലീകരമായ പടങ്ങളെല്ലാം പറിച്ചുമാറ്റാനും അവ ഏർമെനെഷീൽഡച്ചനെ ഏൽപ്പിക്കാനും ആജ്ഞാപിച്ചു. അതേസമയം തന്റെ മഹാമനസ്കതയ്ക്കുള്ള തെളിവായി അഡാമോ, നാനാമോസ്കൂറി എന്നിവരുടെ ഫോട്ടോകളെ ഭ്രഷ്ടിൽ നിന്നൊഴിവാക്കി. വ്യക്തമായും പ്രകടമായും ഏർമെനെഷീൽഡച്ചൻ ഗായകതാരങ്ങളുടെ ഫോട്ടോകൾ കീറിക്കളഞ്ഞുവെന്നത് ശരി. പക്ഷേ ബ്രിജിത്ത് ബാർഡോയുടെ ഫോട്ടോകൾ ഒഴിവാക്കി. അവ അദ്ദേഹം കീറിക്കളയാതെ രഹസ്യമായി ളോഹയുടെ കീശയിലേക്കിട്ടു.

മദർ സുപ്പീരിയറും ഏർമെനെഷീൽഡച്ചനും ഗോഡ്‌ലിവിന്റെ സ്വകാര്യമുറി അത്ര ശ്രദ്ധിച്ചതായി തോന്നിയില്ല. അവൾ ഒരുക്കിയ ചുവരലങ്കാരം അവളുടെ കൂട്ടുകാരികളിൽ കൗതുകവും ജിജ്ഞാസയുമുണർത്തിയിരുന്നു. കന്യാമാതാവിന്റെയും പ്രസിഡണ്ടിന്റെയും സാധാരണ ചിത്രങ്ങൾക്കു പുറമെ അവൾ മറ്റൊരു ഫോട്ടോ മാത്രമേ വെച്ചിരുന്നുള്ളൂ.

ബെൽജിയൻ രാജാവിന്റെയും രാജ്ഞിയുടെയും പൂർണകായ ഫോട്ടോ ബോദ്വേനും ഫാബിയോലയും. മറ്റൊരു കാര്യം കൂടി അവർ ശ്രദ്ധിച്ചു. അത് മാഗസിനിൽ നിന്ന് വെട്ടിയെടുത്തതല്ല, ശരിക്കും ഫോട്ടോ തന്നെയാണ്. എന്തിനാണ് അങ്ങനെയൊരു ഫോട്ടോ വെച്ചതെന്നും അതെവിടെനിന്നു കിട്ടി എന്ന ചോദ്യങ്ങൾക്കെല്ലാം

മുന്നിൽ അവളൊരു ഗൂഢഭാവം പൂണ്ടുനിന്നു. ഒന്നും പറയാൻ തൽക്കാലം സാധ്യമല്ലെന്നും എല്ലാം വൈകാതെയറിയുമെന്നും അവൾ പറഞ്ഞു. ഒന്നും അറിയാൻ കഴിയാതിരുന്നതിനാൽ ഗ്ലോറിയോസയ്ക്കു ക്ഷമകെട്ടു. പള്ളിയുടെ വിശുദ്ധീകരണദൗത്യസംഘത്തിലെ അംഗമെന്ന നിലയിൽ അവൾ ഗോഡ്‌ലിവിന്റെ സ്യൂട്ട്കേസ് ബലമായി തുറക്കാൻ ശ്രമിച്ചു. പക്ഷേ അവ താക്കോലിട്ടു പൂട്ടിയിരുന്നു.

കുറച്ചു ദിവസങ്ങൾക്കു ശേഷം, മദർ സുപ്പീരിയർ എല്ലാ അദ്ധ്യാപകരെയും വിദ്യാർത്ഥികളെയുമെല്ലാം ഹാളിൽ വിളിച്ചുകൂട്ടി. അവർ പ്രസംഗപീഠത്തിനരികിൽ വികാരാധീനയായി കാണപ്പെട്ടു. അഭൂതപൂർവ്വമാം വിധം മാതൃസഹജമായ ഒരു നോട്ടം ഏവരിലും അവർ പതിപ്പിച്ചു. ''എന്റെ കുട്ടികളേ, നാമൊരു വലിയ സംഭവത്തെ, നിസ്സംശയമായും ഒരു ചരിത്രസംഭവത്തിന് സാക്ഷ്യം വഹിക്കാൻ പോവുകയാണ്. നമ്മുടെ സ്കൂൾ നൈലിന്റെ നോത്രദാം ഹൈസ്കൂൾ ഒരു ബഹുമതിക്കു പാത്രമാവാൻ പോവുകയാണ്. എന്തെന്നാൽ ബെൽജിയൻ രാജ്ഞി, ഫാബിയോലയെ സ്വീകരിക്കാനുള്ള അവസരം നമ്മുടെ സ്കൂളിനു കൈവന്നിരിക്കുന്നു. ബെൽജിയൻ രാജാവും രാജ്ഞിയും ഒരു ഔദ്യോഗിക സന്ദർശനത്തിനായാണ് റുവാണ്ടയിൽ വരുന്നത്. രാഷ്ട്രീയ സാമ്പത്തിക കാര്യങ്ങൾ രാജാവ് പ്രസിഡണ്ടുമായി ചർച്ച ചെയ്യുമ്പോൾ രാജ്ഞി കിഗാലിയിലെ പ്രഥമവനിത നടത്തുന്ന അനാഥമന്ദിരം സന്ദർശിക്കും. റുവാണ്ടൻ സർക്കാരിന്റെ വനിതകളുടെ ഉന്നമനത്തിൽ അധിഷ്ഠിതമായ രാഷ്ട്രീയ നിലപാടിനെ അഭിനന്ദിക്കാനും ഉപചാരങ്ങൾ അർപ്പിക്കാനുമുള്ള രാജ്ഞിയുടെ താൽപ്പര്യത്തിന്റെ ഭാഗമായാണ് ഏറ്റവും മാതൃകാപരമായ നമ്മുടെ സ്കൂളിനെ അതിനൊപ്പം തന്നെ അവർ സന്ദർശിക്കുന്നത്.

ഫാബിയോല രാജ്ഞിയുടെ അലിവും ഭക്തിയും നിങ്ങൾ മനസ്സിലാക്കണം. നിലവിലുള്ള റുവാണ്ടയുടെ ഒരു നേർചിത്രത്തെ അവരെ കാണിച്ചുകൊണ്ടുള്ള ഒരു സ്വീകരണം നാമവർക്കു നൽകണം. ക്രിസ്തീയവും, സമാധാനപൂർണമായ റുവാണ്ടയെ നാം പ്രതിനിധാനം ചെയ്യണം. വനിതാക്ഷേമ വകുപ്പിന്റെ മന്ത്രിയും ഒരുപക്ഷേ അവരെ അനുഗമിച്ചേക്കും. അവർ ഉറപ്പൊന്നും പറഞ്ഞിട്ടില്ല. അവർ എപ്പോഴാണ് വരികയെന്നോ എത്രനേരം ഇവിടെ ചിലവഴിക്കുമെന്നോ ഒരു ദിവസം മുഴുവൻ ഇവിടെയുണ്ടാകുമോ എന്നൊക്കെയുള്ള വിവരങ്ങൾ ഇപ്പോഴും വ്യക്തമല്ല. അവരുടെ പരിപാടികളുടെ കൃത്യമായ ക്രമപ്പട്ടിക ലഭിച്ചിട്ടില്ല. എന്തായാലും ആ അസുലഭ സന്ദർഭത്തിനു തയ്യാറെടുപ്പുകൾ നടത്താൻ നമ്മുടെ മുന്നിൽ ഒരു മാസത്തെ സാവകാശമുണ്ട്. അത്യാവശ്യമെങ്കിൽ ക്ലാസുകൾ വെട്ടിച്ചുരുക്കേണ്ടി

വരും. എനിക്കു നിങ്ങളെ നല്ല വിശ്വാസമാണ്. അദ്ധ്യാപകരേ, നിങ്ങളെയും. നമ്മുടെ സ്മരണയിൽ എന്നെന്നേക്കും ആലേഖനം ചെയ്യപ്പെടാൻ പോകുന്ന ആ ദിവസത്തിന്റെ വിജയത്തിനായി നിങ്ങളെല്ലാവരുമൊരുപോലെ പങ്കുചേരണം.''

വിദ്യാർത്ഥികളെയെല്ലാവരെയും പ്രസ്തുത തയ്യാറെടുപ്പുകൾ സന്തോഷവതികളാക്കി. ആഹ്ലാദകോലാഹലങ്ങൾ സ്കൂളാകെ അലയടിച്ചു. കോലാഹലങ്ങൾ, പൊട്ടിച്ചിരികൾ, ഹാളിന്റെ ചുവരുകൾ പെയിന്റടിക്കുന്ന തൊഴിലാളികളുടെ ആരവങ്ങൾ എല്ലാമവിടെ ഉയർന്നും താഴ്ന്നും മുഴങ്ങി. ഹാൾ മാത്രമല്ല, ക്ലാസ് മുറികൾ, മെസ്സ് ഹാൾ, പള്ളി എല്ലാവിടെയും പുതുചായത്തിൽ നവോന്മേഷം പൂണ്ടു. ചുവരുകളിൽ പ്രസിഡണ്ടിന്റെയും ബെൽജിയൻ രാജാവിന്റെയും ചിത്രങ്ങളലങ്കരിക്കപ്പെട്ടു. കോറസ് ഗാനമാലപിക്കുന്നവരെ റിഹേഴ്സലിനായി വിളിക്കാൻ ബ്രദർ ഓക്സീലും നൃത്തക്കാരെ തിരഞ്ഞെടുക്കാൻ കിന്യാർവാണ്ട അദ്ധ്യാപകനും വരുമ്പോഴൊക്കെ ക്ലാസുകൾ തടസ്സപ്പെട്ടു. മിക്കവാറും എല്ലാ ദിവസവും തയ്യാറെടുപ്പുകളെക്കുറിച്ചുള്ള നിർദേശങ്ങൾ തരാനും സുരക്ഷാകാര്യങ്ങൾ തീരുമാനിക്കാനും ഒരു ഉദ്യോഗസ്ഥവൃന്ദം തലസ്ഥാനത്തുനിന്നെത്തി. ദേശീയ വിദ്യാഭ്യാസ മന്ത്രി കാബിനറ്റ് ചീഫിനെയും ആർച്ച് ബിഷപ്പ് തന്റെ മുഖ്യ വികാരിയെയും ബെൽജിയൻ അംബാസഡർ തന്റെ മുഖ്യ ഉപസ്ഥാനപതിയേയും ഒരുക്കങ്ങൾക്കായി ധൃതിപ്പെടുത്തി.

പ്രസിഡണ്ടിന്റെ ഓഫീസിലെ പ്രോട്ടോക്കോൾ തലവൻ നേരിട്ടെത്തി മദർ സുപ്പീരിയറുമായും മേയറുമായും വളരെനേരം സംസാരിച്ചു. കാര്യഗൗരവത്തിൽ മദർ സുപ്പീരിയറിനേക്കാൾ കേമത്തമുള്ളവനാണ് താനെന്ന് ഭാവിച്ചുകൊണ്ട് മേയർ വിയർപ്പൊപ്പിക്കൊണ്ട് കോണിപ്പടികളിലൂടെ കയറിയിറങ്ങുകയും ഇടനാഴികളിലൂടെ അങ്ങോട്ടിങ്ങോട്ട് സന്ദർശകരിൽ നിന്ന് സന്ദർശകരിലേക്ക് കിതച്ചുകൊണ്ടോടിനടക്കുകയും ചെയ്തു. ഒരു ലാന്റ് റോവറിന്റെയോ മിലിറ്ററി വാഹനത്തിന്റെയോ വരവോടെ, തങ്ങളുടെ ആരെങ്കിലും വന്നോ എന്ന് ആകാംക്ഷയോടെ വിദ്യാർത്ഥിനികൾ ജനലിനടുത്തേക്ക് ധൃതിയോടെ ചെല്ലും. ഒരു സഹോദരൻ, ഒരു അമ്മാവൻ, മച്ചുനൻ, അയൽവാസി, സുഹൃത്ത് അങ്ങനെയാരെങ്കിലുമൊക്കെ കണ്ടെന്നുവരും. കുട്ടികൾ അദ്ധ്യാപകരുടെ ശക്തമായ താക്കീതോ ആജ്ഞയോ ഒന്നും കേൾക്കാൻ നിൽക്കാതെ ക്ലാസ്സിൽ നിന്ന് ഇറങ്ങി അങ്ങോട്ട് ചെല്ലും.

അസാധാരണമായ പരിഷ്കാര പ്രവർത്തനങ്ങൾ അളവറ്റതോതിൽ സ്കൂളിൽ നടപ്പിലായിത്തുടങ്ങി. സ്ത്രീവിമോചനത്തിന്റെ പുരോഗതിയെ പ്രകടമാക്കാൻ മദർ സുപ്പീരിയറിന്റെ വൈമനസ്യത്തെ

കണക്കാക്കാതെ പെൺകുട്ടികളുടെ യൂണിഫോം പാവാടയുടെ ഇറക്കം കുറയ്ക്കാൻ സ്ത്രീക്ഷേമ മന്ത്രാലയത്തിൽ നിന്നുള്ള നിർദേശം ഉണ്ടായി. നിലവിലുള്ള മഞ്ഞബ്ലൗസിനു പകരം വെള്ളബ്ലൗസുകൾ നിർദേശിക്കപ്പെട്ടു. ആ വെള്ളത്തുണി ഒട്ടു സുതാര്യമായിരുന്നു. ഏർമെനെ ഷീൽഡച്ചനത് ഉറപ്പായും ഇഷ്ടപ്പെടും. പക്ഷേ അദ്ദേഹം മദർ സുപ്പീരിയറിന്റെ മുന്നിൽ അതിനോടുള്ള അനിഷ്ടം ഭാവിച്ചു.

എല്ലാ വൈകുന്നേരങ്ങളും ജാക്കറ്റ് ബാഡ്ജുകളിൽ റുവാണ്ടൻ പതാകയും ബെൽജിയൻ പതാകയും വർണ്ണനൂലുകൾകൊണ്ട് തുന്നിയൊരുക്കാൻ വിനിയോഗിക്കപ്പെട്ടു. വലതുഭാഗത്ത് ബെൽജിയത്തിന്റെയും ഇടതുഭാഗത്ത്, അഥവാ ഹൃദയഭാഗത്ത് റുവാണ്ടയുടെയും. രാജ്ഞിക്കു നൽകാനായി കുട്ടികൾ ചിത്രപടങ്ങൾ മെടഞ്ഞുണ്ടാക്കി അതിൽ കറുപ്പും ചുവപ്പും നൂലുകൾ കൊണ്ട് തയ്യൽ വേല ചെയ്തെഴുതിപ്പിടിപ്പിച്ചു. 'രാജ്ഞി നീണാൾ വാഴട്ടെ, പ്രസിഡണ്ട് നീണാൾ വാഴട്ടെ,' ബെൽജിയം റുവാണ്ട സുഹൃദ്ബന്ധം നീണാൾ വാഴട്ടെ. ബ്രദർ ഓസ്സീൽ രചിച്ച ഗാനം മേയറും പിന്നെ പ്രത്യേകിച്ച് ഗ്ലോറിയോസയും കർശനപരിശോധനയ്ക്കു വിധേയമാക്കി. അവളാണല്ലോ ദേശീയ പാർട്ടിയുടെ അവിടുത്തെ കണ്ണ്. രാജാക്കളെയും രാജ്ഞിമാരെയും സ്തുതിക്കുന്നത് റിപ്പബ്ലിക്കിന് ചേർന്നതല്ല എന്നവൾ നിരീക്ഷിച്ചു. ഇതിപ്പോൾ ഒരു സ്വതന്ത്ര രാജ്യമാണ്. ദുഷ്പ്രഭുത്വത്തിന്റെയും ബാമികളുടെ കിരാത ഭരണത്തിന്റെയും നാളുകൾ കഴിഞ്ഞു. തൂമ്പയേന്തിയ കർഷകരെ വാഴ്ത്തുന്നതും പ്രസിഡണ്ടിന്റെ വിവേകപൂർവ്വമായ ഭരണം കൊണ്ടുണ്ടായ സമാധാനപൂർണമായ ഒരു ഗാനമാണ് രചിക്കപ്പെടേണ്ടത്. ദൈവത്തിന്റെയും കന്യാമാതാവിന്റെ സംരക്ഷണം കൊണ്ടും ബെൽജിയത്തിന്റെ സഹായം കൊണ്ടും എന്ന് കൂട്ടിച്ചേർക്കാം. ബ്രദർ ഓസ്സീൽ വേണ്ടതായ മാറ്റങ്ങൾ ആവുംപോലെയൊക്കെ വരുത്തി. കുട്ടികൾ പക്ഷേ ലാബ്രാൻസോത്ത് എന്ന ബെൽജിയം ദേശീയഗാനം പഠിക്കാൻ കൂട്ടാക്കിയതേയില്ല. അത് റുവാണ്ടൻ ദേശീയഗാനത്തിനു ശേഷം പാടാൻ തീരുമാനിക്കപ്പെട്ടതായിരുന്നു.

രാജ്ഞിയെ സ്വാഗതം ചെയ്യാൻ നിയാമിറോംബിലെ ജനങ്ങൾ പ്രേരിപ്പിക്കപ്പെട്ടു. മൂന്നു കിലോമീറ്ററോളം സ്കൂളിന്റെ ചുറ്റുവട്ടത്തുള്ള ആളുകളെയെല്ലാവരെയും പോയിക്കാണാൻ പറ്റില്ല. അതുകൊണ്ട് അവരെല്ലാവരും ബെൽജിയൻ പതാകയും റുവാണ്ടൻ പതാകയും കൈകളിലേന്തി റോഡരികിൽ ഗാർഡ് ഓഫ് ഓണർ തീർക്കും. ഘോഷയാത്രയെ അവർ ആരവത്തോടെ എതിരേൽക്കും.

"ഹേ, ഹേ, ഫാബിയോല! ഹേ, ഹേ, പ്രസിഡണ്ട്. അഭിവാദ്യങ്ങൾ! അഭിവാദ്യങ്ങൾ." രാജ്ഞിയെന്ന വാക്ക് വിലക്കപ്പെട്ടിരുന്നു. കൂലിവേലക്കാർ റോഡിലെ കുഴികളും ചാലുകളുമൊക്കെ അടച്ചു.

അവർ സാമ്പ്രദായികമായ അലങ്കാരരീതിയനുസരിച്ച് അവിടവിടെയായി യൂക്കാലിയുടെ കൊമ്പുകളും വാഴകളും ഘോഷയാത്ര കടന്നുപോകേണ്ട പാതയോരങ്ങളിൽ നാട്ടി. മിലിട്ടറിയുടെ ഒരു പ്ലാറ്റൂൺ സ്കൂളിന്റെയടുത്തായി ക്യാമ്പു ചെയ്തു. പാറാവ് ഇരട്ടിയാക്കി. നൈലിന്റെ ഉത്ഭവം വരെ പോകാൻ രാജ്ഞി ആഗ്രഹം പ്രകടിപ്പിക്കാതിരുന്നാൽ മതിയായിരുന്നുവെന്ന് ഏവരും ആഗ്രഹിച്ചു. (അത് പരിപാടിയുടെ ഒരു ഭാഗമായി നിശ്ചയിക്കപ്പെട്ടിരുന്നില്ല.) കാരണം കന്യാമറിയത്തിന്റെ പ്രതിമയിൽ കാലാവസ്ഥ ഒട്ടൊക്കെ ക്ഷതം വരുത്തിയത് പരിഹരിക്കപ്പെട്ടിരുന്നില്ല.

ഗോഡ്ലിവിന്റെ മനോഭാവം ഗൂഢമായിത്തന്നെ തുടർന്നു. ആരോ വരുന്നുവെന്നു കേട്ടു എന്ന മട്ടിലുള്ള നിസ്സംഗതയായിരുന്നു അവൾക്ക്. തയ്യാറെടുപ്പുകളിൽ നിന്നവൾ കഴിയുന്നത്ര അകന്നുനിന്നു. ഒരു ചോദ്യത്തിനോടുമവൾ പ്രതികരിച്ചില്ല. അതായിരുന്നു അവളുടെ കൂട്ടുകാരികളെ വല്ലാതെ അലോസരപ്പെടുത്തിയത്.

സ്കൂൾ മുറ്റത്ത് ഓരോ വാഹനത്തിന്റെയും വരവ് അവൾ കാത്തു നിൽക്കും. ഗേറ്റ് തുറക്കപ്പെടുമ്പോഴൊക്കെ അവൾ ഞെട്ടും. അവൾ അവളുടെ സാധനങ്ങളെല്ലാം അവളുടെ ബാഗിൽ എടുത്തുവെച്ചിട്ടുണ്ട്. സ്കൂൾ വിട്ട് എങ്ങോട്ടോ പോകാൻ തയ്യാറെടുത്ത മട്ടിൽ. രാജ്ഞിയുടെ സന്ദർശനമഹാദിനത്തിന് ഒരാഴ്ചമുമ്പ് ഗോഡ്ലിവ് മദർ സുപ്പീരിയറിന്റെ ഓഫീസ് മുറിയിലേക്ക് വിളിക്കപ്പെട്ടു. അവളുടെ ക്ലാസ്സിലെ എല്ലാവരും അവളുടെ തിരിച്ചുവരവ് കാത്തിരുന്നു. അവൾ പുറത്തിറങ്ങിയപാടെ അവർ അവളുടെ മുറിവരെ അവളെ അനുഗമിച്ചു. അവൾ അവളുടെ കട്ടിലിൽ പോയി ഇരുന്നു. ഒരു നീണ്ട നിശ്ശബ്ദതയ്ക്കു ശേഷം, അവൾ അവളെ വിടാതെ കൂടിയ തന്റെ കൂട്ടുകാരികളെ നോക്കി. ഒടുവിൽ അവൾ പറഞ്ഞു തുടങ്ങി.

‘‘കേൾക്കൂ, ഞാൻ നിങ്ങളോട് യാത്ര പറയുകയാണ്. ഞാൻ ഇവിടെനിന്ന് പോവുകയാണ്. കുറേക്കാലത്തേക്ക് ഞാനിവിടെ ഉണ്ടാവില്ല.’’

‘‘നീ എങ്ങോട്ടാണ് പോകുന്നത്?’’

‘‘ബെൽജിയത്തിലേക്ക്. ഞാൻ രാജ്ഞിയുടെ കൂടെ പോകുന്നു.’’

ശ്രോതാക്കൾക്കിടയിൽ ഒരു മർമ്മരം വ്യാപിച്ചു.

‘‘രാജ്ഞിയുടെ കൂടെയാണോ നീ പോകുന്നത്?’’

‘‘അതൊരു രഹസ്യമാണ്. ഞാൻ നിങ്ങളോടതു പറയാൻ പോവുകയാണ്. ആരോടുമത് പറയരുത്. ഒരാളോടും. മറ്റു ക്ലാസുകാരോടും. നിങ്ങളെനിക്ക് വാക്കുതരണം.’’

എല്ലാവരും പാവനമായ ഗൗരവത്തോടെ ആ രഹസ്യം സൂക്ഷിക്കാമെന്നേറ്റു.

''ബോദ്വേൻ രാജാവിനും ഫാബിയോല രാജ്ഞിക്കും കുട്ടികളില്ല എന്നറിയാമല്ലോ. ആരുടെ കുഴപ്പം കൊണ്ടാണെന്നൊന്നും എനിക്കറിയില്ല. കുട്ടികളില്ലാതിരിക്കുന്നത് സങ്കടകരമായ ഒരു കാര്യമാണ്. അത് രാജാവിനും രാജ്ഞിക്കുമായാൽ പ്രത്യേകിച്ചും. അവർക്കതിൽ നിരാശയുണ്ട്. പ്രസിഡണ്ടിന്റെ ക്ഷണപ്രകാരമാണല്ലോ അവർ റുവാണ്ട സന്ദർശിക്കുന്നത്. അവർക്ക് ഏറ്റവും ഉചിതമായ സമ്മാനം ഒരു കുഞ്ഞായിരിക്കുമെന്ന് പ്രസിഡണ്ടിന് തോന്നി. നമ്മുടെ നാട്ടിലൊക്കെ കുട്ടികളില്ലാത്ത അവസ്ഥ എങ്ങനെയാണെന്നറിയാമല്ലോ. കുട്ടികളില്ലാത്ത കുടുംബം ഒരു കുടുംബമേയല്ല. ഏറ്റവും വലിയ ദൗർഭാഗ്യമാണത്. അതുകൊണ്ട് കുട്ടികൾ അനവധിയുള്ള ഒരു സഹോദരൻ, ഒരു രക്ഷിതാവ്, ഒരയൽക്കാരൻ അങ്ങനെയാരെങ്കിലും കുട്ടികളില്ലാത്തവർക്ക് കുട്ടികളെ നൽകണം. അവരെ ആ ദൗർഭാഗ്യത്തിന് വിട്ടുകൊടുക്കരുത്. അങ്ങനെ ചെയ്യാത്തവർ നികൃഷ്ടരായി വിലയിരുത്തപ്പെടുന്നു. ദത്തുകൊടുക്കപ്പെട്ട ഒരു കുട്ടി മറ്റൊരു കുടുംബത്തിലാണ് എത്തുന്നതെങ്കിലും സ്വന്തം വീട്ടിലെന്നപോലെതന്നെയായിരിക്കും കഴിയുന്നത്. നിങ്ങൾ ഒരു കുടുംബത്തെ അങ്ങനെ രക്ഷിക്കുന്നു. നിങ്ങൾക്ക് അതുവഴി നന്ദിയും ആദരവും എപ്പോഴും ലഭിക്കുന്നു. ഇതുതന്നെയാണിവിടെ സംഭവിച്ചത്. നമ്മുടെ പ്രസിഡണ്ട് തന്റെ പെൺകുട്ടിയെ റുവാണ്ടയുടെ പേരിൽ ദാനം ചെയ്യുന്നു.''

''ബെൽജിയൻ രാജാവിനദ്ദേഹം നിന്നെയാണോ കൊടുക്കുന്നത്? നിന്റെ പ്രായം... നീ എത്ര വലുതായിരിക്കുന്നു. നിനക്കു കിട്ടിയ ഗ്രേഡോ... നീ ഫാബിയോലയുടെ മകളായി സ്വയം സങ്കൽപ്പിക്കുന്നു.''

''അല്ല, അങ്ങനെയല്ല. പ്രസിഡണ്ട് അദ്ദേഹത്തിന്റെ ഒരു മകളെയാണ് കൊടുക്കുന്നത്. ഇളയമകളായ മാർസിയാനയെ. അവൾക്കിപ്പോൾ ഒമ്പത് വയസ്സാണ്. നന്നായി വെളുത്ത് അവളുടെ അമ്മയെപ്പോലെയാണവൾ. മിക്കവാറും ശരിക്കുമൊരു വെള്ളക്കാരി.''

''അപ്പോൾ, നീയവിടെ എന്തു ചെയ്യാൻ പോകുന്നു?''

''ഞാനോ? ഞാൻ മെർസിയാനയുടെ കൂട്ടായി ഒപ്പം പോകുന്നു. അവൾ വല്ലാത്ത ഗൃഹാതുരത്വമുള്ളവളാണ്. കിനിയാർവാണ്ട ഭാഷ സംസാരിക്കുന്ന ഒരാൾ അവൾക്കൊപ്പം വേണം. പിന്നെ അവൾക്കേറെ ഇഷ്ടമുള്ള നമ്മുടെ വാഴപ്പഴ പലഹാരങ്ങളും മരച്ചീനി പുഴുങ്ങിയതുമൊക്കെ ഉണ്ടാക്കിക്കൊടുക്കാൻ ഒരാൾ വേണം.''

''ഓ, നീ അവളുടെ പരിചാരികയായിട്ടാണ് പോകുന്നത്, ഓ, അങ്ങനെയാവട്ടെ.''

“നിങ്ങൾ ബുദ്ധിശാലികളായി ഭാവിക്കുന്നവരാണ്. പക്ഷേ നിങ്ങൾക്ക് ഒരു വിവരവുമില്ല. എല്ലാ രാജ്ഞിമാർക്കും രാജാക്കന്മാർക്കും അകമ്പടിക്കാരുണ്ടായിരിക്കും. പണ്ടുകാലങ്ങളിൽ നമ്മുടെ നാട്ടിലും അങ്ങനെയൊക്കെത്തന്നെയായിരുന്നു. കുലീനകളായ സ്ത്രീകളും നല്ല കുടുംബമഹിമയുള്ളവരും യോഗ്യതയുള്ളവരുമൊക്കെയാണതിനു തിരഞ്ഞെടുക്കപ്പെട്ടിരുന്നത്. തോഴിമാരെന്നാണവർ അറിയപ്പെട്ടിരുന്നത്. ഒരു രാജ്ഞിയുടെയോ രാജകുമാരിയുടെയോ തോഴിയാവുക എന്നത് വലിയ ഒരു ബഹുമതിയാണ്.”

“ഇക്കാര്യത്തിൽ പ്രസിഡണ്ട് നിന്നെയെന്തിനാണ് തിരഞ്ഞെടുത്തത്?”

“എന്റെ അച്ഛൻ രാഷ്ട്രീയക്കാരനല്ല. നിങ്ങൾക്കറിയാവുന്നതുപോലെ അദ്ദേഹം ഒരു ബാങ്കറാണ്. ധനികനാണ്. അദ്ദേഹത്തിന് പ്രസിഡണ്ടിനെ വളരെക്കാലമായി നന്നായി അറിയാം. മേരിയുടെ സന്നദ്ധസംഘത്തോടൊപ്പം അദ്ദേഹം പ്രവർത്തിച്ചിട്ടുണ്ട് പ്രസിഡണ്ട് അദ്ദേഹത്തോടു പറഞ്ഞു. “ഇവിടത്തെ ഏറ്റവും നല്ല വിദ്യാലയത്തിൽ പഠിച്ച താങ്കളുടെ മകൾ എന്റെ കുഞ്ഞു മെർസിയാനയെ നല്ലപോലെ നോക്കും. എനിക്കത് ഉറപ്പാണ്. ഞാൻ ഇത് റുവാണ്ടയ്ക്കു വേണ്ടി ചെയ്യുന്ന ത്യാഗമാണ്. എന്റെ കുഞ്ഞിനെ ദാനം ചെയ്യുന്നതുവഴി ഞാൻ റുവാണ്ടയെ കഷ്ടതയിൽ നിന്ന് രക്ഷിക്കുകയാണ്: അതുവഴി വെള്ളക്കാർ നമ്മോട് കടപ്പെട്ടിരിക്കും. അവർ നമ്മെ സഹായിക്കും. നമ്മൾ ആ കുടുംബത്തിന്റെ ഭാഗമാകും. രക്തബന്ധത്തേക്കാൾ മികച്ചൊരു ബന്ധം. മെർസിയാനയ്ക്ക് രണ്ടു പിതാക്കന്മാരുണ്ടാകും. ഞാനും ബെൽജിയൻ രാജാവ് ബോദ്വേനും. ഞങ്ങൾക്കു രണ്ടുപേർക്കും കൂടിയുള്ള കുഞ്ഞുവഴി ഞങ്ങളുടെ ബന്ധം ദൃഢമാകും.”

എന്റെ അച്ഛൻ സംശയിച്ചില്ല. അങ്ങനെ ഞാൻ പ്രസിഡണ്ടിന്റെ കുഞ്ഞിനെ അനുഗമിക്കാൻ നിയുക്തയായി. സർവ്വോപരി ഞാൻ ജനിച്ചത് ബെൽജിയത്തിലാണ്. അതെന്റെ ജന്മനാടാണ്. കുട്ടിക്കാലം അത്ര നന്നായി ഓർക്കുന്നില്ലെങ്കിലും ആ അർത്ഥത്തിൽ ഞാൻ കുറച്ചൊക്കെ ബെൽജിയൻകാരിയാണ്. ഒത്തുപോകാൻ ഏറ്റവും ഉചിതമായ ഒരു കാര്യം. ഇനി ദയവായി എന്നെ വിടൂ. എനിക്കെന്റെ സാധനങ്ങൾ ഇനിയും എടുത്തുവെക്കാനുണ്ട്.”

ക്ലാസ്സിലെ മുഴുവൻ കുട്ടികളും ഗോഡ്‌ലിവിന്റെ വെളിപ്പെടുത്തലുകൾ ചർച്ച ചെയ്യാൻ ലൈബ്രറിയിൽ ഒത്തുകൂടി. ആർക്കും തുടക്കമിട്ടെന്തെങ്കിലും പറയാൻ കഴിഞ്ഞില്ല. ഓരോരുത്തരും പഴയ രേഖകളുടെ സമാഹാരത്തിൽ സ്വയം ഗൂഢമായി ഒളിച്ചു. പെട്ടെന്ന് ഗോരാറ്റിയുടെ ഒരു പ്രഖ്യാപനമുണ്ടായി. ഗോഡ്‌ലിവ് പറഞ്ഞ ഒരു

വാക്കു പോലും ഞാൻ വിശ്വസിക്കുന്നില്ല. അവൾ ചുമ്മാ വീമ്പ് പറയുകയാണ്. പ്രസിഡണ്ട് ശരിക്കും അദ്ദേഹത്തിന്റെ കുഞ്ഞിനെ ദാനം ചെയ്യുന്നുണ്ടെന്നുതന്നെയിരിക്കട്ടെ. അതിനെ അനുഗമിക്കാൻ ഈ സ്കൂളിൽ ഏറ്റവും കാണാൻ കൊള്ളാത്തതും മണ്ടിയുമായ ഒരു പെൺകുട്ടിയെയാണോ കിട്ടിയത്? അവളുടെ അച്ഛൻ പണം കൊടുത്തുകാണും അല്ലെങ്കിൽ വല്ല വാഗ്ദാനവും.''

പുച്ഛം അടക്കാനാവാതെ ഗ്ലോറിയോസ പറഞ്ഞു.

''നീ വീണ്ടും നമ്മുടെ പ്രസിഡണ്ടിനെ അപമാനിക്കുന്നു. നിനക്കത് ദോഷം വരുത്തും. പ്രസിഡണ്ട് രാജ്യനന്മയ്ക്കു വേണ്ടിയാണ് അങ്ങനെയൊരു ദാനകർമ്മം നിർവ്വഹിക്കുന്നതെന്ന് ഗോഡ്‌ലിവ് പറഞ്ഞതു നീ കേട്ടതല്ലേ?

മെർസിയാന ഒരുപക്ഷേ രാജ്ഞിയൊന്നുമായിത്തീരുമായിരിക്കില്ല. പക്ഷേ അവൾ ബെൽജിയത്തിലെ ഒരു രാജകുമാരിയായിരിക്കും. ഒരു രാജകുമാരനെ അവൾ വിവാഹം കഴിക്കും. ബെൽജിയം നമ്മെ സഹായിക്കാൻ ബാധ്യസ്ഥമാകും തങ്ങളുടെ രാജകുമാരിമാരിലൊരാളുടെ നാട്ടിൽ പാവങ്ങളുണ്ടായിരിക്കുക എന്നത് ലജ്ജാകരമാണല്ലോ. ഗോഡ്‌ലിവ് ഒരു യഥാർത്ഥ റുവാണ്ടക്കാരിയാണ് എന്നത് സംശയാതീതമാണ്. പണം കൊണ്ടോ സൗന്ദര്യമോ കൊണ്ടോന്നുമല്ല അവ വിലയിരുത്തപ്പെടുന്നത്. അവൾ ഭൂരിപക്ഷ ജനതയെ പ്രതിനിധാനം ചെയ്യുന്നവളാണ്.''

''പക്ഷേ, ഫാബിയോല വന്ധ്യയാണെങ്കിൽ, ബോദ്വേൻ എന്തുകൊണ്ടാണ് മറ്റൊരു വിവാഹം കഴിക്കാഞ്ഞത്?'' മോഡെസ്റ്റ ചോദിച്ചു. ''രാജാവെന്ന നിലയിൽ അദ്ദേഹത്തിന് അതാവാമല്ലോ, കാരണം ഒരു പിൻഗാമിയുണ്ടാവേണ്ടത് തികച്ചും അത്യാവശ്യമായ ഒരു കാര്യമാണ്.''

''ബോദ്വേൻ ഒരു നല്ല കത്തോലിക്കാ വിശ്വാസിയാണ്. അദ്ദേഹം വിവാഹമോചനം നടത്തില്ല.''

''അതൊക്കെ പോപ്പിനെ കണ്ട് ശരിയാക്കാവുന്നതേയുള്ളൂ. രാജാക്കന്മാർക്ക് അതൊന്നും ഒരു വിഷയമേയല്ല. അവരൊന്നും നിസ്സാരരല്ല. പണം കൊടുത്താൽ മതി പോപ്പ് പറഞ്ഞുകൊള്ളും വിവാഹബന്ധം സാധുവല്ലെന്ന്.''

''കേൾക്കൂ, ഞാൻ നിങ്ങളോടൊരു കാര്യം വെളിപ്പെടുത്തട്ടെ. ഫാബിയോല വന്ധ്യയല്ല. വന്ധ്യതയുള്ളത് ബോദ്വേൻ രാജാവിനാണ്.'' ഇമ്മാക്കുലേ പറഞ്ഞു.

''ഓ, നിനക്കാ വിവരം എവിടുന്നു കിട്ടി? നാണമില്ലല്ലോ നിനക്ക്. നിന്റെ അമ്മ ഇതൊന്നും കേൾക്കണ്ട.''

''എന്റെ അച്ഛൻ പറയുന്നതു കേട്ടതാണ്. അദ്ദേഹം സുഹൃത്തുക്കളോട് അത്തരം കാര്യങ്ങൾ പലപ്പോഴും പറയാറുണ്ട്. സ്വീകരണ മുറിയിൽ ഞാൻ അവർക്ക് പ്രിമസ് പാനീയം കൊടുക്കുമ്പോഴാണ് ഞാനതു കേട്ടത്. അതു കേട്ട് അവരൊക്കെ ചിരിച്ചു. എന്റെ അച്ഛൻ കോംഗോയുടെ സ്വാതന്ത്ര്യദിനത്തിൽ കിൻഷാസയിലായിരുന്നു. അന്നതിന്റെ പേര് ലിയോപോൾഡ്വിൽ എന്നാണ്. എന്റെ അച്ഛന കാര്യമൊക്കെ നേരിട്ടറിഞ്ഞതാണോ പറഞ്ഞുകേട്ടതാണോ എന്നൊന്നും അറിയില്ല. പക്ഷേ പറഞ്ഞത് അങ്ങനെയാണ്. അത്രതന്നെ.''

ബോദ്വേൻ രാജാവ് വിമാനത്താവളത്തിൽ നിന്നെത്തി. സിനിമകളിൽ കാണുന്നതുപോലുള്ള തുറന്ന കാറിൽ നല്ല പൊക്കമുള്ള അദ്ദേഹം അതിൽ അനങ്ങാതെ നിവർന്നു നിന്നു. ഒരു പ്രതിമപോലെയെന്നു തോന്നും. അദ്ദേഹം മനോഹരവും ശുഭ്രവുമായ ഒരു യൂണിഫോമും സൈനികത്തൊപ്പിയും ധരിച്ചിരുന്നു. പാർശ്വഭാഗത്ത് സ്വർണ കവചിതമായ ഒരു വാളും അദ്ദേഹം അണിഞ്ഞിരുന്നു. അദ്ദേഹവുമായി നോക്കുമ്പോൾ കസാവുബു എത്രയോ ചെറുത്. വഴികളിൽ നിറയെ ആൾക്കൂട്ടമുണ്ടായിരുന്നു. വെള്ളക്കാരായ പൊലീസുകാരും. ആൾക്കൂട്ടത്തിൽ നിന്ന് ഭംഗിയായി വസ്ത്രം ധരിച്ച, ടൈ കെട്ടിയ ഒരു യുവാവ് പുറത്തേക്കുവന്നു. പൊലീസ് ബന്തവസ്സിനെ അയാളെങ്ങനെ മറികടന്നുവെന്നറിയില്ല. അയാൾ വളരെ പതുക്കെ നീങ്ങുകയായിരുന്ന രാജാവിന്റെ കാറിനെ പിന്തുടർന്നോടി. അതാ, വളരെ പെട്ടെന്ന് അയാൾ രാജാവിന്റെ വാൾ പിടിച്ചെടുത്തു. ബെൽജിയൻ രാജാവിന്റെ വാൾ താൻ കവർന്നെടുത്തെന്ന് പ്രകടനപരമായി പ്രദർശിപ്പിക്കാനായി അയാൾ തലയ്ക്കു മുകളിലായി രണ്ടു കൈകൾ കൊണ്ടുമത് ചുഴറ്റി. കാർ മുന്നോട്ടു നീങ്ങിക്കൊണ്ടേയിരുന്നു. ഒന്നും സംഭവിക്കാത്ത മട്ടിൽ ഒന്നും കാണാത്ത മട്ടിൽ രാജാവ് അനങ്ങാതെ നിന്നു. ഒരു മന്ത്രാഭിചാരത്തിൽ സ്വാധീനിക്കപ്പെട്ടതുപോലെ. രാജാവിന്റെ വാളുമായി ഒരാൾ ഉടൻതന്നെ പിടിക്കപ്പെട്ടു. പക്ഷേ രാജാവിന്റെ വാൾ കവർന്നത് അയാളായിരുന്നില്ല എന്ന് എല്ലാവരും പറഞ്ഞു. യഥാർത്ഥ കവർച്ചക്കാരൻ മനുഷ്യനല്ല മാഹൻഗു എന്ന ഭൂതമാണ്, മദർ സുപ്പീരിയർ പറയാറുള്ളതുപോലെയുള്ള ഒരു രാക്ഷസൻ. അല്ലെങ്കിൽ മഹാൻഗു എന്ന ഭൂതം ആവേശിച്ച ഒരാൾ.

അയാളൊരു സിദ്ധനാണ്. അയാൾ രാജാവിന്റെ വാളിൽ മന്ത്രശക്തി സന്നിവേശിപ്പിച്ചിട്ടുണ്ട്. ബോദ്വേന് വാൾ തിരികെ കിട്ടി. പക്ഷേ അദ്ദേഹം അശക്തനായി കഴിഞ്ഞിരുന്നു. അദ്ദേഹത്തെ പരിചരിക്കാൻ വേണ്ടതൊക്കെ ചെയ്യപ്പെട്ടു. അമേരിക്കയിലെയും യൂറോപ്പിലെയും സകല ഡോക്ടർമാരുടെയും ചികിത്സ തേടി. പക്ഷേ ഭൂതം

വളരെ ശക്തിയുള്ളതായിരുന്നു. വെള്ളക്കാരായ ഡോക്ടർമാർക്ക് ഒന്നും ചെയ്യാൻ കഴിഞ്ഞില്ല. ടാൻസാനിയയിൽ നിന്നും ബുഹായിൽ നിന്നും ആഭിചാരക്രിയകൾ ചെയ്യുന്ന മന്ത്രവാദികളെ ബ്രസ്സൽസിലേക്കു കൊണ്ടുവന്നു. ഇതൊക്കെ എന്റെ അച്ഛന്റെ അതിശയോക്തികളാണെന്നാണ് തോന്നുന്നത്. ഉറപ്പായ ഒരു കാര്യം, ബോദ്വേൻ രാജാവിന് ഒരിക്കലും കുട്ടികളുണ്ടാവില്ല എന്നതാണ്. ഇതൊക്കെയാണ് എന്റെ അച്ഛൻ പറഞ്ഞ കാര്യങ്ങൾ.''

എല്ലാവരും ഇമ്മാക്കുലേയുടെ കഥയെ അംഗീകരിച്ചു. ഗോരറ്റി തന്റെ അഭിപ്രായം തുടർന്നു.

''എല്ലാവരും കരുതലോടെയിരിക്കണം. നിങ്ങളെ വന്ധ്യംകരിക്കാൻ എപ്പോഴും ശ്രമിച്ചുകൊണ്ടിരിക്കുന്ന മന്ത്രവാദികൾ ഉണ്ട്. എനിക്കതറിയാം. ഫാബിയോലയുടെ വളരെ അടുത്തേക്കു പോകരുത്. അവരും മന്ത്രശക്തിക്കു വിധേയയാണ്. ചിലപ്പോൾ നമ്മിലേക്കു മതു പകർന്നെന്നുവരും.''

ഗോഡ്‌ലിവിനെ കൊണ്ടുപോകാൻ പ്രസിഡണ്ട് അയയ്ക്കുന്ന കാർ വരുമോ അതോ അവൾ രാജ്ഞിയുടെ സന്ദർശനത്തിനു ശേഷം അവരെ അനുഗമിക്കുകയാകുമോ എന്ന് തുടർന്നുള്ള ദിവസങ്ങളിൽ ഏവർക്കും ചിന്താവിഷയമായിരുന്നു. ഗോഡ്‌ലിവ് പ്രസ്തുത കാര്യങ്ങളെക്കുറിച്ച് ആരോടും സംസാരിക്കാറില്ല. ഗർവ്വം നിറഞ്ഞ ചിരിയിൽ അവൾ തന്റെ പ്രതികരണം ഒതുക്കി. ഗോരറ്റിക്ക് ഉറപ്പായിരുന്നു അതൊക്കെ വെറും കള്ളങ്ങളും വീമ്പുകളും മാത്രമാണെന്ന്. ഗ്ലോറിയോസ വിവേകപൂർണമായ ഒരു നിസ്സംഗത ഭാവിച്ചു. കൊച്ചുകുട്ടിയായ മെർസിയാനയെ ഉപദേശിക്കാൻ കുറച്ചുകൂടി രാഷ്ട്രീയബോധമുള്ള ഒരാളായിരുന്നു തിരഞ്ഞെടുക്കപ്പെടേണ്ടതെന്ന് മാത്രം അവൾ ചൂണ്ടിക്കാട്ടി.

ഗോഡ്‌ലിവ് ഇമ്മാക്കുലേയെ മാത്രമേ സ്വന്തം മുറിയിലേക്ക് വിളിച്ചിരുന്നുള്ളൂ. ലക്ഷണമൊത്ത സൗന്ദര്യത്തിന്റെ മധ്യസ്ഥസ്ഥാനം അവൾക്ക് ഏവരും അനുവദിച്ചുകൊടുത്തിരുന്നു. വെള്ളക്കാരുടെ സൗന്ദര്യരഹസ്യങ്ങളെല്ലാം അവൾക്കറിയാം.

ഗോഡ്‌ലിവ് അവളോട് മേക്കപ്പിനെപ്പറ്റിയും കേശാലങ്കാരത്തെപ്പറ്റിയുമൊക്കെ ചോദിച്ചതായി അവൾ ക്ലാസ്സിലെ മറ്റുള്ളവരോടെല്ലാം പറഞ്ഞു. മദാം ഡെക്കറിന്റെ ചുവന്ന നഖങ്ങൾ അവൾ ശ്രദ്ധിച്ചിരുന്നു. നെയിൽ പോളിഷിനെക്കുറിച്ചെല്ലാം അവൾ അറിയാൻ ആഗ്രഹിച്ചു. അതുപോലെ ചുണ്ടിൽ തേയ്ക്കുന്ന ഒരു പോളിഷുമുണ്ടല്ലോ എന്നവൾ ചോദിച്ചു. പിന്നെ സുഗന്ധലേപനങ്ങൾ, പാകിസ്ഥാനി കടകളിൽ നിന്ന് കിട്ടുന്ന 'അമറാച്ചി' പെർഫ്യൂം അല്ല, വെള്ളക്കാർ

പൂശുന്ന ശരിയായ പെർഫ്യൂമുകൾ. പാരിസിൽ നിന്നും വരുന്നവ. എന്താണാവോ അവയുടെ പേരുകൾ? സാധാരണയായി വാങ്ങാൻ കിട്ടുന്ന വെയ് ദ് മീലോ ട്യൂബുകളെക്കാൾ നിറം വെക്കാൻ കൂടുതൽ പ്രയോജനകമായ ക്രീമുകളുണ്ട്. മുസ്സ്യേ ല് ഗ്രോദിൻ കൊടുത്ത മാസികകളിൽ പ്രത്യേകിച്ച് അമേരിക്കയിലെ കറുത്ത വർഗക്കാർക്കുള്ളവയിൽ അത്തരം ഉൽപന്നങ്ങൾ അവൾ കണ്ടിട്ടുണ്ട്. കറുത്ത വർഗക്കാരെങ്കിലും അവർ ഏതാണ്ടൊക്കെ വെളുത്തിട്ടാണ്. ലോലമായ മുടിയുള്ളവർ. ചിലർക്ക് കറുത്തു തിളങ്ങുന്ന മുടിയാണ്. അവരൊക്കെ എങ്ങനെ വെളുത്ത നിറക്കാരായി എന്ന് അവൾ എപ്പോഴും അത്ഭുതപ്പെടാറുണ്ട്.

ഗോഡ്ലിവ് വളരെ അസ്വസ്ഥയായിരുന്നു. സുഗന്ധം പൂശിയ, സുന്ദരിമാരായ, വെളുത്ത നിറമുള്ള യുവതികളുടെ ഇടയിൽ തന്റെ അവസ്ഥയെക്കുറിച്ചവൾ വേവലാതി പൂണ്ടു. ഇമ്മാക്കുലേയുടെ വർണ്ണനകൾ എല്ലാവരെയും ചിരിപ്പിച്ചു. പക്ഷേ രാജ്ഞിയുടെ വരവിന് രണ്ടു ദിവസം മുമ്പ് പുലർച്ചെ രഹസ്യഭാവത്തോടെ ഒരു കറുത്ത കാർ ഗോഡ്ലിവിനെ അന്വേഷിച്ചെത്തി.

വിദ്യാർത്ഥിനികൾ നിശാവസ്ത്രത്തിൽ ധൃതിപ്പെട്ട് ചെന്നെങ്കിലും ആ മെർസിഡസ് കാർ ഗേറ്റു കടന്നു പോകുന്നതും, പിറകിലെ വിൻഡോ ഗ്ലാസ്സിലൂടെ അവൾ ആംഗ്യങ്ങൾ കാണിക്കുന്നതും മാത്രമേ കാണാൻ കഴിഞ്ഞുള്ളൂ. അത് യാത്രാമൊഴിയുടെ ആംഗ്യമാണെന്ന് ചിലർ പറഞ്ഞപ്പോൾ മറ്റുചിലർ അത് പരിഹാസത്തിന്റെ ആംഗ്യമാണെന്നു വ്യാഖ്യാനിച്ചു.

അതേ ദിവസം സമ്മർദ്ദജനകമായ ഒരു സംഭവമുണ്ടായി. പ്രസിഡണ്ടിന്റെ ഓഫീസിൽ നിന്നും വിളിച്ചിരുന്നതായി മേയർ കിതച്ചുകൊണ്ട് മദർ സുപ്പീരിയറിനെ വന്നറിയിച്ചു. മദർ എല്ലാ അദ്ധ്യാപകരെയും മറ്റു സ്റ്റാഫംഗങ്ങളേയും വിളിച്ചു കൂട്ടി. പുതിയ ദൗത്യങ്ങളവരെ ഏൽപ്പിച്ചു. കുട്ടികൾക്കുള്ള നിർദേശങ്ങൾ ഇടവിടാതെ നൽകപ്പെട്ടു. രാജ്ഞിയുടെ പരിപാടികളുടെ ക്രമപ്പട്ടിക കനത്തതായിരുന്നു. മദാം പ്രസിഡണ്ടിന്റെ ഭാര്യയുടെ അനാഥമന്ദിരത്തിന്റെ പരിപാടികൾ, ഗാറ്റാഗാരയിലെ വികലാംഗരായ കുട്ടികൾക്കുവേണ്ടി സംഭാവന നൽകൽ, ബെനെബിക്കി മേരിയുടെ സഹോദരീ സമൂഹത്തിന്റെ മഠം സന്ദർശിക്കൽ ഇങ്ങനെയൊക്കെ വേറെയും തിരക്കുകൾ അവർക്കുണ്ടായിരുന്നു.

തീർച്ചയായും അത്രതന്നെ പ്രധാനപ്പെട്ട ഒരു പരിപാടി തന്നെയായിരുന്നു നൈലിന്റെ നോത്രദാം സ്കൂൾ സന്ദർശനവും. പക്ഷേ ഒരു മണിക്കൂറിൽ കൂടുതൽ അവിടെ ചെലവഴിക്കാൻ പറ്റില്ല. പരിപാടികളുടെ ക്രമപ്പട്ടികയ്ക്ക് ഭംഗങ്ങളുണ്ടാവരുതെന്ന് അവരാഗ്രഹിച്ചു.

എങ്കിലും വനിതാ വിദ്യാഭ്യാസത്തിനായി തീവ്രശ്രമങ്ങൾ നടത്തുന്ന ഒരു സർക്കാരിന് അഭിവാദ്യങ്ങൾ അർപ്പിക്കാനും വിദ്യാർത്ഥിനികളെ പ്രോത്സാഹിപ്പിക്കാനും രാജ്ഞി സ്കൂൾ പരിപാടികളിൽ സംബന്ധിക്കുകതന്നെ ചെയ്യും. സമയപരിമിതിയെച്ചൊല്ലി സ്വാഗത പ്രസംഗം വെട്ടിച്ചുരുക്കി. ബ്രദർ ഓക്സീലിന്റെ പാട്ടുകളിൽ മിക്കവയും ഒഴിവാക്കി. വിശാലമായ പഠനമുറി വഴിയുള്ള പോക്കുവരവ് വിലക്കപ്പെട്ടു. കഴിയുമെങ്കിൽ മുറ്റത്തുതന്നെ രാജ്ഞിക്കു സ്വീകരണമൊരുക്കും. അതല്ല എങ്കിൽ പ്രവേശനഹാളിൽ. സിസ്റ്റർ ലിഡ്വിന്റെ ഭൂമിശാസ്ത്ര ക്ലാസ്സിൽ അവരോടൊപ്പം പത്തു മിനിറ്റ് ക്ലാസ്സെടുക്കാമെന്ന് രാജ്ഞി സമ്മതിച്ചതായി മേയർ പറഞ്ഞു.

റുവാണ്ടയിലെ കൃഷിയെക്കുറിച്ചാണവർ സംസാരിക്കുക. ഉച്ചയ്ക്കു ശേഷം വീണ്ടും ചർച്ചകൾ നടന്നു. ഫാബിയോലയോടു ചോദിക്കാവുന്ന ചോദ്യങ്ങളെക്കുറിച്ചും അവരുടെ ചോദ്യങ്ങൾക്ക് നൽകേണ്ടതായ ഉത്തരങ്ങളെക്കുറിച്ചും എല്ലാവരും പര്യാലോചന നടത്തി. രാജ്ഞി വിടപറയുന്നതിനു തൊട്ടു മുമ്പ് അവർക്ക് സമ്മാനങ്ങൾ നൽകണം. പിന്നെ ബ്രദർ ഓക്സീലിന്റെ ഗായക സംഘത്തിന്റെ ദേശീയ ഗാനാലാപനം, സമയമുണ്ടെങ്കിൽ മറ്റു ഗാനങ്ങളും.

ബൽജിയൻ അദ്ധ്യാപകർ പ്രതിഷേധിച്ചു: അവരുടെ നാടിന്റെ രാജ്ഞിയുമായി സംവദിക്കാൻ അവർക്കു മാത്രമായൊരു സാവകാശം നല്കപ്പെട്ടില്ല. അതു പരിഹരിക്കാവുന്നതാണെന്നും ഇടനാഴിയിൽ ക്ലാസ്സുകൾക്ക് മുന്നിലായി അങ്ങനെയാവാമെന്ന് ധാരണയായി. അവിടെവെച്ച് ഫാബിയോലയെ അവരഭിവാദ്യം ചെയ്യാമെന്നും രാജ്ഞിക്ക് അവരോട് രണ്ടുവാക്കു സംസാരിക്കാനുള്ള അവസരമൊരുക്കുകയും ചെയ്യാമെന്നും തീരുമാനിച്ചു. ഫ്രഞ്ചിന്റെ അദ്ധ്യാപകർക്കാകട്ടെ, പ്രത്യേകിച്ച് ഒരു താൽപര്യവും ഉണ്ടായിരുന്നില്ല. അവർക്ക് സംഭവത്തിന്റെ സ്മരണയ്ക്കായുള്ള ഫോട്ടോകൾ എടുത്താൽ മതി. പക്ഷേ മേയർ അതിനുള്ള അനുമതി ഔപചാരികമായി നിഷേധിച്ചു.

രാജ്ഞിയുടെ സന്ദർശനത്തിന് തലേന്ന്, വീണ്ടും അസ്വസ്ഥതകളുണ്ടായി. സംരക്ഷണ ഉദ്യോഗസ്ഥരന്മാരുടെ അകമ്പടിയോടെ ബെൽജിയൻ രീതിയിൽ വസ്ത്രധാരണം ചെയ്ത അഞ്ചു മാന്യവ്യക്തികളും ഒപ്പമുണ്ടായിരുന്നു. അവർ പ്രകടമായും ധൃതികാണിച്ചു. മേയറിന് ഒപ്പമെത്താൻ കഴിയാത്തത്ര വേഗത്തിലായിരുന്നു അവരുടെ നടത്തം.

അവർ മദർ സുപ്പീരിയറുമായി ഓഫീസ് മുറിയിൽ ചർച്ച നടത്തി. വിദ്യാർത്ഥിനികളുടെ മാനസികനിലയെക്കുറിച്ചവർ ചോദിച്ചറിഞ്ഞു.

അദ്ധ്യാപകരുടെ ലിസ്റ്റ് പരിശോധിച്ചു. ഫ്രഞ്ച് പഠിപ്പിക്കുന്ന സഹാദ്ധ്യാപകരെക്കുറിച്ചുള്ള വിശദവിവരങ്ങൾ തേടി. തദ്ദേശവാസികളുടെ പൊതുവെയുള്ള മനോനിലയെക്കുറിച്ചും അവർ മേയറോട് തിരക്കി. പൊതുവെ നല്ല ശാന്തപ്രകൃതക്കാരാണെന്നും മികച്ചതാണെന്നും രാജ്ഞിക്ക് ഊഷ്മളമായ സ്വീകരണം കൊടുക്കുവാനുള്ള അസുലഭ സന്ദർഭത്തിനായി അക്ഷമയോടെ കാത്തിരിക്കുകയാണെന്നും ഒരു മാസമായി സൂര്യോദയം മുതൽ രാത്രി വൈകും വരെ താൻതന്നെ തയ്യാറെടുപ്പുകൾക്ക് നേതൃത്വം നൽകി വരികയാണെന്നും അവരെ ബോധ്യപ്പെടുത്തി. പക്ഷേ ആ വെള്ളക്കാർ അത്ര വിനയസമ്പന്നരായിരുന്നില്ല. ചോദ്യങ്ങൾക്കുള്ള മറുപടി ചുരുക്കിപ്പറയാൻ മേയറോട് ആവശ്യപ്പെട്ടു. ടുട്സികളുടെ ചിലയിടങ്ങൾ പ്രത്യേകം നിരീക്ഷിക്കപ്പെടേണ്ടതുണ്ടെന്ന് അദ്ദേഹം നിർദേശിച്ചു. റുവാണ്ടൻ സുരക്ഷാ ഭടന്മാർ അതിനോടു യോജിച്ചു. അവർ സ്കൂൾ അടിമുടി പരിശോധന നടത്തി. സ്റ്റോറിന്റെ ചുമതലയുള്ള സിസ്റ്റർ മറ്റാർക്കും പ്രവേശനമില്ലാത്ത കലവറ മുറി തുറന്നുകൊടുത്തു. അട്ടിയട്ടിയായി കൂട്ടിവെച്ചിരുന്ന ആഹാരസാധനങ്ങളുടെ ടിന്നുകളുടെയും പെട്ടികളുടെയും പിറകിൽ അവർ പരതി. സിസ്റ്റർ താക്കോൽക്കൂട്ടമിളക്കിക്കൊണ്ട് അക്ഷമ കാണിച്ചു. സുരക്ഷാ ഭടന്മാർ മദർ സുപ്പീരിയറിനും മേയറിനും നിർദേശങ്ങൾ നൽകി. അവരിൽ രണ്ടുപേർ ഒരു റുവാണ്ടനും ഒരു ബെൽജിയനും സ്കൂളിന്റെ അതിഥി ബംഗ്ലാവിൽ തന്നെ തങ്ങി.

'റാംഗ്ലറി'ന്റെ ഒരു വലിയ ജീപ്പ് ഒരു മിനി ബസ്സിനോളം നീളമുള്ളത് പടപടാ ശബ്ദത്തോടെ സ്കൂൾ മുറ്റത്തു വന്നു നിന്നു. കാക്കിഷർട്ടും ജാക്കറ്റും തൊപ്പിയുമണിഞ്ഞ മൂന്നു വെള്ളക്കാർ അതിൽ നിന്നിറങ്ങി. കടുംചുവപ്പ് ടൈ ധരിച്ച ഒരു നീഗ്രോയെ അവർ പിന്തുടർന്നു. റേഡിയോ റുവാണ്ടയുടെ റിപ്പോർട്ടറാണദ്ദേഹം. വാർത്താവിതരണ മന്ത്രാലയത്തിൽ നിന്ന് വരുന്നതാണെന്നതിനുള്ള അധികാരരേഖ അദ്ദേഹം കാണിച്ചു. ഒരു ബെൽജിയൻ ദിനപത്രത്തിന്റെയും ഒരു ഫ്രഞ്ച് വാരികയുടെയും മുതിർന്ന ലേഖകരെന്ന നിലയിൽ തന്റെ കൂടെയുള്ളവരെ അദ്ദേഹം പരിചയപ്പെടുത്തി. സെൻട്രൽ ആഫ്രിക്കയിലെ വനിതകളുടെ ഉന്നമനം ലക്ഷ്യമാക്കിയുള്ള ഒരു മാതൃകാസ്ഥാപനമെന്ന നിലയിൽ നൈലിന്റെ നോത്രദാം സ്കൂൾ ബെൽജിയത്തിൽ അംഗീകരിക്കപ്പെട്ടിരിക്കുന്നു. അതേക്കുറിച്ച് ഒരു റിപ്പോർട്ട് തയ്യാറാക്കുകയാണ് അവരുടെ ആഗമനോദ്ദേശ്യം. അവർ ഫോട്ടോകൾ എടുക്കുകയും മദർ സുപ്പീരിയറുമായും അദ്ധ്യാപകരുമായും സംവദിക്കുകയും ചെയ്തു. പിന്നെ കഴിയാവുന്നിടത്തോളം കുട്ടികളുമായും സംസാരിച്ചു. മദർ സുപ്പീരിയർ താൻ ബഹുമാനിതയായെന്ന ചാരിതാർത്ഥ്യ ഭാവവും ഒട്ടൊരസ്വസ്ഥതയും ഒരുപോലെ

പ്രകടിപ്പിച്ചു. മറ്റു കൂടുതൽ കാര്യങ്ങൾക്കും സഹായങ്ങൾക്കുമായി അവരെ മദർ ഏർമെനെഷീൽഡച്ചനെ ഏൽപ്പിച്ചു. ആ പത്രപ്രവർത്തകർ അവരുടെ മിനിബസ്സുപോലത്തെ ജീപ്പിനടുത്തേയ്ക്കു പോവുകയും കാമറകൾ വഹിച്ചുകൊണ്ട് തിരിച്ചു വരുകയും ചെയ്തു.

അവരുടെ കൂസലും കരുതലില്ലായ്കയും അളവിൽ കവിഞ്ഞ ജിജ്ഞാസയും ഏർമെനെഷീൽഡച്ചനെ വല്ലാതെ ഉലച്ചു. ആ വെള്ളക്കാർക്ക് എല്ലാം കാണണം, എല്ലാം പകർത്തണം. അനുബന്ധ ദേവാലയം മാത്രമല്ല, ക്ലാസ്സുകളും (സിസ്റ്റർ ലിഡ്വിനെ കാര്യം മുമ്പേ അറിയിച്ചിരുന്നു. അവരുടെ മുന്നിൽ സിസ്റ്റർ രാജ്ഞിക്കായി തയ്യാറാക്കിയ ക്ലാസ് ഭംഗിയായി എടുത്തു.) അവസാന വർഷ വിദ്യാർത്ഥിനികളുടെ സ്വകാര്യ അറകളും അവരവയിൽ ചെയ്ത അലങ്കാരപ്പണികളുമെല്ലാം അവർ ക്യാമറയിൽ പകർത്തി. കട്ടിലുകളിൽ തട്ടിത്തടഞ്ഞു. കുളിമുറികൾ എവിടെയെന്നവർ ചോദിച്ചു. അവർ അടുക്കളയിലേക്കു നേരെയങ്ങു കടന്നുചെന്നു. സിസ്റ്റർ കാസീത്തോ പാചകം ചെയ്തുകൊണ്ടിരിക്കയായിരുന്ന പയർകറിയുടെ പാത്രത്തിന്റെ അടപ്പുപൊക്കി മണത്തുനോക്കി. പെൺകുട്ടികളുടെ വിദ്യാഭ്യാസത്തിനു വേണ്ടിയുള്ള സർക്കാറിന്റെ ഭഗീരഥപ്രയത്നങ്ങളെപ്പറ്റിയുള്ള ഏർമെനെഷീൽഡച്ചന്റെ വാചാടോപങ്ങൾക്കവർ ചെവികൊടുത്തില്ല. അവർ വിദ്യാർത്ഥിനികളോട് അപ്രസക്തവും അസംബന്ധവും മര്യാദയില്ലാത്തതുമായ ചോദ്യങ്ങൾ ചോദിച്ചുകൊണ്ടിരുന്നു. ഇവിടെ വല്ലാതെ ഒറ്റപ്പെട്ടതായി തോന്നാറുണ്ടോ? പുറത്തേക്കു പോയാൽ എന്തൊക്കെയാണ് ചെയ്യാറുള്ളത്? കാമുകന്മാരുണ്ടോ? കുടുംബാസൂത്രണത്തെപ്പറ്റി എന്താണ് അഭിപ്രായം? നിങ്ങളുടെ അച്ഛന്മാർ നിങ്ങൾക്ക് ഭാവി ഭർത്താക്കന്മാരെ കണ്ടുവെച്ചിട്ടുണ്ടോ? നിങ്ങളിലെത്രപേർ ടുട്സികളാണ്? എത്രപേർ ഹ്യൂറ്റുകളാണ്? ഏർമെനെഷീൽഡച്ചൻ കുട്ടികളോട് മിണ്ടരുതെന്ന് ആംഗ്യം കാണിച്ചു. അതേസമയം മൈക്രോഫോണിൽ സംസാരിക്കുന്നതിൽ അദ്ദേഹം അഭിമാനം കൊണ്ടു. ചിന്താക്കുഴപ്പത്തോടെയും നിർത്താതെയുമുള്ള പ്രതികരണങ്ങൾക്കൊടുവിൽ അദ്ദേഹം ചോദിച്ചു. ''എന്റെ ശബ്ദം എല്ലാവരും റേഡിയോയിൽ കേൾക്കും അല്ലേ?''

നർത്തകികളെയെല്ലാവരെയും അവർ ഒരുമിച്ചു കൂട്ടി വളരെ താൽപര്യപൂർവം അവരുടെ ഫോട്ടോ എടുത്തു. ജിംനേഷ്യത്തിൽ വ്യായാമം ചെയ്യുന്ന കുട്ടികളെ അവർ അഭിനന്ദിച്ചു. വെറോണിക്ക ക്യാമറയെ വിടാതെ കൂടി. പ്ലാറ്റ്ഫോമിനു മുകളിൽ ഒറ്റയ്ക്ക് കയറി നിൽക്കാൻ അവളോട് അവർ ആവശ്യപ്പെട്ടു. പാർശ്വവും അഭിമുഖവുമായുള്ള അവളുടെ ഫോട്ടോകൾ എടുത്തു. ''ഇത് കവർചിത്രമാക്കാൻ കൊള്ളാം. വളരെ നല്ലത്, മനോഹരം!'' അവർ പറഞ്ഞു.

നിങ്ങൾക്കെന്താ വെറോണിക്കയോട് മാത്രം ഇത്ര താൽപ്പര്യമെന്ന് ഗ്ലോറിയോസ അവരോട് രോഷത്തോടെ ചോദിച്ചു.

അവർ പൊട്ടിച്ചിരിച്ചുകൊണ്ട് പറഞ്ഞു. ‘‘ശരി, ഞാൻ നിന്റെ ഫോട്ടോയും എടുക്കാൻ പോവുകയാണ്.’’

അവരുടെ വാഹനത്തിലേക്കവർ തിരിച്ചു പോകുമ്പോൾ ഏർമെനെ ഷീൽഡച്ചൻ അവരെ പിറകിൽ നിന്നു വിളിച്ചു. മദർ സുപ്പീരിയറിനെ ഒന്ന് ഇന്റർവ്യൂ ചെയ്യണം. ‘‘സമയമില്ല. ഞങ്ങൾക്കു വേണ്ടതൊക്കെ ആയി. മദറിനെ ഞങ്ങളുടെ നന്ദി അറിയിച്ചാലും. ഞങ്ങൾക്കിനി നൈലിന്റെ ഉത്ഭവത്തിലേക്കു പോകേണ്ടതുണ്ട്. അങ്ങോട്ട് ഞങ്ങളുടെ കൂടെ വരാൻ ആരെയെങ്കിലും കിട്ടുമോ?’’

അവരുടെ മര്യാദയില്ലാത്ത രീതികളിൽ മുഷിഞ്ഞ ഏർമെനെ ഷീൽഡച്ചൻ അതു സാധ്യമല്ലെന്നു തുറന്നടിച്ചു. ഉരുൾപൊട്ടൽ കാരണം പാതയൊക്കെ ഒലിച്ചുപോയിരിക്കയാണ്. ‘‘അതു മാത്രമല്ല, മഴ പെയ്യാൻ പോവുകയുമാണ്. തലസ്ഥാനപട്ടണത്തിലേക്കുള്ള വഴിയും തടസ്സമാവുന്നതിനു മുമ്പ് വേഗം പൊയ്ക്കോളൂ.’’

റിപ്പോർട്ടറും ഫോട്ടോഗ്രാഫറും ഏർമെനെഷീൽഡച്ചന്റെ ഉപദേശത്തിന് ശരിയെന്ന മറുപടി ഉറക്കെ പറഞ്ഞു. അവരുടെ വാഹനം നീങ്ങിയതോടെ ഏർമെനെഷീൽഡച്ചനു സമാധാനമായി.

ഏവരും രാജ്ഞിയെ കാത്തുനിന്നു. വളരെനേരം ഓരോ മലമുകളിലേയും തലവന്മാർ തങ്ങളുടെ ആളുകളെ ഇക്കാര്യം ബോധ്യപ്പെടുത്തി ഒരുക്കാൻ പാടുപെട്ടു. കുറേപ്പേർ പങ്കെടുക്കുന്നതിൽ വൈമനസ്യം കാണിച്ചു. പ്രത്യേകിച്ചും സ്ത്രീകൾ; അവരെപ്പോഴും ചെറുപയർ പാടത്ത് ജോലിയിലാണ്. അല്ലെങ്കിൽ ചോളത്തിന്റെ കളപറിക്കാനുണ്ടാകും. കുഞ്ഞിന് അസുഖമാണെന്നു വരും. പുറത്ത് കുഞ്ഞുങ്ങളെ വഹിച്ച് പകൽ ഉഴുവൻ നിൽക്കുക വയ്യ. അതും വെയിലത്ത്, ചിലപ്പോൾ മഴ പെയ്തുവെന്നും വരാം. എന്നാലും അവരെല്ലാം വന്നെത്തി പാതയോരത്ത് കിലോമീറ്ററുകളോളം അണിയായി നിന്നു. പ്രാഥമിക വിദ്യാലയത്തിലെ കുട്ടികൾക്ക് റുവാണ്ടയുടെയും ബെൽജിയത്തിന്റെയും ചെറുപതാകകൾ വിതരണം ചെയ്യപ്പെട്ടു. അവരുടെ ലീഡർ അതെങ്ങനെ പിടിക്കണമെന്നും വീശണമെന്നും അവർക്കു കാണിച്ചു കൊടുത്തു. രാജ്ഞിയെ സ്വീകരിച്ചഭിവാദ്യം ചെയ്യുന്ന പാട്ട് അവരെക്കൊണ്ട് വീണ്ടുമൊന്ന് പാടിച്ചു നോക്കി. ‘‘ഞങ്ങളുടെ പ്രസിഡണ്ടായിരുന്നെങ്കിൽ ചെയ്യും പോലെയൊക്കെ ചെയ്യുന്നു നിങ്ങൾ.’’

സ്കൂളാകെ ഉത്സാഹപൂർണമായിരുന്നു. രാത്രി വേണ്ടത്ര ഉറങ്ങാൻ കഴിയാതിരുന്ന കുട്ടികൾ ഉണരാനുള്ള അലാറവും ഗേറ്റിന്റെ

ഞെരക്കവും കേൾക്കുന്നതിനു മുമ്പുതന്നെ നേരത്തെ കാലത്തേ എഴുന്നേറ്റു. കണ്ണാടിക്കും ചീർപ്പിനും വെയ് ദ് മിലോ ക്രീമിനും വേണ്ടി കശപിശ കൂടി. മുടി നന്നായി ചീകിയൊതുക്കിക്കഴിഞ്ഞിട്ടില്ലാത്തവർക്ക് ഒരുങ്ങിക്കഴിഞ്ഞവരോട് അസൂയ തോന്നി. തങ്ങളെ കാണുമ്പോൾ രാജ്ഞിക്ക് എന്തു തോന്നുമെന്ന് ഓരോരുത്തർക്കും വേവലാതിയുണ്ടായിരുന്നു. അവരെ അനുഗമിയ്ക്കുന്ന മന്ത്രാലയ ഉദ്യോഗസ്ഥർക്ക് അതൊക്കെ പ്രധാന കാര്യമാണ്. ഒരേ യൂണിഫോം ആയതിനാൽ എല്ലാവരും ഏതാണ്ടൊരുപോലെയിരിക്കും. അതിനെന്തു ചെയ്യാനാണ്? വ്യക്തിപരമായ ഒരു ചിഹ്നങ്ങൾക്കും അനുവാദമില്ല. കണ്ണടച്ചുകൊണ്ടുള്ള ഒരാംഗ്യം പോലും സാധ്യമല്ല. താൽപര്യത്തിന്റെയും ആരാധനയുടേതുമായ ഒരു പുഞ്ചിരിയേ ന്തണം. അത്രമാത്രമേ പാടുള്ളൂ. ചിലർ തൊലിനിറം വരാൻ ക്രീം പുരട്ടുകയും മുടി ലോലമാക്കാൻ ശ്രമിക്കുകയും ചെയ്തു. പക്ഷേ മിക്കവരും അതിനൊന്നും മിനക്കെട്ടില്ല. രാജ്ഞി ചിലപ്പോൾ ഏതാനും വാക്കുകൾ പറയാൻ അവർക്കു മുന്നിൽ നിന്നെന്നുവരും. എന്തായാലും നൈലിന്റെ നോത്രദാമിൽ വരാൻ അവർ തീരുമാനിച്ചല്ലോ.

പ്രാതലിന് കാര്യസ്ഥ സിസ്റ്റർ ഏതാനും പലഹാര ടിന്നുകൾ തുറന്നിരുന്നു. തീർത്ഥാടനവേളയിലേക്കു കരുതിവെച്ചത് തൽക്കാലം എടുത്തതാണ്.

ക്ലാസുകൾ യഥാവിധി തുടരണമെന്നും തന്റെ സന്ദർശനം കാരണം അവയൊന്നും മുടങ്ങരുതെന്നുമുള്ള രാജ്ഞിയുടെ താൽപര്യപ്രകാരം പഠനം വീണ്ടും സജീവമായതിൽ വിദ്യാർത്ഥിനികൾക്ക് ഒട്ടൊരു നിരാശതോന്നി. സിസ്റ്റർ ലിഡ്വിൻ എടുത്തുകൊണ്ടിരിക്കുന്ന ക്ലാസ് വീണ്ടും വീണ്ടുമെടുത്തു. സാധ്യത ചോദ്യങ്ങൾക്കൊക്കെ ഉത്തരം പറയാൻ കുട്ടികൾ പ്രാപ്തരാണെന്നുറപ്പു വരുത്തി. മറ്റദ്ധ്യാപകർ വൈകാതെതന്നെ ക്ലാസെടുക്കുന്നത് നിർത്തി. അവരുടെ കുട്ടികൾ, പ്രതീക്ഷയോടെ കാത്തിരിക്കുന്ന വിശിഷ്ടസംഘത്തിന്റെ വരവിനെ കുറിക്കുന്ന എന്തെങ്കിലും ശബ്ദം കേട്ടെന്നു തോന്നിയ പാടെ ജനലിനടുത്തേക്കു കുതിക്കും.

ബെൽജിയൻ അദ്ധ്യാപകർ കസേരയിൽ അനങ്ങാതെ അമർന്നിരുന്നു. വസ്ത്രങ്ങൾ ചുളിയുമെന്നും ചോക്കുപൊടി പുരളുമെന്നുമൊക്കെ അവർ ഭയന്നു. തിരഞ്ഞെടുക്കപ്പെട്ട നർത്തകികളും ഗായികമാരും സ്കൂൾ ജിംനേഷ്യത്തിൽ കാത്തു നിന്നു. ബ്രദർ ഓക്സീലിന്റെ ആംഗ്യത്തോടെ അവർ ഉടനടി മുറ്റത്തെത്തേണ്ടതാണ്. രണ്ടു പൊലീസുകാർ ഇടനാഴികളിൽ ഉലാത്തി. മേയർ കിതച്ചുകൊണ്ട് പാതയിലേക്കും തിരിച്ച് സ്കൂളിലേക്കും അക്ഷമയോടെ ഓടിനടന്നു. പള്ളിയുടെ ചവിട്ടുപടിയിൽ നിന്നുകൊണ്ട് ഏർമെനെഷീൽഡച്ചൻ

കൈയും കലാശവും കാട്ടി കൊണ്ട് ഉറക്കെ സ്വാഗത പ്രഭാഷണം നടത്തി. മദർ സുപ്പീരിയർ സർവ്വവ്യാപിയായിരുന്നു. അവർ ക്ലാസു കളിൽ ക്രമവും അച്ചടക്കവും ഉറപ്പുവരുത്തി. തുറന്ന കോളറുമായി വന്ന ഒരു ഫ്രഞ്ച് അദ്ധ്യാപകനോട് ഒരു ടൈ തേടിപ്പിടിച്ചു ധരി ക്കാൻ അവർ അയച്ചു. ഡോർമിറ്ററിയിലെ അലങ്കോലമെല്ലാം അവർ തന്നെ ശരിയാക്കി. മെസ്സിലെ മേശകൾ ഒന്നുകൂടി തുടച്ചുവൃത്തി യാക്കാനും കുളിമുറി തേച്ചുകഴുകാനും അവർ വേലക്കാരെ വിളിച്ചു. ഓരോ മുക്കിലും അവർ സാങ്കൽപ്പികവും അല്ലാത്തതുമായ ചിലന്തി വലകൾ കണ്ടു.

ലൈബ്രറി പുസ്തകങ്ങളിൽ അടിഞ്ഞുകൂടിയ പൊടിയുടെ നേരെ അവർ കർശനഭാവത്തോടെ വിരൽ ചൂണ്ടി. മരച്ചീനി മൊരിച്ചതു ണ്ടാക്കുമ്പോൾ പാകം വലുപ്പത്തിൽ മുറിക്കണമെന്ന് സിസ്റ്റർ കാസി ത്തോയെ അവർ ഓർമ്മിപ്പിച്ചു.

രാവിലെ 9.30 ന് രാജ്ഞി എത്തുമെന്നാണ് പ്രതീക്ഷിക്കപ്പെട്ടി രുന്നത്. പത്തു മണിയായപ്പോൾ വന്നത് മഴയാണ്. മലയുടെ മുക ളിൽ മേഘങ്ങൾ പറ്റിപ്പിടിച്ചു കിടന്നു. സ്കൂളിനെയാകെ പൊതിഞ്ഞു കൊണ്ട് മഴ പെയ്തു. പാതയോരത്ത് നിന്നിരുന്ന കുറേപ്പേർ മഴയുടെ പേരുപറഞ്ഞ് അവിടം വിട്ടു. മൂടൽമഞ്ഞ് പതുക്കെ നൂലുനൂലായി ചിതറുകയും മങ്ങുകയും ചെയ്തെങ്കിലും വലിയ നിശ്ചലമേഘ ങ്ങൾ മഴയെ ഉഗ്രമായി കോരിച്ചൊരിഞ്ഞു.

പത്തുമണി കഴിഞ്ഞ് മുപ്പതുമിനിട്ടാവുന്നതിന് തൊട്ടുമുമ്പ് സിസ്റ്റർ ജെർട്രൂഡ് ഇടനാഴിയിലൂടെ ക്ലാസുകൾ തോറും ഉറക്കെവിളിച്ചു കൊണ്ട് ഓടുന്നതായി ഏവരും കണ്ടു.

‘‘അതാ വന്നു... അതാ വന്നു.’’

മദർ സുപ്പീരിയറിന്റെ അവസാന താക്കീതോടെ സീറ്റിൽ അടങ്ങി യിരിക്കുകയായിരുന്ന കുട്ടികൾ അതോടെ ഒന്നിച്ച് ധൃതിപ്പെട്ടുകൊണ്ട് ജനലരികിലേക്കോടിച്ചെന്നു. മഴവെള്ളം ഒലിച്ചിറങ്ങുന്ന ജനൽച്ചില്ലു കൾക്കപ്പുറത്ത് രണ്ടു പട്ടാള ജീപ്പുകൾ വന്ന് ഗേറ്റിന്റെ ഇരുവശങ്ങളി ലുമായി നിലകൊണ്ടു. പിന്നെ ആകെ ചളിപറ്റിയ നാലു റേഞ്ച് റോവറുകളിൽ ഒന്ന് ഹാളിലേക്കുള്ള പ്രവേശനകവാടത്തിന്റെ പടവു കൾക്കടുത്ത് വന്നുനിന്നു. പന്ത്രണ്ടോളം പേർ അതിൽനിന്നിറങ്ങി. സ്ത്രീകളുടെ അത്രതന്നെ പുരുഷന്മാർ, വെള്ളക്കാരുടെയത്രതന്നെ കറുത്തവർ. പടവുകൾക്കടുത്തു നിർത്തിയ വാഹനത്തിനു സമീപ ത്തേക്കു രണ്ടുപേർ കുടകൾ നിവർത്തിക്കൊണ്ട് ഓടിച്ചെന്ന് ഡോർ തുറന്നു.

‘‘അതാ രാജ്ഞി, രാജ്ഞിയല്ലാതെ മറ്റാരാണത്. പിന്നെ മന്ത്രി യുമുണ്ട്. മന്ത്രി തന്നെയാണത്.’’

അവർ കാറിൽ നിന്നിറങ്ങി കുടയുടെ അടിയിലേക്കു വന്നുനിന്നു. തൊപ്പികളണിഞ്ഞതുകാരണം അവരുടെ മുഖങ്ങൾ വ്യക്തമായിരുന്നില്ല. മദർ സുപ്പീരിയർ, ഏർമെനെഷീൽഡച്ചൻ, മേയർ, ഏറ്റവും മേലത്തെ പടിയിൽ രാജ്ഞിയേയും മന്ത്രിയേയും പരിചാരങ്ങളെയും വണങ്ങിക്കൊണ്ടു നിന്നു. അവരെ പ്രത്യഭിവാദ്യം ചെയ്യാൻ നിൽക്കാതെ അവർ നേരെ ഹാളിലേക്കു നടന്നു.

മഴകാരണം ഹാളിൽ കൂട്ടം കൂടി നിൽക്കുകയായിരുന്ന ഗായകസംഘവും നൃത്തസംഘവും കൂട്ടുകാരികൾക്ക് സ്വീകരണ രംഗത്തിന്റെ വിവരണം നൽകി. മദർ സുപ്പീരിയർ, മലനിരകൾക്കിടയിൽ മറഞ്ഞു കിടന്ന നൈൽ നോത്രദാം സ്കൂളിനെ ആ വിശിഷ്ടവ്യക്തികൾ സന്ദർശിക്കുവാൻ മഹാമനസ്കത കാട്ടിയതു വഴി സ്കൂൾ ബഹുമാനിതമായെന്ന് ചുരുങ്ങിയ വാക്കുകളിൽ തന്റെ സ്വീകരണ പ്രസംഗത്തിൽ പറഞ്ഞു. ഏർമെനെഷീൽഡച്ചൻ തന്റെ പ്രഭാഷണത്തിലേക്ക് ഇരമ്പിക്കയറി. അവസാന മിനിറ്റുവരെ ഇടയ്ക്കിടെ പറഞ്ഞത് തിരുത്തുകയും പുനരാരംഭിക്കുകയും ചെയ്തുകൊണ്ട് തുടർന്നുകൊണ്ടിരുന്നു. സദാ വാച്ചിലേക്കു നോക്കിക്കൊണ്ടിരുന്ന തന്റെ പരിവാരങ്ങളിലൊരാൾ ഒരു ഗൂഢാംഗ്യം കാണിച്ചപാടെ രാജ്ഞി അലക്ഷ്യമായെന്തോ ഉച്ചരിച്ചുകൊണ്ട് വിദഗ്ധമായി പാതിരിയുടെ അവിരാമമായ വാഗ്ധോരണിയെ തടസ്സപ്പെടുത്തി. രാജ്ഞി പ്രവേശനകവാടത്തിലെത്തിയപ്പോൾത്തന്നെ തന്റെ മേലങ്കി ഊരിയിരുന്നു. ഇപ്പോഴവർ ബൃഹത്തായ ഒരു തൊപ്പി വെച്ചിട്ടുണ്ട്. ഭാവിയിലെ ശ്രേഷ്ഠവനിതകളെ ക്രിസ്തീയവും ജനാധിപത്യപരവുമായ രീതിയിൽ വാർത്തെടുക്കുന്ന നൈൽ നോത്രദാം സ്കൂൾ സന്ദർശിക്കുന്നതിൽ തനിക്ക് ഏറെ അഭിമാനവും സന്തോഷവുമുണ്ടെന്ന് അവർ പറഞ്ഞു. വിദ്യാർത്ഥിനികളുടെയും അവരുടെ അദ്ധ്യാപകരുടെയും സർക്കാറിന്റെയും അക്കാര്യത്തിലുള്ള ഉദ്യമങ്ങളെ അവർ ശ്ലാഘിച്ചു.

ഭൂരിപക്ഷ ജനതയോടുള്ള പ്രതിജ്ഞാബദ്ധതയ്ക്ക് അടിവരയിട്ടുകൊണ്ട് മന്ത്രി പ്രസംഗിച്ചു. ക്രിസ്തീയ സദാചാരപ്രകാരവും ജനാധിപത്യപ്രകാരവുമുള്ള വനിതാ വിദ്യാഭ്യാസത്തിലൂടെ മാത്രമേ നാടിന്റെ പുരോഗമനം സാധ്യമാവുകയുള്ളൂ. പ്രസിഡണ്ടിന്റെ പ്രഥമ പരിഗണനകളിലൊന്ന് അതായതിനാൽ അദ്ദേഹം അതിനായി അശ്രാന്ത പരിശ്രമം നടത്തുന്നു. രാജ്ഞിയുടെ പരിവാരത്തിലുള്ള രണ്ടു ഫോട്ടോഗ്രാഫർമാർ ക്ലിക്കുചെയ്തപ്പോൾ തുടരെയുണ്ടായ ഫ്ളാഷ് മേയറെ ഞെട്ടിച്ചു. അതൊരാക്രമണമായിരിക്കുമെന്നദ്ദേഹം കരുതിപ്പോയി. ഇടതടവില്ലാതെ വാച്ചു നോക്കിക്കൊണ്ടിരിക്കുന്നയാൾ മദർ സുപ്പീരിയറിന്റെ ചെവിയിലെന്തോ പറയുന്നതു കണ്ടു. പെട്ടെന്ന് മദർ, രാജ്ഞി ആഗ്രഹിച്ചതുപോലെ അദ്ധ്യാപകരെയും

വിദ്യാർത്ഥികളെയും ക്ലാസ്സുകളിലേക്കു പോയി കാണാൻ ക്ഷണിച്ചു. ബ്രദർ ഓസ്സീൽ നാല് പാട്ടുകൾ തയ്യാറാക്കി വെച്ചിരുന്നു. എല്ലാം കൂടി പാടാൻ ബുദ്ധിമുട്ടാണെന്ന ഗായകസംഘത്തിന്റെ ആവലാതി പരിഗണിച്ച് ഒന്നുമാത്രം പാടാമെന്ന് തീരുമാനമായി. എല്ലാവരും ഗോവണികയറി മുകളിലേക്കു പോകുമ്പോൾ ആ പാട്ട് ഒരുതവണ കൂടി ആലപിക്കപ്പെട്ടു. പക്ഷേ രാജ്ഞി അത് കേട്ടുവോ എന്നത് സംശയമാണ്.

രാജ്ഞി ക്ലാസ്സുകളോരോന്നായി സന്ദർശിച്ചു. ഓരോ ക്ലാസിലെയും അദ്ധ്യാപകർ ഓരോരുത്തരും തങ്ങളെ സ്വയം പരിചയപ്പെടുത്തി. രാജ്ഞി ചുരുങ്ങിയ വാക്കുകളിൽ അവരോടു പ്രതികരിച്ചു. കുട്ടികൾക്ക് പ്രോത്സാഹനവും അഭിനന്ദനങ്ങളും നൽകി. പക്ഷേ വാച്ചുനോക്കുന്നയാളുടെ നോട്ടത്തെ അഭിമുഖീകരിക്കുമ്പോളൊഴികെ, രാജ്ഞിയുടെ മുഖം പുഞ്ചിരിയേന്തിയൊരു മുഖാവരണംപോലെ കാണപ്പെട്ടു. മി. ദ് ഡെക്കറുടെ ക്ലാസ്സിൽ രാജ്ഞിയെ അഭിവാദ്യമർപ്പിക്കാൻ അദ്ദേഹത്തിന്റെ ഭാര്യയും സന്നിഹിതയായിരുന്നു. രാജ്ഞിയോടുള്ള തന്റെ ഭാര്യയുടെ ബഹുമാനാദരങ്ങൾ കണ്ട് അദ്ദേഹം അതിശയിച്ചു. ആദ്യമേ തീരുമാനിക്കപ്പെട്ടതെന്നപോലെ സിസ്റ്റർ ലിഡിന്റെ ക്ലാസ്സിൽ ഒട്ടധികനേരം ഫാബിയോല ചിലവഴിച്ചു.

രണ്ടുമൂന്നു ചോദ്യങ്ങൾ സിസ്റ്ററോടു ചോദിച്ചു. ഉത്തരങ്ങളിൽ അവർ തൃപ്തയായി. പിന്നെ കുട്ടികളുടെനേരെ തിരിഞ്ഞ് നിങ്ങൾക്ക് എന്താവാനാണ് താൽപര്യം എന്നാരാഞ്ഞു. നഴ്സുമാർ, പൊതുജീവനക്കാർ, മിഡ് വൈഫ്? അവരെ നിരാശപ്പെടുത്താതിരിക്കാൻ ചോദ്യം ഉന്നയിക്കപ്പെട്ട കുട്ടികൾ പ്രസ്തുത മൂന്നെണ്ണത്തിൽ പെട്ടെന്ന് തോന്നിയതൊരെണ്ണം മറുപടിയായി പറഞ്ഞു. വാച്ചുനോക്കുന്നയാൾ അക്ഷമയുടെ അടയാളങ്ങൾ പ്രദർശിപ്പിക്കുന്നുണ്ടായിരുന്നു. രാജ്ഞി, മന്ത്രി, പരിവാരങ്ങൾ എല്ലാവരും പ്രവേശന ഹാളിലേക്കുതിരികെവന്നു. അതിനിടയിൽ തന്നെ ഫാബിയോലയ്ക്കുള്ള ഉപഹാരങ്ങളുമായി അവസാനവർഷ വിദ്യാർത്ഥിനികൾ അവിടെ ഒരുങ്ങിനിന്നിരുന്നു. ഗ്ലോറിയോസയും ഗോരറ്റിയും രാജ്ഞിക്ക് മെടഞ്ഞുണ്ടാക്കിയ അലങ്കാരസൃഷ്ടികളും ചിത്രത്തുന്നൽ ചെയ്ത ലേസുകളും നൽകി. അതൊക്കെ ആസ്വദിച്ച ശേഷം പരിവാരത്തിലെ ഒരു സ്ത്രീയെ അതൊക്കെ ഏൽപ്പിച്ചു. അവർ രണ്ടു വിദ്യാർത്ഥിനികൾക്കും ഉത്സാഹപൂർവ്വം നന്ദി പറഞ്ഞു. അവരുടെ പേരു ചോദിച്ചു. കവിളുകളിലൊരുമ്മ കൊടുത്തു. ഇരുവശത്തും ഗോരറ്റിയും ഗ്ലോറിയോസയുമായി രാജ്ഞി സംസാരിച്ചു തുടങ്ങി. ഈ അവിസ്മരണീയ മുഹൂർത്തം മനസിലെന്നും മായാതെ നില

നിൽക്കുമെന്നവർ പറഞ്ഞു. വനിതകളുടെ ഉന്നമനം പ്രധാന ലക്ഷ്യമാക്കി സ്വീകരിച്ച ഒരു സുന്ദര രാജ്യത്തിന് എല്ലാ സഹകരണവും അവർ വാഗ്ദാനം ചെയ്തു. മദർ സുപ്പീരിയറിനെയും ഏർമെനെ ഷീൽഡ്ഡച്ചനെയും മേയറേയും വണങ്ങിയ ശേഷം ഫാബിയോല രാജ്ഞിയും മന്ത്രിയും ചളിപറ്റിയ റേഞ്ച് റോവറിനടുത്തേക്കു കുടകൾക്കു കീഴിൽ നടന്നുചെന്നു. മറ്റുള്ളവർ മറ്റ് വാഹനങ്ങളിലേക്കു അവ്യവസ്ഥമായി തിരക്കിട്ടോടി. രണ്ടു സൈനിക ജീപ്പുകളെ അനുഗമിച്ചുകൊണ്ട് രാജ്ഞിയുടെ പരിവാരവാഹനം ഗേറ്റ് കടന്ന് പാതയിൽ നീളെ നീങ്ങി. പിന്നെ മഴയുടെ തിരശ്ശീലയ്ക്കു പിന്നിൽ മങ്ങി ഇല്ലാതെയായി.

ഫാബിയോല രാജ്ഞിയുടെ സന്ദർശനം വിദ്യാർത്ഥിനികളുടെ സംസാരങ്ങളിൽ കുറെ ദിവസങ്ങളോളം തങ്ങിനിന്നു. വളരെയധികം പാടുപെട്ടു സമയം ചെലവഴിച്ചു ശ്രദ്ധാപൂർവ്വം ഒരുക്കങ്ങൾ നടത്തിയിട്ട് ഒടുവിൽ ആ സന്ദർശനം വളരെ ഹ്രസ്വമായ ഒരു ചടങ്ങായിപ്പോയതിൽ അവർക്ക് പ്രയാസമുണ്ടായിരുന്നു. ഗായികമാർക്കും നർത്തകിമാർക്കുമായിരുന്നു കൂടുതൽ വിഷമം തോന്നിയത്. ഈ രാജ്ഞിക്കെന്താണിത്ര തിരക്ക്? ഉദ്വേഗജനകമായ ഒന്നായി ആ ധൃതി കാണപ്പെട്ടു. ഒരാൾ രാജ്ഞിയായിരിക്കുമ്പോൾത്തന്നെ ധൃതിപിടിച്ചു നടക്കണമെന്നുണ്ടോ? അല്ലെങ്കിൽ ആത്മഗർവ്വമുള്ള ഒരു സ്ത്രീയാണെങ്കിൽ പോലും? വെള്ളക്കാരുടെ മോശമായ പെരുമാറ്റരീതികളെക്കുറിച്ച് ഏവർക്കും ബോധ്യമായി. പഴയ കാലത്തെ രാജ്ഞിമാരെ ഉദാഹരിച്ച് വെറോണിക്ക പറഞ്ഞു. "ലക്ഷണമൊത്ത ഒരു മന്ദതയോടെ ഓരോ ചുവടും ശ്രദ്ധാപൂർവ്വം വെച്ചുകൊണ്ടാണ് അവർ നടന്നിരുന്നത്. അവരോട് ധൃതിവെച്ചു നടക്കാൻ ആരും പറയാറുണ്ടായിരുന്നില്ല. നമ്മൾ കണ്ട ആ വാച്ച് നോട്ടക്കാരനെപ്പോലെ അവരുടെ സമയത്തെ നിർണയിച്ചത് മറ്റാരെങ്കിലുമായിരുന്നില്ല. അവർ തന്നെയായിരുന്നു." അത്തരം രാജ്ഞിമാരൊക്കെ ടുട്സികളായിരുന്നുവെന്ന് ഗ്ലോറിയോസ മറുപടി പറഞ്ഞു. "ഒരു കൈക്കോട്ട് പോലും ഒരിക്കലും കൈകൊണ്ട് തൊടാത്ത മടിച്ചികൾ, പാവപ്പെട്ട അനേകം ആളുകൾക്ക് ഊട്ടേണ്ടി വന്ന പരാന്നഭോജികൾ. അതൊന്നും നല്ല റുവാണ്ടക്കാർക്കു ചേർന്ന സമ്പ്രദായങ്ങളല്ല. കൈകാലുകളിലണിഞ്ഞ ഭാരം കാരണം പരസഹായമില്ലാതെ അവർക്കു നടക്കാൻ കഴിഞ്ഞിരുന്നില്ല." മോഡെസ്റ്റ പറഞ്ഞു.

ഫാബിയോലയുടെ സൗന്ദര്യവും തീർച്ചയായുമവർക്ക് ചർച്ചാവിഷയമായി.

അവൾ ശരിക്കും സുന്ദരിയാണെന്ന് മിക്കവാറും എല്ലാവരും അഭിപ്രായപ്പെട്ടു. മി ദ് ഡെക്കറിനേക്കാൾ വെളുത്തിട്ട്, പട്ടണത്തിലെ

എല്ലാ വെള്ളക്കാരികളെക്കാൾ വെളുത്തിട്ട്. അവരെ സംബന്ധിക്കുന്ന തെല്ലാം വെളുത്തിട്ടാണ്. അവരുടെ ഫ്രോക്ക്, ജാക്കറ്റ്, ഷൂസും എല്ലാം. അവരെ നിലത്തിഴയുന്ന തരം നീളൻ വസ്ത്രം ധരിക്കാതെ കണ്ടതിൽ ചിലർക്ക് ഒട്ടു വിഷമം തോന്നി. കഥാപുസ്തകങ്ങളിലെ ചിത്രങ്ങളിൽ രാജ്ഞിമാരൊക്കെ അങ്ങനെയാണല്ലോ. അവരൊരു സ്യൂട്ടാണല്ലോ ധരിച്ചിരുന്നത്.

"യൂറോപ്പിൽ വെള്ളക്കാരുടെയൊക്കെ വസ്ത്രധാരണം അങ്ങനെ യാണ്." ഇമ്മാക്കുലേ ഒരു ആപ്തവാക്യം വിശദീകരിക്കുന്നതു പോലെ പറഞ്ഞു.

"അവർ ഷീക്കാൻഡ രാജ്ഞിയെക്കാളൊന്നും സുന്ദരിയല്ല." വെറോണിക്കയ്ക്കു പറയാതിരിക്കാൻ കഴിഞ്ഞില്ല.

"നിന്റെ മുമ്പത്തെ രാജ്ഞിക്ക് പറയപ്പെടുന്ന സൗന്ദര്യം കൊണ്ടു വലിയ പ്രയോജനമൊന്നുമുണ്ടായില്ല." ഗ്ലോറിയോസ പൊട്ടിത്തെറിച്ചു. "ബാത്ത്യൂറിലെ വില്ലയിൽ അവൾ ബന്ധനസ്ഥയാണ്. അവൾക്ക് നല്ല ഭാവിയാണോയെന്നൊന്നും പറയാൻ ഞാനാളല്ല. പിന്നെ നിങ്ങൾ ടുട്സികൾ, നിങ്ങൾക്കൊരു വിചാരമുണ്ട്. നിങ്ങളാണ് ലോകത്തി ലേറ്റവും സുന്ദരിമാരെന്ന്. പക്ഷേ, ഇപ്പോൾ, സൗന്ദര്യം മറ്റിടങ്ങളി ലേക്കു വഴി മാറിയിരിക്കുന്നു. സുന്ദരിയാണെന്നുള്ള നിങ്ങളുടെ നാട്യം നിങ്ങൾക്കു ദോഷം വരുത്തും."

പിന്നെ തൊപ്പിയെക്കുറിച്ചായി. അതിന്റെ ഗൂഢസ്വഭാവത്തെ ക്കുറിച്ച്. വെളുത്ത് ബൃഹത്തായ ഒരലങ്കാരത്തൊപ്പി. അതിൽ നിറയെ പൂക്കൾ, തൂവലുകൾ, ഒരു ഉദ്യാനംതന്നെ, ഏർമെനെ ഷീൽഡച്ചൻ പറയാറുള്ളതുപോലുള്ള ഒരു ഏദൻ ഉദ്യാനം. മഴയത്ത് വാഹന ത്തിന്റെ ഹുഡ്ഡിനു കീഴെ അതൊതുക്കാൻ എങ്ങനെ സാധിച്ചു ആവോ? ഹാളിലേക്കുള്ള പ്രവേശനത്തിനുമുമ്പ് കുടക്കീഴിലായി രിക്കെ അവരത് അണിഞ്ഞിരുന്നോ?

അതായിരുന്നു തൊപ്പിയെക്കുറിച്ചുള്ള നിഗൂഢത. "അങ്ങനത്തെ ഒന്ന് റുവാണ്ടയിൽ കണ്ടിട്ടില്ല. എന്തായാലും അത് ശരിക്കുമൊരു രാജ്ഞിത്തൊപ്പിതന്നെയെന്നും കിരീടത്തെക്കാൾ യോഗ്യമെന്നും പൊതുവെ ഏവരും യോജിച്ചു. അങ്ങനത്തെ വിശിഷ്ട ശിരോകവ ചത്തെ വഹിയ്ക്കാൻ ഒരു രാജ്ഞി മാത്രമേയുള്ളൂ."

ഗോഡ്‌ലിവിന്റെ വിശേഷങ്ങളറിയാൻ ഏവരും ആകാംക്ഷാഭരിത രായിരുന്നു. രാജാവും രാജ്ഞിയും പ്രസിഡണ്ടിന്റെ മകളെ അവ രുടെ കൂടെ കൊണ്ടുപോയോ? അവരുടെ ദത്തുപുത്രിയായി അവളെ ഏറ്റെടുത്തോ? ഗോഡ്‌ലിവ് അവളുടെ തോഴി സ്ഥാനമേറ്റെടുത്ത് സ്ഥാനമേറി അവരുടെ കൂടെ പോയോ? റേഡിയോയിൽ പ്രസ്തുത

വാർത്ത വല്ലതും കേട്ടുവോ എന്ന് കുട്ടികൾ ജെർട്രൂഡ് സിസ്റ്ററി നോടാരാഞ്ഞു. പക്ഷേ റേഡിയോയിൽ അത്തരം വാർത്തകളൊന്നു മുണ്ടായിരുന്നില്ല. അവർ കഥാശകലങ്ങൾ കോർത്തുകെട്ടി, ബെൽ ജിയൻ രാജാവിന് തന്റെ ഒരു മകളെ ദത്തു നൽകാമെന്ന് പ്രസി ഡണ്ട് ഏറ്റിരുന്നുവെന്നത് ശരിയാണ്. അദ്ദേഹത്തിന് രാജാവിനോ ടനുകമ്പയായിരുന്നു. രാജാവിന്റെ അനന്തര തലമുറയ്ക്ക് ഭംഗമുണ്ടാ കാതിരിക്കാൻ പ്രസിഡണ്ട് ആഗ്രഹിച്ചു. രാജ്യം സ്വാതന്ത്ര്യം പ്രാപിച്ച സാഹചര്യത്തിൽ ഭൂരിപക്ഷ ജനതയ്ക്ക് ബെൽജിയത്തിന്റെ പിന്തുണ യുണ്ടാകുമെന്ന് അദ്ദേഹം ആഗ്രഹിച്ചു. അദ്ദേഹം നേരെ ആ കുടുംബ ത്തിലേക്ക് കയറിച്ചെന്നു. അവരുടെ പൊതുപുത്രിക്കു ലഭ്യമാകുന്ന ബഹുമതിയെ മുൻനിർത്തി അക്കാര്യം അദ്ദേഹം വിട്ടുകളഞ്ഞില്ല. പക്ഷേ രാജാവിനും രാജ്ഞിക്കും അത് ഹിതകരമായി തോന്നിയില്ല. വെള്ളക്കാർക്ക് ഒരിക്കലും മനസ്സിലാകാത്ത കുറേ കാര്യങ്ങളുണ്ടല്ലോ. പ്രസിഡണ്ടിന്റെ മകൾക്ക് തീർച്ചയായും ബെൽജിയത്തിൽ പഠിക്കാം എന്ന് ബെൽജിയംകാർ മറുപടി നല്കിയിട്ടുണ്ടായിരുന്നു.

അതങ്ങനെയായിരിക്കട്ടെ. പക്ഷേ ദത്ത് സംബന്ധമായി അവ രെന്തെങ്കിലും കേട്ടതായി ഭാവിച്ചില്ല. അവർക്കത് മനസ്സിലായതായി തോന്നുന്നില്ല. പ്രസിഡണ്ടിന്റെ മകൾ അവിടെ തങ്ങിയിരുന്നു, ഗോഡ്‌ലിവും.

“ഞാൻ പറഞ്ഞതാണ് ശരി.” ഗോരറ്റി പറഞ്ഞു. “എല്ലാം കള്ള ക്കഥകളായിരുന്നു. ആ നുണകളെല്ലാം വിശ്വസിച്ച ഗോഡ്‌ലിവ് ഒരു മണ്ടിത്തന്നെ.”

“അവൾ തിരിച്ചുവരട്ടെ. എല്ലാ കഥകളും അവൾ പറയും.” എല്ലാ വരും വിവേകഭാവം പൂണ്ട് പറഞ്ഞു.

പക്ഷേ, ഗോഡ്‌ലിവ് ഒരിക്കലും സ്കൂളിലേക്കു തിരിച്ചുവന്നില്ല. അവളുടെ കൂട്ടുകാരികളുടെ പരിഹാസങ്ങൾ കേൾക്കാൻ ശേഷി യില്ലാത്ത വിധം അപമാനിതയായിരുന്നു അവൾ. എന്നാലും വാസ്ത വത്തിൽ അവൾ ബെൽജിയത്തിൽ പോയിരുന്നു. അവൾക്കായി അവളുടെ അച്ഛൻ അവിടെ നല്ലൊരു ബോർഡിംഗ് സ്കൂൾ കണ്ടെത്തി. മദർ സുപ്പീരിയർ എന്തോ കാര്യം പ്രമാണിച്ച് അവിടെ സന്ദർശിച്ചി രുന്നുവെന്ന് പറയപ്പെടുന്നു.

കന്യാമറിയത്തിന്റെ മൂക്ക്

"**ക**ന്യാമാതാവിന്റെ മുഖം നീ ശ്രദ്ധിച്ചു നോക്കിയോ?'' ഗ്ലോറിയോസ മോഡെസ്റ്റയോടു ചോദിച്ചു.

''എന്തു ശ്രദ്ധിച്ചു നോക്കിയോ എന്ന്?''

''നൈലിന്റെ നോത്രദാം പ്രതിമയുടെ മുഖം?''

''അതിനെന്താ കുഴപ്പം? മറ്റു മേരി പ്രതിമകൾ പോലെയല്ല എന്നത് ശരിതന്നെ. കറുത്തിട്ടാണത്. വെള്ളക്കാർ അങ്ങനെയാണതു രൂപകൽപന ചെയ്തിരുന്നത്. നമ്മൾ റുവാണ്ടക്കാരെ സന്തോഷിപ്പിക്കാനാവും അങ്ങനെ പണിതത്. പക്ഷേ പള്ളിക്കകത്തെ മേരി മാതാവിന്റെ മകന്റെ രൂപം വെള്ളക്കാരന്റെ മട്ടിലിരിക്കുന്നു.''

''അതൊന്നുമല്ല. നീയതിന്റെ മൂക്ക് ശ്രദ്ധിച്ചോ? നേരെയുള്ള ചെറിയ മൂക്ക്. ടുട്സികളുടേതുപോലെയുള്ള മൂക്ക്.''

''അവർ വെള്ളക്കാരുടെ കന്യാമാതാവിനെ തന്നെയാണ് അതിനാധാരമാക്കിയിട്ടുള്ളത്. മൂക്കും അങ്ങനെതന്നെ. കറുപ്പുചായം തേച്ചുവെന്നേയുള്ളൂ.''

''അങ്ങനെയായിരിക്കാം.അത് കറുപ്പുതന്നെയാണ്. പക്ഷേ മൂക്ക് ടുട്സിയുടേതാണ്.''

''നിനക്കറിയാമല്ലോ, ഇക്കാലത്ത് വെള്ളക്കാരും ടുട്സികളുടെ പക്ഷത്താണ്. ടുട്സി മൂക്കുള്ള ഒരു കറുത്ത കന്യാമാതാവ്. അതവർക്ക് ഏറ്റവും ഉചിതമെന്ന് തോന്നിക്കാണും.''

''അതെ, പക്ഷേ ടുട്സി മൂക്കുള്ള ഒരു വിശുദ്ധ മാതാവിനെ സങ്കൽപ്പിക്കാൻ എനിക്കാവില്ല.''

''ടുട്സി മൂക്കുള്ള ഒരു രൂപത്തിനു മുമ്പിൽ പ്രാർത്ഥിക്കുവാൻ എനിക്കിഷ്ടമല്ല.''

''അതിന് നീയിപ്പോൾ എന്തു ചെയ്യാനാണ്? മദർ സുപ്പീരിയറോടും ബിഷപ്പിനോടും പറഞ്ഞാൽ അവർ പ്രതിമ മാറ്റുമോ? ഏറ്റവും

ചുരുങ്ങിയത് നീ നിന്റെ അച്ഛനോട് അക്കാര്യം എന്തായാലും പറയേണ്ട.''

''ഞാൻ എന്റെ അച്ഛനോട് അതേക്കുറിച്ചു പറയും. മാത്രമല്ല ഭരണസംവിധാനങ്ങളെയും സ്കൂളുകളെയും ടുട്സി മുക്തമാക്കാൻ പോവുകയാണെന്ന് അദ്ദേഹം എന്നോടു പറഞ്ഞിട്ടുണ്ട്. കിഗാലിയിലും ബ്യൂത്താറിലെ യൂണിവേഴ്സിറ്റിയിലും അതു തുടങ്ങി വെച്ചിട്ടുണ്ട്. ആദ്യം വിശുദ്ധ കന്യാമറിയത്തെ നാം ടുട്സി ഛായയിൽ നിന്നും മുക്തമാക്കാൻ പോകുകയാണ്. ഞാനതിന്റെ മൂക്ക് ആദ്യം ശരിയാക്കും. ഇതൊരു താക്കീതായിട്ട് മനസ്സിലാക്കേണ്ട ചിലരുണ്ട്.''

''പ്രതിമയുടെ മൂക്ക് പൊട്ടിക്കണമെന്നാണോ? അങ്ങനെ ചെയ്യുന്നത് നീയാണെങ്കിൽ പോലും അവർ സ്കൂളിൽ നിന്ന് പുറത്താക്കാൻ ഇടയുണ്ട്.''

''ഞാനതെന്തുകൊണ്ട് ചെയ്തുവെന്ന് എല്ലാവരോടും വിശദീകരിക്കും; അതൊരു രാഷ്ട്രീയമായ പ്രകടനമാണ്. അവരെന്നെ അതിൽ അഭിനന്ദിക്കും. പിന്നെ എന്റെ അച്ഛനുമൊത്ത്...''

''ശരി, അപ്പോൾ, എങ്ങനെയാണത് ചെയ്യാൻ പോകുന്നത്?''

''അതത്ര ബുദ്ധിമുട്ടുള്ള കാര്യമല്ല; പ്രതിമയുടെ മൂക്ക് തകർക്കുന്നു. എന്നിട്ട് പുതിയൊരു മൂക്കവിടെ ഒട്ടിച്ചു വെക്കുന്നു. ഒരു ഞായറാഴ്ച ബാത്വാകളുടെ (കുശവന്മാർ) അടുത്തേക്കു പോകുന്നു. കാനാസിയിലുണ്ട് അങ്ങനെയൊരാൾ. അവർ മൺപാത്രങ്ങളുണ്ടാക്കാൻ ഉപയോഗിക്കുന്ന കളിമണ്ണ് അവിടെ കിട്ടും. അതുപയോഗിച്ച് മേരി മാതാവിന് പുതിയൊരു മൂക്കുണ്ടാക്കി വെക്കും.''

''പുതിയ മൂക്ക് എപ്പോൾ ഒട്ടിച്ചു വെക്കും?

''തീർത്ഥാടനത്തിന്റെ തലേന്ന് രാത്രി അവിടെ പോകും. പിറ്റേന്ന് എല്ലാവരും നൈലിന്റെ നോത്രദാമിന് പുതിയ മൂക്കാണെന്നു കാണും. ശരിക്കുമൊരു റുവാണ്ടൻ മൂക്ക്, ഭൂരിപക്ഷ ജനതയുടെ മൂക്ക്. എല്ലാവരുമത് അംഗീകരിക്കും.''

''മദർ സുപ്പീരിയർ പോലും അവരോട് വിശദീകരിക്കേണ്ടതില്ല. അഥവാ വേണ്ടിവരികയാണെങ്കിൽ ഞാൻ തന്നെ വിശദീകരിക്കും. തല താഴ്ത്താൻ പോകുന്നവരാരാണെന്നൊക്കെ എനിക്കറിയാം. മോഡെസ്റ്റ, നിന്റെ അമ്മയുടെ മൂക്ക് അതേപോലെ കിട്ടിയ നീതന്നെ ആദ്യം. പക്ഷേ നീ എന്റെ ഉറ്റ കൂട്ടുകാരിയായതിനാൽ നീയെന്നെ സഹായിക്കും.''

''ഗ്ലോറിയോസ, എനിക്കു പേടിയാണ്. എനിക്കും നിനക്കും ബുദ്ധിമുട്ടുകൾ വരും. ഞാൻ നിന്നെ സഹായിച്ചാൽ പ്രത്യേകിച്ചും.''

''ഓ, യാതൊന്നുമില്ല. നമ്മൾ മിലിറ്റന്റുകളാണ്, ധീര പോരാളികൾ. എന്റെ അച്ഛനുണ്ട് നമ്മുടെ കൂടെ. ഒരാളും ഒന്നും പറയാൻ

ധൈര്യപ്പെടില്ല. പ്രതിമ മാറ്റാൻ തന്നെ അവർ ബാധ്യസ്ഥരാകും. ശരിക്കും റുവാണ്ടൻ ആയ ഭൂരിപക്ഷത്തിന്റെ മൂക്കുള്ള മറ്റൊന്ന് അതിനുപകരം വെക്കും.''

''ചിലപ്പോൾ നീ പറയുന്നത് ശരിയാവാം. പക്ഷേ എന്നെ അത് വല്ലാതെ അമ്പരപ്പിക്കുന്നു.''

ഗ്ലോറിയോസയുടെ പദ്ധതി മോഡെസ്റ്റയുടെ സൈ്വര്യം കെടുത്തി. അവളുടെ കൂട്ടുകാരി അതേപ്പറ്റി ഇനി ആലോചിക്കില്ലെന്നും അത് ഉടനടി ഉപേക്ഷിക്കുമെന്നും അവൾ പ്രത്യാശിച്ചു. കഷ്ടിയൊരു മാസത്തിനുള്ളിൽ ഇവിടെ നിന്നങ്ങോട്ടുള്ള തീർത്ഥാടനം നടക്കും. ചിലപ്പോൾ ഗ്ലോറിയോസ ഈ കാര്യം മറന്നു പോയിട്ടുണ്ടാകും. അവൾ ചുമ്മാതെ ഒരു നേരംപോക്കിന് പറഞ്ഞതാവും. നോത്രദാം സ്കൂളിൽ ഇത്തരം വിചിത്രമായ ആശയങ്ങൾ പലരിൽ നിന്നും ഉദിച്ചുവരാറുള്ളതാണ്. ഒരു വെള്ളക്കാരനാദ്ധ്യാപകനുമായി പ്രണയത്തിലാവുമെന്ന് സങ്കൽപ്പിച്ചവർ പോലുമുണ്ട്. തന്നെ കൂട്ടിക്കൊണ്ടുപോകുമെന്ന്. തന്നെ മാത്രമേ അദ്ദേഹം നോക്കുന്നുള്ളൂ, വിമാനമേറി അദ്ദേഹത്തോടൊപ്പം താൻ യാത്രയാകും എന്നൊക്കെ സങ്കല്പിക്കുന്നവർ. വേറെ ചിലർ പറയും രാത്രി മേരി മാതാ അവരോട് സംസാരിക്കാറുണ്ടെന്നും അതൊക്കെ ഒരു കൊച്ചു നോട്ടുബുക്കിൽ കുറിച്ചുവെക്കാറുണ്ടെന്നും.

പൂർവ്വജന്മത്തിൽ രാജ്ഞിയായിരുന്നുവെന്ന് വിചാരിക്കുന്നവരുമുണ്ട്. അവരെ ആരും തൊടാൻ പാടില്ല. അവർ അമൂല്യ പദവിയുള്ളവരാണ്, ലോലമാണ്, എപ്പോഴും മോഹാലസ്യം വന്നേക്കാം. കൂടോത്രം ചെയ്യപ്പെട്ടതിനാൽ മരിക്കാൻ പോകുകയാണെന്നു പറയുന്നവരുണ്ട്. അതീവ സുന്ദരികളായതിനാലാണത്രെ അവർ അങ്ങനെ കൂടോത്രം ചെയ്യപ്പെട്ടത്. അസൂയാലുക്കളായ മറ്റുള്ളവരുടെ കണ്ണുതട്ടി പലവിധം അനിഷ്ടങ്ങളും അവർക്ക് വന്നുചേരും. ഭക്ഷണം കഴിക്കാൻ പോലും പറ്റാതാവും. അവർക്കു ചുറ്റും വിഷമയമാകും. ഇങ്ങനെയൊക്കെയാണാ പെൺകുട്ടികളുടെ തലയ്ക്കുള്ളിൽ കറങ്ങുകയും ഇടിക്കുകയും ചെയ്യുന്ന വിചിത്ര ചിന്തകളും ആശയങ്ങളും. ചിലപ്പോഴവ സ്ഥിരമായിരിക്കും. ചിലപ്പോഴവ തേഞ്ഞുമാഞ്ഞില്ലാതാവും. അതുപോലെ തന്നെ ഗ്ലോറിയോസയുടെ ഈ നീചമായ ആശയവും ഇല്ലാതായിക്കൊള്ളും എന്ന മോഡെസ്റ്റ ആശിച്ചു.

തൊട്ടടുത്ത ഞായറാഴ്ച മെസ്സിൽ നിന്ന് തിരികെ വരുമ്പോൾ ഗ്ലോറിയോസ മോഡെസ്റ്റയോട് പറഞ്ഞു.

''വേഗം നടക്ക്, നമ്മൾ നൈൽ സ്രോതസ്സിലേക്കു പോവുകയാണ്. നൈലിന്റെ കന്യാമാതാവിന്റെ ഷെഡ്ഡിലേക്ക് പിടിച്ചുകയറുന്നതെങ്ങനെയെന്നു നോക്കണം. അത് കൃത്യമായി അറിയണം.''

“നീ അന്ന് എന്നോട് പറഞ്ഞ കാര്യം ചെയ്യാൻ നീ ഇപ്പോഴും ഉദ്ദേശിക്കുന്നുണ്ടോ?”

“തീർച്ചയായും. ഇപ്പോഴല്ലെങ്കിൽ പിന്നെ ഒരിക്കലുമില്ല. നിനക്കെന്റെ ഉറ്റകൂട്ടുകാരിയായി തുടരണമെങ്കിൽ നീയെന്റെ കൂടെയുണ്ടാവണം.”

“എനിക്കു പേടിയാണ്,” മോഡെസ്റ്റ നെടുവീർപ്പിട്ടു. “നിന്റെ അച്ഛനല്ലല്ലോ എന്റെ അച്ഛൻ... പക്ഷേ, എന്നാലും ഞാൻ നിന്നെ സഹായിക്കാം. നീ എന്റെ ഉറ്റ സുഹൃത്തായിരിക്കുമെന്ന വാക്കുമതി.”

മഴ പെയ്യുന്നുണ്ടായിരുന്നു. പാതയിൽ, തലയിൽ കൊച്ചുബെഞ്ചുകൾ വഹിച്ച് കുർബാന കഴിഞ്ഞു മടങ്ങുന്ന ഏതാനും സ്ത്രീകളെ അവർ മറികടന്നു.

“നമ്മൾ മേഘലങ്ങൾക്കകത്താണ് യഥാർത്ഥത്തിൽ ജീവിക്കുന്നത്.” മോഡെസ്റ്റ പറഞ്ഞു.

“എനിക്ക് മഴ വലിയ ഇഷ്ടമാണ്. എനിക്കവളെ വേണ്ടപ്പോൾ നിയാമിറോംഗിയുടെ സഹായം വേണ്ട. നല്ല ഗ്രേഡ് കിട്ടാനാവശ്യപ്പെട്ടുകൊണ്ട് പ്രാർത്ഥിക്കുന്നവർ പോലും നൈലിന്റെ നോത്രദാമിലേക്കു പോവില്ല. അങ്ങനെ സാഹസപ്പെടുന്നവരാരുമുണ്ടാവില്ല.”

സ്രോതസ്സിലേക്കുള്ള വഴിയിലേക്ക് ചെങ്കുത്തായ ഒരു ഇറക്കമാണ്. അവരുടെ പാദങ്ങൾ നീർച്ചാലിൽ പുതഞ്ഞു. വഴുതി വീഴാതിരിക്കാൻ കുറ്റിച്ചെടികളിൽ മുറുകെപ്പിടിച്ചു. വെള്ളത്തെ പിടിച്ചു നിർത്തിയ ഒരു വരമ്പിന്റെ മുന്നിലവർ നിന്നു. പിന്നെ നദിയെ ലക്ഷ്യമാക്കി നീങ്ങി. മേരിയുടെ പ്രതിമ വളരെ ഉയരെയായി കാണപ്പെട്ടു. രണ്ട് വലിയ പാറകൾക്കിടയിൽ മടങ്ങി ഒട്ടിയ കാൻവാസ് മണ്ഡപക്കൂടിന്റെ താഴെ വരെ എങ്ങനെ എത്തുമെന്നറിയാതെ അവർ കുഴങ്ങി. മാറി മാറി വന്ന ഋതുഭേദങ്ങൾ പ്രതിമയിൽ ഏറെ പരിക്കുകൾ വരുത്തിയിരുന്നു. അതിന്റെ കറുത്ത മുഖത്ത് വെളുത്ത ചാലുകൾ രൂപപ്പെട്ടിരുന്നു. അതിന്റെ തൊഴുകൈകളിലും നഗ്നപാദങ്ങളിലും അതേപോലുള്ള പാടുകൾ ഉണ്ടായിരുന്നു.

“സീബ്രകളുടെ കന്യാമറിയാമാണത്.” ഗ്ലോറിയോസ പുച്ഛത്തോടെ പൊട്ടിത്തെറിച്ചു. “ഒന്നുകിൽ അത് വീണ്ടും ഛായമടിക്കണം. അല്ലെങ്കിൽ മൊത്തം മാറ്റണം. എന്നാലും ടുട്സി മൂക്ക് അങ്ങനെതന്നെയായിരിക്കും. പക്ഷേ ഒരു ആൽബിനോ ടുട്സിയുടെ മൂക്കായിരിക്കും.”

“മിണ്ടാതിരി. അങ്ങനത്തെ വർത്തമാനമൊന്നും പറയരുത്. അത് നമുക്ക് ദോഷം വരുത്തും.”

വഴുക്കുന്ന പാറകളെ ഒഴിവാക്കാൻ അവർ ചരൽക്കുന്നു കയറി വേറെ വഴി തേടി. നാലുകാലുകളിൽ ഉറപ്പിച്ച പൂപ്പും പായലും

നിറഞ്ഞ പലകൾക്കു മീതെയായിരുന്നു കന്യാമാതാവിന്റെ ആ മണ്ഡപം.

"കണ്ടോ, വളരെ ഉയരെയാണത്. ഒരേണി വേണ്ടിവരും." മോഡെസ്റ്റ പറഞ്ഞു.

"ഏണിയാവേണ്ടത് നീയാണ്. നിന്റെ തോളിൽ ഞാൻ നിൽക്കും. എന്നിട്ട് പലക പ്ലാറ്റ്ഫോമിലേക്കു ഞാൻ കയറും. നീ മുന്നോട്ടൊന്ന് തള്ളിയാൽ മതി, ഞാനവിടെയെത്തും."

"ഗ്ലോറിയോസാ, നിനക്ക് ഭ്രാന്താണ്."

"ഞാൻ പറഞ്ഞതുപോലെ ചെയ്യ്. എന്റെ ഉറ്റ കൂട്ടുകാരിയായിരിക്കണമെങ്കിൽ തർക്കിക്കരുത്."

മോഡെസ്റ്റ പ്ലാറ്റ്ഫോമിനോട് ചേർന്ന് കൂനിയിരുന്നു. കാലുകൾ അകത്തിവെച്ച് ഗ്ലോറിയോസ അവളുടെ തോളത്തു കയറി ഇരുന്നു.

"ആ ശരി, എണീറ്റോളൂ."

"അയ്യോ, പറ്റുന്നില്ല, നിനക്ക് നല്ല ഭാരമുണ്ട്. എനിക്കൊന്നും കാണാനും പറ്റുന്നില്ല."

"മണ്ഡപക്കാലിൽ പിടിച്ചോളൂ."

മോഡെസ്റ്റ മണ്ഡപക്കാലിൽ പിടിച്ച് കുറേശ്ശേക്കുറെശ്ശേ എഴുന്നേറ്റു. ഗ്ലോറിയോസ അവളെ പ്രോത്സാഹിപ്പിച്ചു. "അങ്ങനെ വരട്ടെ, ഇനിയും കുറച്ചുകൂടി, ദാ, എത്താറായി! എത്തി. എന്റെ കൈമുട്ടുകൾ പലകവരെയായി. സൂക്ഷിക്കണേ. ഞാൻ എഴുന്നേൽക്കുകയാണ്. നന്നായി പിടിച്ചോളൂ. ഞാനെത്തി."

പാറയുടെയും തകരഷീറ്റിന്റെയും ഇടയിലെ ഇടുക്കു വഴിയിലേക്കവൾ നൂണ്ടിറങ്ങി. അവൾ പാടുപെട്ട് നിവർന്നു നിന്നു. കവാടം കടന്ന് അവൾ മറഞ്ഞു പോകുന്നത് മോഡെസ്റ്റ കണ്ടു.

"ഇതാ, ഞാനിവിടെയെത്തി. ഞാനതിനെ തൊട്ടുകൊണ്ടു നിൽക്കെയാണ്. എനിക്കു പ്രതിമയേക്കാൾ പൊക്കമുണ്ട്. അത് സൗകര്യമായി. മൂക്കിനൊരൊറ്റയടി. അത്രയേ വേണ്ടൂ."

ഗ്ലോറിയോസ അവിടെനിന്ന് പാറയുടെയും തകരഷീറ്റിന്റെയും ഇടയിലൂടെ ഊർന്നിറങ്ങി.

"ശ്രദ്ധിക്കണേ, ഇതാ, ഞാൻ ചാടാൻ പോവുകയാണ്. എന്നെ പിടിച്ചുകൊള്ളണം." അവൾ ഉറക്കെപ്പറഞ്ഞു.

ഗ്ലോറിയോസ മോഡെസ്റ്റയുടെ മേലേക്ക് നേരെയങ്ങു ചാടി. മോഡെസ്റ്റ ആ വീഴ്ചയിൽ ആകെയൊന്നുലഞ്ഞ്, അടിതെറ്റി.

"നമ്മളിപ്പോൾ എന്തവസ്ഥയിലാണെന്നൊന്ന് നോക്കൂ." എഴുന്നേറ്റുകൊണ്ട് മോഡെസ്റ്റ പറഞ്ഞു. "എന്റെ പാവാട കീറിപ്പോയി.

അതാകെ ചളിയാണ്. എന്റെ കാലിന്റെ ഒരുവശത്തെ തൊലി പോയി ട്ടുണ്ട്. ഡോർമിറ്ററി വാർഡനോടെന്താ പറയുക?''

''നോത്രദാമിലെ കന്യാമാതാവിനോട് പ്രാർത്ഥിക്കാൻ പോയ പ്പോൾ വഴുക്കിവീണതാണെന്നു പറയും. അവർക്ക് നമ്മോട് അനുകമ്പ തോന്നും. നമ്മുടെ ഭക്തിയെ അനുമോദിക്കുകയും ചെയ്യും. അത ല്ലെങ്കിൽ കൊള്ളക്കാർ ആക്രമിച്ചുവെന്നും എങ്ങനെയൊക്കെയോ രക്ഷപ്പെട്ടതാണെന്നും പറയാം. അങ്ങനെ പറയുന്നതായിരിക്കും നല്ലത്. നമ്മൾ നല്ല ധൈര്യമുള്ളവരാണ്. ഇനിയെൻസികൾ, കൂറ ടുട്സികൾ ആണ് നമ്മളെ ആക്രമിച്ചതെന്നു പറയാം. അക്കൂട്ടർ മലനിരകളിൽ എപ്പോഴും ഉണ്ടാവാറുള്ളതാണല്ലോ.''

''നിനക്ക് നല്ലപോലെ അറിയാം അവർ, ടുട്സികൾ ആ ഭാഗത്തി ലൊന്നുമില്ലെന്നും അവരൊക്കെ ബുജ്ജുംബുറായിലോ കംപാല യിലോ കച്ചവടം നടത്തുന്നവരാണെന്നും എന്റെ അച്ഛൻ പറഞ്ഞി ട്ടുണ്ട്. അവിടങ്ങളിലൊക്കെ ആ കൂറകൾ ഉണ്ടെന്നും അവർ തിരിച്ചുവരാൻ ഒരുങ്ങിനിൽക്കുകയാണെന്നും ആവർത്തിച്ചു പറഞ്ഞു കൊള്ളണമെന്ന്. അക്ഷമയോടെ അവർ തക്കം പാർത്തിരിക്കുന്നു ണ്ടെന്നും എപ്പോൾ വേണമെങ്കിലും നുഴഞ്ഞുകയറി വരാമെന്നും അവരിൽ നിന്നെപ്പോലെ അര ടുട്സികളുമുണ്ടായേക്കുമെന്നുമൊക്കെ ആളുകളെ പറഞ്ഞു ഭയപ്പെടുത്തികൊണ്ടിരിക്കണമെന്ന കാര്യം ഒരിക്കലും മറക്കരുതെന്ന് അച്ഛൻ പറഞ്ഞിട്ടുണ്ട്.''

ഡോർമിറ്ററി വാർഡനോട് പറയാൻ പോകുന്ന കഥയ്ക്ക് വിശ്വാസ യോഗ്യത കിട്ടാൻ രാത്രിയാകുന്നതുവരെ സ്കൂളിലേക്കു പോകാതെ കാത്തുനിൽക്കുന്നതായിരിക്കും നല്ലതെന്ന് ഗ്ലോറിയോസയ്ക്കു തോന്നി. റാമെറായിൽ പാതയോരത്തായി ആൾപ്പാർപ്പില്ലാത്ത ഒരു ഇടയക്കുടിലുണ്ടായിരുന്നു. അവർ അതിൽ താൽക്കാലിക അഭയം തേടി.

അതിനകത്തെ പുൽമെത്തയിൽ അവർ നീണ്ടുനിവർന്നു കിടന്നു. ഒട്ടുനാൾ മുമ്പ് അത് പുതുക്കി പണിതതുപോലെ കാണപ്പെട്ടു.

''കണ്ടോ, ആരൊക്കെയോ ഇടയ്ക്കിടെ ഇതിനകത്തു വരാറുണ്ട്. കുറച്ച് കട്ടിയാണെങ്കിലും കാര്യം സാധിക്കാനിതൊക്കെ മതി. ആ നിത്യസന്ദർശകർ ആരാണെന്നു ഞാൻ കണ്ടെത്തും.''

അവൾ കട്ടിലിൽ നീണ്ടു നിവർന്നു കിടന്നു.

''വരൂ, വരൂ നിന്റെ വസ്ത്രങ്ങൾ പൊക്കിവെച്ച് എന്നോട് ചേർന്ന് കിടക്കൂ. വിവാഹിതരാകും മുമ്പ് ചില ഒരുക്കങ്ങളൊക്കെ വേണ മെന്ന് നിനക്കറിയാമല്ലോ. നമ്മുടെ അമ്മമാരൊക്കെ ചെയ്തിരുന്ന തങ്ങനെയാണ്.''

“**നി**ങ്ങൾക്കെന്തു സംഭവിച്ചു. എന്റെ പൊന്നു മക്കളേ?” ഗ്ലോറിയോസയെയും മോഡെസ്റ്റയെയും കീറിയതും ചളി നിറഞ്ഞതുമായ വസ്ത്രങ്ങളോടെ കണ്ടപ്പോൾ സിസ്റ്റർ ജെർട്രൂഡ് നിലവിളിച്ചു.

“ഞങ്ങൾ ആക്രമിക്കപ്പെട്ടു.” ഗ്ലോറിയോസ വികാര നിർഭരയായി ഗദ്ഗദത്തോടെ പറഞ്ഞു.

“കറുത്ത തുണികൊണ്ട് മുഖം മറച്ച കുറേപ്പേർ ഞങ്ങളുടെ മേൽ ചാടിവീണു. അവരെത്രപേരുണ്ടായിരുന്നുവെന്നറിയില്ല. ഞങ്ങളെ ബലാത്സംഗം ചെയ്തു കൊല്ലുക എന്നതുതന്നെയായിരുന്നു അവർ ഉദ്ദേശിച്ചിരുന്നത്. ഞങ്ങൾ ചെറുത്തു നിന്നു. കല്ലുകൾ പെറുക്കിയെടുത്തു, ഉറക്കെക്കരഞ്ഞു. ഒരു വാഹനം വരുന്ന ശബ്ദം കേട്ട് അവർ ഭയന്നു. അവർ ഓടിപ്പോയി. പക്ഷേ എനിക്കറിയാം അവരാരാണെന്ന്. അവർ പറഞ്ഞതൊക്കെ ഞാൻ കേട്ടു. കൂറകളാണവർ, ടുട്സികൾ. മലനിരകൾക്കിടയിൽ അവർ ഒളിച്ചിരിപ്പുണ്ട്. എന്നോട് എന്റെ അച്ഛൻ പറഞ്ഞിട്ടുണ്ട്. ബുറുണ്ടിയിൽ നിന്നാണവർ വരുന്നത്. അവർ ആക്രമണത്തിനായി തക്കം പാർത്തു നിൽക്കുകയാണ്. അവർക്കിവിടെ കൂട്ടാളികളുണ്ട്. ഇവിടത്തെ ടുട്സികൾ. ഇക്കാര്യം മദർ സുപ്പീരിയറിനെ മുൻകൂട്ടി അറിയിക്കണം.”

ആ രണ്ടു വിദ്യാർത്ഥിനികളും മദർ സുപ്പീരിയറിന്റെ ഓഫീസിൽ ഹാജരാക്കപ്പെട്ടു.

ഗ്ലോറിയോസ ആക്രമണ കഥ വീണ്ടും ആവർത്തിച്ചു. പക്ഷേ പുതിയ പാഠഭേദത്തിൽ വസ്തുക്കൾ കുറേക്കൂടി വിപുലീകരിക്കപ്പെട്ടു. “കൂറകളുടെ’ എണ്ണം വർദ്ധിച്ചു. സ്കൂളിനെ ആക്രമിക്കുക എന്നതായിരുന്നു അവരുടെ പദ്ധതി. എല്ലാ പെൺകുട്ടികളെയും ബലാത്സംഗം ചെയ്യുക എന്നതായിരുന്നു അവരുടെ ഉദ്ദേശ്യം. അവർ പീഡിപ്പിച്ചു കൊല്ലുമായിരുന്നു. കന്യാസ്ത്രീകളെപ്പോലുമവർ വെറുതെ വിടില്ല. വെള്ളക്കാരായാൽപ്പോലും.” മോഡെസ്റ്റ മിണ്ടാതെ നിന്നു. ഗ്ലോറിയോസ ആദ്യമേ കൊടുത്ത നിർദേശാനുസരണം കരയുകയും ഞെരങ്ങുകയും മാത്രം ചെയ്തു. “വേഗമാകട്ടെ, ഒരു നിമിഷം പോലും പാഴാക്കാനില്ല. നമ്മൾ ആപത്തിൽ പെട്ടിരിക്കയാണ്. ഇനിയെൻസികൾ വളരെയടുത്തെത്തിയിരിക്കുന്നു. അവർ ചുറ്റുമായി എല്ലാവിടെയുമുണ്ട്.”

മദർ സുപ്പീരിയർ തിടുക്കപ്പെട്ട് ചില തീരുമാനങ്ങളെടുത്തു. ഏർമെനെഷീൽഡച്ചനെയും സിസ്റ്റർ ജെർട്രൂഡിനെയും വിളിച്ചു വരുത്തി. ബ്രദർ ഓക്സീലിനെയും സഭയിലെ അദ്ദേഹത്തിന്റെ ലോറിയെയും ധൃതിപ്പെടുത്തി. “മേയറെയും രണ്ടു പൊലീസുകാരെയും കൂട്ടി ഉടനെ വരണം.” മദർ കുട്ടികളെ വിളിച്ചുവരുത്തി. എന്തിനെന്ന് പൂർണമായ ഒരു വിശദീകരണം കൊടുക്കാതെ ഏർമെനെ ഷീൽഡച്ചൻ അവരെ

ക്കൊണ്ട് സ്തോത്രങ്ങളും ജപമാല പ്രാർത്ഥനകളും മാറിമാറി ഉരുവിടുവിപ്പിച്ചു. കാര്യസ്ഥ സിസ്റ്റർ അടുക്കളയിലെ കത്തികൾ ജോലിക്കാർക്കിടയിൽ വിതരണം ചെയ്തു. അതിന്റെ കണക്ക് സിസ്റ്റർ ശ്രദ്ധാപൂർവം ഒരു നോട്ടുബുക്കിൽ കുറിച്ചുവെച്ചതിനു ശേഷം കവാടത്തിൽ പാറാവു നിന്ന ബ്രിഗേഡിന്റെ ആജ്ഞകൾക്കു കാതുകൊടുത്തു. രാത്രിയായി, അടുത്ത തീർത്ഥാടന സമയത്തേക്കു കരുതിവെച്ചിരുന്ന ബിസ്ക്കറ്റുകൾ അവർ വിതരണം ചെയ്തു. പള്ളിക്കകത്തെ സ്തോത്രാലാപനത്തിനായുള്ള ഏർമെനെഷീൽഡച്ചന്റെ നിർബന്ധത്തെ കൂസാതെ കുട്ടികൾ അപവാദ പ്രസ്താവനകളിൽ ഏർപ്പെട്ടു. പ്രസിഡണ്ട് വധിക്കപ്പെട്ടുവെന്നും ഇനിയെൻസികൾ തടാകം കുറുകെ കടന്നുവെന്നും റഷ്യക്കാർ അവർക്ക് മാരകമായ ആയുധങ്ങൾ നൽകിയിട്ടുണ്ടെന്നും അവർ എല്ലാവരെയും കൊല്ലാൻ പോവുകയാണെന്നും ചെറിയ പെൺകുട്ടികളെപ്പോലും ബലാത്സംഗം ചെയ്തതിനുശേഷം...

കുട്ടികൾ പലരും ഉറക്കെ നിലവിളിച്ചു. ചിലർ കുമ്പസാരിക്കണമെന്ന് അച്ചനോട് അഭ്യർത്ഥിച്ചു. എന്തിനെന്നോ എങ്ങനെയെന്നോ ആവോ, ബലാത്സംഗത്തിൽ നിന്ന് രക്ഷപ്പെടാൻ കഴിഞ്ഞില്ലെങ്കിലും കൂട്ടക്കൊലയിൽ നിന്ന് രക്ഷപ്പെടുമെന്ന് പലരും ആശിച്ചു.

ബ്രദർ ഓക്സീലിന്റെ ലോറിയുടെ ശബ്ദം കേട്ടു. സംശയാകുലരായ പാറാവുകാർ (ലോറി ഒരു ഒളിയാക്രമണത്തിനു വിധേയമായോ എന്ന് അവർ ഭയപ്പെട്ടിരുന്നു.) ലോറിയുടെ ഡ്രൈവറുടെ അക്ഷമമായ ഹോണടിക്ക് പരിഗണന കൊടുക്കാതെ ഗേറ്റ് വളരെ പതുക്കെ തുറന്നു. ബ്രദർ ഓക്സീൽ മേയറേയും തോക്കുധാരികളായ രണ്ടു പൊലീസുകാരേയും കൂടാതെ ഇരുപതോളം ദ്രുതകർമ്മ സൈനികരെയും കൂട്ടി തിരികെ വന്നിരിക്കുന്നുവെന്ന് ആശ്വാസത്തോടെ അവർ കണ്ടു.

പ്രതിരോധ സമിതി മദർ സുപ്പീരിയറിന്റെ ഓഫീസ് മുറിയിൽ വീണ്ടും യോഗം ചേർന്നു. മദർ സുപ്പീരിയർ, മേയർ, കാര്യസ്ഥ സിസ്റ്റർ, ഏർമെനെഷീൽഡച്ചൻ എന്നിവർ. അച്ചൻ കുട്ടികളെ ജെർട്രൂഡ് സിസ്റ്ററുടെ മേൽനോട്ടത്തിനുകീഴിൽ വിട്ടിരുന്നു. ഇരയെന്ന നിലയിലും സാക്ഷിയെന്ന നിലയിലും ഗ്ലോറിയോസയും യോഗത്തിലേക്ക് വിളിക്കപ്പെട്ടു. ആക്രമണത്തിന്റെ കഥ മേയറോട് അവൾ ആവർത്തിച്ചു: ''ഇനിയെൻസികളെന്നു വിളിക്കപ്പെടുന്ന ആ ടുട്സി ഭീകരർ എണ്ണത്തിൽ വീണ്ടും കൂടി. കൂടുതൽ അക്രമകാരികളുമായി.'' കാലിലെ അനേകം പോറലുകളും ക്ഷതങ്ങളും കാണിക്കാനായി അവൾ ഉടുപ്പ് തുടകൾ വരെ പൊക്കി. മോഡെസ്റ്റ, അപ്പോഴും നിശ്ശബ്ദയായിരുന്നെങ്കിലും ഇത്തവണ ശരിക്കും കരയുകയായിരുന്നു. അവൾ പരിചരണ മുറിയിലേക്ക് നയിക്കപ്പെട്ടു.

സിസ്റ്റർ ആഞ്ജലിക് അവളെ സാന്ത്വനിപ്പിക്കുകയും പരിചരിക്കുകയും ചെയ്തു. പൊലീസ് മേധാവിയെ ഇടപെടുവിക്കാൻ തനിക്കു കഴിഞ്ഞുവെന്നും താൻ മിലിട്ടറി ക്യാമ്പിൽ വിവരമറിയിച്ചുവെന്നും മേയർ പ്രഖ്യാപിച്ചു. ലെഫ്റ്റനന്റ് ഗക്കുമ്പായുടെ നേതൃത്വത്തിൽ അമ്പതു പട്ടാളക്കാരെ അടിയന്തിരമായി കേണൽ അയയ്ക്കാൻ പോവുകയാണ്. അതേസമയം മർമ്മ പ്രധാന കേന്ദ്രങ്ങളിൽ ദ്രുത കർമ്മ സേനാംഗങ്ങളെ വിന്യസിക്കും. തൊട്ടടുത്ത വിപണന കേന്ദ്രത്തിലും ഒരു പൊലീസുദ്യോഗസ്ഥന്റെ കീഴിൽ പാറാവുണ്ടാവും. ഡോർമിറ്ററിയിലേക്കു പോകുവാനും കിടക്കുവാനും വിദ്യാർത്ഥിനികൾക്കു നിർദ്ദേശം നൽകപ്പെട്ടു. പക്ഷേ നിലവിൽ ധരിച്ച വസ്ത്രങ്ങൾ മാറ്റി നിശാവസ്ത്രങ്ങൾ അണിയരുതെന്ന് മദർ സുപ്പീരിയർ കൽപ്പിച്ചു.

ഏവരും കാത്തിരുന്നു. അന്നത്തെ രാത്രി വിശേഷിച്ചും ഇരുണ്ടതായിരുന്നു. മലനിരകൾ നിശ്ശബ്ദമായിരുന്നു. കൊച്ചുഗ്രാമത്തിൽ നിന്ന് പാറാവുകാർ തിരിച്ചുവന്നു. അവരുടെ സാന്നിധ്യം നായകളുടെ ക്രുദ്ധമായ കുരകളും ദീർഘവും ദീനവുമായ മോങ്ങലുകളും ഉണർത്തിവിട്ടു. അർദ്ധരാത്രിക്കു ശേഷം, രണ്ടു ലോറികൾ നിറയെ പട്ടാളക്കാരെത്തി. അവർ വന്നപാടെ സ്കൂളിനു ചുറ്റും കാവൽ നിന്നു. യുവ ലെഫ്റ്റനന്റ് മദർ സുപ്പീരിയറിനും മേയർക്കുമൊപ്പം ഓഫീസ് മുറിയിൽ യോഗം കൂടി. ഗ്ലോറിയോസ വീണ്ടും കഥ ആവർത്തിച്ചു. അവരെ ആക്രമിച്ചവരിൽ ഒരാളുടെ ശബ്ദം അവൾക്ക് തിരിച്ചറിയാൻ കഴിഞ്ഞുവെന്ന് ഇത്തവണ അവൾ കൂട്ടിച്ചേർത്തു. അവൾക്ക് തികച്ചും ഉറപ്പില്ല, പക്ഷേ ചന്തയിൽ ഒരു കൊച്ചു കട നടത്തുന്ന ഗാറ്റെറാ എന്ന ടുട്സിയുടെ മകൻ ഷാൻ ബിസിമന ആണതെന്നാണ് തോന്നുന്നത്. ഇനിയെൻസികളുടെ കൃത്യങ്ങളിൽ ടുട്സികൾ പങ്കാളികളാണെന്ന് ലെഫ്റ്റനന്റ് പറഞ്ഞു. പുറത്തു നിന്ന് വരുന്ന കൊള്ളക്കാർ ഒളിച്ചിരിക്കാറുള്ളത് ടുട്സികളുടെ വീടുകളിലാണെന്നതിൽ സംശയമില്ല.

അവരുടെ താവളങ്ങളിൽ പോയിതിരയാൻ വേണ്ടി പട്രോൾ ഭടന്മാരെ അയയ്ക്കാൻ പോവുകയാണ്. ദ്രുതകർമ്മ സേനാംഗങ്ങൾ അവരെ നയിക്കും. ഷാൻ ബിസിമനയെ ഉടനെ അറസ്റ്റു ചെയ്യാൻ പോവുകയാണ്. ‘‘ഇനിയെൻസികളുടെ കാര്യത്തിൽ നിങ്ങൾ ഒരിക്കലും സമയം പാഴാക്കരുത്.’’ ലെഫ്റ്റനന്റ് പറഞ്ഞു.

ലെഫ്റ്റനന്റിനാൽ നിശ്ചയിക്കപ്പെട്ട പ്രവർത്തനപദ്ധതികൾ തൽക്ഷണം നടപ്പാക്കപ്പെട്ടു. പാറാവുകാരുടെ മേധാവി ഒരു മണിക്കൂറിനുള്ളിൽ തിരിച്ചുവന്നു. മദർ സുപ്പീരിയറിന്റെയും മേയറുടെയും ഗ്ലോറിയോസയുടെയും സാന്നിധ്യത്തിൽ അദ്ദേഹം ലെഫ്റ്റനന്റിന്

റിപ്പോർട്ട് സമർപ്പിച്ചു. നിർദേശിക്കപ്പെട്ടതുപോലെ ഗ്ലോറിയോസയ്ക്ക് ഫ്രഞ്ച് അദ്ധ്യാപകൻ താമസിച്ച ബിഷപ്പിന്റെ മനോഹരമായ അതിഥി മുറിയിലേക്ക് വിശ്രമിക്കാൻ പോകാമായിരുന്നു. പക്ഷേ അവൾ കൂട്ടാക്കിയില്ല. തന്റെ മാതാപിതാക്കളുടെയും സഹോദരങ്ങളുടെ യും നിലവിളികൾക്കിടയിൽ ഷാൻ ബിസിമന പ്രതിരോധമേതും കൂടാതെ അറസ്റ്റ് വരിച്ചു. ദ്രുതകർമ്മ സേനക്കാർ കർശനമായ ചോദ്യം ചെയ്യലുകൾക്ക് അവനെ വിധേയനാക്കി. പക്ഷേ അവൻ കുറ്റസമ്മതം നടത്തിയില്ല. രാജ്യത്തിന്റെ വടക്കുദിക്കിലുള്ള വലിയ ജയിലിലേ ക്കവനെ അടിയന്തിരമായി അയയ്ക്കും. ''എന്റെ പ്രദേശത്ത് അവ നിനി നിരങ്ങുന്നത് ഞാൻ കാണില്ല.'' മേയർ ചിരിച്ചുകൊണ്ട് പറഞ്ഞു.

ദ്രുതകർമ്മ സേനാംഗങ്ങൾ ടുട്സികളുടെ താമസപ്രദേശങ്ങൾ മുഴുവൻ തിരഞ്ഞു. അവർ ബോധപൂർവ്വം അവരുടെ ധാന്യപ്പെട്ടി കൾ തുറന്ന് എല്ലാം വലിച്ചുവാരിയിട്ടു. പാത്രങ്ങൾ തകർത്തു. താമസക്കാരെയെല്ലാം ചോദ്യം ചെയ്തു. കുട്ടികളെപ്പോലും. പക്ഷേ പ്രയോജനമൊന്നുമുണ്ടായില്ല. ''ധീരരായ രണ്ടു പെൺകുട്ടികൾ ഇനിയൻസികളെ ഓടിച്ചു വിടുന്നതിൽ വിജയിച്ചു. ആരെയെങ്കിലും പിടിക്കാൻ കഴിയാതിരുന്നത് കഷ്ടമായിപ്പോയി. പക്ഷേ അതൊരു നല്ല സൈനിക പദ്ധതി തന്നെയായിരുന്നു. ''എന്തായാലും ടുട്സി കളെ എപ്പോഴും ഓർമ്മിപ്പിക്കണം. റുവാണ്ടയിലെ കൂറകളാണവ രെന്ന്, ഇനിയെൻസികളാണവരെന്ന്.'' ലെഫ്റ്റനന്റ് പറഞ്ഞു.

ഗ്ലോറിയോസ ബിഷപ്പിന്റെ അതിഥിമുറിയിലാണ് ഏതാനും ആഴ്ചകളായി താമസം. അവൾ ആവശ്യപ്പെട്ട പ്രകാരം തീർത്ഥാ ടനം വരെ. വളരെയധികം ധീരത പ്രദർശിപ്പിച്ച ആ ഒരു പെൺകു ട്ടിക്ക് യാതൊന്നും നിഷേധിക്കപ്പെട്ടിരുന്നില്ല. ഏർമെനെഷീൽഡച്ചൻ തന്റെ ഒരു പ്രഭാഷണത്തിൽ അവളെ ഷാൻ ദാർക്കിനോട് ഉപമിച്ചു. രണ്ടു പെൺകുട്ടികളുടെ സഹായങ്ങൾ, പ്രത്യേകിച്ചും ഗ്ലോറിയോ സയുടേത് പാർട്ടിയുടെ ഉന്നത തലങ്ങളിൽ ചർച്ചാവിഷയമാവു കയും ഘോഷിക്കപ്പെടുകയും ചെയ്തു. നാട്ടിൽ കലാപം വിതയ് ക്കാൻ വന്ന ക്രിമിനലുകളെ രണ്ടു ധീര വിദ്യാർത്ഥിനികൾ ചേർന്ന് ഓടിച്ചുവിട്ടു. പത്രത്തിൽ തലക്കെട്ടുകൾ നിരന്നു. സ്കൂളിനെ, ഒരു പക്ഷേ രാജ്യത്തെ തന്നെ രക്ഷിച്ച ഗ്ലോറിയോസ വീരനായികയായി. കന്യാസ്ത്രീകളും അദ്ധ്യാപകരുമെല്ലാം മുമ്പത്തേക്കാൾ അവളെ മാനിച്ചുകൊണ്ട് പെരുമാറി. അവൾക്കുചുറ്റും അനുയായികളുടെ എണ്ണം ഗണ്യമാംവിധം കൂടി. അറിയാതെ വല്ല മണ്ടത്തരവും പറഞ്ഞു പോയാലോ എന്നു കരുതി ചിലർ അവളോട് അധികം വർത്തമാ നങ്ങൾ പറയാൻ നിന്നില്ല. ഗോരറ്റി കരുതിക്കൂട്ടിത്തന്നെ അവളിൽ നിന്നകലം പാലിച്ചു. തന്റെ വിശ്വസ്ത കൂട്ടുകാരികളോട് സ്വകാര്യ മായി ഗ്ലോറിയോസയുടെ സാഹസകൃത്യത്തിന്റെ വാസ്തവത്തെ ക്കുറിച്ച് സംശയങ്ങൾ ഉന്നയിച്ചു.

തനിക്കു കൈവന്ന യശസ്സിനെ തിരിച്ചടിയുണ്ടാകുമെന്ന് കരുതി ഗ്ലോറിയോസ നോത്രദാം പ്രതിമയുടെ മൂക്ക് തകർക്കുകയെന്ന പദ്ധതി ഉപേക്ഷിക്കുമെന്ന് മോഡെസ്റ്റ ആശിച്ചു. പക്ഷേ സിസ്റ്റർ ലിഡ്വിന്റെ ക്ലാസ്സിൽ ഗ്ലോറിയോസ അവളുടെ കാതിൽ മന്ത്രിച്ചു: ''മറക്കേണ്ട, ഞായറാഴ്ച, നമുക്ക് ബാത്വാകളുടെ അടുത്ത് പോകണം.'' അലങ്കോലമട്ടിലുള്ള പത്തുപന്ത്രണ്ട് ചെറുകുടിലുകൾ ശുഷ്കമായ ഒരു വാഴത്തോപ്പിൽ അങ്ങിങ്ങായി ചിതറിക്കിടക്കുന്നതാണ് കുശവന്മാരായ ബാത്വാകളുടെ താവളം. ഒരു വലിയ കറുത്ത വൃത്തം കൊണ്ട് അടയാളപ്പെടുത്തിയ സ്ഥലത്താണവരുടെ ചൂള. ചന്ത തുടങ്ങുന്നതിന് ഏതാനും ദിവസങ്ങൾക്കുമുമ്പ് പാത്രങ്ങൾ അവിടെ വേവിച്ചെടുക്കുന്നു. ചുറ്റുമായി തകർന്ന പിരമിഡുകൾ പോലെ പൊട്ടിയ പാത്രക്കഷ്ണങ്ങൾ കൂനകളായി കിടന്നിരുന്നു.

യുവതികളായ രണ്ടു പെൺകുട്ടികൾ വരുന്നതു കണ്ട് ബലൂൺ പോലെ ഉന്തിയ വയറുള്ള, കളിമൺപുരയിലെ ഒരു കൂട്ടം നഗ്നബാലകർ ആർത്തുകൊണ്ട് ഓടിപ്പൊയ്ക്കളഞ്ഞു. കോളനി ഏറക്കുറെ വിജനവും നിശ്ശബ്ദവുമായിരുന്നു. അവർ കുടിലുകളിലേക്കുള്ള ഒരു വഴിയിലൂടെ നടക്കവേ പാത്രം പണിയുന്ന ഒരു സ്ത്രീയെ കണ്ടു. പൊട്ടിയ ഒരു പാത്രത്തിൽ വെച്ച കളിമണ്ണുകൊണ്ട് ഉരുണ്ടുമിനുങ്ങുന്ന വയറുള്ള ഒരു പാത്രത്തെ അവർ രൂപപ്പെടുത്തിക്കൊണ്ടിരുന്നു. അതിൽ മുഴുകിയിരുന്ന കുശവസ്ത്രീ, ഗ്ലോറിയോസയും മോഡെസ്റ്റയും അടുത്തുചെന്നിട്ടും തല ഉയർത്തിയില്ല. ആ സ്ത്രീയുടെ ശ്രദ്ധയാകർഷിക്കാൻ കുട്ടികൾ ചുമച്ചു. അവർ തിരിഞ്ഞു നോക്കാതെ മുറുമുറുത്തു: ''പാത്രം വാങ്ങാനാണ് വന്നതെങ്കിൽ, തീർന്നുപോയി. ഉള്ളത് ഉണങ്ങണം. ചന്തയിലേക്കു വന്നോളൂ. ഞാനവിടെയുണ്ടാകും. നിങ്ങൾക്കാവശ്യമുള്ളത്ര അവിടെനിന്നു വാങ്ങാം.''

വിദ്യാർത്ഥിനികളെക്കണ്ട് ഓടിയ കുട്ടികൾ കുറേശ്ശേ കുറെശ്ശേ ഒളിവിടങ്ങളിൽ നിന്നെത്തിനോക്കി. അവർ പതുക്കെ അടുത്തേക്കു വന്നു. ചുറ്റിപ്പറ്റി കൂട്ടം കൂടി നിന്നു. രണ്ടുപേരേയും തൊടാൻ ശ്രമിച്ചു. മുതിർന്നവരും താടിക്കാരും കലപില കൂട്ടുന്ന സ്ത്രീകളും കുട്ടികളോട് കലർന്ന് ചേർന്നു.

''അവരോടു മാറിനിൽക്കാൻ പറയൂ.'' ഗ്ലോറിയോസ പാവാട അമർത്തിപ്പിടിച്ചുകൊണ്ട് കുശവസ്ത്രീയോടു പറഞ്ഞു. ''അവരെന്നെ തൊടുന്നത് എനിക്കിഷ്ടമല്ല.''

''മാറിനിൽക്ക് കുട്ടികളെ.'' അവർ പറഞ്ഞു.

വെള്ളത്താടിയുള്ള ഒരു വൃദ്ധൻ അപ്പോൾ ഒരു കുടിലിൽ നിന്നു പുറത്തേക്കുവന്നു. കുട്ടികളിൽ ഏറ്റവും വികൃതിയെ തന്റെ വടി

കൊണ്ട് പുറകോട്ടാക്കി. അയാൾ കുശവസ്ത്രീയുടെ അടുത്ത് വന്നിരുന്നു. ഗ്ലോറിയോസ ആഗമനോദ്ദേശ്യം അറിയിച്ചു. ‘‘സ്കൂളിലെ ഒരദ്ധ്യാപകൻ പറഞ്ഞയച്ചിട്ടു വരികയാണ്. കുറച്ചു കളിമണ്ണുവേണം.’’ കുശവസ്ത്രീക്കും വൃദ്ധനും ഒന്നും മനസ്സിലായില്ല എന്നു കാണപ്പെട്ടു. ഗ്ലോറിയോസ വീണ്ടും ആവശ്യം ഉന്നയിച്ചു.

‘‘നിങ്ങൾക്ക് കുശവപ്പണിക്കാരാവണം അല്ലേ?’’ വൃദ്ധൻ പൊട്ടിച്ചിരിച്ചുകൊണ്ട് ചോദിച്ചു. ‘‘ഞങ്ങളെപ്പോലെ ബാത്വാകളാകണം. നീയൊരു മുത്വയാണോ? മുത്വ ആകാൻമാത്രം പൊക്കമുണ്ട്.’’

‘‘കുറച്ചു കളിമണ്ണു തരൂ.’’ ഗ്ലോറിയോസ വാശിയോടെ ആവശ്യപ്പെട്ടു. ‘‘ഒരു പാത്രത്തിന്റെ പണം അല്ലെങ്കിൽ ഒരു കൂജയുടെ പണം മുഴുവൻ തരാം.’’

സ്ത്രീയും വയസ്സനും ഒട്ടുനേരം ആലോചിച്ചു. അവർ പതിഞ്ഞ ശബ്ദത്തിൽ പരസ്പരം ചർച്ചചെയ്തു. മോഡെസ്റ്റയെയും ഗ്ലോറിയോസയെയും ഇടയ്ക്കിടെ പരിഹാസഭാവത്തോടെ നിരീക്ഷിച്ചു.

‘‘രണ്ടു കൂജയുടെ, രണ്ടു വലിയ ബിയർ കൂജയുടെ പണം തന്നാൽ ഒരു കൂപ്പ കളിമണ്ണു തരാം. ഇരുപത് ഫ്രാങ്ക്, അതെ, ഇരുപത് ഫ്രാങ്ക് തരൂ.’’

ഗ്ലോറിയോസ ഇരുപത് ഫ്രാങ്ക് ആ സ്ത്രീയുടെ നേരെ നീട്ടി. അവരത് വേഗം തന്നെ ചുരുട്ടി മടക്കി ഇടുപ്പിൽ തിരുകി. പുല്ലു പറിക്കാൻ പോയ ഒരു കുട്ടിയെ അവർ അടുത്തേക്ക് വിളിച്ചു. ഒരുതരം വലക്കൂട അവർ മെടഞ്ഞുണ്ടാക്കി അതിൽ കളിമണ്ണു പൊതിഞ്ഞു.

‘‘പിന്നെ ഒരുകാര്യം അതിലെന്താണെന്ന് നിങ്ങളാരോടും പറയണ്ട. നിങ്ങൾ കുശവപ്പണിക്കാരാവാൻ പോവുകയാണെന്ന് ആളുകൾ കരുതും.’’

ഗ്ലോറിയോസയും മോഡസ്റ്റയും കുശവക്കോളനിയിൽ നിന്നും കഴിയുന്നത്ര വേഗത്തിൽ പുറത്തേക്കു നടന്നു. അവരെ അനുഗമിച്ചുകൊണ്ട് പാതയിലെത്തുംവരെ ആരവം കൂട്ടിക്കൊണ്ട് ഒരു കുട്ടിപ്പട തന്നെയുണ്ടായിരുന്നു. അവർ നൃത്തം ചവിട്ടുകയും പാടുകയും ചെയ്തു.

എല്ലാവരും പോയി എന്നു കണ്ടപ്പോൾ ഗ്ലോറിയോസ പുൽപ്പൊതി തുറന്നു. അതിലെ കളിമൺകട്ട ഒട്ടുനേരം നോക്കി.

‘‘നോക്കൂ, ഇത് റുവാണ്ടയിലെ കന്യാമറിയരൂപങ്ങളുടെയെല്ലാം മൂക്കുകൾ നേരെയാക്കാനുള്ളത്രയുണ്ട്.’’ അവൾ പറഞ്ഞു.

ഗ്ലോറിയോസ സഞ്ചി തുറന്നു. അതിൽ ഒരു ചുറ്റികയും ഒരു അരവും, ഒരു ടോർച്ചും ഉണ്ടെന്ന് മോഡെസ്റ്റ കണ്ടു.

‘‘ഇതൊക്കെ എങ്ങനെ കിട്ടി?’’

''ആ കൊച്ചുമെക്കാനിക് ബ്രദർ ഓക്സീലിന്റെ ശേഖരത്തിൽ നിന്ന് കൊണ്ടുവന്നു തന്നതാണ്.''

''അതിന് നീ പണം കൊടുത്തോ?''

''ഓ, അതിന്റെ കാര്യമില്ല. ഞാനാരാണെന്നയാൾക്കറിയാം. എനിക്കു വേണ്ടി അങ്ങനെയൊരു സേവനം ചെയ്യുന്നതിൽ അയാൾക്കു സന്തോഷമേയുള്ളൂ.''

''സ്കൂളിൽ നിന്ന് രാത്രി എങ്ങനെ പുറത്തുകടക്കും?''

''ഞാനിപ്പോൾ താമസിക്കുന്ന അതിഥിമുറിയിൽ നീ എത്തണം. തിരിച്ച് നിന്നെ ഡോർമിറ്ററിയിൽത്തന്നെ ഞാനെത്തിച്ചുകൊള്ളാം. ആരും നിന്നെ തടുക്കില്ല. ഞാനാണ് പറയുന്നത്. അതിഥിമന്ദിരത്തിന്റെ പിറകിൽ മതിലു ചാടിക്കടക്കാൻ ബുദ്ധിമുട്ടുണ്ടാവില്ല. അവിടെ ഒരു വിടവുള്ളത് ഞാൻ കണ്ടുവെച്ചിട്ടുണ്ട്.''

''എന്നാലും ഇതൊക്കെ വേണമെന്നുതന്നെയാണോ?''

''ഇപ്പോഴല്ലെങ്കിൽ ഒരിക്കലുമില്ല. ഇപ്പോൾ ഞാൻ ഒരു വീരനായികയാണ്. നീയും.''

''ഇതുമൊരു സാഹസകൃത്യമാണെന്ന് നമ്മൾ പറയും. ശരിക്കും അതങ്ങനെത്തന്നെ. എന്നെ വിശ്വസിക്കൂ.''

''നിനക്ക് നന്നായി അറിയാം. നിന്റെ കള്ളങ്ങളിൽ അതും കൂടിയാവും.''

''ഇതൊന്നും കള്ളങ്ങളല്ല; രാഷ്ട്രീയമാണത്.''

''എല്ലാവരും ഉറക്കമാവുമ്പോഴാണ് നാം പോവുന്നത്.'' ഗ്ലോറിയോസ പറഞ്ഞു.

എല്ലാവരും നിദ്രയിലാണ്ടുവെന്ന് ഉറപ്പാകുംവരെ കാത്തുനിന്നു. കിടക്കാൻ പോകുന്നതിനു മുമ്പുള്ള കോലാഹലവും തുടർന്നുള്ള പ്രാർത്ഥനകളുമെല്ലാം അടങ്ങി. മണിമുഴക്കവും ഗേറ്റിന്റെ ഞരക്കവും രാത്രി വിലക്കിന്റെ അടയാളസ്വരങ്ങളായി. അരമണിക്കൂറിനു ശേഷം ജനറേറ്ററിന്റെ മുരൾച്ചയും നിലച്ചു. കാവൽക്കാർ കുന്തങ്ങളും ലാത്തികളുമൊക്കെയായി അവസാന നിരീക്ഷണം നടത്തിയ ശേഷം ഓരോരുത്തരും വാതിൽക്കൽ പുതപ്പുകൾക്കടിയിലേക്കു ചുരുണ്ടു കിടന്നു. അവർക്കു കിട്ടിയ നിർദേശങ്ങളെ പാലിക്കാതെ ഉറങ്ങി. മദർ സുപ്പീരിയറിന്റെ ഓഫീസിന്റെ ജനാലയിലൂടെ വെളിച്ചമൊന്നും കണ്ടില്ല.

''ഇതാ, സമയമായി. പോകാം.''

പ്രയാസമേതും കൂടാതെ അവർ പൂന്തോട്ടത്തിന്റെ അപ്പുറത്തെ മതിൽ ചാടിക്കടന്നു. തുണികൊണ്ട് സ്വയം പൊതിഞ്ഞു. ''ദേ, എന്റെ സഞ്ചി പിടിക്കൂ.''

ഗ്ലോറിയോസ മോഡെസ്റ്റയോടു പറഞ്ഞു.

''ഞാൻ മുന്നിൽ നടക്കാം.''

പാതയരികിലൂടെ അവർ വേഗം നടന്നു. പരിചിതസ്ഥലങ്ങൾ തിരിച്ചറിയാൻ വയ്യാത്ത വിധം ഇരുൾ മൂടിയിട്ടുണ്ട്. തടാകം ദൃശ്യമാകുന്ന ചെങ്കുത്തായ ഇടം വരെ കട്ടപിടിച്ച ഇരുട്ടിൽ മലകൾ വിങ്ങുന്നതായി തോന്നും.

''നമുക്ക് വഴിതെറ്റും.'' മോഡെസ്റ്റ ടോർച്ചു തെളിയിച്ചുകൊണ്ടു പറഞ്ഞു.

''ഇത് വളരെ അപകടകരമാണ്. പട്ടാളത്തിന്റെയോ ദ്രുതകർമ്മ സേനയുടെയോ റോന്തുചുറ്റലുണ്ടാകാം. എന്റെ ഇനിയെൻസി കഥകൾ കൊണ്ട് ഞാനവരെ വല്ലാതെ ഭയപ്പെടുത്തിയിട്ടുണ്ട്.''

അവർ തപ്പിത്തടഞ്ഞ് പാത പിന്തുടർന്ന് സ്രോതസ്സിനടുത്തുള്ള പാർക്കിങ്ങിലെത്തി. ആ ഭാഗത്ത് താഴോട്ടുള്ള വഴി തീർത്ഥാടനത്തിന്റെ മുന്നൊരുക്കങ്ങളുടെ ഭാഗമായി കല്ലിട്ടമർത്തിയിട്ടുണ്ട്. ഗ്ലോറിയോസ ടോർച്ച് മിന്നിച്ചു. അവർ വലിയ പാറകളെ ചുറ്റി. പ്ലാറ്റ്ഫോമിനെതിരെ ഒരു ഏണി ചാരി വെച്ചതുകണ്ടവർ അമ്പരന്നു. ''നീ നോക്ക്, നമുക്ക് ഭാഗ്യമുണ്ട്.'' ഗ്ലോറിയോസ പറഞ്ഞു. ''ദേശസ്നേഹപരമായ ഒരു സദ്ക്കർമ്മം നമ്മളിവിടെ നിറവേറ്റാൻ പോകുന്നു. ഇവിടെ വൃത്തിയാക്കി പൂക്കൾകൊണ്ടലങ്കരിക്കാൻ വന്നവർ വെച്ചതാണീ ഏണി.''

ഗ്ലോറിയോസ ചുറ്റിക, അരം, ടോർച്ച് എന്നിവയുമായി പ്ലാറ്റ്ഫോമിലേക്കു കയറി. പ്രതിമയുടെ മുന്നിൽ അവൾ ഒന്നുവഴുതിയപ്പോൾ പൂപ്പാത്രങ്ങളിൽ കാൽ തട്ടി അവ താഴെ സ്രോതസ്സിൽ നിന്നുള്ള പ്രഥമജലം ശേഖരിക്കപ്പെടുന്ന സിമന്റ് തൊട്ടിയിൽ പതിച്ചു. പ്ലാറ്റ്ഫോമിൽ അവൾക്ക് അടിതെറ്റിയേനേ. അവൾ കന്യാമാതാവിന്റെ മൂക്കിൽ ചുറ്റികകൊണ്ടാഞ്ഞടിച്ചു. അടിയുടെ ഊക്കിൽ അതിന്റെ തല തെറിച്ചുപോയി. അവൾ ധൃതിപിടിച്ച് പ്ലാറ്റ്ഫോമിൽ നിന്ന് താഴെയിറങ്ങിയിട്ട് ഭയം കൊണ്ടും ആധികൊണ്ടും വിറകൊണ്ടു നിൽക്കുകയായിരുന്ന മോഡെസ്റ്റയോടു പറഞ്ഞു.

''ഞാൻ കന്യാമറിയത്തിന്റെ തല തകർത്തു. ഇനി മൂക്ക് നേരെയാക്കാൻ സാധ്യമല്ല. പക്ഷേ ഏറ്റവും ചുരുങ്ങിയത്, ഇനിയവർക്ക് പ്രതിമ മാറ്റാതെ തരമില്ല.''

''നമുക്കിനി എന്ത് സംഭവിക്കും? എന്തൊരു മഹാപാപമാണ് ചെയ്തത്.'' മോഡെസ്റ്റ തേങ്ങി. ''നമ്മളാണിത് ചെയ്തതെന്ന് ആരെങ്കിലും അറിഞ്ഞാൽ...?''

''നീ എപ്പോഴും ഇങ്ങനെ ആധി പിടിച്ചാലോ മോഡെസ്റ്റാ, എനിക്കറിയാം എന്താണ് ചെയ്യേണ്ടതെന്ന്.''

പ്രഭാതത്തിന്റെ ആദ്യവെട്ടം പരക്കുമ്പോഴേക്കും സ്കൂളിലാകെ ആഹ്ലാദം നുരഞ്ഞുതുടങ്ങിയിരുന്നു. അതൊരു നല്ല ദിവസമാണ്. അന്നാണ് തീർത്ഥാടനം. ഏവരും പുതിയ യൂണിഫോം ധരിച്ചു. രാജ്ഞിയുടെ സന്ദർശന ദിവസം ധരിച്ചവ തന്നെ. പക്ഷേ അതിൽ നിന്ന് ബെൽജിയത്തിന്റെ പതാക ആലേഖനം ചെയ്ത തുന്നൽ വിടർത്തി എടുത്തു കളഞ്ഞിരുന്നു. പകരം ഏർമെനെഷീൽഡച്ചന്റെ താൽപര്യപ്രകാരം യേശുവിന്റെയും മാതാവിന്റെയും ഹൃദയങ്ങൾ ചേർന്നുള്ള ഒരു നൂൽ ചിത്രം പിടിപ്പിച്ചിരുന്നു.

മുറ്റത്ത് പള്ളിക്കു മുന്നിൽ അസംബ്ലി നടന്നു. സ്കൂൾ പ്രവേശനം മുതൽ തയ്യൽക്ലാസുകളിൽ കുട്ടികൾ തയ്യാർ ചെയ്ത കൊടിക്കൂറുകൾക്കു പിന്നിൽ ഓരോ ക്ലാസ്സും അണിനിരന്നു. ഏർമെനെഷീൽഡച്ചൻ ആശീർവ്വദിക്കാനെത്തി. സ്റ്റെൻസിൽ പതിച്ചുണ്ടാക്കിയ പുതിയ സ്ത്രോത്രപുസ്തകങ്ങൾ ബ്രദർ ഓക്സീൽ വിതരണം ചെയ്തു. കാര്യസ്ഥ സിസ്റ്റർ മത്സ്യം, കോൺബീഫ്, ക്രാഫ്റ്റിന്റെ ചീസ്, പലഹാരങ്ങൾ, മത്സ്യങ്ങൾ എന്നിവയുടെയെല്ലാം പാക്കറ്റുകളും ടിന്നുകളും എണ്ണിത്തിട്ടപ്പെടുത്തി കൂടകളിൽ വെച്ചു. വേലക്കാർ അവ തലയിലേറ്റി. മദർ സുപ്പീരിയർ, മേയർ, തോക്കുധാരികളായ രണ്ടു പൊലീസുദ്യോഗസ്ഥർ എന്നിവരാൽ അകമ്പടി സേവിക്കപ്പെട്ട് ദേവാലയത്തിന്റെ ചവിട്ടുപടിക്കലെത്തിയപ്പോൾ ആകെ നിശ്ശബ്ദത പരന്നു. തൊട്ടുപിറകിലായി അദ്ധ്യാപകരുമെത്തി. നൈൽ നോത്രദാം ചരിത്രങ്ങൾ അനുസ്മരിച്ചുകൊണ്ട്, മദർ ചെറിയൊരു പ്രഭാഷണം നടത്തി.

എല്ലാവരിലും ശ്രേഷ്ഠമായ ഭക്തി നിറയട്ടെയെന്നവർ ആശംസിച്ചു. സുന്ദരമായ ഈ രാജ്യത്തിന്റെ ആയിരക്കണക്കിനുള്ള മലകൾതോറും ഐക്യവും സമാധാനവും വാഴാൻ കറുത്ത കന്യാമറിയത്തിന്റെ അനുഗ്രഹങ്ങൾക്കായി പ്രത്യേകമായി പ്രാർത്ഥിക്കുമെന്ന് മേയറുടെ നേരെ തിരിഞ്ഞ് അവർ പറഞ്ഞു.

സംഘം ചലിച്ചുതുടങ്ങി. ദ്രുതകർമ്മ സൈനികർ കാവൽ നിൽക്കുന്ന ഗേറ്റ് കടന്ന് കയറ്റത്തിലേക്കുള്ള പാതയിലെത്തി. താഴോട്ടുള്ള വഴിയിലേക്കിറങ്ങി, സ്രോതസ്സിനഭിമുഖമായുള്ള ചെരിവിൽ ഓരോ ക്ലാസുകളായി ചെന്നു നിന്നു. പെട്ടെന്ന് സ്തോഭകരമായ ഒരു നിലവിളി മുഴങ്ങി കേട്ടു. ‘‘കന്യാമറിയത്തിന്റെ തല കാണാനില്ല. ഒരു പൊട്ടിയ കലം പോലെയായിരിക്കുന്നു. മഡോണയുടെ മുഖമാരോ തകർത്തിരിക്കുന്നു. പ്ലാറ്റ്ഫോമിൽ കഷ്ണങ്ങൾ ചിതറിക്കിടക്കുന്നു.’’

സിമന്റ് താലത്തിലെ വെള്ളത്തിൽ പൂക്കൾ പൊങ്ങിക്കിടന്നു. പൂപ്പാത്രം ചെന്നടിഞ്ഞ് അതിന്റെ നിർഗമന നാളി അടഞ്ഞതിനാൽ വെള്ളം അതിന്റെ അതിർക്കെട്ട് കവിഞ്ഞൊഴുകുകയാണ്.

''ദൈവനിന്ദ, ദൈവനിന്ദ...'' മദർ സുപ്പീരിയർ ഉറക്കെ കരഞ്ഞു.

''ചെകുത്താന്റെ ചെയ്തിയാണത്.'' ഉച്ചാടനത്തിന്റെ മറവിൽ അനുഗ്രഹത്തിന്റേതായ ആംഗ്യങ്ങൾ കൂടുതൽ പ്രകടമാക്കിക്കൊണ്ട് ഏർമെനെഷീൽഡച്ചൻ പറഞ്ഞു.

''വിധ്വംസനം.'' മേയർ മുറുമുറുത്തു. ഉടൻതന്നെ പാറയിൽ വലിഞ്ഞുകയറിയ അദ്ദേഹത്തെ പിന്നെ കണ്ടത് ഒരു കറുത്ത വസ്തു കൈകളിൽ ഉയർത്തിക്കൊണ്ട് അതിനു മുകളിൽ നിൽക്കുന്നതാണ്.

''ഗ്രനേഡ്.'' വെള്ളക്കാരായ ഒരദ്ധ്യാപകൻ ആർത്തുവിളിച്ചുകൊണ്ട് പാതയിലേക്കോടി. അക്കാര്യം തീർച്ചയാണെന്നതിനാൽ അദ്ദേഹത്തിന്റെ സഹപ്രവർത്തകരും പിന്നാലെയായി ചെരിവിലൂടെ പാഞ്ഞു.

പൊലീസുകാരിൽ ഒരാൾ തോക്കേന്തി അരുവിയോരത്തെ പന്നൽ മരങ്ങൾ നിറഞ്ഞ താഴ്വരയിലേക്ക് നിറയൊഴിച്ചു. വിദ്യാർത്ഥിനികളിൽ സംഭ്രാന്തി പടർന്നു. അവർ തമ്മിൽ കൂട്ടിയിടിച്ചുകൊണ്ട് മരണപ്പാച്ചിൽ പാഞ്ഞു. തന്റെ നീളൻ ഉടുപ്പുടക്കിയതിനാൽ ഒപ്പം മുന്നോട്ടു നീങ്ങാനാവാതെ നിർദേശങ്ങളും കൽപനകളും ശാസനകളുമായി മദർ സുപ്പീരിയർ പുറകേയും. ഏർമെനെ ഷീൽഡച്ചൻ തന്റെ ളോഹ ചുരുട്ടിക്കയറ്റി. മേയർ കറുത്ത ഗോളം ഉയർത്തി വീശിയിട്ട് ഉറക്കെ വിളിച്ചു പറഞ്ഞു:

''പേടിക്കണ്ട, ഇത് അതൊന്നുമല്ല, ഇത് കളിമണ്ണാണ്.''

അപ്പോഴേക്ക് കൂടകളിൽ ആഹാരസാധനങ്ങൾ പേറിയ വേലക്കാർ അത് ഉപേക്ഷിച്ചു. ഘോരശബ്ദങ്ങളോടെ അവ ചെരുവിൽ വീണു. ആകെ വിഷണ്ണയായ കാര്യസ്ഥ സിസ്റ്റർക്ക് അവയെ പിന്തുടർന്നു പോകുന്നതിൽ കാര്യമില്ലെന്നു ബോധ്യമായി.

പലായനക്കാരേവരും സ്കൂൾ മുറ്റത്ത് തിരിച്ചെത്തി, കിതപ്പടക്കി. ''ദേവാലയത്തിലേക്ക്.''

മദർ സുപ്പീരിയർ കൽപിച്ചു. ഓരോരുത്തരും ബെഞ്ചിൽ ഇടം പിടിച്ചു. മദർ പറഞ്ഞു തുടങ്ങി:

''എന്റെ കുട്ടികളേ, ഘോരമായൊരു ദൈവനിന്ദയ്ക്ക് നിങ്ങൾ സാക്ഷികളായി. ഏതോ രാക്ഷസീയമായ കൈകൾ, അവയാരുടേതാണെന്നെനിക്കറിയേണ്ട, കന്യാമറിയത്തിന്റെ, നമ്മുടെ സംരക്ഷകയുടെ നൈൽ നോത്രദാമിന്റെ സൗമ്യമായ മുഖത്തെ ആക്രമിച്ചിരിക്കുന്നു. ദൈവത്തിനെതിരെയുള്ള ഈ കുറ്റകൃത്യത്തിന് പാപപരിഹാരം ചെയ്യേണ്ടത് നമ്മളാണ്. ഇന്ന് നാം ഉപവസിക്കാൻ

പോവുകയാണ്. പയറും വെള്ളവും മാത്രമേ ഇന്ന് കഴിക്കാവൂ. ഇങ്ങനെയൊരു പാപകർമ്മം ചെയ്തയാളോട് അല്ലെങ്കിൽ ആളുകളോട് ദൈവം പൊറുക്കട്ടെ.''

ഗ്ലോറിയോസ ഇരിപ്പിടത്തിൽ നിന്നെഴുന്നേറ്റ് അൾത്താരയുടെ പടികൾക്കടുത്തേക്കു പോകുന്നതും മേയറോട് ചെവിയിലെന്തോ പറയുന്നതും അദ്ദേഹം മദർ സുപ്പീരിയറിനെ സമീപിക്കുന്നതും എല്ലാവരും കണ്ടു. അവർ പതിഞ്ഞ ശബ്ദത്തിൽ കുറേനേരം എന്തോ ചർച്ച ചെയ്തു. ഒടുവിൽ, മദർ സുപ്പീരിയർ, പശ്ചാത്താപ വിവശതയോടെ പറഞ്ഞു:

''ഗ്ലോറിയോസയ്ക്ക് നിങ്ങളോടെന്തോ പറയാനുണ്ട്.''

ഗ്ലോറിയോസ ആൾത്താരയുടെ ഏറ്റവും മുകളിലെ പടിയിലേക്കു കയറി. അവൾ തന്റെ സഹപാഠികളെയെല്ലാമൊന്നു നോക്കി, ചിലരിൽ തന്റെ കൗശലമോ അല്ലെങ്കിൽ സംതൃപ്തിയോ നിറഞ്ഞ നോട്ടമുറപ്പിച്ചു. അവൾ സംസാരിക്കാൻ തുടങ്ങിയതോടെ അവളുടെ ശബ്ദത്തിന്റെ മുഴക്കം അവരെ പെട്ടെന്ന് ഞെട്ടിച്ചു.

''എന്റെ സുഹൃത്തുക്കളെ, നിങ്ങളോട് സംസാരിക്കുന്നത് എന്റെ പേരിലല്ല; സംഘടനയുടെ പേരിലാണ്; ഭൂരിപക്ഷ ജനതയുടെ സംഘടനയുടെ പേരിൽ. ഏതാനും വാക്കുകൾ മാത്രമേ എനിക്കു പറയാനുള്ളൂ. ബഹുമാന്യ മദർ സുപ്പീരിയർ പറഞ്ഞിരിക്കുന്നു നൈൽ നോത്രദാമിന്റെ തല തകർത്താതാരെന്ന് അറിയാൻ താൽപര്യമില്ല എന്ന്. പക്ഷേ നമുക്ക് നന്നായി അറിയാം. ഈ കുറ്റകൃത്യം ചെയ്തവരാരെന്ന്. അവർ എന്നും നമ്മുടെ ശത്രുക്കളാണ്. നമ്മുടെ പിതാക്കന്മാരുടെയും മുത്തശ്ശന്മാരുടെയും ഘാതകരായ ഇനിയെൻസികൾ. നിരീശ്വരവാദികളും കമ്മ്യൂണിസ്റ്റുകളുമാണവർ. ചെകുത്താനാണ് അവരെ നയിക്കുന്നത്. റഷ്യയിലെന്നപോലെ ഇവിടെയും ദേവാലയങ്ങൾക്ക് തീയിടണമെന്നും കന്യാസ്ത്രീകളെയും അച്ചന്മാരെയും എല്ലാ ക്രിസ്ത്യാനികളെയും കൊല്ലണമെന്നുമാണവരുടെ ആഗ്രഹം. അവരിവിടെ നുഴഞ്ഞു കയറുന്നു. അവർ സർവ്വ സ്ഥലത്തുമുണ്ട്. ഇവിടെയും അവരുണ്ടെന്ന് ഞാൻ ഭയക്കുന്നു. നമ്മുടെയിടയിൽത്തന്നെ, നമ്മുടെ സ്കൂളിൽത്തന്നെ. ബഹുമാന്യ മേയറിലും നമ്മുടെ സേനയിലും ഞാൻ വിശ്വാസമർപ്പിക്കുന്നു. അവർ അവരുടെ ദൗത്യം അനുഷ്ഠിച്ചുകൊള്ളും. എനിക്കു നിങ്ങളോടു പറയാനുള്ളതെന്തെന്നാൽ, നൈൽ നോത്രദാമിന്റെ ഒരു പുതിയ പ്രതിമ അവിടെ നിർമിക്കപ്പെടും. തികച്ചും റുവാണ്ടൻ മാതൃകയിൽ, ഭൂരിപക്ഷ ജനതയെ പ്രതിനിധാനം ചെയ്യുന്ന മുഖമുള്ള ഒരു ഹ്യൂറ്റു കന്യാമറിയം. നമുക്കെല്ലാം അഭിമാനപൂർവ്വം വണങ്ങാൻ കഴിയുന്ന ഒന്ന്.

ഞാനിതേക്കുറിച്ച് എന്റെ അച്ഛന് എഴുതാൻ പോവുകയാണ്. അദ്ദേഹത്തിന് ഒരു ശിൽപിയെ പരിചയമുണ്ട്. അധികം വൈകാതെ ആധികാരികമായ ആ റുവാണ്ടൻ വനിതകളുടെ മുഖച്ഛായയുള്ള, വൈമനസ്യം കൂടാതെ നമുക്കു പ്രാർത്ഥിക്കാൻ കഴിയുന്ന, ആ പ്രാർത്ഥനകൾ കേട്ട് റുവാണ്ടയെ കാത്തുസൂക്ഷിക്കുന്ന ഒരു നൈൽ നോത്രദാമിനെ നമുക്കു കിട്ടും. യഥാർത്ഥത്തിലുള്ള നൈൽ നോത്ര ദാമിനെ സ്വീകരിക്കുന്നതിൽ രസക്കേടുള്ള നികൃഷ്ടരും വൃത്തികെട്ട വരുമായ പരാന്നഭോജികളെക്കൊണ്ട് ഈ സ്കൂൾ നിറഞ്ഞിരിക്കുന്നു എന്നു നമുക്കറിയാം. നമുക്കുടനെ നമ്മുടെ കർമ്മം സമാരംഭിക്കണം. അവരെയേവരെയും സകല മുക്കും മൂലകളിൽ നിന്നും ഉന്മൂലനം ചെയ്യണം. യഥാർത്ഥ പോരാളികളുടെ കർമ്മമാണത്. ഇത്രയുമാ ണെനിക്കു നിങ്ങളോടു പറയാനുള്ളത്. ഇനി നമുക്ക് ദേശീയ ഗാനം ആലപിക്കാം.''

എല്ലാ വിദ്യാർത്ഥിനികളും കൈയടിച്ചു മേയർ ദേശീയഗാനം ആലപിച്ചു തുടങ്ങിയപ്പോൾ ഏവരും അദ്ദേഹത്തോടൊപ്പം ചേർന്നു.

റുവാണ്ട, നീ ഞങ്ങൾക്കു ജന്മമേകിയ റുവാണ്ട
ധീരയായ നിന്നെ ഞാൻ വാഴ്ത്തുന്നു
നീ കടന്നുപോയ അനുഭവങ്ങൾ ഞാനോർക്കുന്നു.
അപ്രതിരോധ്യമായൊരു റിപ്പബ്ലിക്കിന്
അസ്തിവാരമിട്ട സ്വാതന്ത്ര്യപോരാളികൾക്കെന്റെ പ്രണാമം.
ഒന്നിച്ചൊന്നായി പോകാം, പോകാം,
പോകാം, മുന്നോട്ട്...

''നീ കണ്ടോ.''

തന്റെ ഇരിപ്പിടത്തിൽ വന്നിരുന്ന് ഗ്ലോറിയോസ മോഡെസ്റ്റയോടു പറഞ്ഞു.

''ഞാനാണിപ്പോഴും ഇവിടെ ഭരിക്കുന്നത്.''

സ്കൂൾ അവസാനിച്ചു

നൈൽ നോത്രദാമിനു നേരെയുണ്ടായ അതിക്രമത്തിന് ശേഷം ഒരു മാസത്തോളം, കൂടുതൽ ആധികാരികവും പുതിയതുമായ ഒരു നദീ മഡോണയെ വരവേൽക്കാനുള്ള തയ്യാറെടുപ്പുകൾ സ്കൂളിലെ സകല പ്രവർത്തനങ്ങളും കേന്ദ്രീകരിച്ചു. പഴയതിനെ വിശേഷിച്ചൊരു ചടങ്ങുകളും കൂടാതെ എടുത്തുമാറ്റി. അതെന്തുചെയ്യണമെന്നാർക്കുമറിയില്ലായിരുന്നു. അതിനെ നശിപ്പിക്കുന്നത് അപകടകരമാണ്. കാരണം ഇത്രയും കാലം സ്തുതിക്കപ്പെടുകയും പ്രാർത്ഥനകൾ അർപ്പിക്കപ്പെടുകയും ചെയ്ത ഒന്നിന്റെ കോപത്തിന് പാത്രമാകുമോ എന്നേവരും ഭയപ്പെട്ടു. പൂന്തോട്ടത്തിന്റെ അപ്പുറത്ത് ജനറേറ്റർ വെച്ചിരിക്കുന്ന കൊച്ചുപുരയ്ക്കുള്ളിൽ തൽക്കാലം അത് ഇടം കണ്ടു. വൃദ്ധയായ സിസ്റ്റർ കാസീത്തോ തന്റെ ഊന്നുവടിയൂന്നി ഇടയ്ക്കിടെ അങ്ങോട്ടു വലിഞ്ഞു ചെല്ലുന്നതായി സംശയിക്കപ്പെടുന്നു. ഭക്ത്യാദരപൂർവ്വം അത് സ്രോതസ്സിനരികിൽ സ്ഥാപിക്കപ്പെടുന്നത് അവരുടെ ഓർമ്മയിൽ സജീവമായി നിൽക്കുന്നു.

ഗ്ലോറിയോസ വിജയോന്മത്തയായിരുന്നു. ഏർമെനെഷീൽഡച്ചന്റെ സമ്പൂർണ പിന്തുണയോടെയും പ്രാപ്തിയോടെയും പുതിയ ആധികാരിക നോത്രദാമിന്റെ പ്രതിഷ്ഠാരോഹണത്തിന്റെ ഉത്സാഹക്കമ്മിറ്റിയുടെ സ്വയം പ്രഖ്യാപിത പ്രസിഡണ്ടാണിപ്പോഴവൾ.

അവർ രണ്ടുപേരും ലൈബ്രറിയെ കമ്മറ്റിയുടെ ആസ്ഥാനമാക്കി. ഇനിമുതൽ ആരും സമ്മതമില്ലാതെ അങ്ങോട്ടു പോകാൻ പാടില്ലെന്ന് വിലക്കപ്പെട്ടു. മദർ സുപ്പീരിയർ മാത്രമുപയോഗിച്ചിരുന്ന ഫോൺ അങ്ങോട്ടു മാറ്റി. ഗ്ലോറിയോസ അപൂർവ്വമായി മാത്രമേ ക്ലാസ്സിൽ പോകാറുള്ളൂ. അവൾ ഏർമെനെഷീൽഡച്ചനോടൊപ്പം ക്ലാസുകളിലേക്ക് കയറിച്ചെന്ന് കിന്യാർവാണ്ട ഭാഷയിൽ മുദ്രാവാക്യസമാനമായ ചെറുപ്രസംഗങ്ങൾ നടത്തും. മറ്റുള്ള കുട്ടികളുടെ മുന്നിൽ ഗോരറ്റിയെ അടിയന്തിര ഘട്ടങ്ങളിൽ ഏറ്റവും സമീപിക്കാവുന്ന ഒരുവളായി ഗ്ലോറിയോസ ചിത്രീകരിച്ചു. സർവ്വാത്മനാ സഹകരിച്ചുകൊണ്ടു നിന്നുവെങ്കിലും വൈസ് പ്രസിഡണ്ടാകുവാൻ ഗോരറ്റി കൂട്ടാക്കിയില്ല. മദർ സുപ്പീരിയർ

പുറത്തിറങ്ങാതെ തന്റെ ഓഫീസ് മുറിക്കുള്ളിൽ തന്നെ കഴിഞ്ഞു. പുറത്തിറങ്ങിയാൽത്തന്നെ, തന്റെ സ്ഥാപനം ഇമ്മട്ടിലൊക്കെ അലങ്കോലമായതൊന്നും കണ്ടില്ല, കേട്ടില്ല എന്നു നടിച്ചു. പദവിയെ സംബന്ധിച്ച ആദരവുണ്ടെങ്കിലും മറച്ചുവെക്കാനാകാത്ത കൂസലില്ലായ്മയോടെ ഏർമെനെഷീൽഡച്ചൻ വന്ന് കമ്മിറ്റിയുടെ തീരുമാനങ്ങളും പ്രവർത്തനങ്ങളും വിശദീകരിക്കുമ്പോൾ മദർ സുപ്പീരിയർ ഇത്രമാത്രം പറഞ്ഞു.

''ശരി, ശരി, എന്റെ അച്ചോ, താങ്കളെന്താണ് ചെയ്യുന്നതെന്ന് താങ്കൾക്ക് അറിയാം, റുവാണ്ട ഒരു സ്വതന്ത്ര രാജ്യമാണ്, സ്വതന്ത്രം.....പക്ഷേ മറക്കരുത്. യുവതികളായ പെൺകുട്ടികളുടെ ഒരു ഹൈസ്കൂളാണിത്. വെറും പെൺകിടാങ്ങളാണവർ...''

അടുത്ത വർഷത്തെ അദ്ധ്യയനാരംഭത്തെ സംബന്ധിച്ച ആ റജിസ്റ്ററുകൾ കാര്യസ്ഥ സിസ്റ്ററിൽ നിന്ന് വാങ്ങി പരിശോധിച്ചുകൊണ്ടിരുന്നതിൽ അവർ വീണ്ടും മുഴുകി.

ഗ്ലോറിയോസയും ഏർമെനെഷീൽഡച്ചനും ഒരു ദൗത്യവുമായി കിഗാലിയിലും ബുത്താറിലും തങ്ങുവാൻ പോയി. ഗ്ലോറിയോസയുടെ അച്ഛൻ അനുവദിച്ച ഒരു വലിയ മെർസിഡസ് കാറിൽ അവർ തിരികെ സ്കൂളിലെത്തി. വന്നപാടെ അവർ കമ്മിറ്റിയുടെ ഓഫീസിൽ യോഗം വിളിച്ചു. അദ്ധ്യാപകരുടെയും കുട്ടികളുടെയും ഒരു പൊതുയോഗം. പ്രധാനഹാളിൽ കൂടണമെന്ന് ഏർമെനെഷീൽഡച്ചൻ മദർ സുപ്പീരിയറിനോടാവശ്യപ്പെട്ടു. സംസാരിക്കാനുള്ള ആദ്യ അവസരം ഗ്ലോറിയോസ ഏർമെനെഷീൽഡച്ചനു വിട്ടുകൊടുത്തു. സർക്കാരിന്റെ ഉന്നതാധികാരകേന്ദ്രങ്ങളുടെ പിന്തുണയോടെ പ്രതിഷ്ഠാരോഹണം നടക്കുമെന്നും അതോടൊപ്പം മഹത്തായ സാമൂഹ്യവിപ്ലവത്തിൽ പങ്കെടുത്തവരുടെ പിന്മുറക്കാരുടെ സംഘടനയായ ജെ.എം.ആർ (റുവാണ്ടൻ യുവപോരാളികൾ) അവരുടെ പിതാക്കന്മാരുടെ പാതപിന്തുടർന്ന് പോരാട്ടദൗത്യം തുടരും എന്നും ഏർമെനെഷീൽഡച്ചൻ വെളിപ്പെടുത്തി. അവരാൽ തിരഞ്ഞെടുക്കപ്പെട്ട യുവവിദ്യാർത്ഥികൾ ഒരു മിനിബസിൽ നിയാമിനോംബ് വരെയെത്തും. സ്രോതസ്സിന്റെ അടുത്തുള്ള നിരപ്പുസ്ഥലത്ത് സൈന്യത്തിന്റെ പിന്തുണയോടുകൂടി അവർ കൂടാരങ്ങളുയർത്തും. ആൺകുട്ടികളും പെൺകുട്ടികളും അടുത്തടുത്ത് താമസിക്കുന്നുവെന്ന ദുഷ്പേരു വരാതിരിക്കാൻ അവരെ അവിടെ ഒട്ടകലെയായി താമസിപ്പിക്കാനാണവ ഒരുക്കുന്നത്. പ്രതിഷ്ഠാരോഹണച്ചടങ്ങ് ഒരേ സമയം മതപരവും അതേസമയം ദേശസ്നേഹപരവുമാണ്. അദ്ദേഹം തന്റെ പ്രഭാഷണം കിനിയാർവാൻഡ ഭാഷയിൽ ഇപ്രകാരം സംഹരിച്ചു. അഹങ്കാരികളായ അധിനിവേശക്കാരുടെ കീഴിൽ കഴിയേണ്ടിവന്ന നൂറ്റാണ്ടുകളുടെ അടിമത്ത കാലത്തെ ഓർമ്മിക്കേണ്ടതിനെക്കുറിച്ച്, ഭൂരിപക്ഷ ജനതയോട് അകത്തുനിന്നും പുറത്തുനിന്നും

വൈരാഗ്യബുദ്ധിയോടെ പെരുമാറുന്ന ശത്രുക്കൾക്കെതിരെ പോരാടുന്നതിനെക്കുറിച്ച് റുവാണ്ടയുടെ യഥാർത്ഥ പ്രതിനിധികളായ യുവജനങ്ങൾ നൈലിന്റെ നോത്രദാമിൽ പ്രഭാഷണം നടത്തും.

ഗ്ലോറിയോസയും സംസാരിച്ചത് കിന്യർവാണ്ട ഭാഷയിൽത്തന്നെയായിരുന്നു. ''ധീരരായ പോരാളികൾ കാണിച്ചുതന്ന മാതൃകയനുസരിച്ച് ഇനിയൻസികളുടെ കൂട്ടാളികളെ സ്കൂളുകളിൽ നിന്നും ഭരണ സ്ഥാപനങ്ങളിൽ നിന്നും ഒഴിവാക്കുകയെന്ന പദ്ധതിയുമായി നൈലിന്റെ നോത്രദാം സ്കൂൾ മുന്നോട്ടുപോകും. റുവാണ്ടയിലെ കുലീന സ്ത്രീത്വത്തിന്റെ പ്രതീകങ്ങളായ ഈ സ്കൂളിലെ വിദ്യാർത്ഥിനികൾ അവരുടെ പിതാക്കളുടെ ധൈര്യത്തിന് നേരവകാശികളാണ്. അവരവരുടെ പേരുകൾക്ക് അവർ അർഹരാകും.''

സദസ്യരെല്ലാവരും കയ്യടിച്ചു. പക്ഷേ മി. ല് ഗ്രോൻദ് മാത്രം ഒരു സംശയമുന്നയിക്കാൻ ധൈര്യപ്പെട്ടു.

''ആഘോഷമൊക്കെ കൊള്ളാം, പക്ഷേ ഈ പരിപാടികളൊക്കെ എങ്ങനെയാണ് പൂർത്തീകരിക്കുന്നത്? അനുമതി നിഷേധിക്കപ്പെടുകയും ഒരു വർഷം മുഴുവൻ പാഴാക്കാനുമുള്ള ഒരു സാധ്യതയെ നമ്മൾ നേരിടേണ്ടിവരില്ലേ?''

പ്രകടമായ വിനയത്തോടെ ഏർമെനെഷീൽഡച്ചൻ പ്രതികരിച്ചു. ''വിദേശികളായ അദ്ധ്യാപകർക്ക് വേവലാതിയൊന്നും വേണ്ട. അവരെ അതൊന്നും ബാധിക്കുകയേ ഇല്ല. ഈ രാജ്യത്തെ ഏറ്റവും നല്ല ഹൈസ്കൂളായി കരുതപ്പെടുന്ന ഒന്നാണ് നൈൽ നോത്രദാം സ്കൂൾ. അതിനാൽ ഒന്നും ഭയപ്പെടാനില്ല. പരീക്ഷാ കമ്മറ്റിയുടെ എല്ലാ അനുമതിയും തൽസംബന്ധമായി ഉണ്ടാകും. ''

''വിർജീനിയാ... ആസന്നമായ കാര്യങ്ങളെപ്പറ്റി ബോധവതിയാകുക. വിശേഷാലുള്ളവർക്കുള്ള സ്കൂളായതുകൊണ്ടല്ല ഇവിടെ നിന്ന് രക്ഷപ്പെടാൻ ഉദ്യമിക്കേണ്ടത്. നേരെ തിരിച്ചാണ്. അവർക്കു പറ്റിയ വലിയ തെറ്റാണ് ഈ നമ്മളെന്നുള്ളവർ. അതവർ തിരുത്താൻ വൈകില്ല. ഗ്ലോറിയോസ എല്ലാ പദ്ധതികളും ആസൂത്രണം ചെയ്തു കഴിഞ്ഞു. ഇനിയെൻസി ഭൂതങ്ങളെക്കുറിച്ചുള്ള കഥകൾ, പ്രതിമയ്ക്കു നേരെയുണ്ടായ ആക്രമണം, പുതിയ ഹ്യൂറ്റു മഡോണയുടെ പ്രതിഷ്ഠാപനം, എല്ലാം തയ്യാറായിക്കഴിഞ്ഞു. ജെ.എം.ആറിന്റെ സമ്മേളനം കൂടിയേ ഇനിയുള്ളൂ. അവർ കന്യാമറിയതിന് സ്തുതി അർപ്പിക്കാനൊന്നുമല്ല വരുന്നത്. ദണ്ഡുകളും കുറുവടികളും ചിലപ്പോൾ കഠാരകളുമൊക്കെയായിട്ടാവും അവരുടെ വരവ്, നൈലിന്റെ നോത്രദാമിനെ വാഴ്ത്താൻ. കേൾക്കുന്ന വാർത്തകൾ ശരിയാണെങ്കിൽ അത് അങ്ങനെയൊക്കെയാണ്. ഭാവി മന്ത്രിമാരുടെ ഭാര്യമാരുടെ സ്കൂളിൽ പ്രവേശനം ലഭിച്ചുവെന്നത് അവിശ്വസനീയമായി കരുതുന്നവർ ഇപ്പോഴും ഓരോ മായാ

വിഭ്രാന്തികളിൽ മുഴുകി നടക്കുകയാണ്. അവർക്ക് മുന്നറിയിപ്പു കൊടുത്ത് കാര്യങ്ങളുടെ വാസ്തവം, വളരെ കരുതലോടെ അവരെ ബോധ്യപ്പെടുത്തണം. സംഘം ചേർന്ന് ഒന്നും ചെയ്യാനാവില്ല. അത് അപകടകരമാണ്. ഉണ്ടായേക്കാവുന്ന ഗൂഢാലോചനാപരമായ വ്യാഖ്യാനങ്ങൾ ഇങ്ങനെയാകും: ടുട്സികൾ യോഗം ചേർന്നു. നമുക്ക് പലായനം ചെയ്യേണ്ട ഘട്ടം വരുമ്പോൾ അവർ വഴികൾ അലങ്കോല മാക്കും. ചിലരെയവർ പിടിക്കും. ചിലരെങ്കിലും രക്ഷപ്പെടുമെന്ന് ഞാൻ പ്രത്യാശിക്കുന്നു.''

''കേൾക്കൂ, എന്റെ കാര്യം ഞാൻ പറയാം.'' വിർജീനിയ പറഞ്ഞു. എന്റെ സ്കൂൾ സർട്ടിഫിക്കറ്റ് കിട്ടുന്നതുവരെ ഞാൻ സ്കൂളിൽ നിന്ന് പോവില്ല. കൈയെത്തും ദൂരെയായ സർട്ടിഫിക്കറ്റ് കളയുകയോ? ഒരി ക്കലുമില്ല. അത് എന്റെ അമ്മയെ സംബന്ധിച്ചിടത്തോളം എന്താണെന്ന് നീ അറിഞ്ഞിരുന്നെങ്കിൽ... ആ ഒരു കഷ്ണം കടലാസിലാണ് എന്റെ അമ്മ സ്വപ്നങ്ങൾ പണിതത്. നമ്മുടെ അത്രതന്നെയോ അതിനെക്കാ ളേറെയോ മികവുള്ളവരെപ്പറ്റിയും ക്വാട്ട ആനുകൂല്യം ലഭിക്കാതെ പോയവരെപ്പറ്റിയും ഞാൻ ചിന്തിക്കാറുണ്ട്. അവരൊക്കെ ജീവിതകാലം മുഴുവൻ പാവപ്പെട്ട കൃഷീവലരായി കഴിയേണ്ടതായി വരും. അവർക്കു വേണ്ടിയാണ് ഞാനീ സർട്ടിഫിക്കറ്റ് ആഗ്രഹിക്കുന്നത്. റുവാണ്ടയിൽ നമുക്കതുകൊണ്ടു വലിയ കാര്യമൊന്നുമില്ലെങ്കിൽപോലും. അവർ നമ്മെ ഭീഷണിപ്പെടുത്തുന്നത് ആദ്യമായിട്ടൊന്നുമല്ലല്ലോ. അതൊരു ദൈനംദിന കാര്യമാണ്. സർട്ടിഫിക്കറ്റിനായി കാത്തിരിക്കാം. പോകേണ്ടി വരികയാണെങ്കിൽ അപ്പോൾ വഴി നോക്കാം.''

''എനിക്കതേപ്പറ്റി ഉറപ്പില്ല. നിനക്കറിയാം, രാജ്യത്ത് എല്ലാവിടെയും ടുട്സികളായ വിദ്യാർത്ഥികളും ജീവനക്കാരും വേട്ടയാടപ്പെടുകയാണ്. ഇനി നോത്രദാം സ്കൂളിലാണതിന്റെ ഊഴം. നമ്മളെന്തിനാണ് രക്ഷ പ്പെടുന്നത്? കുലീന സ്ത്രീവർഗ്ഗത്തിന്റെ സ്കൂളിന്റെ ചിട്ടയ്ക്കൊത്ത് ശുദ്ധീകരണം നടക്കും. അതാണ് നമ്മെ കാത്തിരിക്കുന്നത്. നമ്മൾ എന്തിനൊക്കെയായിരുന്നു കീഴ്പ്പെട്ടിരുന്നത് എന്നും നമുക്കെന്തൊ ക്കെയാണ് വാഗ്ദാനം ചെയ്യപ്പെട്ടിരുന്നത് എന്നും നീ മറന്നോ? 1950ൽ എന്റെ കുടുംബത്തിലെ പകുതിയോളം പേരും ബുറുണ്ടിയിൽ അഭയം പ്രാപിച്ചു. എന്റെ മൂന്ന് അമ്മാവന്മാർ കൊല്ലപ്പെട്ടു. കിഗാലിയിൽ അമേ രിക്കക്കാരുണ്ടായിരുന്നത് കാരണം എന്റെ അച്ഛനെ അവർ കൊന്നില്ല. പക്ഷേ അദ്ദേഹത്തെയവർ മറ്റു കുറേപേരോടൊപ്പം ജയിലിലടച്ചു. അവർക്കു കഴിയുന്നിടത്തോളം അദ്ദേഹത്തെ മർദ്ദിച്ചു. പ്രസിഡണ്ട് എത്ര സമാധാന പ്രിയനാണെന്ന് വെള്ളക്കാരെ കാണിക്കാൻ ഒടുവിൽ അദ്ദേഹത്തെ വിട്ടയച്ചു. ഒരു വലിയ പിഴ ചുമത്തി. അദ്ദേഹത്തിന്റെ ലോറിയും ടാക്സിയും പിടിച്ചെടുത്തു. ഇനിയെൻസികളുടെ കൂട്ടാളിയും ചാരനുമാണ് താനെന്ന് കുറ്റസമ്മതപത്രത്തിൽ ഒപ്പിട്ടുകൊടുക്കേണ്ടി

വന്നു. എന്റെ അച്ഛന് ഭയമാണ്. അതിപ്പോഴും ഒരു പ്രമാണരേഖയായി നിലനിൽക്കുന്നു. അതുകാരണം ഇന്നുതന്നെ അദ്ദേഹം വധിക്കപ്പെട്ടേക്കാം. അവർ നമ്മുടെ മാതാപിതാക്കളെ കൊല്ലുകയാണെങ്കിൽ നമ്മളെ കൂടി കൊല്ലുന്നതാണ് നല്ലത്.

മിഷന്റെയടുത്ത് അഭയത്തിനെത്തിയവർക്ക് എന്ത് സംഭവിച്ചുവെന്നറിയാമോ? അച്ഛനമ്മമാർ വധിക്കപ്പെട്ട കുറേ അനാഥർ അവിടെയുണ്ടായിരുന്നു. മുഖ്യ മജിസ്ട്രേറ്റ് അവിടെ വന്നിട്ടു പറയുകയാണ് അവരെ ഏറ്റെടുക്കാൻ ഹ്യൂറ്റു കുടുംബക്കാർ തയ്യാറാണെന്ന്. മിഷനറി അച്ചന്മാരുടെ മുമ്പിൽ വീമ്പടിക്കുകയായിരുന്നു അയാൾ: ക്രിസ്തീയമായ അനുകമ്പ, പൗരജനങ്ങളുടെ ഐകമത്യം. എന്റെ അച്ഛൻ അവ ദേഷ്യത്തോടെ അമ്മയോട് ആവർത്തിച്ചു പറയുമ്പോൾ അമ്മ കരയാൻ തുടങ്ങും. അവർ അനാഥരെ പരസ്പരം പങ്കുവെച്ചു. പ്രത്യേകിച്ച് അവരുടെ പാടങ്ങളിൽ ജോലി ചെയ്യാൻ ആരോഗ്യമുള്ള ആൺകുട്ടികളെ. പിന്നെ യുവതികളായ പെൺകുട്ടികൾ, അവർ വിജയം കൈവരിച്ചവരാണ്, എന്തുകൊണ്ടെന്നു നിനക്കു മനസ്സിലായല്ലോ? ഗ്ലോറിയോസ പറഞ്ഞതുപോലെ ജെ.എം.ആറിന്റെ ആളുകൾ വരുകയാണെങ്കിൽ നമുക്ക് ഒളിക്കാനും വീട്ടിലെത്താനും തുടർന്ന് ബുറുണ്ടിയിലേക്കു കടക്കാനും സാവകാശമുണ്ട്.

ഞാൻ ഫോൺതനെയിന്റെ അടുത്തേക്കു പോകും. അയാളെനിക്കു സംരക്ഷണം തരും. കൊലപാതകികൾക്കും ബലാത്സംഗക്കാർക്കും അദ്ദേഹമെന്നെ എറിഞ്ഞുകൊടുക്കില്ല. അദ്ദേഹത്തിനെ സംബന്ധിച്ചിടത്തോളം ഞാൻ ഇസിസ് ദേവിയാണ്. നിനക്കല്ലാതെ ആർക്കുമറിയില്ല ഞാനവിടെ പോകാറുള്ള കാര്യം.''

''അതേക്കുറിച്ച് നിനക്കുറപ്പാണോ? നിന്നെയാരും പിന്തുടരില്ല എന്നാണോ? നീ മോഡെസ്റ്റയോട് ഒന്നും പറഞ്ഞിട്ടില്ലേ? എനിക്കു പലപ്പോഴും സംശയം തോന്നിയിട്ടുണ്ട്. മോഡെസ്റ്റ അവളുടെ ഉറ്റകൂട്ടുകാരിയിൽ നിന്ന് ഒളിച്ചും പാർത്തും നമ്മളോട് അത്രയേറെ വർത്തമാനം പറയുന്നത്. അവൾ അര ടുട്സിയായതുകൊണ്ടാണോ, അതോ നമ്മളിൽ നിന്ന് രഹസ്യങ്ങൾ ചോർത്താനാണോ? പാപം ജീവിതത്തെ എന്തിനാണിങ്ങനെ സങ്കീർണമാക്കുന്നത്?''

''എനിക്കറിഞ്ഞുകൂടാ. പറയാൻ ബുദ്ധിമുട്ടാണ്. അവൾ എന്തൊക്കെയോ ഊഹിച്ചെടുത്തിട്ടുണ്ട്. ഞായറാഴ്ചകളിൽ ഞാനെന്താണ് ചെയ്യാറുള്ളതെന്ന് അവളൊരിക്കൽ എന്നോടു ചോദിച്ചു.''

ഭ്രാന്തനായ ആ വെള്ളക്കാരൻ കിഴവൻ സുന്ദരിമാരായ ടുട്സികളുടെ രേഖാചിത്രങ്ങൾ വരയ്ക്കാൻ താൽപ്പര്യം കാണിക്കാറുള്ളതിനെക്കുറിച്ച് ചിരിച്ചുകൊണ്ട് പരാമർശിച്ചു.

''സൂക്ഷിക്കുക. അവളുടെ അമ്മ ടുട്സിയാണെങ്കിലും, അവൾ ഏതു ഭാഗത്താണെന്ന് നിനക്കറിയാമല്ലോ.''

"പക്ഷേ വിർജീനിയാ, നമ്മെ ഓടിക്കാൻതന്നെയാണ് അവരുടെ ഭാവമെങ്കിൽ നമ്മളെന്താണ് ചെയ്യുക? നിയാമിനോംബിൽ എങ്ങും ജാഗ്രതയാണ്. ചുറ്റും അവരാണ്. മേയറും പൊലീസുകാരും യുവ പോരാളികളും വളരെ അരികിൽ നിന്നു നിരീക്ഷിച്ചുകൊണ്ടിരിക്കുക യാണെന്ന് എനിക്കുറപ്പാണ്. വേണ്ടിവരുന്ന ഘട്ടത്തിൽ അവർ വഴിയിൽ തടസ്സങ്ങളുയർത്തും. വയസ്സിയായ ഒരു നാട്ടുപുറത്തുകാരിയുടെ വേഷ ത്തിൽ നിയാമിനോംബ് വിടുകയേ നിവൃത്തിയുള്ളൂ. സ്കൂളിനകത്ത് ആരെയും വിശ്വസിക്കേണ്ട. ഒന്നും കാണാതിരിക്കാൻ മദർ സുപ്പീരിയർ ഓഫീസ് മുറിയിൽ അടച്ചിരിപ്പാണ്. പ്രത്യേകിച്ചൊന്നും സംഭവിക്കാ ത്തതുപോലെ. ബെൽജിയൻ അദ്ധ്യാപകർ ക്ലാസുകൾ തുടർന്നു. ഫ്രഞ്ച് അദ്ധ്യാപകർക്ക് നമ്മുടെ ശരീരപ്രകൃതി കണ്ടിട്ടാവാം ഒട്ടൊക്കെ നമ്മോട് അനുകമ്പയുണ്ടായിരുന്നു. പക്ഷേ അവർ അവരുടെ അംബാസഡറുടെ ഉപദേശങ്ങളാണ് ചെവികൊള്ളുക. ഇടപെടൽവേണ്ട. കൊലയാളികൾ നമ്മുടെ നേരെ ചാടിവീഴുമ്പോൾ ചിലർ പറയും: ആഫ്രിക്കയിൽ എപ്പോഴും ഇങ്ങനെയൊക്കെയാണ്, കൊലയാളികളോട് വേദമോതിയി ട്ടെന്തു കാര്യം? ചിലർ മുറിയിൽ അടച്ചിട്ടിരുന്ന് കരയും. ആ കണ്ണീർ നമ്മെ രക്ഷിക്കുകയില്ല. എനിക്കൊരു പ്രതീക്ഷയുണ്ട്, ഫോൻതനെയ് ആണത്. നിനക്കറിയാമല്ലോ? അദ്ദേഹം എന്റെ ഛായാചിത്രങ്ങൾ യൂറോ പ്പിലേക്കയച്ചിട്ടുണ്ട്. എന്നെ കാത്തിരിക്കയാണദ്ദേഹം. എപ്പോഴും ആവർ ത്തിച്ചു പറയാറുണ്ട്. ഞാൻ വധശ്രമത്തിന് ഇരയാകുമ്പോൾ അദ്ദേഹം ഒന്നും ചെയ്യാതെ നോക്കിയിരിക്കില്ല. എന്റെ കൂടെ വരൂ. നീ കാൻഡാസ് രാജ്ഞിയാണ്. അയാളുടെ ദേവതയേയും രാജ്ഞിയേയും രക്ഷിക്കാൻ അയാൾ ബാധ്യസ്ഥനാണ്."

"നിന്റെ വെള്ളക്കാരന്റെ അടുത്ത് അഭയം തേടി ഒളിക്കാൻ ഏതാ യാലും ഞാനില്ല. എനിക്കു പേടിയില്ല, ഞാൻ എങ്ങനെയെങ്കിലും പുറത്തുകടക്കും. ഒരു മാർഗ്ഗം വന്നുചേരും."

"എന്താണത്?"

"അതെനിക്കു തന്നെ അറിയില്ല."

അനിവാര്യമായ ഒരു വിധിവൈപരീത്യത്തിലേക്ക് ടുട്സി വിദ്യാർ ത്ഥിനികളെ വല്ലാതെ നയിച്ചുകൊണ്ടിരുന്ന ദിവസങ്ങളെ വിർജീനിയ എണ്ണിക്കഴിച്ചു. കുറേശ്ശേ കുറെശ്ശേ ഏർമെനെഷീൽഡച്ചന്റെ പ്രകൃതം അവൾക്കു ബോധ്യമായിക്കൊണ്ടിരുന്നു. ഹൃദയത്തിന്റെ ആഴങ്ങളിൽ പതിഞ്ഞ ആ യാഥാർത്ഥ്യത്തെ കുടഞ്ഞുകളയാൻ അവൾക്കു കഴി ഞ്ഞില്ല. അതവൾക്ക് വല്ലാതെ അസ്വാസ്ഥ്യമുണ്ടാക്കി. അതിൽ നിന്നെ ല്ലാം രക്ഷപ്പെട്ടേ പറ്റൂ. അതിനിടെതന്നെ ഗ്ലോറിയോസ സ്കൂളിന്റെ സർവ്വാധിപയായികഴിഞ്ഞിരുന്നു. ഇപ്പോൾ മെസ്സ് ഭരിക്കുന്നതുപോലും

അവളാണ്. സിസ്റ്റർ ജെർട്രൂഡും മറ്റു വാർഡന്മാരും മേൽനോട്ടക്കാരായി ഇരിക്കാറുണ്ടായിരുന്ന പ്ലാറ്റ്ഫോം പോലുള്ള മേശ അനാഥമായി. ഇനിയെൻസികൾക്കു മുമ്പിൽ താൻ വായ തുറക്കില്ലെന്ന് ഗ്ലോറിയോസ പ്രഖ്യാപിച്ചു. ശരിയായ റുവാണ്ടക്കാർ കഴിച്ചിട്ടു മതി ബാക്കിയുള്ളവർ കഴിക്കാൻ. ആ പരാന്നഭോജികൾക്ക് വേണ്ടത് ബാക്കി വെക്കാൻ അവർ ഔദാര്യം കാണിച്ചു. ടുട്സി ഇനിയൻസികളോട് ആരും സംസാരിക്ക രുതെന്നുള്ള ഒരു തിട്ടൂരവും ഗ്ലോറിയോസ പുറപ്പെടുവിച്ചു. അവരി ങ്ങോട്ടു വന്ന് സംസാരിച്ചാൽ പ്രതികരിക്കുകയുമരുത്. നാടിന്റെ യഥാർത്ഥ പോരാളികൾ, അവരിലെപ്പോഴും ഒരു കണ്ണു വെക്കണം. സംശയകര മായ ആംഗ്യമോ ചെയ്തികളോ അവരുടെ ഭാഗത്തു നിന്നുണ്ടായാൽ ഉടനെ റിപ്പോർട്ടു ചെയ്യണം.

ഇമ്മാക്കുലേ ഒടുവിലായാണ് മെസ്സുവിട്ടുപോകുന്നതെന്നും വലി യൊരു പങ്ക് ആഹാരം കഴിക്കാതെയാണ് പോകുന്നതെന്നും വിർജീ നിയ അതിനിടെ ശ്രദ്ധിച്ചു.

വിർജീനിയയ്ക്കു ഉറങ്ങാൻ കഴിഞ്ഞില്ല. ഉറങ്ങാനുള്ള താൽപര്യവും ഇല്ലാതെയായി. ശബ്ദങ്ങൾക്കവൾ ചെവിവട്ടം പിടിച്ചു. ഗേറ്റിന്റെ ഞരക്കം, മോട്ടോറുകളുടെ മുരൾച്ച, ടയറുകളുടെ ഉരച്ചിൽ ശബ്ദം, കൊലയാളി കളുടെ ആഞ്ഞുവരവിന്റേതായ ഏതു ശബ്ദങ്ങൾക്കുമവൾ ഉൽകണ്ഠ യോടെ കാതോർത്തു. ഭയാനകമായ നിലവിളികൾ കോലാഹലങ്ങൾ, അടിയിൽ കുടമൊട്ടുകൾ പിടിപ്പിച്ച ബൂട്സ് ഗോവണിപ്പടികളിൽ ആഞ്ഞു പതിയുന്ന ശബ്ദങ്ങൾ, ഓടി രക്ഷപ്പെടുന്നവരുടെ സംഭ്രാന്തമായ രോദനങ്ങൾ എല്ലാം തുടർന്ന് കേൾക്കും.

രാത്രിയിൽത്തന്നെയതു സംഭവിക്കട്ടെ എന്നവൾ ആഗ്രഹിച്ചു. സ്കൂളിന്റെ ഇടനാഴിയിലൂടെ തന്നെ പിന്തുടരുന്നവരിൽ നിന്ന് അവൾക്ക് കൂടുതൽ എളുപ്പത്തിൽ രക്ഷപ്പെട്ടോടി, അടുക്കളയിലേക്കുള്ള ചവിട്ടു പടികളിലൂടെ നേരെ പൂന്തോട്ടത്തിലെത്തി, മതിൽ ചാടിക്കടന്ന് ഓടുക, മലനിരകളുടെ ഭാഗത്തേക്ക് ഓടുക. എവിടെയെത്തിയെന്നറിയാത്തിട ത്തോളം. അത് സങ്കൽപിക്കാൻ അവൾക്ക് സാധിച്ചില്ല. നിലാവില്ലാത്ത രാത്രിയായിരിക്കുന്നതാണ് നല്ലത്.

അവളുടെ പലായനത്തിന്റെ ഭാവനാചിത്രങ്ങൾ വിർജീനിയയുടെ തലയ്ക്കുള്ളിൽ ചുരുളഴിഞ്ഞുകൊണ്ടിരുന്നു. എല്ലായ്പ്പോഴും അതേ ചിത്രങ്ങൾ. പക്ഷേ ഉറക്കത്തെ തടുക്കാനാവാതിരുന്ന ഒരു രാത്രിയിൽ അവൾ ഒരു സ്വപ്നം കണ്ട് ഞെട്ടിയുണർന്നു. അപകടസന്ധിയിൽ താൻ സംരക്ഷിക്കപ്പെടുമെന്നുള്ള അവളുടെ ആത്മവിശ്വാസത്തെ അത് ഊട്ടിയുറപ്പിച്ചു. പുരാണകഥകളിലെന്നപോലെയുള്ള ഒരടഞ്ഞ രാവണൻ കോട്ടയ്ക്കകത്ത് അവൾ അകപ്പെട്ടു. രക്ഷയ്ക്കായവൾ അലഞ്ഞു നടന്നു.

> ഇരുവശത്തും മുളകൾ അടുക്കായി ഇട്ട കവാടത്തിന്റെ അരികിൽ കറയറ്റ സൗന്ദര്യവും പൊക്കവുമുള്ള ഒരു യുവാവ് അവളെ കാത്തുനിൽക്കുന്നുണ്ടായിരുന്നു.
>
> ''നീയെന്നെ തിരിച്ചറിയുന്നില്ലേ?'' അവൻ അവളോടു ചോദിച്ചു. ''എന്റെയടുത്ത് നീ വന്നിരുന്നതല്ലേ, ഞാൻ ഉംവിറു (സിദ്ധൻ) വായ റുബാൻഗയാണ്.'' അവൻ അവൾക്ക് ഒരു വലിയ പാത്രം നിറയെ പാൽ നൽകിയിട്ടു പറഞ്ഞു.
>
> ''ഇത് രാജ്ഞിക്കു കൊണ്ടുകൊടുക്കൂ. അവരതു കാത്തു നിൽക്കുകയാണ്. നിന്നെയും കാത്തു നിൽക്കയാണ്.''
>
> വിർജീനിയ ഉയരമുള്ള വേലികൾക്കിടയിൽ വഴി കണ്ടെത്തി. അത് വിശാലമായൊരു മുറ്റത്താണവസാനിച്ചത്. അവളുടെ അമ്മ ഉറക്കാൻ പാടിയിരുന്ന താരാട്ടിനെ ഓർമ്മിപ്പിക്കുന്ന ഒരു പാട്ടിനനുസരിച്ച് ഏകതാനമായൊരു താളത്തിൽ കുറേ തരുണികൾ അവിടെ നൃത്തം ചെയ്യുന്നുണ്ടായിരുന്നു. രാജ്ഞി ആ വലിയ കുടിലിൽ നിന്ന് പുറത്തുവന്നു. മുത്തുകൾ പതിപ്പിച്ച ഒരു ശിരോവസ്ത്രം കൊണ്ടവർ മുഖം മറച്ചിരുന്നു. വിർജീനിയ അവരുടെ മുമ്പിൽ മുട്ടുകുത്തി, പാൽപാത്രം അവരുടെ നേരെ നീട്ടി. രാജ്ഞി അത് ആസ്വദിച്ചു കൊണ്ടു മന്ദമായി പാനം ചെയ്തു. പാത്രം തോഴിമാരിലൊരാളെയേൽപ്പിച്ച് വിർജീനിയയോടു സംസാരിച്ചുതുടങ്ങി. ''മുത്താമുറീസാ, നീയെന്നെ നല്ലപോലെ പരിചരിച്ചിരിക്കുന്നു. നീയെനിക്ക് ഏറ്റവും പ്രിയങ്കരിയാണ്. ഇതാ നിനക്കുള്ള പ്രതിഫലം.''
>
> രണ്ടിടയന്മാർ ഒരു വെളുത്ത പശുക്കിടാവുമായി അവളുടെ നേരെ വരുന്നതവൾ കണ്ടു. ''അത് നിനക്കുള്ളതാണ്.''
>
> രാജ്ഞി പറഞ്ഞു. ''ഗത്താർ എന്നാണവളുടെ പേര്. നന്നായി ഓർമ്മിച്ചോളൂ ആ പേര്, ഗത്താർ.''

ഗേറ്റിന്റെ ഞരക്കം കേട്ട് വിർജീനിയ ഞെട്ടിയുണർന്നു. അവൾ ചാടിയെഴുന്നേറ്റു. കൊലയാളികൾ. ഉണരാനുള്ള അലാറം അവളെ ധൈര്യപ്പെടുത്തി. മറ്റു ദിവസങ്ങളെപ്പോലെതന്നെ ഈ ദിവസവും അവൾ കണ്ട സ്വപ്നം അവളുടെ ചിന്തകളെ ഗ്രസിച്ചു. അഗോചരമായ ഒരു സംരക്ഷണ വലയത്തിൽ എന്നപോലെ അവളതിൽ അഭയം പ്രാപിച്ചു. സ്വപ്നത്തിലെ പശുക്കിടാവിന്റെ പേര് ഒരു പ്രാർത്ഥന പോലെയവൾ ഉരുവിട്ടു: 'ഗത്താർ... ഗത്താർ...' ആ സ്വപ്നത്തിൽ നിന്നുണരാതിരുന്നെങ്കിലെന്നവൾ ആശിച്ചു.

ടാർ പോളിൻ കൊണ്ട് മൂടിയ ഒരു ചെറുലോറിയിൽ നോത്രദാമിന്റെ പുതിയ പ്രതിമ എത്തി. വിദ്യാർത്ഥിനികൾ ഏവരും ഉടൻതന്നെ ചുറ്റും കൂടി. ഏർമെനെഷീൽഡച്ചന്റെ ആകാംക്ഷാഭരിതമായ നിർദേശങ്ങൾക്കു കീഴിൽ പണിക്കാർ അത് അടച്ചുവെച്ച മരപ്പെട്ടി ചുമലിൽ ചുമന്ന് സ്കൂൾ ദേവാലയത്തിൽ കൊണ്ടുവെച്ചു. അച്ചനും ഗ്ലോറിയോസയും അതിന്റെ വാതിലടച്ചു. അതിലേക്ക് പ്രവേശനം നിഷേധിച്ചു. പണിക്കാർ പെട്ടി തുറക്കാൻ വേണ്ടി തട്ടുകയും മുട്ടുകയും ചെയ്യുന്ന ശബ്ദം പുറത്തു കേൾക്കാമായിരുന്നു. ''അവൾ സുന്ദരിയാണ്.'' ഗ്ലോറിയോസ ദേവാലയത്തിൽ നിന്നു പുറത്തുകടക്കവെ പറഞ്ഞു. വളരെ സുന്ദരി, ശരിക്കും കറുത്തിട്ടു തന്നെ, പക്ഷേ സ്കൂളിലേക്ക് ആനയിക്കും മുമ്പ്, ബിഷപ്പിന്റെ ആശീർവാദം ലഭിക്കും മുമ്പ് ആരും അവളെ കാണരുത്. എന്നിട്ടും വിദ്യാർത്ഥിനികൾ ദേവാലയത്തിനുള്ളിലേക്കു തിക്കിക്കയറി. അൾത്താരയ്ക്കു മുമ്പിൽ അവ്യക്തമായ എന്തോ ഒന്ന് വലിയ ഒരു റുവാണ്ടൻ പതാകകൊണ്ട് മൂടിയിട്ടിരിക്കുന്നതു മാത്രമേ അവർ കണ്ടുള്ളൂ.

വിർജീനിയ വെറോണിക്കയെ അന്വേഷിച്ചു നടന്നു. പക്ഷേ കണ്ടില്ല. അവൾ ക്ലാസിലുണ്ടായിരുന്നില്ല. മെസ്സിലുമുണ്ടായിരുന്നില്ല. ക്ലാസിലെ ആരും അവളുടെ അസാന്നിദ്ധ്യം ശ്രദ്ധിച്ചതായിപ്പോലും തോന്നിയില്ല. വിർജീനിയ കേൾക്കാനായി ഗ്ലോറിയോസ ഉറക്കെ പറഞ്ഞു: ''നീ വിഷമിക്കേണ്ട. വെറോണിക്ക അധികം ദൂരെയൊന്നുമല്ല. അവളെവിടെയാണെന്നറിയാവുന്നവർ നമ്മുടെ ഇടയിൽതന്നെയുണ്ടെന്ന് എനിക്കറിയാം.''

പിന്നെയവൾ മോഡെസ്റ്റയെ അർത്ഥംവെച്ച് നോക്കി. എല്ലാവരും തിക്കിത്തിരക്കി ഡോർമിറ്ററിയിലേക്കു കയറുമ്പോൾ മോഡെസ്റ്റ വിർജീനിയയോട് ഒഴുക്കൻ മട്ടിൽ പറഞ്ഞു.

''ആ വയസ്സൻ വെള്ളക്കാരന്റെയടുത്തേക്കു പോകാൻ ശ്രമിക്കരുത്. പോകേണ്ട. വേറെയെവിടെയെങ്കിലും നോക്കുക. അവിടെ പോകരുത്.''

വെറോണിക്കയെ ആ വിവരം ധരിപ്പിക്കുന്നതെങ്ങനെയെന്ന് രാത്രി മുഴുവൻ വിർജീനിയ ആലോചിച്ചു. പ്രതിമ വന്നതായിക്കണ്ടതോടെ അവൾ ഫോൻതെനെയിന്റെ അടുത്തേക്ക് അഭയം തേടി പോയതായിരിക്കണം. അതുമാത്രമായിരുന്നു അവളുടെ രക്ഷാപദ്ധതി. പക്ഷേ അക്കാര്യം ഒരു രഹസ്യമായിരുന്നില്ല. അവളുടെ ഒളികേന്ദ്രത്തെക്കുറിച്ച് എല്ലാവർക്കുമറിയാം.

നോക്കൂ, എന്തുരസമുള്ള, അർത്ഥവത്തായൊരു പേരാണ് നിനക്ക്? എന്നിട്ടും നിന്നിൽ നിന്ന് കണ്ണുനീർ വന്നല്ലോ എന്നാരെങ്കിലും പറയാൻ ഇടകൊടുക്കാതെയവൾ അവളുടെ രോഷത്തിന്റെയും സങ്കടത്തിന്റെയും കണ്ണുനീരിനെ അടക്കി വെച്ചു.

സ്കൂളിനെ ആകെയൊരു അവ്യവസ്ഥ ബാധിച്ചു. അദ്ധ്യാപകർ ഒരാചാരം പോലെ ക്ലാസുകൾ ഉറപ്പുവരുത്തി. പിരീഡുകളും ഹാജറും

കുട്ടികളുടെ കൃത്യനിഷ്ഠതയും വരുതിയിൽ നിർത്താൻ മദർ സുപ്പീരിയറിനു ഏറക്കുറെ സാധിച്ചിരുന്നു. പക്ഷേ ചിലകുട്ടികളുടെ അസാന്നിധ്യത്തിൽ അവർ കണ്ടില്ലെന്നു നടിച്ചു. മി. ല് ഗ്രോൻുദ് തന്റെ ക്ലാസ് നടക്കുന്നതിനിടയിൽ അദ്ധ്യാപക മുറിയിലെ തന്റെ മേശയ്ക്കകത്ത് പരിശോധനയ്ക്കായി കൊണ്ടുപോയ നോട്ടുപുസ്തകങ്ങളിരിക്കുന്നുവെന്നും അവ ആരെങ്കിലും പോയി എടുത്തുകൊണ്ടുവരണമെന്നും ആവശ്യപ്പെട്ടു. മറ്റാർക്കും മുമ്പേ ഇമ്മാക്കുലേ തയ്യാറായി മുന്നോട്ടു വന്നു. അവൾ അവ എടുത്തുകൊണ്ടു വന്ന് ഓരോരുത്തർക്കായി വിതരണം ചെയ്തു. വിർജീനിയയുടെ നോട്ടുബുക്കിൽ നിന്ന് അവൾക്ക് ചെറിയ ചതുരത്തിലുള്ള ഒരു കടലാസുതുണ്ട് കിട്ടി. അവൾ അതു വായിച്ചു: ‘‘ജെ.എം.ആർ. വരുമ്പോൾ, അവർ നാളെ വരുമെന്ന് തോന്നുന്നു, മറ്റുള്ളവരെപ്പോലെ ഒളിച്ചോടി പൊയ്ക്കളയരുത്. ഡോർമിറ്ററിയിലേക്കു കയറിപ്പോകണം. പിന്നെ എന്റെ മുറിയിലേക്കു വരിക. അവിടെ എന്നെ കാത്തിരിക്കുക. എന്നെ വിശ്വസിക്കുക. ഞാനെല്ലാം വിശദമായി പറയാം. ഈ തുണ്ടു കടലാസ് നശിപ്പിക്കുക. വേണ്ടിവന്നാൽ വിഴുങ്ങിക്കളയുക. ഇമ്മാക്കുലേ മുകാഗാത്തർ.’’

വിർജീനിയ ആ കുഞ്ഞുകടലാസ് കൈക്കുള്ളിൽ വെച്ച് വീണ്ടും വീണ്ടും വായിച്ചു. ഇമ്മാക്കുലേയുടെ പദ്ധതി ഒരുപക്ഷേ നിഷ്കളങ്കമായിരിക്കാം. പക്ഷേ വിശ്വസിക്കാമോ? യഥാർത്ഥത്തിൽ ഇമ്മാക്കുലേ അവളുടെ ഒരു ഉറ്റ സുഹൃത്തെന്ന് പറഞ്ഞുകൂടാ. തീർച്ചയായും അവൾ ഗ്ലോറിയോസയുടെ കൂട്ടത്തിൽപെട്ടവളല്ല എന്നുറപ്പാണ്. അവൾ ഗ്ലോറിയോസയെയും അവളുടെ രാഷ്ട്രീയത്തെയും കളിയാക്കാറുണ്ട്. അവളുടെ സൗന്ദര്യത്തിലല്ലാതെ മറ്റെന്തെങ്കിലും താൽപര്യമുള്ളതായി തോന്നിയില്ല. ഒരു ടുട്സിയെ രക്ഷിക്കാൻ അവൾ അത്ര മാത്രം താൽപര്യം കാണിക്കുന്നത് പിന്നെ എന്തുകൊണ്ടാവാം? അവളുടെ മുറിയിൽ ഒളിച്ചിരിക്കുകയെന്നാൽ അവളുടെ കൈകളിലേക്ക് വിട്ടുകൊടുക്കുക എന്നാണ്. അവൾക്ക് അച്ഛനിട്ട യഥാർത്ഥ പേര് മുകാഗത്താർ എന്നാണ്. അവൾക്കു സൂചിപ്പിച്ചുകൊടുത്ത പേരല്ലേ അത്? ഗത്താർ, ശുഭ്രമായത്, ശുദ്ധമായത്. അഗോചരമായ ഒരു സംരക്ഷണ വലയത്തിലാണ് താനെന്ന ബോധം അവളിൽ വീണ്ടുമുണർന്നു. ഇമ്മാക്കുലേയുടെ, മുകാഗത്താറിന്റെ പദ്ധതി പിന്തുടരാൻ തന്നെയവർ തീരുമാനിച്ചു. അവൾക്ക് നഷ്ടപ്പെടാൻ എന്താണുള്ളത്?

വിർജീനിയ സങ്കൽപ്പിച്ചതു പോലെയൊക്കെ മിക്കവാറും സംഭവിച്ചു. രണ്ട് മിനി ബസ്സുകൾ ഗേറ്റു കടന്നുവന്ന് പ്രധാന ഹാളിലേക്കുള്ള പടികൾക്കു നേരെ മുന്നിൽവന്നുനിന്നു. വളരെ ചെറുപ്പക്കാരായ യുവാക്കൾ ദണ്ഡുകൾ വീശിക്കൊണ്ട് ഇറങ്ങി. ഉടൻതന്നെ ടുട്സികളായ വിദ്യാർത്ഥിനികൾ ഇടനാഴികളിലേക്ക് ഭീതിപൂണ്ട് ഓടി. മറ്റു വിദ്യാർത്ഥിനികൾ അവരെ പിറകെ പിന്തുടർന്നു. പക്ഷേ അവരെ പിടിക്കാൻ കഴിഞ്ഞില്ല. ക്ലാസ്മുറി ഒഴിഞ്ഞു കിടക്കുകയാണെന്ന് കണ്ട് വിർജീനിയ

അങ്ങോട്ട് കയറി. മേശയ്ക്കു താഴെ ഒളിച്ചു. ഒച്ചവെച്ചു കൊണ്ട് ആ പടക്കൂട്ടം കടന്നു പോയി. ഇടനാഴിയിൽ ഇപ്പോൾ ആരുമില്ലെന്ന് അവൾക്കുറപ്പായി.

എഴുന്നേറ്റു പോയി ജനലിലൂടെ താഴേക്കു നോക്കാതിരിക്കാനവൾക്കു സാധിച്ചില്ല. ഗ്ലോറിയോസ ആ 'പോരാളി'കളുടെ നേതാവിന് വേണ്ട നിർദേശങ്ങൾ കൊടുക്കുന്നതവൾ കണ്ടു. ഗ്ലോറിയോസ വിശദീകരിച്ച പദ്ധതികൾ അവൾക്ക് പൂർണമായും മനസ്സിലാക്കാൻ കഴിഞ്ഞില്ല. ടുട്സി വിദ്യാർത്ഥിനികളെ പൂന്തോട്ടത്തിന്റെ ഭാഗത്ത് ദണ്ഡുകളുമായി നിൽക്കുകയായിരുന്ന ജെ.എം.ആർകാരുടെയടുത്തേക്ക് മറ്റു വിദ്യാർത്ഥിനികൾ ഉന്തിക്കൊണ്ടുപോയി. വിർജീനിയ വാതിൽ പാതിതുറന്നു. ഇടനാഴിയിൽ ആരുമുണ്ടായിരുന്നില്ല. ഇങ്ങനെയുള്ള സന്ദർഭങ്ങളിൽ എങ്ങനെ കരുതലെടുക്കണമെന്ന് ബെൽജിയൻ അദ്ധ്യാപകർ കാലേ കൂട്ടി തീരുമാനിച്ചിരുന്നതുപോലെ അനങ്ങാതിരുന്നു. ഫ്രഞ്ച് അദ്ധ്യാപകർ കൂട്ടമായിരുന്ന് കഷ്ടസ്ഥിതി അവലോകനം ചെയ്തു. ഒരു പ്രശാന്ത വലയത്താൽ സംരക്ഷിക്കപ്പെട്ടെന്നതുപോലെ ശാന്തഭാവമായിരുന്നു വിർജീനിയയ്ക്ക്. അവൾ ഡോർമിറ്ററിയുടെ പടികൾ കയറി. ആരും അവിടെയുണ്ടായിരുന്നില്ല. അവൾ ഇമ്മാക്കുലേയുടെ മുറിയിലേക്കു ചെന്നു. എന്തെങ്കിലും അപകടസ്ഥിതി വന്നാൽ കട്ടിലിനടിയിൽ ഒളിക്കും. അവൾ ഒച്ചപ്പെടാതെ കാത്തുനിന്നു. കെട്ടിടത്തിനപ്പുറത്ത് പൂന്തോട്ടത്തിൽനിന്ന് ഓരികളും നിലവിളികളുമുയർന്നു. അവൾ വിറയ്ക്കാൻ തുടങ്ങി. പാദപതനങ്ങൾ അടുത്തുവരുന്നതായി കേട്ടപ്പോൾ അവൾ കട്ടിലിനടിയിലേക്ക് ഊർന്നു.

''നീ ഇവിടെ ഉണ്ടോ?'' ഇമ്മാക്കുലേ ചോദിച്ചു.

''അതു നീയാണോ? ഇമ്മാക്കുലേ, എന്നെ എന്തുചെയ്യാനാണ് നീ ഉദ്ദേശിക്കുന്നത്?''

''ഇപ്പോൾ അതൊന്നും വിശദീകരിക്കാനുള്ള സമയമല്ല. പിന്നെ പറയാം. കട്ടിലിന്മേൽ ഒരു പുതപ്പുണ്ട്. നീയതെടുത്ത് ഉടലാകെ മൂടണം. മഴവരുത്തുന്ന നിയാമിറോംഗിയുടെ അടുത്ത് അഭയം പ്രാപിക്കാൻ പോവുകയാണ് നീ. അവിടെ ചെന്ന് ഒളിക്കുക. ഞാനെല്ലാം ഒരുക്കിയിട്ടുണ്ട്. ഞാൻ അക്കാര്യം സംസാരിക്കാൻ കഗാബോയെ അങ്ങോട്ടയച്ചിരുന്നു. അയാൾ പറഞ്ഞ പ്രകാരം മഴക്കാരിയമ്മയ്ക്കു ബുദ്ധിമുട്ടില്ല. സമ്മതമാണ്. നിന്നെ അന്വേഷിച്ചാരും അങ്ങോട്ടു വരില്ല. നിന്നെ കൊണ്ടുപോകാൻ ഒരു വാഹനം ഏർപ്പാടാക്കാനും ഞാൻ കഗാബോയോടു പറഞ്ഞിട്ടുണ്ട്. ആവശ്യമെങ്കിൽ ഞാനും വരാം. വേഗമാകട്ടെ. കഗാബോ നിന്നെ കാത്തിരിക്കുകയാണ്. അയാളെ നീ ഭയക്കേണ്ട. ഞാനയാൾക്കു വേണ്ടത്ര പണം കൊടുത്തിട്ടുണ്ട്. അധികാരികളുമായി ഇടപെടാൻ ആഗ്രഹിക്കാത്ത കൂട്ടരാണവർ. ഞാൻ മുന്നിൽ നടക്കാം.

എന്തെങ്കിലും ആപത്ത് തോന്നിയാൽ അറിയിക്കാം. ചന്തയിൽ അവർ നിന്നെ കാത്തുനിൽക്കുകയാണ്.'' ഇമ്മാക്കുലേ പറഞ്ഞു. ഈ വൈകുന്നേരസമയങ്ങളിൽ കുറേക്കാലമായിട്ട് ചന്തയുണ്ടാകാറില്ല. അവിടെ എച്ചിലുകൾക്കായി നായ്ക്കൾ കഴുകന്മാരും കാക്കകളുമായി കശപിശ കൂടുന്നുണ്ടായിരുന്നു. തുരുമ്പിച്ച ഒരു ഗേറ്റിനപ്പുറത്തു നിന്ന് ഒരു പതിഞ്ഞ ശബ്ദം കേട്ടു. ''ദാ, ഇവിടെ, ഇതിലെ വരൂ.'' ഒരു വിറകുകെട്ടി നടുത്ത് കഗാബോ കുത്തിയിരിക്കുന്നതവർ കണ്ടു. ഒട്ടു പരിഹാസത്തോടെ അയാൾ അവരെ നോക്കി.

''നിന്റെ പുതപ്പ് എത്ര പുതിയതാണ്, എന്തിനാണ് നാട്ടുമ്പുറത്തുകാരിത്തള്ള ചമഞ്ഞു നടക്കുന്നത്. അതെനിക്കു തന്നേക്ക്.''

അയാൾ എഴുന്നേറ്റു. അയാൾ ആ തുണി പിടിച്ചെടുത്ത് നിലത്തെ അഴുക്കു വെള്ളത്തിലൂടെ ഇഴച്ചു.

''ങ്ങാ, ശരി. ചെരുപ്പുകൾ ഊരി അടുത്തേക്കു വരൂ.''

മണ്ണ് പുരണ്ട് ചുവപ്പുനിറമായ അയാളുടെ രണ്ടു കൈകളും വിർജീനിയയുടെ മുഖത്ത് ചേർത്തു വെച്ചു. അവളുടെ കവിളുകളിൽ പരുഷമായി ഉരുമ്മി. ഒരു വൃത്തികെട്ട തുണിക്കഷ്ണം അവളുടെ നേരെ നീട്ടി മുടി മറയ്ക്കാൻ പറഞ്ഞു.

''ദാ, കണ്ടോ. ഇപ്പോൾ നീ ശരിക്കുമൊരു നാട്ടുമ്പുറത്തുകാരിയായിരിക്കുന്നു.''

''ഇനി ഈ വിറകുകെട്ടെടുത്ത് തലയിൽ വെക്കൂ, എന്നിട്ട് പതുക്കെ നടക്കൂ. പതുക്കെ. ശരിക്കുമൊരു നാട്ടുമ്പുറത്തുകാരിയെപ്പോലെ. പേടിക്കാൻ മാത്രം വലിയ കാര്യമൊന്നുമില്ല. എല്ലാവരും ഭയചകിതരാണ്. ഇവിടെയെന്താണ് സംഭവിക്കുന്നതെന്ന് ആർക്കും മനസ്സിലാവുന്നില്ല. പുറത്തു കടക്കാനാരും ധൈര്യപ്പെടുന്നില്ല. കച്ചവടക്കാർ കടകളെല്ലാമടച്ചു. നിന്നെ ഞാൻ സംരക്ഷിക്കാം. ഒരു മന്ത്രവാദിനിയെ സമീപിക്കുന്നത് നല്ലതിനല്ല.''

വിർജീനിയ പുകനിറഞ്ഞ കുടിലിനുള്ളിലേക്കു കയറി. നെരിപ്പോടിന്റെ മങ്ങുകയും തെളിയുകയും ചെയ്യുന്ന ജ്വാലയിൽ നിഴലിന്റെയും വെളിച്ചത്തിന്റെയും ആട്ടങ്ങൾ മാത്രമേ അവൾ കണ്ടുള്ളൂ. വൈക്കോൽ മെടഞ്ഞുണ്ടാക്കിയ കവാടക്കട്ടിളയുടെ പാദഭാഗത്തെ ഇരുട്ടിൽ നിന്ന് ഒരു നേർത്ത ശബ്ദമുയർന്നു.

''നീയോ, മുത്താമുറീസാ, ഞാൻ നിന്നെ കാത്തിരിക്കുകയായിരുന്നു. വരൂ, അടുത്തേക്കു വരൂ.''

വിർജീനിയ നേരെ ഉള്ളിലേക്കു കടന്നു. ഒരു വൃദ്ധയുടെ നിഴൽരൂപം അവൾക്കു ദൃശ്യമായി. തവിട്ടു നിറത്തിലുള്ള ഒരു പുതപ്പ് തലവരെ മൂടിപ്പുതച്ച് കൂനിക്കൂടിയിരിക്കുകയായിരുന്ന ആ കിഴവി അത്

നീക്കി. നിറയെ ചുളിവുകൾ ചാലിട്ട അവരുടെ മുഖം കണ്ടപ്പോൾ പാടത്ത് ചോളം മോഷ്ടിക്കാൻ വരാറുള്ള കൊച്ചു കുരങ്ങന്മാരെയവൾക്കോർമ്മവന്നു.

''അടുത്തേക്കു വരൂ, ഒന്നും പേടിക്കേണ്ട. നിന്റെ വരവിനെക്കുറിച്ച് കഗാബോ പറഞ്ഞിട്ടാണ് ഞാനറിയുന്നതെന്നു വിചാരിക്കേണ്ട. അതിനു മുമ്പേ, നിന്നെ സ്വീകരിച്ചഭയം തരണമെന്ന് ആവശ്യപ്പെട്ടൊരുവൾ വരുന്നതിനും മുമ്പു തന്നെ എനിക്കറിയാമായിരുന്നു. നിന്നെ ഇങ്ങോട്ടയച്ചത് യഥാർത്ഥത്തിൽ ആരാണെന്നുമെനിക്കറിയാം. അത് 'അവൾ' ആണ്. അവൾക്കുവേണ്ടിയാണ് ഞാൻ നിന്നെ സ്വീകരിച്ചിരിക്കുന്നത്.''

''നിയാമിറോംഗി, ഞാനെങ്ങനെയാണ് നിങ്ങളോട് നന്ദി പറയേണ്ടത്? നിങ്ങളെന്റെ ജീവൻ രക്ഷിച്ചു.''

''പകരം തരാൻ എന്റെ കൈയ്യിലൊന്നുമില്ല. എന്റെ എല്ലാ സാധനങ്ങളും സ്കൂളിൽ ഉപേക്ഷിച്ചാണ് ഞാൻ വരുന്നത്. കഗാബോയെ ഏൽപ്പിച്ച പണം നിങ്ങൾക്കു കിട്ടിയിട്ടുണ്ടാവുമെന്ന് ഞാൻ കരുതുന്നു.''

''അയാളെനിക്കതു കൊണ്ടുതന്നിട്ടുണ്ട്. പക്ഷേ എനിക്കതൊന്നും വേണ്ട. നിന്റെ കൂട്ടുകാരിക്കു വേണ്ടിയല്ല ഞാനിതൊന്നും ചെയ്യുന്നത്. എനിക്കതിനാൽ പണം തരേണ്ട ആവശ്യമില്ല. നിഴലിനക്കരെ പാർക്കുന്ന 'അവളുടെ' പ്രിയങ്കരിയെ സ്വീകരിച്ചഭയം നൽകുന്നുണ്ടെങ്കിൽ, അവൾ എനിക്കുവേണ്ടതെല്ലാം കനിഞ്ഞു നൽകിക്കൊള്ളും.''

''എന്റെ സ്വപ്നങ്ങളിലേക്കു നിങ്ങളുടെ കണ്ണെത്താറുണ്ടെന്നാണോ?''

''അവൾ' നിനക്കു തന്നെ പശുക്കിടാവിനെ ഞാൻ കണ്ടിട്ടുണ്ട്. അതു സ്വപ്നത്തിലൊന്നുമല്ല. നിഴലിനക്കരയിലേക്കു ആത്മാക്കൾ എന്നെ കൊണ്ടു പോയപ്പോഴാണ് ഞാനതൊക്കെ കണ്ടത്. നിഴലുകളാൽ അനുഗ്രഹിക്കപ്പെട്ടവളായ നീയിതാ ഇപ്പോൾ ഇവിടെ. നിയാമിറോംഗിയുടെയടുത്ത് നിനക്ക് സ്വാഗതം.''

നിയാമിറോംഗിയുടെ അടുത്ത് അവൾ കഴിഞ്ഞുപോന്നു. അവൾ ഓരോ ദിവസവും അവർക്ക് ചോളക്കഞ്ഞിയുണ്ടാക്കിക്കൊടുക്കും. അത് വൃദ്ധയ്ക്ക് നല്ല ഇഷ്ടമായിരുന്നു. കൂരയ്ക്കു പിറകുഭാഗത്തു വെച്ച പത്തായം അവൾ നിരീക്ഷിച്ചു. നിറയെ ധാന്യങ്ങളുണ്ടായായിരുന്നു. അവർക്ക് ഇടപാടുകാർ എപ്പോഴുമുണ്ടായിരുന്നതിനാൽ അതിൽ ഒരിക്കലും കുറവുവന്നിരുന്നില്ല. രാത്രിയായപ്പോൾ വൃദ്ധ നെരിപ്പോടിനരികിലിരിക്കും കൈമുന്നോട്ടു നീട്ടി നീണ്ട നഖമുള്ള ചൂണ്ടുവിരൽ നാലു ഭാഗത്തേക്കും ചൂണ്ടും. പിന്നെ സ്വന്തം പുതപ്പിനുള്ളിലേക്കു ചുരുണ്ടുകൂടി വിർജീനിയയ്ക്കു മനസ്സിലാവാത്തതെന്തോ പിറുപിറുക്കും, തലയാട്ടിക്കൊണ്ട് തൃപ്തിഭാവമടയും. ഒരാഴ്ച്ച അങ്ങനെ കഴിഞ്ഞു. സ്കൂളിൽ എന്തെല്ലാം നടന്നാവോ? വെറോണിക്കയ്ക്കെന്തു സംഭവിച്ചു? മറ്റുള്ളവർക്കെന്തു പറ്റി?

അവരിൽ ചിലർക്കെങ്കിലും രക്ഷപ്പെടാൻ കഴിഞ്ഞിരിക്കുമോ? ഇമ്മാക്കുലേ തന്നെ മറന്നിരിക്കുമോ, തന്നെ തള്ളിപ്പറഞ്ഞിരിക്കുമോ? ദിവസങ്ങളോളം ഒരു പാറയുടെ മറവിൽ ഒളിച്ചിരുന്ന് സ്കൂൾ വരെ കണ്ണെത്തുന്ന ചെരിവിലേക്ക് അവൾ ജാഗ്രതയോടെ നോക്കി നിൽക്കും.

ഒരു ദിവസം നിയാമിറോംഗിയുടെ നീളൻ നഖമുള്ള ചൂണ്ടുവിരൽ വല്ലാതെ വിറയ്ക്കാൻ തുടങ്ങി. ഇടതുകൈകൊണ്ട് അവർ അതു മടക്കി. പിന്നെ വിർജീനിയയുടെ നേരെ നോക്കി. അവരുടെ കണ്ണുകൾ ജ്വലിച്ചു.

മഴ എന്നോടു പറയുന്നു വരികയായി എന്ന്. പൊടിനിറഞ്ഞ വേനൽക്കാലത്ത് ചെയ്യാറുള്ളതുപോലെ അവൾ അവിടം വിട്ടിങ്ങു വരികയാണ്. പക്ഷേ ആരും അഹങ്കരിക്കരുതെന്നും അവൾ എന്നോടു പറഞ്ഞു: ''കാലാവസ്ഥ നല്ലതാണെന്ന് വിചാരിച്ചുകൊണ്ടിരിക്കുന്നവർക്ക് മിന്നലേൽക്കും. നശിക്കും. ഉടനെ നീയിവിടം വിട്ട് പോകും. നാളെ നിനക്കായി ഞാൻ മന്ത്രങ്ങൾ ജപിച്ചു തരും.''

നിയാമിറോംഗി വിർജീനിയയെ നേരം വെളുക്കുന്നതിനു മുമ്പു തന്നെ ഉണർത്തി. സൂര്യസാന്നിദ്ധ്യത്തിൽ ആത്മാക്കൾ പ്രതികരിക്കുകയില്ല.

ഒരു കൂടയുടെ ആഴത്തിൽ നിന്ന് അവർ ഒരു തുണിസഞ്ചി പുറത്തേക്കെടുത്തു അതിൽ ഏഴ് എല്ലുകളുണ്ടായിരുന്നു.

''ഈ എല്ലുകൾ ആടു തന്നതാണ്. വിധിയെന്തെന്നറിയാൻ.''

അവർ കണ്ണടച്ചുപിടിച്ച് കൂടയിലേക്ക് ആ എല്ലുകൾ എറിഞ്ഞു. വീണ്ടും കണ്ണുതുറന്ന് കുറേനേരം അവയിൽ ശ്രദ്ധകേന്ദ്രീകരിച്ചു. അവ രൂപപ്പെടുത്തിയ രാശിയെ ഒന്നുമുരിയാടാതെ മനനം ചെയ്തു.

''എന്താണ് കാണുന്നത്?'' വിർജീനിയ വേവലാതിയോടെ ചോദിച്ചു.

''നീ റുവാണ്ടയിൽ നിന്ന് വളരെ അകലേക്കു പോകും. നിനക്കൊരു മകൻ ജനിക്കും. 'ഗാരുക' എന്ന് നീ അവന് പേരിടും. അതിന്റെയർത്ഥം 'ഞാൻ തിരിച്ചുവരും' എന്നാണ്.''

''നോക്കൂ, നിന്റെ കൂട്ടുകാരി നിന്നെ കാത്തിക്കുന്നു, ദാ അവിടെ, കാറിൽ.'' കഗാബോ പറഞ്ഞു.

ലാന്റ് റോവറിന്റെ പിറകിലത്തെ വാതിൽ തുറന്നപ്പോൾ കയറാൻ വേണ്ടി ആംഗ്യം കാണിക്കുന്ന ഇമ്മാക്കുലേയെ കണ്ടു.

''വേഗം വരൂ. നമ്മൾ തിരികെ പോവുകയാണ്. നീ കഷ്ടപ്പെട്ട് ഒളിച്ചിരിക്കേണ്ട. എന്നാലും അധികം ശ്രദ്ധയിൽപെടാതെയും നോക്കണം.''

''എനിക്കൊന്നും മനസ്സിലാവുന്നില്ല.'' വിർജീനിയ പറഞ്ഞു. ''എന്താണ് സംഭവിക്കുന്നതെന്നു പറയൂ.''

''നിയാമിറോംഗി മേഘങ്ങളോടു സംസാരിക്കാറൊക്കെയുണ്ട്. പക്ഷേ കാര്യങ്ങളറിയാൻ അവർക്ക് റേഡിയോ ഇല്ലല്ലോ. ഒരു രാഷ്ട്രീയ അട്ടി

മറി നടന്നിരിക്കുന്നു. സൈന്യം അധികാരം പിടിച്ചെടുത്തു. പഴയ പ്രസിഡണ്ട് വീട്ടുതടങ്കലിലാണ്. വിവരമറിഞ്ഞതോടെ സന്നദ്ധ പോരാളികൾ അവരുടെ മിനിബസുകളിൽ തിങ്ങിക്കയറി വേഗം സ്ഥലം വിട്ടു. എപ്പോഴും റേഡിയോ കേൾക്കാറുള്ള സിസ്റ്റർ ജെർട്രൂഡ് ആണ് വാർത്ത എല്ലാവരെയും അറിയിച്ചത്. ഗ്ലോറിയോസയുടെ അച്ഛൻ എവിടെയാണെന്നറിയില്ല. ചിലപ്പോൾ പലായനം ചെയ്യുകയാവാം. അല്ലെങ്കിൽ ജയിലിലായിക്കാണും. എല്ലാവരും ഗ്ലോറിയോസയ്ക്കെതിരെ തിരിഞ്ഞിരിക്കുകയാണിപ്പോൾ. ഏവരും അവളെ അപഹസിച്ചുതുടങ്ങിയിരിക്കുന്നു. എല്ലാറ്റിനും കാരണം അവളാണ്. എല്ലാ പദ്ധതികളും ആവിഷ്കരിച്ചത് അവളാണ്. അക്രമങ്ങളും, മറ്റെല്ലാ പ്രശ്നങ്ങളും.....അവളൊരാൾ കാരണം പരീക്ഷ മുടങ്ങി. എല്ലാവരുടെയും സർട്ടിഫിക്കറ്റ് മുടങ്ങി. ഒരു അദ്ധ്യയന വർഷം മുഴുവൻ പാഴായി. ആ അത്യാഗ്രഹക്കാരിയുടെ തെറ്റുകാരണം എല്ലാമുണ്ടായി. അവളുടെ അച്ഛനിപ്പോൾ ഒരുപക്ഷേ ജയിലിലുമായി. ഗോരറ്റി ഒരു നീണ്ട പ്രഭാഷണം നടത്തി.

‘‘നാടിനെ രക്ഷിക്കാൻ ശരിയായ ഹ്യൂറ്റുക്കളാണ് ഇപ്പോൾ അധികാരം പിടിച്ചെടുത്തിരിക്കുന്നത്. ടുട്സികളുടെയും, ജർമ്മൻകാരുടെയും ബെൽജിയംകാരുടേയുമൊക്കെ കോളനിവൽക്കരണത്തെ പ്രതിരോധിച്ചവർ. ടുട്സികളുടെ രീതികളുടെ സ്വാധീനത്താൽ കളങ്കിതരായവർ ശരിയായ കിന്യാർവാണ്ട ഭാഷ സംസാരിച്ചു തുടങ്ങുന്നതാണ് നല്ലത്. അഗ്നിപർവ്വതങ്ങളുടെ പാദങ്ങളിൽ നാമതിനെ കാത്തുപോന്നതാണല്ലോ. ഗോരറ്റി പറഞ്ഞതിന്റെ പൊരുൾ ബുദ്ധിമുട്ടില്ലാതെയും ഉറപ്പായും മനസ്സിലായവരൊക്കെ ആ സംസാരരീതി തന്നെ അനുകരിച്ചു. ഗ്ലോറിയോസയെ അന്വേഷിച്ചുകൊണ്ട് ഒരു സൈനിക വാഹനം എത്തി. അവൾക്കിപ്പോൾ എന്ത് സംഭവിച്ചുവെന്ന് അറിയില്ല. എനിക്കവളെക്കുറിച്ച് ഒരു ഉത്കണ്ഠയുമില്ല. ഇതുപോലെയൊരു നശിച്ച ദുരാഗ്രഹം, അഹങ്കാരം. ഗ്ലോറിയോസ, നിയിറാമസുകാ. അവൾക്ക് രാഷ്ട്രീയത്തിൽ ഇനിയും ഭാവിയുണ്ട്. കണ്ടറിയാം. പിന്നെ മദർ സുപ്പീരിയർ അറിയിച്ചിട്ടുണ്ട്, എട്ടു ദിവസം മുമ്പു തന്നെ വർഷാവസാന അവധി തുടങ്ങുമെന്ന്. എംബസികൾ ജീവനക്കാരെയെല്ലാം തലസ്ഥാനത്തേക്ക് പിൻവലിച്ചിരുന്നു. അതിനാൽ സ്കൂൾ നേരത്തെ അടയ്ക്കേണ്ടതുണ്ട്. കുട്ടികളെ കൊണ്ടുപോകാൻ രക്ഷിതാക്കൾക്ക് മദർ അറിയിപ്പ് നൽകിയിട്ടുണ്ട്. വരാൻ കഴിയാത്തവർക്കായി മിനി ബസുകൾ അവർ ഏർപ്പാടാക്കിയിട്ടുണ്ട്. നൈൽ നോത്രദാമിന്റെ പ്രതിഷ്ഠാപനം സ്കൂൾ വീണ്ടും തുറക്കുന്ന സമയത്ത് നടക്കുമെന്ന് ഏർമെനെഷീൽഡച്ചൻ പറഞ്ഞിട്ടുണ്ട്. അത് ദേശീയ ഐക്യത്തിന്റെ ഒരാഘോഷാവസരവും ആവും. ഞാനെന്റെ അച്ഛനെ കാര്യങ്ങളെല്ലാം ബോധ്യപ്പെടുത്തി. ഇതാ അച്ഛൻ കാറും ഡ്രൈവറെയും അയച്ചിരിക്കുന്നു. നമ്മൾ പോകുന്നു.’’

“മറ്റുള്ളവരോ, സ്കൂളിലുണ്ടായിരുന്നവർ, അവർക്കെന്തു സംഭവിച്ചു? അവർക്കു രക്ഷപ്പെടാൻ കഴിഞ്ഞോ? എന്ത് കൊല്ലപ്പെട്ടെന്നോ?”

“അങ്ങനെയല്ല, എല്ലാവരുമല്ല, നിനക്കറിയാമല്ലോ. സ്വന്തം കൈകൾ കൊണ്ട് സഹപാഠികളെ കൊല്ലാനാഗ്രഹിച്ചവർ ഗ്ലോറിയോസയെ കൂടാതെ വളരെയൊന്നുമുണ്ടായിരുന്നില്ല. ടുട്സികൾക്ക് സ്കൂളിൽ സ്ഥാനമുണ്ടാകരുത്, അതേ അവർക്കുദ്ദേശ്യമുണ്ടായിരുന്നുള്ളൂ. ഞാൻ മുറ്റത്ത് തിരിച്ചെത്തിയപ്പോൾ പോരാളിക്കൂട്ടത്തോട് ഏർമെനെഷീൽഡച്ചൻ പ്രഭാഷണമട്ടിൽ സംസാരിക്കുന്നുണ്ടായിരുന്നു.”

“സ്കൂളിൽ നിന്ന് ടുട്സികളെ അടിച്ചു പുറത്താക്കുക. അതിന് നിങ്ങളുടെ കൈകൾ അഴുക്കാക്കേണ്ടതില്ല. ചിലരെ പിടിച്ച് നിങ്ങളുടെ ദണ്ഡകൊണ്ട് നല്ല അടി കൊടുക്കുക. അവർ മലനിരകളിലേക്കോടിപ്പോയി വിശന്നും മരവിച്ചും പട്ടികളോ കാട്ടുമൃഗങ്ങളോ ആഹരിച്ചും തുലഞ്ഞോളും. എങ്ങാനുമാരെങ്കിലും രക്ഷപ്പെട്ട് അതിർത്തിയിലെത്തുകയാണെങ്കിൽ ചന്തയിലെ ഒരു തക്കാളി വിലയ്ക്ക് സ്വശരീരം വിറ്റു കഴിയേണ്ടിവരും. ശരീരത്തെക്കുറിച്ച് അവർ വലിയ അഭിമാനമുള്ളവരാണല്ലോ. മരണത്തേക്കാൾ കഷ്ടമാണ് മാനഹാനി. ദൈവത്തിന്റെ ഇംഗിതത്തിനവരെ വിട്ടുകൊടുത്തേക്കാം.”

“എനിക്കു തോന്നുന്നത് മിക്കവർക്കും രക്ഷപ്പെടാൻ കഴിഞ്ഞുവെന്നാണ്. വെള്ളക്കാരായ ചില വൃദ്ധപുരോഹിതരുടെ പള്ളികളിൽ അവർക്ക് അഭയം ലഭിച്ചിട്ടുണ്ട്. ടുട്സികൾ അവരുടെ വിശ്വസ്തരായിരുന്ന കാലത്തെ അവരോർമ്മിക്കാതിരിക്കില്ല. അല്ലെങ്കിൽ ഇടവകയിൽ നിന്ന് തുരത്തപ്പെട്ട ടുട്സി പാതിരിമാരെ നമ്മുടെ കൂട്ടുകാരികൾ കണ്ടുമുട്ടിക്കാണും. അവർ ഒരുമിച്ച് അതിർത്തി കടന്നുകാണും. സ്കൂളിൽ നടന്ന ഏതോ കഥകളുടെ പേരിൽ ആരും യുവതികളായ പെൺകുട്ടികളെ കൊന്നുകളയാൻ തയ്യാറാവില്ല എന്നും ഞാൻ വിചാരിക്കുന്നു. ഇപ്പോഴവർ ബുറായിൽ, ബുക്കാവുവിൽ അല്ലെങ്കിൽ അതുപോലെ എവിടെങ്കിലുമൊക്കെ എത്തിയിരിക്കും. ആരെങ്കിലും മരിച്ചതായുള്ള വിവരം എനിക്കു കിട്ടിയിട്ടില്ല. അങ്ങനെയൊരു മരണം വിദ്യാർത്ഥിനികളുടെ ഇടയിൽ സംഭവിച്ചാൽ ഗ്ലോറിയോസ അതേക്കുറിച്ച് വീരസ്യം പറയാനുള്ള അവസരം കളഞ്ഞു കളിക്കില്ല.”

“പക്ഷേ നിന്നെയും വെറോണിക്കയെയും കൊല്ലണമെന്നവൾ ശരിക്കും ആഗ്രഹിച്ചിരുന്നു. സർട്ടിഫിക്കറ്റ് വിതരണത്തിന്റെ ദിവസം നിങ്ങൾ അവളുടെയൊപ്പം ഉണ്ടായിരിക്കുക എന്നത് അവൾക്ക് അസഹനീയമായിത്തോന്നിയിരുന്നു.”

“വെറോണിക്ക എവിടെയാണ്? വെറോണിക്കയ്ക്ക് എന്ത് സംഭവിച്ചു?”

“അതെനിക്കറിയില്ല. ആ ചോദ്യം എന്നോട് ചോദിക്കരുത്.”

''പക്ഷേ, നിനക്കതറിയാം.''

''നിന്നോടത് പറയാൻ ഞാനാഗ്രഹിക്കുന്നില്ല.''

''എന്നോടതു പറയണം. നീയത്തിനു ബാധ്യസ്ഥയാണ്.''

''നിന്നോട് അതു പറയുന്നതിൽ എനിക്കു ലജ്ജയുണ്ട്. എല്ലാ ആളുകളെയും എനിക്കിപ്പോൾ പേടിയാണ്. ഓരോ മനുഷ്യജീവിയുടെ ഉള്ളിലും ഒരു ഭീകര സ്വത്വമുണ്ട്. എന്റെ കാമുകന്റെ കാര്യം, അയാളെ എനിക്കിനി കാണുകയേ വേണ്ട. പോരാട്ട പ്രവർത്തകനാകാനാണത്രേ അവന്റെ ഭാവി പരിപാടി. അവന്റെ സ്ഥാപനത്തിലെ ടുട്സികളെ അവൻ തല്ലിച്ചതച്ചു. അവനറിയില്ല അതിലാരെങ്കിലും മരിച്ചോ എന്ന്. പക്ഷേ അവന്റെ അടിയേറ്റവരിലാരെങ്കിലുമൊക്കെ വികലാംഗരോ ശയ്യാവലംബികളോ ആയിട്ടുണ്ടാകുമെന്ന് അവൻ പ്രതീക്ഷിക്കുന്നു. അവനെ എനിക്കിനി കാണേണ്ട. വെറോണിക്കയോടവരെന്തു ചെയ്തുവെന്നാണ് നിനക്കറിയേണ്ടത്. അല്ലേ? ഞാൻ പറയുന്നതു കേൾക്കൂ. എന്റെ മുന്നിൽ നീ കരയരുത്. നിന്റെ യഥാർത്ഥ പേര് മുത്താമുറീസാ എന്നാണല്ലോ. 'ആരും കരയിക്കരുത്' എന്നാണല്ലോ അതിനർത്ഥം. നീ കരയുകയാണെങ്കിൽ അതെനിക്കു ദോഷകരമായിത്തീരും.''

ജെ.എം.ആർ. സേനക്കാർ ടുട്സികളെ തുരത്തിക്കഴിഞ്ഞപ്പോൾ, ഗ്ലോറിയോസ അവരോടു പറഞ്ഞു: ''രണ്ടുപേരെ കാണാനില്ല. ഒരാൾ എവിടെയായിരിക്കുമെന്ന് എനിക്കറിയാം. പക്ഷേ മറ്റേയാൾ സ്കൂളിൽത്തന്നെ ഒളിച്ചിരിപ്പുണ്ടാകും. അവളെ കണ്ടെത്തണം. അതിനേതറ്റം വരെയും പോകണം. അവൾ വാവിട്ടു കരയുന്നത് എനിക്കു കാണണം. മുത്താമുറീസാ, അവളെ നമ്മളെ ഗൗരവത്തോടെ കാണണം.''

''അവൾ നിന്നെ എല്ലായിടത്തും തിരഞ്ഞു. സ്കൂൾ മുഴുവൻ പരതിത്തപ്പി. അപ്പോഴേക്കും നീ അകലെയായിക്കഴിഞ്ഞിരുന്നു.''

ഗ്ലോറിയോസ കലിതുള്ളുകയായിരുന്നു. അവളുടെ പട്ടിയെപ്പോലെ അവളുടെ പിറകെ നടക്കുന്ന മോഡെസ്റ്റയുടെ നേരേയവൾ ചീറിച്ചെന്നു. അവളെ വല്ലാതെ അപമാനിച്ചു:

''പട്ടിനായേ, നീയാണ് വിർജീനിയയ്ക്ക് മുന്നറിയിപ്പു കൊടുത്തത്. അവളോട് ഓടി രക്ഷപ്പെടാൻ പറഞ്ഞത്. അവൾ നിനക്ക് പ്രിയപ്പെട്ടവളാണെന്നെനിക്കറിയാം, നിന്റെ വലിയ കൂട്ടുകാരി. നീയെന്റെ പിറകിൽ നിന്നിട്ട് അവൾക്കു വിടുപണി ചെയ്യുകയായിരുന്നു. നീയൊരു ഇത്തിൾക്കണ്ണിയാണ്. നിന്നെ ഞാനൊരു പാഠം പഠിപ്പിക്കുന്നുണ്ട്. എന്നെ നീ ഇത്രയും കാലം തെറ്റിദ്ധരിപ്പിക്കുകയായിരുന്നു. നീ നിന്റെ അമ്മയുടെ ശരിയായ മകൾ തന്നെയാണെടീ. അര ഇനിയെൻസിയെ മാത്രമേ നീ എനിക്കു തന്നുള്ളൂ. ദാ, നോക്കിക്കോ, എന്നെ വഞ്ചിച്ചുകൊണ്ടിരുന്ന നിന്നിലെ ആ അര ടുട്സിയെ ഞാനില്ലാതാക്കും.''

അവൾ മൂന്നു സന്നദ്ധ പോരാളികളെ വിളിച്ചു. അവർ മോഡെസ്റ്റയെ ഒരു ക്ലാസിലേക്കു വലിച്ചിഴച്ചു. അവളുടെ കരച്ചിലും ദീനമായ അഭ്യർത്ഥനകളും നിലവിളികളും ഞരക്കങ്ങളുമെല്ലാം കേൾക്കാമായിരുന്നു. കുറച്ചു നേരത്തേക്ക് അങ്ങനെ തുടർന്നു. അവളുടെ കീറിയ യൂണിഫോം കൊണ്ട് രക്തമൊലിക്കുന്ന അവളുടെ ശരീരം മറച്ചുകൊണ്ടവൾ സ്കൂൾ ദേവാലയത്തിലേക്ക് വലിഞ്ഞിഴഞ്ഞു പോകുന്നതാണ് പിന്നീട് കണ്ടത്. ഗ്ലോറിയോസ പോരാളികളെയെല്ലാം വിളിച്ചു. അവരോടു പറഞ്ഞു: ഒരു ഇനിയെൻസി കൂടിയുണ്ട്. ശരിക്കും ഇതിനേക്കാളൊക്കെ അപകടകാരിയായ ഒരുവൾ. അവൾ അഭയം പ്രാപിച്ചതെവിടെയാണെന്ന് എനിക്കറിയാം. അധികം ദൂരെയൊന്നുമല്ല. ആ വൃദ്ധനായ വെള്ളക്കാരന്റെയടുത്ത്. അവിടെ ഇല്ലാതിരിക്കില്ല. ഇനിയെൻസികളുടെ കൂട്ടാളിയാണാ വെള്ളക്കാരൻ. അയാളുടെ കാപ്പിത്തോട്ടം കാടുപിടിച്ചു കിടക്കുന്നു. ഭൂരിപക്ഷ ജനതയെ ആക്രമിക്കാൻ താവളമൊരുക്കിയിരിക്കുകയാണ് മൂപ്പർ. കുറേ ടുട്സികളെ ജോലിക്കെന്നു പറഞ്ഞ് നിയമിച്ചിട്ടുണ്ട്. കമാൻഡോകളെപ്പോലെ അയാൾ അവർക്കു പരിശീലനം നൽകിയിട്ടുണ്ട്. അയാൾ ചെകുത്താനെയാണ് പ്രാർത്ഥിക്കുന്നത്. പിന്നെയൊരു ടുട്സിയെയും. വെറോണിക്ക എന്നാണാ ടുട്സിയുടെ പേര്. അവളെ അയാൾ ഒരു പിശാചിനി ആക്കിയിരിക്കുകയാണ്. അവരൊന്നിച്ച് ജുഗുപ്സാവഹമായ പല കാര്യങ്ങളും ചെയ്യുന്നുണ്ട്. കാൻജോഗെറാ രാജ്ഞി ചെയ്യുന്നതു പോലെയുള്ളവ. ആ രാജ്ഞി ചെയ്തതെന്താണെന്നറിയാമോ? എന്റെ അച്ഛൻ പറഞ്ഞുകേട്ടതാണ്. അവരുടെ വിശപ്പില്ലായ്ക പരിഹരിക്കാൻ നാലു ഹ്യൂറ്റുക്കളെ ഓരോ പ്രഭാതത്തിലും കുരുതി കഴിച്ചു. അവൾ പിശാചിനു മുമ്പിൽ നൃത്തം ചെയ്യുന്നു. ആ രാക്ഷസക്കൂട്ടത്തെ നശിപ്പിക്കണം. വേഗമാകട്ടെ.''

''ഇരുപതോളം വരുന്ന സന്നദ്ധ പോരാളികൾ ഒരു മിനിബസ്സിൽ അങ്ങോട്ടുപോയിട്ടുണ്ട്. അവർക്ക് ഗൈഡായിട്ട് ഒരു നിയാമിനോംബുകാരനുമുണ്ടായിരുന്നു. രാത്രിയായതോടെ അവർ തിരികെവന്നു. അവർ ഉത്സാഹഭരിതരായിരുന്നു. ഞങ്ങൾക്കവരെ കിട്ടി! ഞങ്ങൾക്കവരെ കിട്ടി.''

പ്രിമസിന്റെ പാനീയക്കുപ്പികളിൽ അവർ ചാടിവീണു. അവരുടെ സാഹസകൃത്യങ്ങൾ വിശദീകരിക്കാൻ അവരുടെ നേതാവിനോട് ഗ്ലോറിയോസ ആവശ്യപ്പെട്ടപ്പോഴേക്കും അയാൾ പറഞ്ഞു തുടങ്ങി. ''ആദ്യം തന്നെ അവർ നേരെ വില്ലയിലേക്കു പാഞ്ഞു കയറി. അപ്പോഴവിടെ ആരുമുണ്ടായിരുന്നില്ല. അവിടത്തെ ഫർണീച്ചർ മുഴുവൻ തകർത്തു. പിന്നെ പൂന്തോട്ടത്തിലേക്കു ചെന്നു. അവിടെയാണ് ചെകുത്താന്റെ അമ്പലം. അവരതിൽ പ്രവേശിച്ചു. ആരാധനയിലേർപ്പെട്ട നഗ്നരായ ടുട്സി പെൺകുട്ടികളുടെ ഘോഷയാത്ര ചിത്രീകരിക്കപ്പെട്ട ചുമരുകളുണ്ടവിടെ. ഏറ്റവും അപ്പുറത്തെ ചുവരിൽ മഹാപിശാചിനി. അവൾ

ശരിക്കുമൊരു ടുട്സി തന്നെ. രാക്ഷസർക്കൊക്കെയുള്ളതുപോലുള്ള കൊമ്പുകൾ പിടിപ്പിച്ച തൊപ്പിയുണ്ടവൾക്ക്. പാദഭാഗത്ത് ഒരു സിംഹാസന രൂപത്തിൽ ഒരു ഇരിപ്പിടമുണ്ട്. അവിടെയും വെച്ചിട്ടുണ്ട് അതേ തരമൊരു തൊപ്പി. അപ്പുറത്തുനിന്ന് അവരൊരു ശബ്ദം കേട്ടു. അവർ ഓടി. വെള്ളക്കാരനും ടുട്സി പെൺകുട്ടിയും മുളങ്കാടിനുള്ളിൽ ഒളിക്കാൻ ശ്രമിച്ചു. വെള്ളക്കാരന്റെ കയ്യിൽ ഒരു തോക്കുണ്ടായിരുന്നു. പക്ഷേ അതുപയോഗിക്കാനുള്ള സാവകാശം അയാൾക്കു കിട്ടിയില്ല. അവർ അയാളുടെ മേൽ ചാടിവീണ് പ്രഹരിച്ചു. വെറോണിക്കയെ അവർ പിടികൂടി. ചെകുത്താന്റെ അമ്പലത്തിലേക്കവളെ കൊണ്ടുപോയി. ചുവരിൽ ചിത്രീകരിക്കപ്പെട്ട പിശാചിനിയെപ്പോലെ തന്നെയുണ്ടായിരുന്നു അവളെന്ന് പോരാളിത്തലവൻ പറഞ്ഞു. അവരവളുടെ വസ്ത്രങ്ങളഴിച്ചു.

അവളുടെ ഛായയുള്ള രൂപത്തിനു മുമ്പിൽ നഗ്നയായി നൃത്തം ചെയ്യാൻ നിർബന്ധിച്ചുകൊണ്ട് അവളെ ദണ്ഡുകൊണ്ടടിച്ചു. പിന്നെ അവളെ സിംഹാസനത്തിനോടു ചേർത്തുകെട്ടി. കൊമ്പു തൊപ്പി അവളെ ധരിപ്പിച്ചു. അവളുടെ കാലുകൾ അകറ്റിവെച്ചു. അവരുടെ ദണ്ഡുകൾ കൊണ്ട് പിന്നെയെന്താണവളെ ചെയ്തതെന്നും അവരുടെ കിരാത വൃത്തികൾ അവരെങ്ങനെയവസാനിപ്പിച്ചുവെന്നും ഞാൻ നിന്നോടു പറയുന്നില്ല. തന്റെ എസ്റ്റേറ്റിൽ ആ ഭ്രാന്തൻ വെള്ളക്കാരൻ പണിതതെല്ലാമവർ തീയിട്ടു. ഫോൻതെനെയ് നിയമിച്ച ഇനിയെൻസികളെ യാരെയും അവർ കണ്ടില്ല. കുറേ മുമ്പേ തന്നെ അവരെല്ലാം ഓടിപ്പൊയ്ക്കളഞ്ഞിരുന്നു. അവർ പശുക്കളെ തല്ലുകയും പൊള്ളിക്കുകയും ചെയ്തു. പോരാളി നേതാവ് കൊമ്പു തൊപ്പി കയ്യിലെടുത്തു വീശിക്കറക്കി. അയാൾ രോഷം കൊണ്ട് ഉന്മത്തനായിരുന്നു. ‘‘ഇതാ ഇനിയെൻസികളുടെ രാജ്ഞിയുടെ കിരീടം. പിശാചിനിയുടെ കിരീടം. തൽക്കാലം ഇതോടെ തീർന്നു. ഇതുവരെ ഇവിടെ സുഖമായി വാണു. ഇനി പാർപ്പ് നരകത്തിലാവട്ടെ. മറ്റുള്ളവരെയും കൊല്ലാൻ കഴിഞ്ഞില്ലല്ലോ എന്ന വിഷമം എനിക്കുണ്ട്. അവരെയൊക്കെ നമ്മൾ ഒരു ദിവസം തിരിച്ചു വരുത്തും.’’ അയാൾ അലറി.

പിറ്റേന്ന് രാവിലെ, മേയറും പൊലീസുകാരും ദ്രുതകർമ്മസേനക്കാരും ചേർന്ന് ഫോൻതെനെയിനെ അറസ്റ്റു ചെയ്യാനും അയാളെ പുറത്താക്കിക്കൊണ്ടുള്ള ആജ്ഞ നൽകാനും പോയി. തന്റെ ദേവാലയത്തിനകത്ത് അയാൾ തൂങ്ങിനിൽക്കുന്നതാണവർ കണ്ടത്. അയാൾ ആത്മഹത്യ ചെയ്തതാണെന്നാണ് പറയപ്പെടുന്നത്. ജെ.എം.ആർ. സേനക്കാർ കൊന്നതാണെങ്കിൽത്തന്നെ അന്നവർ അതേക്കുറിച്ച് പൊങ്ങച്ചം പറഞ്ഞില്ല. ഒരു വെള്ളക്കാരനെ കൊല്ലുകയെന്നാൽ സർക്കാരിനെ സംബന്ധിച്ചിടത്തോളം വളരെ ഗുരുതരമായ ഒരു വിഷയമാണ്. നേതാവിന്റെ കഥകേട്ട് പലരും വിറയ്ക്കുകയായിരുന്നു. ചിലർ

കരഞ്ഞു. പക്ഷേ സന്തോഷം നടിക്കേണ്ടതായും വന്നു. ''നിങ്ങൾ നോക്കൂ, ടുട്സികളുടെ ദൈവം സാത്താനാണ്.''ഗ്ലോറിയോസ പറഞ്ഞു. ''പിശാചുകഥകളൊന്നും ഞാൻ വിശ്വസിക്കുന്നില്ല. അതൊക്കെ ഗ്ലോറിയോസയുടെ കഥകളാണ്. വെറോണിക്കയോടവർ കാണിച്ചത് ഘോരമായ ഒരു കാര്യമാണ്. ഓരോ മനുഷ്യരിലും ഒരു ഭീകരരാക്ഷസൻ ഉറങ്ങിക്കിടക്കുന്നുവെന്നെനിക്കു തീർച്ചയായി. റുവാണ്ടയിൽ അതിനെ ഉണർത്തിയതാരാവാം, അറിയില്ല. ഫോൻതെനെയിന്റെ വീട്ടിൽ വെറോണിക്ക എന്തായിരുന്നു ചെയ്തുകൊണ്ടിരുന്നത്? സിനിമയെടുക്കുകയായിരുന്നോ? അവൾക്കു സിനിമ വലിയ ഇഷ്ടമായിരുന്നല്ലോ. വിർജീനിയാ, ഇതു സംബന്ധമായ എല്ലാ കാര്യങ്ങളും നിനക്കറിയാം. നീയവളുടെ ഉറ്റ കൂട്ടുകാരിയായിരുന്നല്ലോ. അവൾ നിന്നിൽനിന്നൊന്നുമൊളിച്ചു വെച്ചിരുന്നില്ലെന്ന് എല്ലാവർക്കും അറിയാം.''

''എനിക്കറിയില്ല. അതേക്കുറിച്ച് എന്നോട് ഒന്നും പറയരുതേ. ഞാൻ കരയരുതെന്ന് നീ ആഗ്രഹിക്കുന്നുണ്ടെങ്കിൽ ഒന്നും എന്നോടു ചോദിക്കരുതേ.''

അവർ കുറേനേരത്തോളം അഗാധമൗനത്തിൽ മുഴുകി. വളഞ്ഞുപുളഞ്ഞുള്ള ഇടുങ്ങിയ പാത ഇടതിങ്ങിയ വാഴത്തോട്ടങ്ങൾ നിറഞ്ഞ ചെരിവുകൾ കയറുകയും ഒറ്റയ്ക്കും തെറ്റയ്ക്കുമുള്ള യൂക്കാലിപ്റ്റസ് മരങ്ങൾ നിറഞ്ഞ ഉയരങ്ങൾ താണ്ടുകയും പുതിയൊരു താഴ്വരയെ പുൽകുകയും പുതിയ കയറ്റങ്ങൾ കയറുകയും ചെയ്തുകൊണ്ട് നീണ്ടു കിടന്നു. കണ്ണീർ തിങ്ങിവന്ന് വിർജീനിയയെ വീർപ്പുമുട്ടിക്കുകയും അവളതിനെ പാടുപെട്ടൊതുക്കുകയും ചെയ്തുകൊണ്ടിരുന്നു. മനസ്സിലേക്കു കടന്നുവന്ന ഘോരദൃശ്യങ്ങളെ ആട്ടിയകറ്റാൻ അവൾ പാടുപെട്ടു.

''ഇമ്മാക്കുലേ, എന്റെ ജീവിതത്തിന് ഞാൻ നിന്നോട് കടപ്പെട്ടിരിക്കുന്നു. നീയെനിക്കുവേണ്ടി ഇങ്ങനെയൊക്കെ ചെയ്തതെന്തിനാണെന്ന് എനിക്കിപ്പോഴും മനസ്സിലാവുന്നില്ല. ഞാനൊരു ടുട്സിയാണ്; ഞാനൊരിക്കലും നിന്റെ ആത്മസഖിയായിരുന്നില്ല.''

''ഞാൻ പ്രതിരോധിക്കുന്നവരുടെയൊപ്പമാണ്. വെല്ലുവിളി നേരിടുന്നവരുടെ ഒപ്പമാണ്. കിഗാലിയിലെ തെരുവുകളെ വിറപ്പിച്ചു പാഞ്ഞ മോട്ടോർ സൈക്കിളിനെയാണ് ഞാനെന്റെ കാമുകനേക്കാൾ പരിഗണിച്ചിരുന്നതെന്ന് എനിക്കു തോന്നുന്നു. ഗ്ലോറിയോസയോടുള്ള വെറുപ്പ് കാരണമാണ് ഞാൻ ഗൊറില്ലകളുടെ അടുത്ത് പോയത്. നിന്നെയും വെറോണിക്കയെയും രക്ഷിക്കാൻ ഞാനാഗ്രഹിച്ചത് മറ്റുള്ളവർ നിങ്ങളെ കൊല്ലണമെന്നാഗ്രഹിച്ചതുകൊണ്ടാണ്. ഞാനെല്ലാ മനുഷ്യരെയും വെല്ലുവിളിക്കാൻ പോവുകയാണ്. ഗൊറില്ലകളുടെ അടുത്ത് പോവുകയാണ് ഞാൻ.''

''ഗൊറില്ലകൾക്കൊപ്പം കഴിയാനോ?''

‘‘ഗൊറില്ലകളെ രക്ഷിക്കാൻ താൽപര്യപ്പെടുന്ന ആ വെള്ളക്കാരി അസിസ്റ്റന്റ് ആയി റുവാണ്ടക്കാരെ നിയമിക്കാൻ പോവുകയാണ്. അതിനുള്ള യോഗ്യതയെല്ലാം എനിക്കുണ്ട്. ഞാൻ റുവാണ്ടക്കാരിയാണ്, ബുദ്ധിമതിയാണ്, ഏറെക്കുറെ സുന്ദരിയാണ്, അറിയപ്പെടുന്ന ഒരു ബിസിനസ്സുകാരനാണെന്റെ അച്ഛൻ. ഞാൻ മുഖാന്തരം ആ വെള്ളക്കാരിക്കും അവരുടെ ദൗത്യത്തിനും പ്രസിദ്ധി ലഭിക്കും. എന്നെ നിയമിക്കുന്നതിന് അവർ ബാധ്യസ്ഥയാകാൻ മാത്രം യോഗ്യതകൾ എനിക്കുണ്ട്. നീയെന്തു ചെയ്യാനാണ് ഉദ്ദേശിക്കുന്നത്? നീ ഏതായാലും സർട്ടിഫിക്കറ്റ് ഉപേക്ഷിക്കാൻ പോകുന്നില്ല. ക്രമസമാധാനം പുനഃസ്ഥാപിക്കാൻ പട്ടാളം അധികാരം ഏറ്റെടുത്തിട്ടുണ്ട് എന്നറിയാമല്ലോ. അവർ ഉത്തേജിപ്പിച്ചുവിട്ടവരെ അവർ അടക്കിക്കൊള്ളും. മാത്രമല്ല, അവർക്കെന്തായിരുന്നോ വേണ്ടിയിരുന്നത് അത് കിട്ടി. ടുട്സികളുടെ സ്ഥലങ്ങൾ. ആവശ്യമെങ്കിൽ ഇടപെടണമെന്ന് ഞാനെന്റെ അച്ഛനോട് ആവശ്യപ്പെട്ടിട്ടുണ്ട്. റുഹെൻഗറിയിൽ ഗോരറ്റിയുടെയടുത്തേക്ക് അച്ഛനെന്നെ ദയാപൂർവ്വം കൊണ്ടുപോയതെന്തിനെന്ന് എനിക്കു മനസ്സിലായി. അദ്ദേഹത്തിന്റെ പണത്തെ ആശ്രയിക്കാമെന്ന് സ്റ്റാഫിനോടു പറയാനായിരുന്നു. ഞങ്ങൾ അദ്ദേഹത്തിന് ഒന്നിനും കുറവുവരുത്തിയില്ല. അദ്ദേഹം തന്റെ മകൾക്കാകട്ടെ വേണ്ടതെല്ലാം നൽകി.’’

‘‘എനിക്കിനി സർട്ടിഫിക്കറ്റ് വേണ്ട. ഞാൻ എന്റെ അച്ഛനമ്മമാരെ കണ്ട് യാത്ര പറയാൻ പോവുകയാണ്. ഞാൻ സയറിലേക്കോ ബുറുണ്ടിയിലേക്കു പോകും, ചിലപ്പോൾ ഉഗാണ്ടയിലേക്ക്. എവിടേക്കെന്നൊന്നുമില്ല, അതിർത്തികടന്ന് എങ്ങോട്ടെങ്കിലും... ഈ നാട്ടിൽ കഴിയാൻ എനിക്കു താല്പര്യമില്ല. റുവാണ്ട മരണത്തിന്റെ നാടാണ്. മതബോധന ക്ലാസിൽ എപ്പോഴും പറയാറുള്ളത് നീ ഓർക്കുന്നുണ്ടാകും. ഓരോ ദിവസവും ദൈവം ലോകസഞ്ചാരം നടത്തും. തിരിച്ച് റുവാണ്ടയിൽ സ്വഗൃഹത്തിലെത്തും. അങ്ങനെയൊരിക്കൽ അദ്ദേഹം യാത്ര ചെയ്യുമ്പോൾ മരണം അദ്ദേഹത്തിന്റെ സ്ഥലം കയ്യേറി. അദ്ദേഹം തിരികെയെത്തുമ്പോൾ മരണം അദ്ദേഹത്തിനെതിരെ വാതിൽ കൊട്ടിയടച്ചു. മരണം നമ്മുടെ പാവം നാടായ റുവാണ്ടയുടെ ആധിപത്യമേറ്റെടുത്തു.

മരണത്തിന് ഒരു പദ്ധതിയുണ്ട്. അതിന്റെ അവസാനം കണ്ടേ അതടങ്ങുള്ളൂ. ജീവിതത്തിന്റെ സൂര്യൻ വീണ്ടും തിളക്കത്തോടെ റുവാണ്ടയിൽ പ്രകാശിക്കുമ്പോൾ ഞാൻ തിരിച്ചു വരും. നമുക്കപ്പോൾ വീണ്ടും കാണാമെന്ന് ഞാനാശിക്കുന്നു.’’

‘‘തീർച്ചയായും നമ്മൾ വീണ്ടും കാണും. ഗൊറില്ലകളുടെ അടുത്ത്.’’

■

www.ingramcontent.com/pod-product-compliance
Lightning Source LLC
LaVergne TN
LVHW100808051026
849519LV00006B/1999
* 9 7 8 9 3 9 3 5 9 6 7 8 9 *